॥ सेतुबंधन ॥

श्रीरामाच्या जीवनावरील रससिद्ध कादंबरी

भा. द. खेर

मेहता पब्लिशिंग हाऊस

Please contact us at **Mehta Publishing House Pvt. Ltd.**
✆ +91 020-24476924 / 24460313 / Mob. No. 9545000513
Email : production@mehtapublishinghouse.com
Website : www.mehtapublishinghouse.com

- *या पुस्तकातील लेखकाची मते, घटना, वर्णने ही त्या लेखकाची असून त्याच्याशी प्रकाशक सहमत असतीलच असे नाही.*

SETUBANDHAN by B. D. KHER

सेतुबंधन : भा. द. खेर / कादंबरी

author@mehtapublishinghouse.com

संस्थापक : सुनील मेहता

प्रकाशक : मेहता पब्लिशिंग हाऊस प्रा. लि.
१९४१ सदाशिव पेठ, माडीवाले कॉलनी, पुणे - ३०.

मुद्रक : ट्रिनिटी ॲकॅडमी फॉर कॉर्पोरेट ट्रेनिंग लिमिटेड, पुणे - ४१

मुखपृष्ठ : चंद्रमोहन कुलकर्णी

प्रकाशनकाल : पाचवी आवृत्ती : जानेवारी, २०१७ / मेहता पब्लिशिंग हाऊस प्रा. लि.ची सहावी आवृत्ती : सप्टेंबर, २०२२

किंमत : ₹ ३२०

P Book ISBN 9789394258822
E Book ISBN 9789394258839
E Books available on : amazonkindle Apple Books Google Play Books

---

माझी बहुश्रुत चुलती ती. आई – अंबिकाबाई
आणि
प्रेमळ कुटुंब – पंतोजी धोंगडे मास्तर
या दोन व्यक्तींनी माझ्या अगदी बालपणी माझ्या मनावर
रामायण-महाभारताचे सखोल संस्कार केले...
त्यांच्या या ऋणातून अंशतः मुक्त होण्यासाठी
या दोन स्वर्गीय व्यक्तींना हे
सेतुबंधनाचे उपायान –

बालकांड

मध्यरात्र व्हायला आली तरी कैकेयीच्या मंदिरातले दिवे जळत होते. मंचकाजवळच्या मृदू आसनावर कैकेयी एकटीच बसली होती. चिंतेनं तिची सुंदर गौर मुद्रा काळवंडली होती. तिनं केसात घातलेली फुलं मलूल झाली होती. रात्रीच्या नीरव शांततेमुळे तर तिचं मन आणखी उदास झालं होतं. दशरथराजा नेहमीच मृगयेला जायचा. पुष्कळ वेळा कैकेयीही त्याच्यासमवेत जायची; पण आज मात्र तो एकटाच गेला होता. संध्याकाळपर्यंत येतो असं सांगून गेला होता; पण संध्याकाळच काय, अर्धी रात्र उलटली तरी तो आला नव्हता; त्यामुळेच कैकेयी अस्वस्थ झाली होती. राजा एकटाच अश्वारूढ होऊन वनात गेला होता; त्यामुळे तर तिला विशेष चिंता वाटत होती. नेहमीप्रमाणे राजा वेळेवर येईल अशी तिची कल्पना होती. त्याच्या स्वागताला सिद्ध होऊन ती एकटीच मंदिरात बसली होती; पण आता मात्र त्या एकान्ताचीच तिला भीती वाटू लागली होती. कौसल्येला किंवा सुमित्रेला संदेश पाठवावा तर जवळ सेवक कुणीच नव्हते.

कैकेयीच्या मनात आलं, आपणच उठावं आणि कौसल्येकडे जावं. अंगावरचं उबदार उत्तरीय अंगाभोवती लपेटत ती उठली आणि गवाक्षाजवळ गेली. समोरच कौसल्येच्या मंदिरात एक दीप जळत होता. कौसल्या जागीच आहे हे कैकेयीच्या लक्षात आलं. कौसल्येकडे जायच्या विचारानं ती सोपानाकडे वळली आणि सोपानाच्या द्वाराशी क्षणभर थबकली. दूरवरून अश्वाच्या टापांचा अस्पष्ट आवाज ऐकल्याचा भास तिला झाला. कानोसा घेत ती तिथेच उभी राहिली.

त्या अवस्थेत किती क्षण गेले तिला कळलंच नाही. अश्वाच्या टापांचा आवाज

जवळजवळ येत होता; पण हा आवाज कैकेयीला वेगळाच वाटत होता. दशरथराजा मृगयेहून परत येताना अतिशय वेगानं येतो, हे तिला माहीत होतं. नगरीत परतताना राजाच्या वाहनाचा वेग प्रचंड असतो हे तिच्या परिचयाचं होतं; पण आज मात्र अश्वाचा वेग मंद वाटत होता. तिच्या मनाची अस्वस्थता त्यामुळे वाढलीच होती. सोपानाच्या वरच्या टोकावर ती द्वाराला धरून उभी राहिली होती. राजाच्या स्वागताला खाली जायची इच्छा मात्र होत नव्हती. मन उत्सुक होतं; पण उदासही होतं.

कैकेयी सोपानाच्या द्वाराशी उभी असतानाच सोपानाच्या खालच्या बाजूनं हाक आली, "कैकेयी, जागी आहेस ना?"

कौसल्येच्या हाकेनं कैकेयी चमकली. वरूनच म्हणाली, "हो जागीच आहे. कौसल्ये, ये ना! महाराज आताच नगरीत आलेत. त्यांचीच वाट पाहातेस ना?"

"होय, त्यांचीच वाट पाहात होते. तुझ्या मंदिरात दिवे दिसले म्हणून म्हटलं..."

"अगं, मग ये ना."

दोघी सवती कैकेयीच्या मंदिरात मंचकावर बसल्या. कौसल्या म्हणाली, "आज सकाळपासून मन अस्वस्थ झालंय. दिवसभर मी ईशचिंतनातच वेळ घालवला. सूर्यास्तानंतर तर मन अधिकच अस्वस्थ झालं; पण एक प्रकारचं समाधानही वाटू लागलं. त्या क्षणापासून सारखं वाटतंय की, काहीतरी अशुभ घडलंय. अशुभ घडलं तरी मग मनाला समाधान कसं वाटतंय?"

कैकेयी सहजपणानं उद्गारली, "कदाचित अशुभ घडलं असेल आणि त्यातूनच भविष्यात शुभ घडायचं असेल."

"अशुभातून शुभ कसं घडणार गं? तुझं काहीतरीच तत्त्वज्ञान... त्यातून महाराज मृगयेला गेलेले असताना तरी हे असलं तत्त्वज्ञान पटत नाही."

"अगं, आता महाराज परत आलेत म्हटलं! त्यांच्या अश्वाचा आवाज मी ऐकलाय. येतीलच ते इतक्यात, तेव्हा महाराजांची चिंता करू नकोस."

कैकेयी असं म्हणाली खरं; पण तिच्या स्वतःच्या मनाचा अस्वस्थपणाही कमी झालेला नव्हता. कौसल्या गप्प बसून राहिली तेव्हा कैकेयीच पुढे म्हणाली, "महाराज सुखरूप आलेत हे पाहिलं की, हा अस्वस्थपणा संपेल."

पण कैकेयीची कल्पना चुकीची ठरली. दशरथ सुखरूप परतला होता; पण तो स्वस्थ नव्हता. कैकेयीच्या मंदिरात कौसल्या दिसताच तो उद्गारला, "तूही इथेच आहेस? बरंच झालं. सुमित्रेलाही बोलावून आण."

सुमित्रेला आणण्यासाठी कैकेयी चटकन उठली. अजून दशरथ राजा उभाच होता. कौसल्येनं दिलेल्या आसनावर बसण्याऐवजी तो मंदिरात येरझारा घालू लागला. त्याची गंभीर मुद्रा पाहून कौसल्या अधिकच उदास झाली.

सुमित्रा आल्यावर राजा आसनावर विसावला आणि विचारमग्न झाला. कैकेयीनं

शांततेचा भंग केला, ''महाराज, काय झालंय तुम्हाला? प्रकृती बरी नाही का?''

राजा उदासपणे हसला, ''इतकं सहन करूनही प्रकृती उत्तम राहिली हेच माझं दुःख आहे.''

तिन्ही राण्या एकमेकींकडे पाहू लागल्या; पण दशरथाचं त्यांच्याकडे लक्षच नव्हतं. तो स्वतःच्याच विचारात पुन्हा दंग झाला. थोड्या वेळानं सुमित्रा म्हणाली, ''महाराज, आपलं दुःख काय आहे हे कळलं तर थोडं कमी करता येईल.''

कौसल्या मध्येच म्हणाली, ''इक्ष्वाकु कुलातले राजे असे कधी दुःखी होत नाहीत. राज्यसंपदेवरसुद्धा पाणी सोडणारे राजे या कुळात झालेत...''

दशरथ उद्विग्नपणे उद्गारला, ''राज्यसंपदेवरच काय स्वतःच्या प्राणावरदेखील पाणी सोडायची माझी सिद्धता आहे; पण कौसल्ये, माझ्या हातून जे घडलंय त्याला प्रायश्चित्त नाही... मानवहत्या घडलीय माझ्या हातून...''

तिघी अवाक् झाल्या. कौसल्येनं दुःखानं आपलं मुख उत्तरीयात झाकून घेतलं. सुमित्रेची कोमल काया दुःखावेगानं थरथरू लागली. कैकेयीची मुद्रा काळवंडली. दशरथ त्या तिघींकडे पाहात होता; पण त्याच्या नेत्रात प्राण उरला नव्हता.

कितीतरी वेळानं कैकेयीनं हळूच विचारलं, ''महाराज, पण हे घडलं तरी कसं? आपण हेतुतः कुणाला अकारण मारणं शक्य नाही.''

''हेतुतः मारणं शक्यच नाही; पण म्हणून प्रमादाचं स्वरूप सौम्य होत नाही. मानवाची हत्या हा काही सामान्य प्रमाद नव्हे... आणि तो कसा घडला यालाही काही महत्त्व नाही. घडला एवढं खरं... त्यासाठी न्यायशास्त्रानं जी शिक्षा सांगितलीय ती भोगलीच पाहिजे...''

दशरथाचे हे शब्द कानावर पडताच तिन्ही राण्या चमकल्या. कौसल्या म्हणाली, ''मी काही न्यायशास्त्राचा अभ्यास केलेला नाही तरी मला असं वाटतं, हेतुतः प्रमाद घडला नसेल तर...'

कैकेयीनं मध्येच सुचवलं, ''शिक्षा काय भोगायची ते वसिष्ठ महर्षींना विचारू; पण महाराज, हे घडलं तरी कसं?''

''मी मृगयेसाठी म्हणून शरयूतीरावर वनात गेलो. सकाळपासून मृगया मिळालीच नाही. सूर्यास्त होईपर्यंत मी एकटाच हिंडत राहिलो; पण एकही मारण्याजोगा प्राणी दिसला नाही. सूर्यास्त होऊन गेल्यावर परत यायला निघालो; पण मृगयेला गेल्यावर रिकाम्या हातांनी परत यायचं हे काही मनाला प्रशस्त वाटेना. इक्ष्वाकूंच्या कुलात सारे क्षत्रिय मृगयापटू म्हणून प्रसिद्ध आहेत. याच कुळात जन्मलेला मी... माझी तर विशेष ख्याती आहे. हा अजराजाचा पुत्र दशरथ शब्दवेधी आहे असं लोक म्हणतात. नुसत्या आवाजाच्या दिशेनं अचूक बाण सोडून मृगया करणारा मी- पण आज मला दिवसाउजेडी मृगया मिळाली नाही; त्यामुळे मी खिन्न झालो. मनाच्या या अवस्थेत

तिथेच वनात एका अश्वत्थ वृक्षाखाली थांबलो.''

त्याच्या दृष्टीसमोरून तो वृक्षाखालचा देखावा हलत नव्हता. अंधार पडू लागल्यामुळे नीरव शांतता होती. पक्षी आपापल्या घरट्यात परतले होते. निशाचर प्राणी अद्याप बाहेर पडले नव्हते. मंद वायू वाहत होता; पण तो इतका मंद होता की, वृक्षांची पानं जागच्या जागी किंचित हलत होती तेवढीच! पानांची सळसळ होत नव्हती. समोर शरयू संथपणे वाहत होती. तिच्या तरंगाचा मंद नाद तेवढा जाणवत होता. त्या शांत वातावरणात राजा दशरथ एकटाच अश्वत्थ वृक्षाखाली उभा होता. त्यानं मनाशी निर्धार केला, 'आता इथेच थांबायचं. उत्तररात्री एखादा गज किंवा सिंह या शरयूवर पाणी प्यायला येईल. निदान एखादा मृग तरी निश्चित येईल. मग त्याच्या आवाजाच्या रोखानं बाण सोडता येईल आणि मृगया मिळाल्याच्या आनंदात अयोध्येला परत जाता येईल.'

त्याला जास्त वेळ थांबावं लागलं नाही. तो तिथे बसल्यानंतर थोड्याच वेळात शरयूच्या दुसऱ्या तीरावरून कसलासा आवाज आला. कान देऊन तो ऐकू लागला. गड्ऽऽगड् असा स्पष्ट शब्द ऐकू येत होता. एखादा मदोन्मत्त हत्ती मनसोक्त क्रीडा करून नदीवर पाणी प्यायला आला असावा असं राजाला वाटलं. त्यानं धनुष्य सरसावलं आणि तो बाण सोडायच्या पवित्र्यात उभा राहिला. हत्ती पाणी पिऊन परत जायला निघाला की, त्याच्यावर बाण सोडावा असं त्यानं मनाशी ठरवलं. तहानलेल्या प्राण्याचं समाधान झाल्याशिवाय त्याला टिपणं योग्य नव्हतं म्हणून तो काही क्षण तसाच थांबला.

गड्ऽऽगड् असा आवाज थांबला आणि पाण्यात काहीतरी खळबळल्याचा आवाज झाला. हत्तीनं सोंडेनं पाणी हलवलं असावं हे त्यानं मनाशी जाणलं. म्हणजे आता क्षणातच हत्ती परत जायला निघणार हे त्याच्या ध्यानात आलं. तो नेमका क्षण राजाला साधायचा होता. आवाजाची दिशा त्याच्या कानांनी अचूक जाणली होती. क्षणार्धात त्यानं त्या दिशेनं बाण सोडला. वेगानं बाण पलीकडच्या तीरावर गेला आणि त्यानं अचूक *लक्ष्यवेध* केला. काहीतरी धडपडल्याचा, कोसळल्याचा आवाज ऐकू आला आणि त्याच क्षणी एक चीत्कार वनात घुमला. कानांचे पडदे फाडत तो चीत्कार राजाच्या मनात घुसला. अजाणता का होईना; पण आपण केवढा प्रमाद केलाय हे त्या क्षणीच त्याला कळलं. कारण तो चीत्कार हत्तीचा नव्हता... तर तो होता माणसाचा!

हे लक्षात आल्याबरोबर राजा दशरथाच्या शरीरात त्राण उरलं नाही. त्याच्या हातातलं धनुष्य गळून पडलं. भीतीनं तोंडाला कोरड पडली. रात्रीची शीतल वेळ असूनही सारा देह घामाघूम झाला. हातापायांना कंप सुटला. समोरच्या तीरावर आपला बाण लागून पडलेल्या त्या माणसाकडे त्वरित जायला हवं हे त्याच्या

मनाला जाणवत होतं; पण इच्छा असूनही पाय मात्र उचलता येत नव्हता. तो तिथेच त्या अश्‍वत्थाखाली खिळल्यासारखा उभा राहिला.

इतक्यात समोरच्या तीरावरून विव्हल स्वरातले शब्द त्याच्या कानांवर आले, ''का रे बाबा मला मारलंस? मी तुझा असा कोणता अपराध केला होता?''

आता मात्र राजा दशरथाला स्वस्थ बसणं शक्य नव्हतं. तो त्वरेनं पलीकडच्या तीरावर गेला आणि काही क्षणांतच त्या विद्ध माणसाजवळ पोहोचला.

हा वृत्तान्त ऐकल्यावर कैकेयीनं विचारलं, ''कोण होता तो? मानवी आवाजात बोलणारा एखादा वनचर प्राणी की निशाचर राक्षस?''

''छे, छे! वनचर प्राणी किंवा राक्षस नव्हता... कैकेयी, तो माणूस होता. तपस्वी होता... तपश्‍चर्येनं त्याची काया कृश झाली असली तरी तो तेजःपुंज होता. माझ्या बाणाचं शल्य त्याला टोचत होतं. त्या दुःखानं तो विव्हल झाला होता. वेदनांमुळे त्याची मुद्रा विकृत झाली होती. तरीही त्याचं तेज लोपलं नव्हतं. त्याच्या केसांच्या जटा अस्ताव्यस्त झाल्या होत्या. त्यानं भरून घेतलेला जलकलश सांडल्यानं तिथे चिखल झाला होता. तिथेच तो कोसळून पडला होता. लवंडलेला कलश हातात धरून दुःखावेगानं तो लोळत होता; त्यामुळे त्याचं अंग चिखलानं माखलं होतं. त्याची ती अवस्था पाहून मी घाबरलो. अस्वस्थ झालो. माझी चाहूल लागताच त्यानं नेत्र उघडून माझ्याकडे पाहिलं. त्याचं तेज मला सहन होईना. त्याची दृष्टी चुकवत मी हात जोडून म्हटलं, ''महाराज, मी अयोध्येचा राजा दशरथ... अजराजाचा पुत्र...''

तो तापस मंद स्वरात उत्तरला, ''मला माहीत आहे. मी ओळखलं तुला! तू इक्ष्वाकु कुलातला शब्दवेधी राजा आहेस, होय ना? पण राजा माझा वेध का घेतलास तू? मी पित्यासाठी पाणी न्यायला इथे आलो होतो. तुझा कोणता अपराध मी केला होता, राजा?''

राजाला काही बोलताच येत नव्हतं. तो नुसताच हात जोडून चिखलात बसून राहिला.

वेदनांनी तापसी तळमळत होता. मध्येच तो म्हणाला, ''माझे वृद्ध माता-पिता अंध आहेत. ते तहानेनं व्याकुळ झालेत म्हणून मी पाणी न्यायला आलो, हाच ना माझा अपराध? राजा, तुझ्या राज्यात तृषितांना पाणी देणं हा अपराध आहे का रे? की अंध माता-पित्यांची सेवा करणं हा अपराध आहे? पुत्रानं पित्यासाठी हे केलंच पाहिजे असं धर्मात सांगितलंय ना? मग तू मला ही शिक्षा का दिलीस? कुणाचा त्रास नको म्हणून मी इथे वनात येऊन राहिलो. माझा कुणाला काही त्रास होत नाही. वन्य आहारावर आम्ही जगतो, हा माझा अपराध आहे का? मग मला ही शिक्षा का दिलीस? राजा, सांग ना... सांग की... तू असा गप्प का?''

दशरथ रडतरडत म्हणाला, "क्षमा करा तपस्वी. मी मृगयेसाठी आलो होतो... अंधारात आपण कलश जलानं भरत होता. त्याचा आवाज ऐकला आणि-"

"बाण सोडलास. होय ना? तुझी चांगली मृगया झाली. पण-"

"नाही, नाही; असं म्हणू नका. मी हेतुतः तुम्हाला मारलं नाही; मला वाटलं, रात्रीच्या वेळी एखादा हत्ती नदीवर पाणी प्यायला आला असेल... त्याच्या पाणी पिण्याचा गड्ऽऽगड् असा आवाज होत असेल, असं वाटून मी आवाजाच्या रोखानं बाण सोडला. आपण इथे राहाता हे मला माहीत नव्हतं. इतक्या निर्जन वनात रात्रीच्या वेळी कुणी मानव पाणी भरायला येईल अशी कल्पनाही मनात आली नाही."

वेदनांनी तळमळणारा तो तपस्वी चिखलातच लोळत होता. हे पाहून राजा उठला. त्यानं अलगद त्या तपस्व्याला उचललं आणि कोरड्या भूमीवर मृदू तृणांकुरावर झोपवलं. तेवढ्या हालचालीनंही तपस्व्याला श्रम झाले आणि त्याला किंचित ग्लानी आली. दशरथानं आपलं उत्तरीय भिजवून आणलं आणि त्या तपस्व्याच्या मुखावरून ते फिरवलं. तपस्व्यानं डोळे उघडले. मंद आवाजात तो म्हणाला, "राजा, तू एकच बाण मारलास खरा! पण त्या एका बाणानं तीन प्राण्यांची मृगया केलीस. मी तर आता जगत नाहीच; पण माझे वृद्ध माता-पिता तरी माझ्या मागे कसे जिवंत राहतील?"

राजा उत्तरला, "त्यांची आपण चिंता करू नका. मी त्यांना अयोध्येला नेईन. त्यांची सेवा करीन. स्वतः त्यांची शुश्रूषा करीन. पापाचं प्रायश्चित्त घेतल्याचं थोडं तरी समाधान मला मिळेल."

तपस्वी खिन्नपणे हसला, "तुला समाधान मिळेल; पण त्या वृद्ध जीवांचं समाधान कसं होणार?"

यावर दशरथ काहीच बोलला नव्हता. काही क्षणांनंतर तो तपस्वीच म्हणाला होता, "राजा, माझे माता-पिता तिकडे आश्रमात माझी वाट पाहात असतील. तहानेनं ते व्याकुळ झाले असतील. मला हाका मारत असतील. मी इथे विद्ध होऊन पडलोय हे त्यांना माहीत असणं शक्य नाही. माझ्या शोधासाठी ते आश्रमाबाहेर पडू शकणार नाहीत. तेव्हा राजा तू एक कार्य कर."

"काय करू सांगा, आत्ता करतो." दशरथ तत्परतेनं म्हणाला, "तुमच्या माता-पित्यांना इथे आणू का?"

"नको, नको. माझ्या वेदना त्यांना सहन होणार नाहीत. त्यांना इथे आणून उपयोग काय? त्यापेक्षा तूच जाऊन त्यांना सारा वृत्तान्त कथन कर. या वाटेनं सरळ गेलास की त्यांचा आश्रम दिसेल."

दशरथ हलकेच उठला. तेव्हा तो तपस्वी म्हणाला, "राजा, माझे माता-पिता

वृद्ध आहेत. अंध व पंगू आहेत. अनाथ आहेत; पण तू त्यांचा अपराधी आहेस, तेव्हा ते तुला शाप देतील. कदाचित त्यांच्या क्रोधानं तू दग्ध होशील...''

दशरथाची काया थरथरली. तो काहीच बोलला नाही. तपस्वीच म्हणाला, ''तेव्हा राजा, त्या वृद्धाला आधी पाणी दे. प्रसन्न करून घे आणि मगच हा सारा वृत्तान्त सांग. म्हणजे त्यांना राग आला तरी तो सौम्य असेल... आता तू जा; पण थांब... जाण्यापूर्वी माझ्या देहातला हा तुझा बाण काढून टाक. तुझा हा बाण मला पीडा देतोय...''

राजा थबकला. तपस्व्याच्या देहात घुसलेल्या बाणाचं शल्य त्याला पीडा देत होतं; त्यामुळे त्याला असह्य वेदना होत होत्या; पण तो बाण शरीरात घुसून बसला होता म्हणूनच तो जिवंत राहिला होता. बाण काढला की, त्याचं प्राणोत्क्रमण होणार होतं. रक्तस्राव थांबवायला आणि वेदना शमवायला राजाजवळ औषध नव्हतं. तपस्व्यानं त्याही अवस्थेत त्याची द्विधा मनःस्थिती जाणली.

तो म्हणाला, ''राजा, काहीही केलंस तरी माझा मृत्यू अटळ आहे. बाण काढलास तर मी त्वरित प्राण सोडेन. बाण काढला नाहीस तर वेदनांनी तळमळत प्राण सोडेन. या यातनांतून मला मुक्त करणं तुझ्या हातात आहे.''

तपस्व्याचं ते निर्वाणीचं बोलणं ऐकून दशरथ अस्वस्थ झाला; पण त्या तपस्व्याला यातनामुक्त करावं असा विचार त्यानं केला. तो त्याच्या अगदी जवळ गेला आणि त्याच्या देहात घुसलेल्या बाणाला त्यानं हात लावला. त्याच क्षणी त्याची दृष्टी तपस्व्याच्या मुखाकडे गेली. तपानं तळपणारी आणि जटाभारानं झाकलेली तेजस्वी सावळी मुद्रा पाहून तो चमकला. 'हा तपस्वी ब्राह्मण तर नव्हे? मनुष्यहत्येचं पातक मोठं; पण ब्रह्महत्येचं पातक तर सर्वात मोठं... अरेरे! काय घडलं हे माझ्या हातून!'

राजाच्या मनातले विचार त्या तपस्व्यानं ओळखले. वेदनांचं दुःख आवरत तो म्हणाला, ''राजा, तू चिंता करू नकोस. ब्रह्महत्येचं पातक तुला लागणार नाही; कारण मी ब्राह्मण नाही. माझा पिता वैश्य आहे आणि माझी माता शूद्र आहे... तेव्हा तुला ब्रह्महत्येचं पातक लागणार नाही. तू निःशंकपणे हा बाण काढून टाक.''

मग राजानं हलकेच त्या तपस्व्याच्या शरीरातला बाण उपसून काढला. तपस्व्यानं एक क्षण राजाकडे पाहिलं आणि नेत्र मिटून घेतले. ते व्याकुळ झालेले नेत्र पुन्हा उघडतील म्हणून राजा काही क्षण तिथेच थांबला; पण तपस्व्याची हालचाल पूर्णपणे थंडावली होती. जड अंतःकरणानं राजा उठला आणि त्या तपस्व्याचा कलश पाण्यानं भरून आश्रमाकडे जायला निघाला.

''मला चालवत नव्हतं, तरी मी तसाच आश्रमात गेलो. मनात दुःख आणि भीती दाटली होती. तरी त्या तपस्व्याच्या सांगण्याप्रमाणे वृत्तान्त सांगायलाच हवा

होता. मी हळूच जाऊन आश्रमाच्या दारात उभा राहिलो. ते वृद्ध पति-पत्नी आपल्या पुत्राची आतुरतेनं वाट बघत होते. तहानेनं कासावीस झालेले ते अंध जीव पुत्राच्या चिंतेनं अधिकच व्याकुळ झाले होते. शोकामुळे माझ्या हातातला अर्धवट भरलेला जलकुंभ किंचित हलला; तेव्हा त्यातल्या पाण्याचा आवाज त्यांच्या कानी पडला. त्या वृद्धांनी चमकून माझ्याकडे पाहिलं आणि हातातलं जलपात्र पुढे केलं. मी चटकन पुढे होऊन त्यांच्या पात्रात पाणी घातलं. दोन घोट पाणी प्यायल्यावर वृद्ध पिता म्हणाला, "पुत्रा, तू इतका वेळ का लावलास रे? आम्ही दोघे इथे वाट बघत होतो. तू शरयूमध्ये क्रीडा करत बसलास की काय? तुझी ही माता चिंतेनं व्याकुळ झाली; पण तू असा भलत्या वेळी क्रीडेत मग्न होणारा नव्हेस. मग तू इतका वेळ कुठे गेला होतास? आमच्यावर रागावलास होय?"

हे बोलणं ऐकल्यावर राजा गोंधळून गेला. काहीच न बोलता तो उभा राहिला तेव्हा तो वृद्ध पुन्हा म्हणाला, "अरे, बाळा, असं रागावू नये. कशासाठी रागावलास ते तरी सांग? अरे, वृद्धांचं काही चुकलं तर तुझ्यासारख्या तपस्व्यानं ते मनात ठेवू नये. आम्ही वृद्ध, पंगू शिवाय अंध... तुझ्यावाचून आम्हाला कुणाचा रे आधार आहे? तू म्हणजे आमचे बहिश्चर प्राण... तूच असा रागावतोस? पुत्रा, बोल की रे... तू *तात* म्हटलं नाहीस तर"

"तात... क्षमा करा."

"क्षमा कशाबद्दल? आणि तुझा आवाज वेगळा का येतोय? काय झालंय सांग... मी तुला क्षमा करीन; पण खरं काय ते सांग."

"तात, मी तुमचा पुत्र नव्हे. मी दशरथ, इक्ष्वाकु कुलातल्या अजराजाचा पुत्र-"

"अयोध्येचा राजा होय? अरे तू कशाला पाणी आणलंस? आमचा तो तपस्वी पुत्र कुठे गेला?... आणि हे काय? तू रडतोस कशासाठी? सांग सांग... काय घडलंय ते सांग..."

मग राजानं धीर करून सारा वृत्तान्त सांगितला आणि अखेरीस तो म्हणाला, "मुनिवर्य, अजाणता का होईना पण माझ्या हातून तुमच्या पुत्राचा वध झालाय; आता आपण आज्ञा करा."

त्या वृद्धानं आपलं मुख झाकून हुंदके द्यायला सुरुवात केली. त्याच्या वृद्ध पत्नीनं तर 'श्रावणाऽऽ' म्हणून हंबरडा फोडला. तिची ती करुण हाक रात्रीच्या शांततेचा भंग करत रानावनांत घुमली. तिचा विलाप ऐकून राजाचं दुःखही शतगुणित झालं. मग तो त्या वृद्धाजवळ बसला आणि त्याचे पाय धरत म्हणाला, "तात, मी तुमचा शतशः अपराधी आहे. मला आपण जी शिक्षा द्याल-"

"राजा, ही वार्ता तू स्वतःच येऊन सांगितलीस हे उत्तम केलंस." त्या वृद्धानं

आपलं दुःख आवरत म्हटलं, "नाही तर तुझ्या मस्तकाचे तुकडे तुकडे झाले असते. हे कृत्य तू समजूनउमजून केलं असतंस तर तू जिवंत राहिला नसतास. अरे, माता-पित्यांच्या सेवेची तपश्चर्या करणारा माझा पुत्र म्हणजे ऋषीच होता. त्याला मारण्याचं पातक प्रत्यक्ष इंद्राच्या हातून घडलं तरी माझ्या कोपामुळे तो स्थानभ्रष्ट झाला असता; पण राजा, तू हे कृत्य अज्ञानानं केलंस म्हणून मी तुला क्षमा करतो."

दशरथ अजूनही त्या वृद्धाचे पाय धरून अश्रुमोचन करत होता. तो वृद्ध अधूनमधून पुत्राच्या आठवणी काढत होता आणि रडत होता. त्याची पत्नी दुःखावेगाने केवळ विलाप करत होती. बराच वेळ गेल्यावर वृद्ध म्हणाला, "राजा, आम्हाला आमच्या पुत्राजवळ ने."

राजा चटकन उठला. त्यानं वृद्धाला पाठीवर बसवलं आणि त्याच्या पत्नीचा हात धरून तो तिच्यासह हळूहळू चालू लागला. शरयू नदीच्या तीरावर तो तपस्वी जिथे पडला होता तिथे तिघेही पोहोचले तेव्हा मध्यरात्र व्हायला थोडाच अवधी उरला होता. राजानं दोघाही वृद्धांना त्यांच्या पुत्राच्या जवळ बसवलं. दोघांनीही हातांनी चाचपडत आपल्या पुत्राला कवटाळलं. रक्तानं माखलेल्या त्याच्या देहावरून हात फिरवताना ती वृद्ध माता पुन्हा शोक करू लागली. तिचा पती रडतरडत तिची समजूत घालू लागला, "अगं, रडू नकोस. आपल्या बाळाला उत्तम गती प्राप्त झाली आणि आपण तरी आता त्याच्या मागे इथे राहाणार थोडेच आहोत? आपणही त्याच्या मागोमाग जाऊच की. आपल्या पुत्राला सद्गती मिळाली. त्याचा वध करणाऱ्याला मात्र सद्गती लाभणार नाही."

हे शब्द ऐकल्यावर राजा दचकला. त्याला शोकावेग आवरेना. त्याच्या रडण्याचा आवाज ऐकल्यावर तो वृद्ध म्हणाला, "राजा, तू माझ्या मुलाला मारलंस! आता मलाही मारून टाक... पण नको. तू मारण्याची आवश्यकता नाही. मी आता जिवंत राहाणारच नाही... पण राजा ऐक..."

राजा भीतीनं थरथर कापू लागला. तो वृद्ध तपस्वी आपल्याला शाप दिल्यावाचून राहाणार नाही, हे त्यानं ओळखलं. त्यानं काहीतरी बोलायचा प्रयत्न केला; पण त्याच्या तोंडून शब्द फुटेना.

अस्पष्ट स्वरात वृद्ध म्हणाला, "तू अज्ञानानं माझ्या मुलाला मारलंस म्हणून ब्रह्महत्येचं पातक तुला लागणार नाही; पण मला तू पुत्रशोक दिलास म्हणून तूही माझ्यासारखा पुत्रशोकानं मरशील-"

दशरथानं सांगितलेला तो भयानक वृत्तान्त ऐकून त्याच्या तिन्ही राण्या एकदम सुन्न होऊन गेल्या. कुणालाच काही बोलायला सुचत नव्हतं. सगळा वृत्तान्त सांगून टाकल्यावर राजाचं मन थोडं हलकं झालं; पण राण्यांची म्लान मुद्रा पाहून त्याला पुन्हा दुःखाचा उमाळा आला. तो रडत म्हणाला, "आता जन्मभर तपस्वीहत्येचं

आणि शापाचं ओझं बाळगून जगायचं! त्यापेक्षा चटकन मरण आलं तर पत्करलं; पण मरण तरी असं थोडंच येणार? म्हणून मी ठरवलंय की...''

तिघींनीही राजाकडे चमकून पाहिलं. राजा आसनावरून उठत म्हणाला, ''मी ठरवलंय की, आता वनात जायचं. वानप्रस्थ स्वीकारून तप करायचं. तरच-''

''मीही तुमच्याबरोबर येणार.'' कौसल्या चटकन म्हणाली.

सुमित्रेनं दुजोरा दिला, ''मीसुद्धा येणार.''

कैकेयी मात्र म्हणाली, ''मी मात्र येणार नाही आणि तुम्हालाही जाऊ देणार नाही. कुणीच वानप्रस्थात जायचं नाही.''

''मग काय इथेच सुखविलासात राहून शापाच्या ओझ्याखाली वावरायचं? मला ते जमणार नाही.''

''ऐकून तरी घ्या महाराज... शाप भयानक आहे हे खरं; पण तुम्हाला वाटतो तितका दुःसह नाही.''

कौसल्या, सुमित्रा आणि दशरथही आश्चर्यानं तिच्याकडे पाहू लागले. ती पुढे म्हणाली, ''तो वृद्ध पिता काय म्हणाला? तुम्हालाही पुत्रशोकानं मरण येईल, होय ना? मग पुत्रशोक होण्यासाठी तरी तुम्हाला इथेच राहायला हवं.''

राजानं विचारलं, ''म्हणजे?''

''म्हणजे असं की, त्या शोकाकुल पित्यानं एक गुप्त वरदानच दिलंय की... तुम्हाला पुत्रशोक होणार म्हणजे पुत्रही होणार, असंच की नाही?''

त्याही अवस्थेत राजाच्या मुखावर एक स्मितरेषा उमटली. कौसल्या आणि सुमित्राही सावरून बसल्या. कैकेयी पुढे म्हणाली, ''म्हणजे इतकी वर्षं आपण पुत्रप्राप्तीविना दुःखात काढली. सारी सुखं असून पुत्र नाही म्हणून आपण तळमळत राहिलो. आता ते दुःख तरी संपेल, अशी आशा निर्माण झाली आहे. कारण त्या वृद्ध पित्याचा शाप खराच ठरणार आणि त्यासाठी पुत्र होणार...''

दशरथ म्हणाला, ''किती चतुर आहेस गं? शापाचा हा चांगला भाग माझ्या लक्षातच आला नव्हता. आता हा वृत्तान्त वसिष्ठ महर्षींच्या कानावर घालतो आणि ते सांगतील तसे उपाय योजतो. प्रायश्चित्तासाठी आणि पुत्रप्राप्तीसाठीही यज्ञ करता येतात का हे पाहायला सांगतो.''

राजा चटकन उठून मंदिराबाहेर गेला. सूर्योदय व्हायची वेळ झाली होती. उषःकालच्या त्या रम्य प्रहराचाही राजाच्या मनावर परिणाम झाला. मनातलं शापाचं दुःख बाजूला ठेवून तो उल्हासानं वसिष्ठांकडे जायला निघाला.

*

अंगराजाचा सुसज्ज रथ अयोध्येपासून काही योजनांवर असतानाच सुमंत्र तिथे

स्वागताला सज्ज असलेला दिसला. अंगराजानं रथ थांबवला.

सुमंत्र तातडीनं जवळ आला आणि हात जोडून म्हणाला, "महाराज, आपण येत असल्याचं कळल्यापासून आमचे महाराज आनंदात आहेत. यज्ञाची सांगता व्हायची वेळ आली तरी आपण आला नाहीत... आम्ही सारे चिंतेत होतो. महाराज तर विशेषच चिंतेत होते. या यज्ञभूमीत कुणीही असमाधानी, असंतुष्ट, चिंतामग्न असू नये अशी व्यवस्था करायची महाराजांची आज्ञा होती; पण स्वतः महाराज-"

अंगराज म्हणाला, "काय करणार सुमंत्रा? या वर्षी अंगराज्यात दुष्काळाचं संकट आलं. पाऊस नाही, पाणी नाही... प्रजा उपाशी असताना राजाचं मन यज्ञात कसं काय रमणार? अखेरीस दोन दिवसांपूर्वी पाऊस पडला. जलाशय तुडुंब भरले, तेव्हा संकटाचं प्रमाण यापुढे कमी होईल असं वाटलं म्हणून निघालो. शिवाय तू दूत पाठवलास..."

"मग काय करू? दशरथमहाराज अस्वस्थ झाले होते; त्यामुळे आमचंही लक्ष लागेना. म्हणून दूताला पाठवलं."

"तो तुझा दूत आणि पर्जन्य दोघेही एकदमच आले. मग दूताला पुढे पाठवलं आणि मीही निघालो. बरं, आता यज्ञभूमीकडे जाऊ या. पण काय रे? हा यज्ञ करायला कुणी सांगितलं?"

"वसिष्ठ मुनींनीच सांगितलं. थोड्या दिवसांपूर्वी महाराज मृगयेहून आले ते अतिशय अस्वस्थ होऊनच! काय घडलं होतं ते त्यांनी आम्हा कुणालाच सांगितलं नव्हतं. मग त्यांनी मुनिवर्यांची भेट घेतली, तेव्हा मुनिवर्यांनीच त्यांना अश्वमेध यज्ञ करायला सांगितलं."

अंगराजाचा रथ शरयूच्या उत्तर-तीराकडे वळला. दशरथराजानं स्वतः जाऊन त्याला यज्ञाचं आमंत्रण दिलं होतं. अंगराजाच्या जामातानं आपल्या यज्ञाचं मुख्य ब्रह्मत्व स्वीकारावं अशी दशरथानं विनंती केली होती, तेव्हा अंगराजानंही आपल्या जामाताला- ऋष्यशृंगाला- दशरथाच्या वतीनं विनंती केली होती. आपल्या प्रिय मित्राला पुत्र नसल्यानं तो दुःखी आहे हे अंगराजाला माहीत होतं; त्यामुळेच दशरथाच्या यज्ञाला साह्य करायचं त्यानं ठरवलं होतं.

सुमंत्र सांगत होता, "अंगराज, आपण निश्चित येणारच अशी ग्वाही आपल्या कन्येनं दिली होती; त्यामुळे..."

सुमंत्र बोलत होता; पण अंगराजाचं तिकडे लक्षच नव्हतं. दूरवरून येणाऱ्या मंत्रोच्चारांकडेच त्याचं लक्ष वेधलं होतं. यज्ञधूमाचा पवित्र उग्र गंध आणि सुगंधी द्रव्यांचा आणि पुष्पांचा गंध राजाच्या घ्राणेंद्रियांना जाणवत होता. दूरवर दिसणाऱ्या यज्ञमंडपावर त्याची दृष्टी खिळली होती.

शरयू नदीच्या उत्तर-तीरावर उभारलेल्या त्या भव्य यज्ञमंडपातून मंत्रोच्चारांचे

ध्वनी दूरवर ऐकू जात होते. वसंतऋतू असल्यामुळे वातावरण प्रसन्न होतं. पक्ष्यांच्या कूजनानं सारा परिसर गजबजला होता. त्यातच मंत्रोच्चारणाचा उच्चरव मिसळत असल्यानं संगीताला सुरेल वाद्याची साथ लाभल्यासारखं वाटत होतं. या पवित्र वातावरणामुळे अंगराजाचा प्रवासाचा शीण गेला.

यज्ञभूमीचा आसमंत देशोदेशींच्या लोकांनी गजबजला होता; पण गोंधळ आरडाओरडा मात्र कुठेच नव्हता. गोंधळ माजण्याचं किंवा कुणी कुणावर ओरडण्याचं, रागावण्याचं काही कारणच नव्हतं. राजा दशरथाच्या राज्यात शांतता, सुबत्ता, समाधान आणि सुख हे सारं नांदत होतं.

आणि आता तर अश्वमेधासारखा महाऋतू चालला होता. त्या पवित्र वातावरणात पावित्र्याखेरीज कशालाच जागा नव्हती.

दशरथाच्या मंत्र्यांनी सर्व व्यवस्था उत्तम ठेवली होती. राजानं यज्ञ करण्याचा विचार मनात आणल्यानंतर त्याचे मंत्री आणि सेवक यज्ञसामग्रीच्या जुळवाजुळवीला लागले होते.

वसंतऋतूत दिग्विजयासाठी अश्व सोडला होता. वर्ष पूर्ण झाल्यावर वसंतऋतूतच तो अश्व परत आला होता. तोपर्यंत राजाच्या मंत्र्यांनी अमात्यांच्या आणि राजगुरूंच्या सूचनांनुसार यज्ञाची सिद्धता केली होती. यज्ञ पार पाडण्यासाठी राजा दशरथ स्वतः ऋष्यशृंग मुनींना घेऊन आला होता. ऋष्यशृंगही मोठ्या आनंदानं अयोध्येत आले होते. राजाचा अश्वमेध आणि पुत्रकामेष्टी यज्ञ पार पाडण्याचं अभिवचन त्यांनी दिलं होतं. मग दशरथानं वसिष्ठ मुनींकडून यज्ञाची दीक्षा घेतली आणि त्यांच्याच सांगण्यावरून देशोदेशीच्या राजांकडे आपल्या मंत्र्यांना पाठवलं होतं. दशरथाच्या आप्तेष्टांकडे स्वतः सुमंत्र गेला होता. या राजांसाठी आणि आप्तेष्टांसाठी स्वतंत्र सुसज्ज निवासस्थानं उभारली होती. राजांचे अश्व आणि गज ठेवण्यासाठी वेगवेगळ्या अश्वशाला, गजशाला बांधल्या होत्या. सर्वांसाठी खाद्यपेयं आणि इतर वस्तू विपुल प्रमाणात आणून ठेवल्या होत्या. यज्ञकाळात त्या भूमीत कुणीही असंतुष्ट राहू नये अशी अपेक्षा होती. सर्वजण सुखात, आनंदात होते; पण राजा दशरथ स्वतः मात्र किंचित चिंतामग्न होता.

त्याचा प्रिय मित्र अंगराज आणि त्याचा पुत्र रोमपाद यज्ञाला आले नव्हते. रोमपादाची भगिनी शांता ही आपले पती ऋष्यशृंग यांच्यासमवेतच आली होती. दशरथाच्या पुत्रकामेष्टी यज्ञाचं अनुष्ठान ऋष्यशृंग मुनी करत होते; पण अंगराज मात्र यज्ञाला आला नव्हता. आपला प्रिय मित्र यज्ञाला आल्यावाचून राहायचा नाही असा दशरथाला विश्वास वाटत होता. तरीही दिवस जात होते आणि अंगराज येत नव्हता; त्यामुळे तो अस्वस्थ झाला होता. राजाची अस्वस्थता जाणून सुमंत्रानं पुन्हा अंगराजाकडे दूत पाठवला होता. त्या दूतानं परत येऊन अंगराज्यातल्या भीषण

दुष्काळाची वार्ता दिली होती आणि पाऊस आल्याचंही वर्तमान सांगितलं होतं, तेव्हा दशरथाचं मन शांत झालं. आता लवकरच अंगराज येईल या अपेक्षेनं तो वारंवार प्रवेशद्वाराकडे पाहात होता.

यज्ञमंडपाबाहेर अंगराजाचा रथ येऊन थांबल्याबरोबर राजा दशरथ स्वतः उठला आणि आपल्या मित्राच्या स्वागताला गेला. प्रेमभरानं अंगराजाला आलिंगन देऊन म्हणाला, ''आता माझा यज्ञ यशस्वी होईल. मित्रा, इतके दिवस तू नसल्यामुळे मीही या यज्ञमंडपातल्या सुवर्णमंडित यूपांमधलाच आहे असं मला वाटत होतं...''

अंगराज हसला, ''काहीतरीच बोलतोस दशरथा! अरे इक्ष्वाकु कुलातला एवढा महापराक्रमी राजा तू... आणि तू या यूपांसारखा कसा होशील रे?''

''अरे, सर्व क्रिया मी करत होतो; पण त्यात अर्थ नव्हता. माझ्या मित्राची प्रजा संकटात असताना मला कसं सुख वाटेल? मग मुनिवर्यांना विनंती करून मी तुझ्यासाठी प्रार्थना केली. तिकडे पर्जन्यदेवतेला आवाहन केलं. दूतानं सांगितलं, आता तुझ्यावरचं संकट टळलं आहे. तूही आलास... बरं चल, स्नान-भोजन उरकून विश्रांती घे.''

''अंहं... आता विश्रांती नाही... यज्ञाची सांगता होईपर्यंत मी तुझ्या बरोबरीनं काम करणार. इतके दिवस नव्हतो... ती उणीव भरून काढणार.''

आणि खरोखरच अंगराज लगेच कामाला लागला. त्या क्षणापासून तो यज्ञमंडपात पडेल ते काम करू लागला. यज्ञभूमीजवळ उभा राहून ऋत्विजांच्या सूचना तो पार पाडत होता. लागतील त्या वस्तू पुरवीत होता. अतिथींच्या आणि इतरांच्या भोजनव्यवस्थेकडे लक्ष देत होता. दानं-उपायानं देण्या-घेण्याची व्यवस्था करत होता. यज्ञमंडपातून कुणीही उपाशी, रिक्तहस्तानं जाऊ नये म्हणून दक्षता घेत होता. अतिथींचं स्वागत करत होता. पादप्रक्षालनसुद्धा करत होता. कोणतंही काम करण्यात तो मागे हटत नव्हता.

वसिष्ठ मुनी त्याला कौतुकानं म्हणालेही, ''अंगराज, दशरथ तुझी चातकाप्रमाणे का वाट पाहात होता ते मला आता कळलं. तू आल्यापासून कोणतंही कार्य अडून राहात नाही. सारं कसं व्यवस्थित चाललंय-''

''मुनिवर्य, ते व्यवस्थित पार पाडणं हे माझं कर्तव्यच आहे. मित्रकर्तव्य पार पाडण्यासाठी मी आधीपासूनच यायला हवं होतं. पण-''

''मित्रकर्तव्यापेक्षा राजा या नात्यानं प्रजेसंबंधीचं कर्तव्य आधी पार पाडणं योग्य होतं आणि तू ते पार पाडलंस. अश्वमेधातल्या प्राथमिक सिद्धतेसाठी तू नव्हतास; पण अग्निष्टोम, उक्थ्य आणि अप्रतिरात्र या तिन्ही दिवसांचे विधी तर तू पाहू शकशील.''

अंगराज म्हणाला, ''होय; पण अश्वाचे विधीही मला पाहायचे होते. कौसल्येनं

त्या अश्वाला प्रदक्षिणा केली असेल. मग त्या अश्वाला खड्गानं फाडलं असेल. कौसल्येनं विधिपूर्वक त्या अश्वासमवेत रात्र व्यतीत केली असेल... मग दुसऱ्या दिवशी त्या अश्वाची वपा शिजवली असेल आणि या दशरथानं विधिपूर्वक त्या वपेचा धूमगंध घेतला असेल...''

दशरथ म्हणाला, ''होय, सगळं काही व्यवस्थित पार पाडलं. हा सर्व विधी पाहायला तू नव्हतास याचं मला दुःख होतं.''

वसिष्ठ म्हणाले, ''अश्वमेध काही वारंवार होत नसतो; त्यामुळे अंगराजाला तो पाहायला यावंसं वाटणारच; पण अजून मुख्य विधी व्हायचेत. शिवाय अश्वमेधात सांगितलेले ज्योतिष्टोम, आयुष्टोम, दोन अतिरात्र, दोन अत्प्रोर्याम, अभिजित, विश्वजित हे कितीतरी विधी व्हायचेत. या सगळ्या विधींच्या अखेरीस राजा यथायोग्य दक्षिणा देईल...''

मध्येच रोमपादानं विचारलं, ''मुनिवर्य, या यज्ञभूमीभोवती इतके सैनिक कशाला ठेवलेत? यज्ञभूमीसारख्या पवित्र ठिकाणी हे सैनिक विसंगत वाटतात.''

''अरे, या पवित्र यज्ञभूमीचं संरक्षण करण्यासाठीच ते सैनिक आहेत. राजा यज्ञात गुंतलेला असताना दैत्य किंवा राक्षस यज्ञभूमीवर चाल करून आला तर? शिवाय हे ब्रह्मराक्षस तर यज्ञात काय न्यून दिसतंय हे शोधायला टपलेलेच आहेत. म्हणून यज्ञमंडपात योग्य दक्षता घ्यावी लागते आणि बाहेर सैनिक ठेवावे लागतात.''

दशरथ म्हणाला, ''एवढ्यासाठीच मित्रांना आणि आप्तेष्टांना ससैन्य बोलावलंय.''

पलीकडेच बसलेले जाबाली म्हणाले, ''अश्वमेधासारख्या महाऋतूत असंच करावं लागतं. कारण हा महाऋतू समाप्त झाल्यावर दक्षिणा म्हणून ऋत्विजांना संपूर्ण पृथ्वीचं दान करावं लागतं.''

रोमपादानं विचारलं, ''म्हणजे आधी अश्व सोडून सगळी पृथ्वी जिंकायची आणि मग पृथ्वीचं दान करायचं. म्हणजे या दशरथमहाराजांजवळ काय उरणार? त्याचं स्वतःचं राज्य तरी राहील का?''

इतका वेळ गप्प असलेले ऋष्यशृंग म्हणाले, ''अरे, पृथ्वी जिंकल्याशिवाय तिचं दान कसं करता येईल? म्हणून आधी ती जिंकायची... म्हणजे पराक्रमाची परिसीमा गाठायची. मग जिंकलेली ती पृथ्वी ऋत्विजांना द्यायची. म्हणजे त्यागाचीही परिसीमा गाठायची. महाऋतूचा उद्देशच आहे तो! कोणत्याही गुणांची परिसीमा गाठण्याची पात्रता आपल्या अंगी आहे हे या यज्ञांमुळे कळतं...''

कुणीतरी विचारलं, ''पण मुनिवर्य, तुम्ही ऋत्विज तरी या पृथ्वीचं काय करणार? तुम्ही काही तिचं रक्षण करू शकणार नाही...''

वसिष्ठ गंभीरपणानं उत्तरले, ''अश्वमेधातलं पृथ्वीचं दान हे केवळ प्रतीकात्मक असतं. म्हणजे हा दशरथ होत्याला पूर्व दिशेचा भाग देईल. अध्वर्यूला पश्चिम दिशा

देईल, ब्रह्माला दक्षिण देईल आणि उद्गात्याला उत्तर दिशा देईल; पण अश्वमेधातील पराक्रमामुळे या पृथ्वीचं रक्षण करणारा हा एकटाच आहे हे सिद्ध झालंय; तेव्हा हे मुनी ती पृथ्वी पुन्हा याच्या स्वाधीन करतील आणि पृथ्वीऐवजी याच्याकडून धन, रत्नं, सुवर्ण, गायी इत्यादी घेतील. राजानं अलिप्तपणानं पृथ्वीचं रक्षण करावं हा यातला प्रमुख हेतू आहे.''

अंगराज म्हणाला, ''किती उदात्त हेतू आहे! शिवाय हा ऋतू चालू असताना किती दानं दिली जातात. उपायानं येतात...''

''प्रत्येकाजवळ जे काही उत्तम असेल ते त्यानं यज्ञानिमित्त यज्ञकर्त्या राजाला द्यावं हा उद्देश असतो.'' सुयज्ञांनी समजावलं, ''यज्ञाला प्रारंभ होण्यापूर्वीच कितीतरी उत्तम गोष्टी या राजाला मिळाल्या. शिल्पी, चित्रकार, गायक, नर्तक, कुलाल, खनक, ज्योतिषी, कुशल कारागीर, सूपकार या साऱ्यांचीच कला पणाला लागते. आपल्या कलेचा आणि कौशल्याचा उत्तम आविष्कार घडवायची संधी त्यांना लाभते... आणि यज्ञकर्ता राजा त्यांचा योग्य तो परामर्श घेतो.''

वामदेव म्हणाले, ''आणि यज्ञानिमित्त महान वक्त्यांचा वादविवाद होतो हे विसरलात सुयज्ञ तुम्ही!''

''ऋषिमुनी आणि वेदवेत्ते ब्राह्मण यांनाही ज्ञानाची देवाणघेवाण करता येते...'' ऋष्यशृंग म्हणाले, ''मी मघाशी म्हटल्याप्रमाणे कोणत्याही गुणाची परिसीमा कशी गाठता येते हेच या यज्ञामुळे कळतं... बरं वसिष्ठ, आता यज्ञाला सुरुवात करू... अश्वमेधातला हविर्भाग वेतस वृक्षाच्या शाखेवर ठेवायचा असतो.''

''वेतसाची शाखा आहे. आपण सांगाल तेव्हा निघू या.'' वसिष्ठ तत्परतेनं म्हणाले.

ऋष्यशृंग मुनी अजिन सावरत उठले. इतर मंडळीही त्यांच्या मागोमाग निघाली.

साष्टांग नमस्कार घालण्यासाठी भूमीवर पडलेल्या दशरथाला ऋष्यशृंगांनी आणि इतर द्विजश्रेष्ठांनी मनःपूर्वक आशीर्वाद दिले. ऋष्यशृंग म्हणाले, ''राजा, तुझं कल्याण होईल. तू अत्यंत उत्कृष्ट रीतीनं हा यज्ञ पार पाडलास... आता ऊठ.''

दशरथ उठला. अश्वमेध यज्ञ निर्विघ्नपणे पार पडल्यामुळे तो प्रसन्नचित्त झाला होता; पण त्यांच्या मनाचं पूर्णपणे समाधान झालेलं नव्हतं. तो ऋष्यशृंगांजवळ गेला आणि खाली वाकून त्यानं पुन्हा त्यांचे पाय धरले.

ऋष्यशृंग मुनी म्हणाले, ''अरे हे काय? आता पुनःपुन्हा कशाला नमस्कार करतोस?''

''मुनिवर्य, आपण दिलेलं आश्वासन पूर्ण कराल ना?''

''आता काय करायचं राहिलंय? तुझा अश्वमेध तर पार पडला.''

''पण महत्त्वाचं कार्य अजून राहिलंय- पुत्रप्राप्ती व्हावी, कुलवृद्धी व्हावी अशी

माझी इच्छा आहे. त्यासाठी योग्य ते सर्व काही करायचं अभिवचन आपण मला द्यावं.''

ऋष्यशृंग काही क्षण काहीच बोलले नाहीत, तेव्हा दशरथच म्हणाला, ''मुनिवर्य, माझ्या यज्ञाचं अनुष्ठान आपण करावं, माझ्या कुलवृद्धीसाठी योग्य ती इष्टी करावी असं मी आपल्या श्वशुरांना सुचवलं होतं. पुत्रकामेष्टीसाठी आपणच सर्वथा योग्य अधिष्ठाते आहात असं मला वसिष्ठ मुनींनीच सांगितलंय.''

ऋष्यशृंग म्हणाले, ''राजा, मला विचार करू दे. काही काळ मी एकान्तात विचार करतो आणि मग काय ते सांगतो.''

दशरथानं पुन्हा विनवलं, ''मुनिवर्य, माझी निराशा करू नका. केवळ एकच पुत्र असला तरी-''

''मी विचार करून सांगतो.'' ऋष्यशृंग उद्गारले.

ऋष्यशृंगानी किंचित काल समाधी लावून विचार केला. मग समाधी उतरल्यावर डोळे उघडून ते म्हणाले, ''राजा, तुझ्या कुलाची कीर्ती वृद्धिंगत करणारे चार महान पराक्रमी पुत्र तुला होतील.''

दशरथाच्या नेत्रांतून आनंदाश्रू ओघळू लागले. परमानंदामुळे त्याला बोलता येईना. आपल्या भावना व्यक्त करण्यासाठी त्यानं ऋष्यशृंगाचे पाय घट्ट धरले, तेव्हा त्याला उठवत ऋष्यशृंग म्हणाले, ''राजा, पुत्रप्राप्तीसाठी योग्य अशी इष्टी मी तुझ्यासाठी करीन. अथर्ववेदातल्या मंत्रांच्या योगानं कल्पसूत्रातली ही इष्टी करावी लागेल.''

राजा सद्‌गदित स्वरात म्हणाला, ''मुनिवर्य, आपण सांगाल ते मी करीन. आपण माझे स्वामी आहात. आपली कोणतीही आज्ञा मी पाळीन. माझे प्राण वेचायला सांगितलेत तरी...''

''थांब थांब राजा, काहीतरीच बोलू नकोस. अरे न मागताच प्राण द्यायची गोष्ट कशासाठी? राजा, अरे भावनेच्या भरात काहीही बोलण्याची तुझी ही पद्धत अगदी अयोग्य आहे. पुत्रप्राप्तीसाठी तुझे प्राण गेले तर तुला पुत्रप्राप्ती कशी होणार?''

दशरथ लज्जित स्वरात उत्तरला, ''क्षमा करा, मुनिवर्य... आनंदाच्या भरात मी नको ते बोललो.''

''इक्ष्वाकु कुलातल्या राजाला हे शोभत नाही. राजा, तुझ्या कुळातले राजे सत्यवचनी, संयमी आणि धर्मनिष्ठ म्हणून प्रसिद्ध आहेत. तू सत्यवचनी आहेस, संयमी आहेस, धर्मनिष्ठ आहेस; पण भावनेच्या भरात कुणालाही काहीही आश्वासनं देत सुटतोस. ही सवय तुला घातक ठरेल.''

दशरथ काहीच बोलला नाही. वसिष्ठ मध्येच म्हणाले, ''मुनिवर्य, मूळ विषय बाजूलाच राहिला. पुत्रकामेष्टीविषयी आपण बोलत होता...''

"होय. अथर्ववेदोक्त पुत्रकामेष्टी यज्ञ राजाकडून करवून घेऊ. मी सांगतो तशी सारी सिद्धता करा. या यज्ञभूमीतच आपण पुत्रकामेष्टी करू."

*

वसिष्ठ मुनींच्या मागोमाग ऋष्यशृंग आणि त्यांच्या मागून हातात सुवर्णस्थाली घेतलेला दशरथराजा अयोध्येच्या पूर्वेकडच्या प्रवेशद्वारातून आत शिरले, तेव्हा नुकताच सूर्योदय झाला होता. सूर्याची कोमल किरणं नगरीतल्या उंच प्रासादशिखरांवर चमकत होती आणि उगवत्या सूर्यबिंबाकडे राजाची पाठ असली तरी राजाची मुद्रा सूर्यस्नान झाल्यासारखी उजळली होती. मुनिवर्यांच्या पाठोपाठ तो कौसल्येच्या प्रासादात गेला, तेव्हा कौसल्येला प्रासादात सूर्य आल्याचाच भास झाला. नम्रपणे मुनिवर्यांना वंदन करून कौसल्येनं तिघांना आसनं दिली आणि ती बाजूला उभी राहिली.

वसिष्ठ म्हणाले, "कौसल्ये, तूही आसनावर बस; पण त्याआधी कैकेयीला आणि सुमित्रेला बोलावून आण."

कौसल्या कक्षाबाहेर गेल्याचं पाहून ऋष्यशृंग म्हणाले, "राजा, त्या पायसाचे तीन भाग कर."

अंगावरचं रेशमी उत्तरीय सावरत राजा स्थाली घेऊन उठला. आणखी दोन सुवर्णपात्रं घेऊन त्यानं पायसाची विभागणी केली. ऋष्यशृंग म्हणाले, "राजा, त्या सुवर्णस्थालीतलं अर्धं पायस कौसल्येला दे."

आत आलेल्या कौसल्येच्या हाती राजानं सुवर्णस्थाली दिली आणि उरलेला पायसाचा भाग दोन राण्यांना दिला. तिन्ही राण्यांनी पायस प्राशन केल्यावर ऋष्यशृंग आणि वसिष्ठ जायला उठले. तेव्हा दशरथानं आणि तिन्ही राण्यांनी त्यांना वंदन केलं. ऋष्यशृंग म्हणाले, "राजा, तुझं मनोगत पूर्ण होणार आहे. प्रत्यक्ष प्रजाधिपती विष्णूनंच तुला पायसप्रसाद पाठवला आहे, तेव्हा आम्ही वेगळा आशीर्वाद काय देणार?"

राजा नम्रपणे उत्तरला, "मुनिवर्य, आपल्या कृपेमुळेच मला हा प्रसाद मिळू शकला. आपण यज्ञ करवून घेतलात... म्हणूनच माझे मनोरथ पूर्ण होऊ शकतील. आपला आशीर्वाद हवाच!"

"बरं तर, विष्णूंनी पाठवलेला प्रसाद फलद्रूप होवो. तुझं आणि तुझ्या राण्यांचं कल्याण होवो."

वसिष्ठ म्हणाले, "योग्य आशीर्वाद दिलात. मीही आता तथास्तु म्हणतो आणि आता आम्ही निघतो."

ते दोघेही प्रासादाबाहेर जाऊन सज्ज असलेल्या रथात बसल्यावर राजा पुन्हा

अंतःपुरात आला. यज्ञाच्या वेळी नेसलेलं रेशमी पीतवर्णी शुभ्रवस्त्र अद्यापही त्याच्या अंगावर होतं. ताम्रवर्णी उत्तरीयावर मौक्तिकमाला शोभत होती. मस्तकावरच्या शुभ्रवस्त्रातून कृष्णवर्णी केश डोकावत होते. श्रमांमुळे आणि झोप मिळाली नसल्याने त्याचे नेत्र लाल झाले होते; पण श्रमल्याचं चिन्ह राजाच्या गौरमुद्रेवर मात्र मुळीच नव्हतं. उलट त्याची मुद्रा प्रसन्न, आनंदी दिसत होती. तो काहीतरी सांगेल म्हणून तिन्ही राण्या स्तब्ध राहिल्या; पण तो विचारसमाधीतून बाहेर येण्याचं लक्षण दिसेना.

तेव्हा कैकेयी हसत म्हणाली, ''महाराज, आपली नेहमीची प्रथा आज मोडणार वाटतं?''

''कसली प्रथा?''

''आनंद, दुःख, संकट, विमनस्कता या साऱ्या भावना आपण चौघांनी सारख्या विभागून घ्यायच्या असा आपला अलिखित संकेत आहे.''

''होय, आहेच मुळी...'' दशरथ म्हणाला, ''त्यामुळेच तर तुम्ही तिघी सवती सुखानं एकत्र राहाताय. खरं म्हणजे आपण चौघं वेगळे नाहीच... आपण मनानं एकच आहोत.''

सुमित्रेनं विचारलं, ''म्हणूनच आपण संकेत मोडलात वाटतं? आपण स्वतः आज अतिशय आनंदात दिसता...''

कौसल्या उद्गारली, ''अगं, महाराजांना पायसप्रसाद मिळाला; प्रत्यक्ष विष्णूंनी पाठवलेला प्रसाद मिळाला... ऐकलं नाहीस का तू? मुनिवर्यच नाही का म्हणाले?''

''आपण सगळं ऐकलं, तर्कानं जाणलं तरी महाराजांनी स्वतः सांगायला नको का? आनंदाची विभागणी झाली तरी तो कमी होत नाही.''

दशरथ म्हणाला, ''खरं आहे कैकेयी! तो आनंद घेऊनच मी इकडे आलोय; पण काय सांगू आणि कसं सांगू असं झालंय.''

''असं होय?'' कैकेयीनं चेष्टेनं म्हटलं. ''इक्ष्वाकु कुलातल्या राजाला मोठमोठ्या समस्या सोडवता येतात हे आम्ही नित्य पाहातो; पण इतकी साधी समस्या सोडवता येत नाही हे आजच कळतंय. महाराज, मी तुम्हाला साह्य करते... तुम्हाला साह्य करायची सवयच आहे मला... मी प्रश्न विचारते त्यांची उत्तरं द्या म्हणजे झालं!''

''तुझी अवज्ञा कधी केली आहे का मी? विचार!''

''आत्ता तुम्ही जे पायस दिलंत ते कुणी आणलं? विष्णूंचा प्रसाद तुमच्याकडे कसा आला? विष्णूला प्रसन्न करून घेण्यासाठी तुम्ही काय केलंत? आणि वर तरी कोणता मागितलात?''

दशरथ हसत म्हणाला, ''शरांप्रमाणे तुझ्या या प्रश्नांच्या माऱ्यानंच मी त्रस्त झालोय, कैकेयी! सगळं प्रारंभापासून सांगतो... अश्वमेध यज्ञ पार पडल्यावर माझ्या प्रार्थनेवरून ऋष्यशृंग ऋषींनी पुत्रकामेष्टी यज्ञ केला.''

कौसल्या म्हणाली, ''हो, त्या यज्ञाची दीक्षा तुम्ही घेतलीत तेव्हापासून आम्ही तिघी व्रतस्थ आहोत. रात्रंदिवस ईशचिंतनात वेळ घालवतोय तुमच्या संदेशाप्रमाणे-''

''हं! तर तो यज्ञ चालू असताना ऋष्यशृंग ऋषींनी सगळ्या देवांना आवाहन केलं आणि मला त्यांनी सगळ्या देवांची प्रार्थना करायला सांगितली. मी सतत त्यांनी सांगितलेली प्रार्थना करत होतो. रात्रंदिवस अथर्ववेदोक्त मंत्रांचं पठण चालू होतं. कल्पसूत्रात सांगितलेली पुत्रकामेष्टी चालू होती. हवन चालू होतं. देव-देवतांना आवाहन केलं जात होतं. ती आवाहनं, ती प्रार्थना देवांनी आज पहाटे ऐकली.''

''म्हणजे काय?'' सुमित्रेनं विचारलं.

''म्हणजे, आज पहाटे आपल्या यज्ञाची सांगता झाली- अगदी वेगळ्या प्रकारानं हा यज्ञ संपला... आज पहाटे अगदी शांत वेळी हातात सुवर्णस्थाली घेतलेला एक दिव्य पुरुष प्रगटला.''

''प्रगटला म्हणजे? यज्ञातून आला का?''

दशरथ हसला. पहाटेचा तो प्रसंग त्याच्या नेत्रांसमोर परत उभा राहिला.

यज्ञमंडपात ऋष्यशृंग, वसिष्ठ आणि दशरथ यांच्याखेरीज कुणीच नव्हतं. सेवकांना आणि इतर सर्वच मंडळींना यज्ञमंडपात येऊ नका, असं ऋष्यशृंगांनी स्पष्ट सांगितलं होतं. सुमंत्रच नव्हे तर जाबाली, सुयज्ञ, वामदेव आणि इतर अमात्यही आत येत नव्हते. ऋष्यशृंग मंत्र म्हणत होते. वसिष्ठ त्यांना मदत करत होते आणि राजा नेत्र मिटून प्रार्थना करत होता. ऋष्यशृंग सांगतील त्या त्या वेळी हवन करत होता. ऋष्यशृंगांनी सांगितलं की, पुन्हा नेत्र मिटून प्रार्थना करत होता. रात्रंदिवस असाच क्रम चालला होता.

आज पहाटे राजा डोळे मिटून प्रार्थना करत असताना ऋष्यशृंगांचे मंत्र अचानक थांबले. होमधूमाच्या उग्र गंधात अचानक एक दिव्य गंध मिसळलेला राजाच्या नासिकेला जाणवला; पण त्यानं डोळे उघडले नाहीत. त्या सुगंधाच्या अनुभूतीत तो रमून गेला. किती वेळ तो तसा बसला होता कोण जाणे! ऋष्यशृंगांची हाक ऐकून त्यानं डोळे उघडले आणि समोरच्या यज्ञकुंडाकडे पाहिलं. तो गोंधळून गेला. समोर एक तेजःपुंज पुरुष उभा होता. कृष्णवर्णी असला तरी अग्निज्वालेतून बाहेर काढलेल्या सुवर्णासारखी त्याची कांती तेजस्वी भासत होती. त्याचं मुख रक्तवर्ण होतं. मस्तकावरचे केस आणि मुखावरची श्मश्रू सिंहाच्या आयाळीसारखी वाटत होती. दशरथ त्या दिव्य पुरुषाकडे आश्चर्यानं पाहातच राहिला. यज्ञभूमीत येण्यास कुणालाही मान्यता नसताना हा पुरुष एकाकी आला कुठून असा प्रश्न दशरथाच्या मनात उभा राहिला. ऋष्यशृंगांची आज्ञा मोडून हा पुरुष कोणत्या द्वारानं आला असावा हे पाहाण्यासाठी दशरथानं चोहीकडे दृष्टी टाकली. सगळी द्वारं बंदच होती.

राजाच्या मनातलं नवल जाणून तो पुरुष हसला, तेव्हा राजाची विचारमालिका तुटली. तो घाईनं उठला आणि त्या दिव्य पुरुषाजवळ जाऊन त्यानं वंदन केलं. तेव्हा गंभीर स्वरात तो बोलू लागला, "राजा, तुझ्या यज्ञानं प्रजापती विष्णू प्रसन्न झालेत. त्यांनीच मला इथे पाठवलंय असं तू समज."

राजा हात जोडून म्हणाला, "मी स्वागत करतो आपलं! आपल्यासाठी मी काय करू?"

"राजा, तू देवाचं अर्चन केलंस म्हणून देव तुझ्यावर प्रसन्न झालेत. देवांनी तुझ्यासाठी हा प्रसाद पाठवला आहे. हे देवनिर्मित पायस तू घे आणि तुझ्या तिन्ही राण्यांना ते भक्षण करायला सांग. म्हणजे तुझ्या तिन्ही राण्यांना पुत्र होतील. ज्यासाठी तू हा याग करत आहेस ते तुला लाभेल."

हे कथन ऐकत इतका वेळ तिघीजणी शांत बसल्या होत्या. दशरथ बोलायचा थांबताच कैकेयीनं विचारलं, "कोण होता तो पुरुष?"

"त्यानंच सांगितलं ना? प्रजापती विष्णूंनी त्याला पाठवलं होतं म्हणून! तो विष्णूंचा प्रतिनिधीच होता."

कौसल्येनं विचारलं, "स्वतः विष्णूंकडून ते पायस आलं होतं? तरीच बरं का; त्याची चव अगदी वेगळी होती."

सुमित्रा म्हणाली, "स्वर्गीय, देवनिर्मित पायसाची चव वेगळीच असणार; पण महाराज पुढे काय झालं?"

"पुढे काय होणार? मी ही सुवर्णस्थाली त्याच्या हातातून घेतली. त्या दिव्य पुरुषाला पुन्हा नमस्कार केला. प्रदक्षिणाही केली. अतिशय आनंदानं मी ऋष्यशृंगांना आणि वसिष्ठांना ते पायसपात्र दाखवलं; मग पुन्हा त्या दिव्य पुरुषाकडे वळलो; तेव्हा तो नाहीसा झालेला होता."

"कुठे गेला? कसा गेला?"

"कोण जाणे? जसा अचानक आला तसाच अचानक अंतर्धान पावला."

कौसल्या उद्गारली, "प्रत्यक्ष विष्णूचाच दूतच तो! अग्निज्वालेतून अवतरला नि अग्निज्वालेतच लुप्त झाला."

"तसंच असणार. कारण तो दिसेनासा झाला, तेव्हा यज्ञाच्या अग्निज्वाला यज्ञमंडपात उंचउंच उसळत होत्या. त्या कृष्णवर्णी तेजस्वी पुरुषासारख्याच त्या अग्निज्वाला कृष्णधूमानं वेढलेल्या आणि तरीही तेजस्वी होत्या. तो पुरुष गेल्यावर मी मुनिवर्यांकडे वळलो. ऋष्यशृंग मुनी मला म्हणाले, 'राजा, तुझ्या यज्ञाचा उद्देश साध्य झाला. आता ऊठ! ती स्थाली व्यवस्थित घेऊन लगेच प्रासादात चल आणि आता मला निरोप दे. मला आता माझ्या आश्रमाकडे जायला हवं... तुझा आग्रह आता काही उपयोगाचा नाही. तुझे याग पार पाडण्याचं वचन मी तुला दिलं होतं.

ते मी पार पाडलं. आता इथे काही काम उरलं नाही... सुमंत्राला सांगून रथ सिद्ध कर.' त्यांना निरोप देऊनच आम्ही इकडे आलो आणि तुम्हाला तिघींना पायस दिलं."

तिघींचीही मुखमंडलं आनंदानं उजळून गेली होती. इतक्या वर्षांचं आपलं दुःख संपणार, इक्ष्वाकु कुलाची कीर्ती वृद्धिंगत करणारे पुत्र आपल्या उदरी जन्म घेणार या कल्पनेनंही त्यांना पुत्रप्राप्तीइतका आनंद झाला होता. दशरथाचा आनंद तर अवर्णनीय होता.

*

"ब्रह्मर्षी, आपल्या आगमनानं मी धन्य झालो. आपले पवित्र चरण या राज्याला लागावेत ही पुष्कळ दिवसांची इच्छा पूर्ण झाली. आपल्या दर्शनानं मला अतिशय आनंद झाला आहे. आपल्यासाठी मी काय करू?"

जटाजूटधारी मस्तक वर उचलून विश्वामित्रांनी दशरथाकडे पाहिलं. आपले तेजस्वी नेत्र त्याच्या मुखावर खिळवून तीक्ष्ण सुरात त्यांनी विचारलं, "माझं प्रिय करायची तुझी खरंच इच्छा आहे?"

"आपण सांगाल ते कार्य करून कृतार्थ व्हावं असं खरंच मला वाटतं. आपण सांगाल ते करीन असं वचन देतो मी. कारण आपण माझं दैवत आहात..."

विश्वामित्र पुन्हा म्हणाले, "नीट विचार करून वचन दे. नंतर शब्द मागे घेता येणार नाहीत."

"दिलेला शब्द मागे घ्यायचं इक्ष्वाकु वंशाचं ब्रीदच नाही- सत्यवचनी कुळ आहे आमचं!"

"मग ऐक तर. मी यज्ञाची दीक्षा घेतली की मारीच आणि सुबाहू हे दोन राक्षस यज्ञात विघ्न आणतात. इच्छेनुसार रूप घेऊन ते येतात आणि यज्ञदीक्षा पुरी होऊ देत नाहीत. हे दोघेही राक्षस महापराक्रमी, सुशिक्षित आहेत; पण तितकेच असंस्कृत आहेत. यज्ञवेदीवर रक्त-मांसाचा वर्षाव करतात. यज्ञात विघ्न आलं की, मी निरुत्साही होतो; पण मला त्या राक्षसांना शाप देता येत नाही."

वसिष्ठ म्हणाले, "यज्ञकर्म करणाऱ्याला शाप देता येत नाही."

"होय ना!" विश्वामित्रांनी म्हटलं. "म्हणूनच ते दोन राक्षस अतिशय उन्मत्त झालेत. त्यांना मारण्यासाठी पराक्रमी पुरुषच यायला हवेत. म्हणून तर मी दशरथाकडे आलो आहे."

दशरथ म्हणाला, "महर्षी, आपलं हे काम मी निश्चित करीन."

"मग तुझ्या रामाला तू माझ्याबरोबर वनात पाठव-"

"काय रामाला?" दशरथ आश्चर्यानं ओरडलाच!

"होय! रामच हे कार्य करू शकेल. मारीच आणि सुबाहू या दोन्ही राक्षसांचा

नाश एकटा रामच करू शकेल. तुझा हा ज्येष्ठ पुत्र महापराक्रमी आहे. त्याच्या हातून पुढे महान पराक्रम होणार आहे असं मला कळलंय; पण त्याच्या पराक्रमाचा प्रारंभ मारीचाच्या वधानं होणार आहे. रामापुढे मारीच आणि सुबाहू मुळीच टिकणार नाहीत. वसिष्ठही माझ्या या मताला मान्यता देतील.''

वसिष्ठांनी मान डोलवली, ''राम-लक्ष्मण आणि भरत-शत्रुघ्न हे दशरथाचे चारही सुपुत्र महापराक्रमी आहेत.''

''होय.'' विश्वामित्रांनी म्हटलं. ''ते माझ्या कानावर आलंय. म्हणून तर मी आलो आहे... आणि मी त्यांना केवळ दहा दिवस जवळ ठेवीन; मग पुन्हा इकडे आणून सोडीन... तेव्हा राजा तुझा राम-''

''मुनिवर्य, माझा राम पुरता सोळा वर्षांचाही नाही. त्याला राक्षसांशी युद्ध करायला कसं पाठवू? त्यापेक्षा माझं एक अक्षौहिणी सैन्य देतो तुम्हाला! किंवा मी स्वतःच येतो तुमच्याबरोबर... पण माझ्या बाळाला नेऊ नका हो.''

बोलताबोलता राजाचा कंठ रुद्ध झाला. भावनातिरेकानं त्याचं शरीर थरथरू लागलं. पुढील संकटाच्या कल्पनेनंच त्याला मूर्च्छा आली.

चारी मुलांमध्ये ज्येष्ठ पुत्र राम त्याला विशेष प्रिय होता. अतिशय बुद्धिमान असूनही तितकाच तो विनयशील होता. गुणसंपन्न होता. इतरांच्या हितासाठी झटणारा होता; त्यामुळे प्रजेतही तो प्रिय होता. अश्वारोहणात, गजारोहणात आणि विविध युद्धकलांत तो निपुण होता. त्याला धनुर्वेदही पूर्ण अवगत होता. इतक्या लहान वयातही त्याचा पराक्रम दृग्गोचर झाला होता. भावांवर आणि माता-पित्यांवर जशी त्याची भक्ती होती, तशीच प्रजाजनांवरही होती. अशा त्या रामालाच विश्वामित्र नेणार म्हणत होते. विश्वामित्र ऋषींच्या यज्ञात व्यत्यय आणणाऱ्या त्या राक्षसांची नावं दशरथानं ऐकली होती. मायावी रूप धारण करणाऱ्या त्या राक्षसबंधूंपुढे आपला किशोरवयीन पुत्र कसा काय टिकाव धरणार, असं त्याला वाटत होतं.

दशरथाचे नेत्र पाझरू लागले. आपल्या दोन्ही हातांनी मुख झाकून तो स्वस्थ बसून राहिला.

तेव्हा विश्वामित्र म्हणाले, ''राजा, संकटाची कल्पनाही मनात आणू नकोस. तुझा राम महापराक्रमी आहे; अरे प्रत्यक्ष विष्णूचा अंश आहे तो-''

''विष्णूचा अंश असला तरी माझा पुत्र आहे तो! प्राणापेक्षा प्रिय पुत्र! मुनिवर्य, दुसरं काहीही मागा; पण माझा राम... अहो, इतक्या वृद्धपणी माझ्या वंशात जन्माला आलाय तो. त्याला नेऊ नका. मी स्वतः सैन्य घेऊन येतो.''

''नाही, तुझं सैन्य मला नको; तूही नकोस. मला रामच हवाय. त्याच्या हातूनच माझं कार्य होणार आहे. राजा, मी करतोय यात माझा लाभ आहेच; पण तुझ्या पुत्राचं आणि तुझंही कल्याण आहे.''

दशरथाला बोलवत नव्हतं तरी तो अडखळत्या स्वरात म्हणाला, ''मुनिवर्य, सुबाहू आणि मारीच यांचं पारिपत्य करायचं असेल तर माझं आणि माझ्या पुत्रांचं कल्याण कसं होणार? आम्ही कुणीच त्यांचं पारिपत्य करू शकणार नाही! मी सैन्यासह आलो तरी त्या दोन्ही राक्षसांना मारू शकणार नाही! मग माझ्या बाळाला ते कसं जमेल? मी तुम्हाला विनंती करतो, रामाला नेऊ नका.''

राजाचं हे बोलणं ऐकून विश्वामित्र संतापले. आपलं अजिन झटकत ते उभे राहिले. त्यांची मुद्रा रागानं लालेलाल झाली होती. मस्तकावरचा जटाभार हातानं झटकत ते क्षणभर उभे राहिले, तेव्हा त्यांच्या कृश, उंच उग्र मूर्तीकडे पाहून आता हे शाप देतात की काय अशी सगळ्यांनाच भीती वाटली.

रुक्ष, जळजळीत स्वरात ते राजाला म्हणाले, ''दशरथा, तू आधी शब्द देऊन नंतर तो मोडतो आहेस. तुझ्या इक्ष्वाकु कुलात असं कधीही घडलं नव्हतं. रघूचे वंशज सत्यवचनी म्हणून प्रसिद्ध आहेत; पण तू मात्र कुळाला कलंक लावणारा निघालास. तू तुझ्या प्रिय पुत्राला घेऊन बस... मी जातो; पण राजा लक्षात ठेव... तिन्ही लोकांत तुझी कीर्ती असत्य वक्ता म्हणून पसरेल...''

विश्वामित्रांचे संतप्त शब्द ऐकताना तप्त लोहरस कानात ओतल्यासारखं सगळ्यांना वाटत होतं. राजाचे मंत्री आणि अमात्य तटस्थ बसले होते. काय बोलावं ते कुणालाच सुचत नव्हतं. विश्वामित्रांनी दशरथाकडे पुन्हा एक जळजळीत कटाक्ष टाकला आणि त्यांनी आपला कमंडलू उचलला. ते जायला निघणार एवढ्यात वसिष्ठ मुनींनी त्यांना अडवलं. ते म्हणाले, ''थांबा ब्रह्मर्षी, असं रिक्तहस्तानं जाऊ नका.''

मग दशरथाकडे वळून वसिष्ठ मुनी म्हणाले, ''दशरथा, धर्मनिष्ठ म्हणून प्रसिद्ध असलेल्या इक्ष्वाकु कुलात तू जन्मला आहेस, हे विसरलास. लोक तुला साक्षात धर्म म्हणतात; मग तू असा अधर्मानं का वागतोस? दिलेला शब्द पाळत का नाहीस?''

''मुनिवर्य, हे माझ्याकडे रामाची मागणी करतील अशी कल्पना नव्हती; म्हणून मी शब्द दिला.''

''कल्पना नसताना शब्द दिलास कशाला?'' वसिष्ठ मुनी उद्‌गारले. ''आणि एक़दा शब्द दिल्यानंतर तो पाळत नाही असं कसं म्हणतोस? राजा, अविवेकानं दिलेलं का होईना; पण रघुकुल वंशजाचं वचन आहे ते! ते असत्य कसं व्हावं?''

सुयज्ञ म्हणाले, ''खरं आहे राजा, दिलेला शब्द पाळला नाहीस तर तुझीच नव्हे तर तुझ्या कुळाची कीर्ती नष्ट होईल. मग तुझा प्रियपुत्र रामसुद्धा तुझा तिरस्कार करील. तुला इहलोकी आणि परलोकीही सुख लागणार नाही.''

वसिष्ठ म्हणाले, ''राम लहान असला तरी त्याला विश्वामित्रांबरोबर पाठव.

कारण हा कुशिकपुत्र काही सामान्य नव्हे. याच्याबरोबर गेल्यावर राम निश्चित सुरक्षित राहील- अग्नीनं वेढलेल्या अमृतकुंभासारखा! अरे, हा विश्वामित्र महातेजस्वी आहे. हा साऱ्या जगात श्रेष्ठ आहे. याच्या तपश्चर्येबद्दल तर काही बोलायलाच नको. हा स्वतः अस्त्रवेत्ता आहे. तो राक्षसांचं पारिपत्य करू शकणार नाही, असं का तुला वाटतं? या ब्रह्मर्षीला असाध्य असं काहीच नाही.''

दशरथाची मुद्रा बदलली. दुःख आणि संकट यांच्या कल्पनेनं ताठरलेलं त्याचं शरीर शिथिल झालं. पांढरी पडलेली त्याची गौरमुद्रा पुन्हा नेहमीसारखी तेजःपुंज दिसू लागली.

वसिष्ठ बोलतच होते- ''तेव्हा राजा, तुझ्या पुत्राची मागणी करण्यामागे यांचा काहीतरी चांगलाच उद्देश असणार. तुझ्या रामाला त्यांच्या सहवासाचा लाभच होईल... शिवाय त्याला अगदी लहान वयात पराक्रम गाजवण्याची संधी प्राप्त व्हावी हे विधिलिखितच असेल. त्यात तू कसा बदल करणार?''

दशरथ आसनावरून उठला. विश्वामित्रांचे पाय धरून उद्गारला, ''पुत्रप्रेमाच्या भरात आपली थोरवी मी विसरलो. मला क्षमा करा. मी आनंदानं माझ्या रामाला तुमच्या स्वाधीन करतो.''

मग दशरथानं रामाला बोलावणं पाठवलं.

विश्वामित्र म्हणाले, ''दशरथा, तुझ्या चारी पुत्रांना बोलाव. मला त्यांना पाहायचंय. विष्णूच्या प्रसादानं त्यांचा जन्म झालाय ना?''

आपल्या सगळ्या पुत्रांना निरोप पाठवून दशरथ म्हणाला, ''मुनिवर्य! माझ्यासाठी ऋष्यशृंग मुनींनी अश्वमेध केला; मग पुत्रकामेष्टी यज्ञ केला. त्या यज्ञाची सांगता अगदी अभूतपूर्व अशी झाली-''

''पायसानं भरलेली सुवर्णस्थाली घेऊन एक दिव्यपुरुष त्या यज्ञातून प्रगट झाला ना? ते माझ्या कानावर आलंय. ते पायस खाल्ल्यानंतर तुझ्या कुलाची वृद्धी झाली; होय ना?''

''हो, अश्वमेध यज्ञ केल्यानंतर वर्षच उलटलं. चैत्रातल्या नवमीला रामाचा जन्म झाला.''

जाबाली म्हणाले, ''अतिशय उत्तम दिवस होता. पुनर्वसू नक्षत्रावर, कर्क-लग्नावर चंद्र-गुरू लग्नी असताना राम जन्मला. त्या दिवशी पाच ग्रह उच्चीचे होते. राम शुभलक्षणी आहे.''

सुमंत्राच्या मागोमाग राम-लक्ष्मण, भरत-शत्रुघ्न आले. चौघांनीही विश्वामित्रांना आणि अन्य ज्येष्ठांना वंदन केलं. विश्वामित्र त्या चार भावांकडे पाहात म्हणाले, ''चौघेही सुलक्षणी दिसतात... यातला हा कृष्णवर्णी राम ना? आणि त्याच्या मागचा लक्ष्मण होय ना?''

राम म्हणाला, "होय आणि हा भरत आणि त्याच्या मागे शत्रुघ्न."

विश्वामित्र दशरथाकडे पाहात म्हणाले, "राजा, आता तूच रामाला सांग."

"रामा, तुला मुनिवर्यांबरोबर जायचंय."

"आपली आज्ञा मला शिरसावंद्य आहे-"

"अरे, पण कुठं जायचंय माहीत आहे का?" विश्वामित्रांनी विचारलं.

"आपण न्याल तिथे येईन मी- अरण्यातसुद्धा!"

"अरण्यातच जायचंय. पुष्कळ दूर आहे. तिथे वन्य श्वापदं असतात. राक्षस असतात..."

"असेनात का! आपण बरोबर असताना त्यांची काय भीती?"

"आणि अरण्यात काही राजप्रासादातले सुखोपभोग नसतील."

रामाऐवजी दशरथच उत्तरला, "मुनिवर्य, मुलांचं शिक्षण चालू आहे तोपर्यंत त्यांना प्रासादातही सुखोपभोग मिळत नाहीत. इतर विद्यार्थ्यांप्रमाणे मुलांचं राहाणं-जेवणखाण सारं साधंच असतं. अरण्यातल्या जीवनाचा त्यांना त्रास नाही होणार."

"मुनिवर्य," लक्ष्मण मधेच म्हणाला, "आपण रामाला नेणार असाल तर मीही येणार. जिथे राम तिथे मी! रामावाचून मी जगू शकणार नाही. आपण नेलं नाहीत तर..."

"अरे चल की तूही!" विश्वामित्र हसले. "पाहिलंस दशरथा, तू मुलाला पाठवायचा निर्णय घेताना विलंब लावलास; पण तुझ्या रामानं क्षणात मान्यता दिली आणि लक्ष्मणही येतोय."

राम नम्रपणे म्हणाला, "मुनिवर्य, आपण आणि तातांनी ठरवल्यानंतर आम्ही मान्यता द्यायचा प्रश्नच येत नाही. आपली सर्वांची आज्ञा शिरसावंद्यच आहे आणि लक्ष्मणाचं माझ्यावर अतिशय प्रेम असल्यानं तो सावलीसारखा सदैव माझ्याबरोबर असतो... आपण केव्हा निघायचं?"

"लगेच निघू या. तुमचे बाणभाते घ्या."

"बाणभाते घेतो; पण आमच्या तिन्ही मातांना वंदन करून, त्यांचा निरोप घेऊन येतो."

ते चौघेही भाऊ गेल्यावर विश्वामित्र दशरथाला म्हणाले, "राजा, तुझ्या पुत्रांबद्दल निश्चिंत राहा. या चौघांचीही कीर्ती जगात अजरामर होणार आहे. विशेषतः तुझ्या ज्येष्ठ पुत्राची कीर्ती तर जगाच्या अंतापर्यंत टिकून राहणार आहे. लोक सदैव त्याचं गुणसंकीर्तन करीत राहातील. राम या जगाचा आदर्शच होईल... त्याचं उज्ज्वल भवितव्य घडायला या प्रवासापासूनच प्रारंभ होईल."

द्रष्ट्या मुनींची ती भविष्यवाणी ऐकून राजाला अतिशय आनंद झाला.

*

नौका गंगा आणि शरयू नद्यांच्या संगमाजवळ दक्षिण तीराला थांबली, तेव्हा त्या नौकेतून प्रथम विश्वामित्र उतरले आणि त्यांच्या मागोमाग राम-लक्ष्मण उतरले. उतरताक्षणी राम खाली वाकला आणि त्यानं भक्तिभावानं गंगेला आणि शरयूला वंदन केलं. लक्ष्मणानंही नद्यांना नमस्कार केला. विश्वामित्र प्रसन्नपणे हसले. हातातला कमंडलू गंगेच्या पाण्यानं भरून घेऊन ते भराभर चालू लागले.

थोडं अंतर गेल्यावर आपण अरण्यातून चाललोय हे रामाच्या ध्यानात आलं. सूर्योदय नुकताच झाला असला तरी त्या वनभूमीपर्यंत सूर्याचे किरण अद्याप पोहोचले नव्हते. उंचउंच घनदाट वृक्षांतून सूर्यदर्शन होणं कठीणच होतं; त्यामुळे अरण्यातले निशाचर प्राणी अजूनही सर्वत्र मुक्तपणे संचार करत होते. त्या दाट अरण्यात साचलेल्या पालापाचोळ्यावरून चालताना त्या तिघांच्या पावलांचा आवाज होत होता; त्यामुळे ते वन्यप्राणी गोंधळून इतस्ततः धावत होते. मध्येच एखादा धिटुकला ससा किंवा खार मान मुरडून थांबत होती आणि ती वन्यप्राण्यांपेक्षा वेगळेच दिसणारे हे तीन भव्य प्राणी पाहून बिळात किंवा वृक्षावर सरसरत होते.

त्या वन्यप्राण्यांची स्वाभाविक क्रीडा पाहण्यातही राम-लक्ष्मणांना आनंद वाटत होता. वनकीटकांचा किर्रऽऽ शब्द आणि पक्ष्यांचं मधुर कूजन ऐकताना एकसुरात मंत्रपठण चालत असावं असा भास होत होता. बिल्व, भल्लातक, बदरी वृक्षांच्या फळांचा आणि वनपुष्पांचा सुगंध तर अननुभूत होता. त्या घनदाट वनातून चालताना राम-लक्ष्मणांच्या मनाला एक प्रश्न सतावत होता.

अखेरीस रामानं धाडस करून विचारलं, ''मुनिवर्य, हे वन इतकं भयानक कसं? इथे व्याघ्र-सिंहांची पदचिन्हं दिसतात. वराह आणि गज हे तर आपण पाहातोच आहोत. इतर प्राणी-पक्षीही इथे आहेत. इतके उंच उंच आणि घनदाट वृक्ष आहेत. हे वन कुणाचं? इथे मानवप्राणी कधी येतच नाहीत का?''

''या वनाची कथा श्रवणीय आहे. रामा, पूर्वी वृत्रासुराच्या वधाच्या वेळी इंद्रानं अशुद्धाचरण केलं. त्याला ब्रह्महत्येचं पातक लागलं. क्षुधेनंही तो त्रस्त झाला. तो बुभुक्षितासारखा वावरू लागला, तेव्हा त्याला देवांनी आणि ऋषींनी गंगाजलानं स्वच्छ केलं. याच भूमीवर त्याची अस्वच्छता आणि बुभुक्षितपणा देवांनी काढून टाकला. तेव्हापासून इंद्राच्या कृपेनं या प्रदेशांना समृद्धीचं वरदान लाभलं. हे प्रदेश मलद आणि कुरुष म्हणून प्रसिद्ध झाले. पुष्कळ काळपर्यंत हे प्रदेश धनधान्यानं संपन्न होते.''

लक्ष्मणानं मध्येच विचारलं, ''म्हणजे इंद्रानं इथे पुष्कळ पर्जन्यवृष्टी केली असेल, होय ना? म्हणूनच हे भयानक वन निर्माण झालं.''

विश्वामित्र म्हणाले, ''इंद्रानं इथे पर्जन्यवृष्टी केली; पण त्यामुळे भयानक वन

निर्माण झालं नाही. त्याचं कारण वेगळंच आहे... इथे एक मायावी यक्षिणी निर्माण झाली. ती स्वेच्छेनं हवं ते रूप धारण करू शकते. तिचं नाव ताटका... ही सुंदाची पत्नी असून, तिचा पुत्र मारीच हा इंद्रासारखा पराक्रमी आहे. ताटकासुद्धा अतिबलवान आहे.''

रामानं नवलानं विचारलं, ''पण यक्षजात विशेष बलवान नसते असं पुराणात म्हटलंय. मग ही यक्षिणी बलवान कशी झाली?''

''ब्रह्मदेवाच्या वरामुळे! हिचा पिता सुकेतू हा महापराक्रमी आणि सदाचरणी होता. त्याला अपत्य नव्हतं. म्हणून त्यानं तपश्चर्या केली, तेव्हा ब्रह्मदेवानं संतुष्ट होऊन त्याला महाबलवान सुंदर कन्यारत्न दिलं. तीच ही ताटका!''

''पण मुनिवर्य, या यक्षिणीचा पुत्र राक्षस कसा?''

''सौंदर्यवती ताटका उपवर होताच सुकेतूनं तिचं लग्न जंभपुत्र सुंद याच्याशी लावलं. या दांपत्याला मारीच हा अजिंक्य असा पुत्र झाला. त्याला शाप मिळाल्यामुळे तो राक्षस झाला.''

रामानं विचारलं, ''का दिला होता त्याला शाप?''

''सुंदाचा वध झाल्यावर ताटका आणि मारीच हे दोघेही अगस्ती ऋषींना खाण्यासाठी त्यांच्या अंगावर धावून गेले, तेव्हा अगस्तींनी संतापून त्या दोघांनाही राक्षस व्हाल म्हणून शाप दिला!''

लक्ष्मण म्हणाला, ''म्हणूनच ती बलवान झाली आहे, होय ना मुनिवर्य?''

''होय. नुसती बलवान नव्हे तर अगदी अनावर झाली आहे. शापामुळे संतापून ती अगस्ती मुनींचा हा प्रदेश उद्ध्वस्त करत हिंडते.''

बोलताबोलता विश्वामित्र थांबले. राम आणि लक्ष्मण लक्षपूर्वक त्यांचं बोलणं ऐकत होते. त्या घनदाट वनातून मार्गक्रमण करताकरता ते मधूनच एखाद्या वृक्षाजवळ जात होते आणि परिपक्व होऊन गळून पडलेलं एखादं फळ उचलून घेत होते. मार्गात एक भव्य वृक्ष आडवा पडलेला दिसला, तेव्हा ते थबकले. राम-लक्ष्मणांनी चटकन पुढे होऊन तो वृक्ष बाजूला केला आणि मोकळ्या झालेल्या मार्गानं तिघेही पुढे निघाले.

पडलेल्या त्या वृक्षाकडे पाहात विश्वामित्र म्हणाले, ''हे त्या राक्षसीचंच काम. अशीच या वनातली झाडं पाडत हिंडते. हिंस्र श्वापदंदेखील तिला घाबरतात. केवळ भास पक्षीच काय तो तिच्या आवाजानं दबत नाही.''

राम उद्गारला, ''भास पक्ष्याचा आवाजही तिच्या आवाजासारखाच भयानक असेल! पण मुनिवर्य, या ताटकेचं सामर्थ्य कमी करायचं धाडस कुणीच करत नाही का?''

''तिचं सामर्थ्य कमी करण्यापेक्षा तिलाच नष्ट करणं अधिक योग्य! म्हणजे ती

पुन्हा अनावर व्हायची भीती नको... रामा हे काम तुलाच करायचंय.''

राम आश्चर्यानं पाहात राहिला. त्याच्या मनात खळबळ माजली, 'ताटका राक्षसी असली तरी ती स्त्री होती. स्त्रीचा वध करणं म्हणजे अधर्म, पाप! रघुकुलातला राम पापाचरण कसं करणार? अधर्मानं वागलं तर कुळाला कलंक नाही का लागणार?'

रामाच्या मनातल्या विचारांचं प्रतिबिंब त्याच्या मुखावर दिसत होतं. विश्वामित्र म्हणाले, ''मनात कोणताही विकल्प आणू नकोस रामा! ही ताटका ऋषींना नि सज्जनांना त्रास देते म्हणून तू तिचा वध कर. हिला मारण्याचं सामर्थ्य तुझ्याच अंगात आहे. प्रजेचं रक्षण करण्यासाठी आणि चारी वर्णांच्या हितासाठी जे काही करणं आवश्यक असेल ते राजानं केलंच पाहिजे. मग ते तत्त्वतः दोषकारक किंवा अधर्माचरण असलं तरी केलं पाहिजे. राजाचा हा सनातन धर्मच आहे.''

राम काहीच बोलला नाही. त्याच्या मनातला गोंधळ अद्याप संपला नव्हता हे त्याच्या मुद्रेवरून दिसत होतं. विश्वामित्र पुढे म्हणाले, ''रामा, ही ताटका अधर्माचरणी आहे; त्यामुळे हिला मारण्यात अधर्म नाही. पूर्वी अनेकदा स्त्रीवध झाले आहेत. तुला शंका असली तर-''

''छे, छे! मुनिवर्य. शंका मुळीच नाही.'' राम घाईनं म्हणाला, ''भृगुपत्नीचा वध प्रत्यक्ष विष्णूनंच केला. दैत्यकन्या मंथरा हिला इंद्रानं मारलं होतं... तेव्हा त्याविषयी शंकाच नाही. शिवाय आपली अवज्ञा करायची नाही अशी मला पित्याची आणि वसिष्ठ-वामदेवांची आज्ञा आहे.''

बोलत असताना रामानं त्वेषानं धनुष्याच्या मध्यभागी मूठ वळवली आणि प्रत्यंचेचा टणत्कार केला. क्षणार्धात प्रचंड आवाजानं ते भयंकर वन भरून गेलं. त्या आवाजानं वनातले सगळे प्राणी भयभीत झाले. दुसऱ्याच क्षणी त्या टणत्काराचा प्रतिध्वनी साऱ्या वनात घुमला. मग पुन्हा एकदा तोच आवाज... आणखी एकदा... राम-लक्ष्मण चकित होऊन बघू लागले.

विश्वामित्र म्हणाले, ''रामा, हा त्या ताटकेचाच आवाज. तीच धावत येतेय इकडे. आता तू तिचा परामर्श घे.''

''मुनिवर्य, आपण त्या पलीकडच्या वृक्षाखाली निश्चिंतपणे बसा. मी तिच्याकडे बघतो.''

राम थोडा पुढे गेला. पाठोपाठ छायेप्रमाणे लक्ष्मणही!

दुरून ताटका येताना दिसली. त्या राक्षसीचं प्रचंड शरीर आणि अक्राळविक्राळ मुद्रा पाहून मुके हिंस्र प्राणीदेखील भीतीनं ओरडत होते. तिच्या ओरडण्यानं आणि थयथयाटानं झाडंदेखील कंप पावत होती. राम म्हणाला, ''लक्ष्मणा, मुनिवर्यांनी सांगितल्याप्रमाणे ही भयानक दिसते आहे. मी प्रथम हिचे नाक, कान कापून हिला

विद्रुप करतो. म्हणजे हिची गती आणि सामर्थ्य कमी होईल.''

रामाचं हे बोलणं ऐकून ताटका आणखी क्रुद्ध झाली आणि रागानं त्याच्या अंगावर धावली. राम क्षणभर तिच्याकडे पाहात राहिला. मग चटकन मागे वळून त्यानं विश्वामित्रांना वंदन केलं.

त्यांनी ताटकेला ऐकू जाईल अशा स्वरात म्हटलं, ''रामा, या ताटकेचा वध करून तू यशस्वी हो.''

ताटका मोठमोठ्यानं हसली. त्याबरोबर सारं वन पुन्हा थरथरलं. मग ती तुच्छतेनं तारस्वरात म्हणाली, ''हं! हे पोर माझा वध करणार? ए कौशका, तुला काही कळतं का? ताटकेला मारायला किती सामर्थ्य लागतं ते?''

''ते सामर्थ्य या रघुवंशज रामाकडे आहे!''

''हाऽऽ हाऽऽ हाऽऽ'' ताटका मोठमोठ्यानं हसू लागली. मेघगर्जनेसारख्या त्या प्रचंड आवाजाबरोबर एकदम धुळीचा लोट उसळला. या मायावी तंत्राची माहिती नसल्यामुळे राम-लक्ष्मण प्रथम गोंधळून गेले. धूलिपटलामुळे त्यांना काही दिसेनासं झालं. डोळे चोळत ते उभे होते. इतक्यात पाषाणवृष्टी सुरू झाली. राम भानावर आला आणि त्यानं भराभर बाण सोडण्यास प्रारंभ केला. पाठोपाठ लक्ष्मणाच्या धनुष्यातून बाण सुटू लागले. तेव्हा पाषाणवृष्टी थांबवून ताटका रामाच्या अंगावर धावून आली; तेव्हा रामानं एकाच बाणात तिचा उजवा हात तोडला आणि काय होतंय हे कळायच्या आत डावा हातही तोडला. हातच तोडल्यामुळे तिचं निम्मं बळ कमी झालं. ती थकून राम-लक्ष्मणासमोर गर्जना करू लागली. तिला आणखी बलहीन करण्यासाठी लक्ष्मणानं तिचे नाक-कान कापून टाकले, तेव्हा ती राक्षसी अदृश्य झाली.

इतक्यात विश्वामित्र म्हणाले, ''रामा, तिच्याकडे दुर्लक्ष करू नकोस. ती अदृश्यरूपानं तुझ्याशी युद्ध करील... हे बघ, पाषाण यायला लागले. ती मायाविनी असेच प्रकार करते आणि माणसाला गोंधळून टाकते...''

पाषाणवृष्टीचा वेग वाढला. चोहीकडून राम-लक्ष्मणांवर पाषाणांचा वेगानं मारा होऊ लागला. त्यांच्याभोवती लहान-मोठ्या शिलाखंडांचा ढीग पडला. पुष्कळ वेळ हा प्रकार चालू होता. काय करावं ते रामाला कळत नव्हतं. त्याची ती अवस्था पाहून विश्वामित्र ओरडले, ''रामा, आता तुझं स्त्रीदाक्षिण्य पुरे! या राक्षसीनं अजून यक्षिणीमाया अवलंबलेली नाही तोवरच तू हिचा वध कर. संध्याकाळ व्हायला थोडाच अवकाश आहे, तेव्हा त्वरित हिला मारून टाक. संध्याकाळ झाली की राक्षसांचं सामर्थ्य वाढतं.''

रामानं आणि लक्ष्मणानं पुन्हा भराभर बाण सोडले आणि त्या मायाविनीला बाणांनी जखडून टाकलं; तेव्हा संतप्त होऊन मोठमोठ्या गर्जना करत ती राम-

लक्ष्मणांसमोर प्रगट झाली आणि त्वेषानं त्या बंधूंवर चालून जाऊ लागली; पण रामाच्या वेगवान बाणानं तिला मार्गातच अडवलं. तो बाण तिच्या उरोभागात घुसला. लगेच ती खाली कोसळली आणि गतप्राण झाली. ती कोसळताना एकवार प्रचंड आवाज झाला. मग साऱ्या वनात शांतता पसरली. त्या शांततेचा भंग केला विश्वामित्रांनी! ते राम-लक्ष्मणाच्या मस्तकाचं अवघ्राण करून म्हणाले, "धन्य, धन्य! तुम्ही दोघांनी वनात येताच एक महत्त्वाचं कार्य केलं आहे. चला, आता आपण पुढे जाऊ. तुमच्या हातून अजून बरंच कार्य घडायचं आहे. आता रात्र एखाद्या आश्रमात काढू. उद्यापासून पुढच्या कार्याला लागू."

विश्वामित्रांच्या पाठोपाठ राम-लक्ष्मण चालू लागले.

*

ऋत्विजांनी दर्भ आणि समिधा यज्ञात टाकल्या. त्याबरोबर वेदी एकदम प्रज्वलित झाली. यज्ञाची पवित्र ज्वाला आश्रमाच्या उंच छताला जाऊन भिडली. मंत्रपठणाचा घोषही एकदम वाढला. सगळे ऋत्विज आणि विश्वामित्र स्वतःही उच्च स्वरात मंत्र म्हणत होते. यज्ञज्वालेत आणि धूमात ते ऋत्विज लुप्तप्राय झाले होते. केवळ त्यांचा शब्दच तेवढा ऐकू येत होता. उच्च स्वरातलं पवित्र मंत्रपठण ऐकताना राम-लक्ष्मणाच्या अंगावर सुखाचे रोमांच उठत होते. आश्रमाच्या प्रवेशद्वाराशी उभं राहून ते सतत दक्षतेनं यज्ञाचं रक्षण करत होते. सहा दिवस रात्रंदिवस जागरूक राहून त्यांनी यज्ञरक्षणाचं काम केलं होतं.

ताटकेचा वध केल्यानंतर ते दोघेही विश्वामित्रांबरोबर त्यांच्या सिद्धाश्रमात आले होते. पूर्वी वामनावतारात प्रत्यक्ष विष्णूंनीच त्या आश्रमात वास्तव्य केलं होतं. त्या पवित्र सिद्धाश्रमात सध्या अनेक मुनींसह विश्वामित्र राहात होते; पण मारीच आणि सुबाहू या दोन राक्षसांनी त्रस्त केल्यामुळे मुनींच्या यज्ञकर्मात व्यत्यय येत असे. सात दिवसांपूर्वी या सिद्धाश्रमात येतानाच विश्वामित्रांनी राम-लक्ष्मणांना ही कथा सांगितली होती.

मग दुसऱ्याच दिवशी रामाच्या सांगण्यावरून विश्वामित्रांनी यज्ञदीक्षा घेतली आणि सहा दिवस मौनव्रतानं ते यज्ञ पूर्ण करत होते. आज यज्ञाचा सहावा म्हणजे समाप्तीचा दिवस! पाच दिवस निर्विघ्नपणे पार पडले असले तरी राम-लक्ष्मणांनी जागरूकता सोडली नव्हती. उलट आज आश्रमाच्या बाहेर उभं राहून ते बाहेरच्या प्रत्येक हालचालीकडे बारकाईनं लक्ष ठेवत होते. आज तर महत्त्वाचा दिवस असल्यानं अधिक काळजी घ्यायची होती.

आतल्या मंत्रपठणाची गती आणि स्वर वाढतच होता. तो आवाज ऐकतानाही रामाचे कान आणि नेत्र दक्षतेनं चहूकडे लक्ष ठेवत होते. आकाशाला भिडणारा तो

आवाज ऐकताना रामाच्या मनात विचार आला, *'आकाशाच्या गोलाकारातून या आवाजाचा प्रतिध्वनी उमटेल का?'* मनातल्या विचित्र विचारानं रामाला हसू आलं आणि त्यानं सहज आकाशाकडे दृष्टिक्षेप टाकला. त्याच क्षणी आकाशातून अचानक प्रचंड आवाज आला. आपल्या मनातल्या विचारामुळे आपल्याला काही भास झाला असावा असं त्याला वाटलं. तरीही धनुष्यबाण सज्ज करून, तो दोन पावलं पुढे सरकला.

आकाशातून येणारा तो भयंकर आवाज वाढला. मेघगर्जनेसारखा घोष होऊ लागला. रामानं वर न पाहाताच राक्षसांची माया जाणली. एवढ्यात आश्रमाच्या भोवती रक्ताचा सडा पडला. राम आणि लक्ष्मण धनुष्यबाण घेऊन त्या यज्ञशालेभोवती फिरू लागले.

लक्ष्मण ओरडला, ''रामा, ते बघ... दोन केवढे प्रचंड राक्षस... ते बघ आकाशातून झेपावताहेत मारीच आणि सुबाहू!''

राम उत्तरला, ''मेघांसारखे आकाशात संचार करताहेत. त्यांना आपणही मेघांसारखेच पांगवून टाकू या. या दुबळ्यांचा वध कशाला करायचा!''

रामानं धनुष्याला बाण जोडला. एक क्षण मन एकाग्र करून त्यानं त्या बाणावर मानवास्त्राचं अभिमंत्रण केलं आणि तो मारीचाच्या वक्षःस्थलावर सोडला. बाणानं आपलं कार्य अचूक केलं. मारीचाच्या छातीत तो बाण रुतताच मारीचाला मूर्च्छा आली आणि तो पुष्कळ अंतरावर जाऊन वेगानं खाली कोसळला. त्याची तडफड सुरू झाली.

राम म्हणाला, ''लक्ष्मणा, तडफडू दे त्याला. आता या इतर राक्षसांकडे बघू. हा दुष्ट काही इतक्यात मरायचा नाही. मानवास्त्रामुळे त्रस्त होऊन हा तडफडत राहील. जिवंतपणी मरणयातना भोगेल; पण मरायचा नाही.''

मग रामानं सुबाहूकडे आपलं लक्ष केंद्रित केलं. अतिशय प्रचंड असं आग्नेयास्त्र त्यानं सुबाहूच्या वक्षःस्थलावर सोडलं. क्षणार्धात तो सुबाहू भूमीवर कोसळला.

राम म्हणाला, ''आता हा पुन्हा कधीही उठणार नाही. लक्ष्मणा, आता या बाकीच्या राक्षसांवर हे वायव्यास्त्र सोडलं बघ... हे बघ कसे पटापट मरून पडताहेत... मूषकांसारखे दिसताहेत.''

लक्ष्मणानं रामाजवळ येऊन विचारलं, ''रामा, पण तो मारीच काही मेलेला नाही ना?''

''मेला नाही; पण तो काही आता उठायचा नाही. मानवास्त्रानं तो त्रस्त झालाय. भूमीवर तडफडत पडलाय. असाच तडफडून मरेल.''

''धन्य धन्य रामा... केवढं कार्य केलंस तू! आता आमचा यज्ञ निर्विघ्नपणे पार पडेल.''

सिद्धाश्रमातले सर्वात वृद्ध मुनी सुदेव हे आश्रमाच्या द्वारातून बाहेर येत बोलत होते. राम-लक्ष्मण चटकन त्यांच्याजवळ गेले आणि त्यांनी मुनींना वंदन केलं.

"मुनिवर्य," राम म्हणाला, "आज हे सगळे दुष्ट नष्ट झालेत. आता तुमचा यज्ञ व्यवस्थित पार पडेल. आपण निश्चिंत राहावं."

रामाला जवळ घेऊन त्याच्या मस्तकाचं अवघ्राण करत सुदेव म्हणाले, "होय, तू आणि लक्ष्मण आल्यापासून आम्ही निश्चिंत होतो. हे राक्षस तुझ्याच हातून मरणार असं विश्वामित्रांनी आम्हाला सांगितलं होतं."

सुदेवांच्या पाठोपाठ आलेले महाऋतु आणि क्षमावान म्हणाले, "सुदेवा, या दोन राजपुत्रांनी अविश्रान्त कार्य केलं. अहोरात्र दक्ष राहून यज्ञाचं रक्षण केलं. यांना काहीतरी खायला- निदान दूध तरी देऊ या."

राम चटकन उद्गारला, "छे, छे! काहीही नको. गेले सहा दिवस यज्ञदीक्षा घेतल्यापासून आपण सर्वचजण उपाशी आहोत. आज संध्याकाळी यज्ञसमाप्तीनंतरच आपण फलाहार घेऊ. आपण यज्ञकर्म पूर्ण करा. आम्ही इथेच थांबतो. आणखी कुणी राक्षस आले तर!"

महाऋतू काही बोलणार इतक्यात आतून हाका आल्या, "सुदेव, महाऋतू, चला, चला लवकर!"

तिघेही मुनी आत गेले आणि राम-लक्ष्मण पूर्ववत सिद्धाश्रमाभोवती फिरून दक्षतेनं त्याचं रक्षण करू लागले.

सूर्यास्तापूर्वी यज्ञ समाप्त झाला तेव्हा स्वतः विश्वामित्रच आश्रमाच्या द्वाराशी आले. राम-लक्ष्मण अजूनही आश्रमाचं रक्षण करत होते. आश्रमाच्या परिसरात राक्षसांचे प्रचंड मृतदेह विखुरले होते. काहींच्या देहांत किंचित धुगधुगी होती; पण अनेकजण मृत्युमुखी पडले होते. सिद्धाश्रमाच्या मुख्य प्रवेशद्वारासमोरच्या भव्य अश्वत्थ वृक्षाखाली सुबाहूचा भव्य देह अस्ताव्यस्त पडला होता. त्याच्याकडे पाहात विश्वामित्र म्हणाले, "रामा, तुम्ही दोघांनी हे महाकृत्य केलं..."

विश्वामित्रांचा आवाज ऐकून राम-लक्ष्मण त्यांच्याजवळ आले. वंदन करण्यासाठी खाली वाकलेल्या त्या बंधूंना दोन्ही हातांनी जवळ घेत विश्वामित्र म्हणाले, "रामा, आज कितीतरी वर्षांनी आमचा यज्ञ निर्विघ्नपणे पार पडला. या सिद्धाश्रमातला यज्ञ आज सिद्ध झाला. आज या सिद्धाश्रमाचं नाव तुमच्यामुळे सार्थ ठरलं. चला, आता संध्यावंदन करून प्रसाद भक्षण करा. तुम्ही दोघेही खूप दमला आहात."

संध्यावंदन उरकल्यानंतर सुदेव मुनी म्हणाले, "विश्वामित्रा, कुणालाही साधलं नाही ते या कुमारांना जमलं. मारीच आणि सुबाहू नष्ट झाले आणि ताटकेलाही यांनी मारलं. आता आपल्याला कुणाचा त्रास व्हायचा नाही."

"होय, सध्या तरी व्हायचा नाही... रामा, मारीच मेला ना? कोणती अस्त्रं

सोडलीस तू? त्या राक्षसांनी प्रतिकार केला का? सगळं सांग बरं.''

''मारीचावर मी मानवास्त्र सोडलं; त्यामुळे तो पुरता मेला नाही; पण यातना सहन करत तडफडत पडलाय. यातना असह्य झाल्याशिवाय तो मरणार नाही.''

विश्वामित्र उद्गारले, ''उत्तम! शीतेषू नावाचं मानवास्त्र योजलंस होय? योग्य केलंस. त्या दुष्टाला तेच योग्य होतं.''

''तोच विचार केला मी! आणि मुनिवर्य, त्याची ती अवस्था पाहूनच इतर राक्षसांचं धैर्य संपलं; त्यामुळे त्यांच्यापेक्षा त्या सुबाहूवर मी आधी लक्ष केंद्रित केलं. त्याच्यावर आग्नेयास्त्र सोडलं. ते अमोघ अस्त्र नेमकं त्याच्या ऊरस्थळी घुसलं आणि तो तिथल्या तिथे त्या अश्वत्थ वृक्षाखाली कोसळला. तो कोसळताना त्या वृक्षाच्या कितीतरी शाखा कडाड् असा आवाज करत मोडून पडल्या... अतिशय वेगानं तो राक्षस खाली पडला आणि मग-''

''पण त्या दोन्ही महाराक्षसांनी प्रतिकार केला नाही?'' एका मुनींनी मध्येच विचारलं.

''नाही. मी त्यांच्यावर इतक्या वेगानं अस्त्रं सोडली की, त्यांना प्रतिकार करायला अवसरच मिळाला नाही.''

''आणि त्यांनी त्या अस्त्रांची अपेक्षाच केली नसेल.'' सत्यवादी मुनी म्हणाले, ''त्यामुळे ते नेहमीप्रमाणे आक्रमण करून आले असणार. स्वरक्षणाची आवश्यकता त्यांना वाटलीच नसेल.''

सुदेव म्हणाले, ''शिवाय लहान वयाचे हे कुमार इतके पराक्रमी असतील असं त्यांना वाटलं नसेल.''

राम म्हणाला, ''तसं वाटलं असेल तर त्यांचा तो मोठा प्रमादच म्हणावा लागेल. कारण शत्रू वयानं लहान असो की मोठा असो, शत्रू तो शत्रूच! त्याचं सामर्थ्य मोठं असणारच असं गृहीत धरायचं हे आम्हाला युद्धशास्त्रात शिकवलंय.''

लक्ष्मण हसत म्हणाला, ''अरे, ते राक्षस युद्धशास्त्रपारंगत थोडेच असणार! आणि युद्ध शास्त्रशुद्ध असावं असं त्यांच्या राक्षसनीतीत कधी सांगितलंच नसणार.''

विश्वामित्र म्हणाले, ''राक्षसांना कसली आलीय नीती आणि कसला धर्म? अनीती हीच त्यांची नीती आणि पापाचरण हाच त्यांचा धर्म! नाहीतर यज्ञात विघ्न आणलं असतं का त्यांनी? बरं रामा, इतर राक्षसांना कसं मारलंस?''

''त्या सगळ्यांवर वायव्यास्त्र सोडलं. खरं म्हणजे त्यांचे नेते मेल्यावर त्यांची शक्ती संपलीच होती. नुसत्या बाणांनीही ते मेले असते; पण मुनिवर्य, मी हेतुतःच त्यांच्यावर वायव्यास्त्र सोडलं. कारण ते संख्येनं पुष्कळ होते. शिवाय ते मायावी होते आणि माझ्यापेक्षा सामर्थ्यवान होते. मी आणखी विचार केला की, आपण शिकवलेल्या वायव्यास्त्राचा प्रयोग करायलाही ते योग्य होते.''

"उत्तम! उत्तम! रामा, युद्धासारख्या संकटातही शांतचित्त ठेवून तू विवेक दाखवलास. राक्षसांना भ्यायला नाहीस, हे विशेष..."

राम नम्रपणे उत्तरला, "मुनिवर्य, मी निद्रिस्त किंवा असावध असतानाही राक्षसांनी माझ्याजवळ येऊ नये अशी व्यवस्था आपणच केली. मग मी भ्यायचं कशाला?"

एका मुनींनी विचारलं, "म्हणजे काय व्यवस्था केली?"

"मुनिवर्यांनी मला बला आणि अतिबला या दोन्ही विद्या दिल्या आहेत. या विद्यांमुळे मला क्षुधा, तृषा, निद्रा या नैसर्गिक प्रवृत्तींचाही त्रास झाला नाही. अत्यंत सावधपणे मी आश्रमाचं रक्षण करत राहिलो; त्यामुळेच सात दिवस मी सतत अविश्रान्त कार्यमग्न होतो."

महाऋतू म्हणाले, "आणि ती अस्त्रं तुला एवढ्या लहान वयात कशी प्राप्त झाली? महास्त्रं आहेत ना ती?"

"तीही मुनिवर्यांच्याच कृपेनं मिळाली. आम्ही अयोध्येतून बाहेर पडल्यानंतर शरयू नदीच्या दक्षिण तीरावर येताच मुनिवर्यांनी मला बला-अतिबला विद्या दिल्या आणि नंतर पुढे ताटकेचा वध झाल्यावर मुनिवर्यांनी संतुष्ट होऊन मला इतर अनेक अस्त्रं दिली."

ताटकेच्या वधानंतर विश्वामित्रांनी राम-लक्ष्मणांसह त्याच वनात वास्तव्य केलं होतं. ताटकेचं महासंकट कायमचं टळल्यामुळे विश्वामित्र संतुष्ट झाले होते. त्यांनी रामाला मानवास्त्र, वायव्यास्त्र, आग्नेयास्त्र, वज्रास्त्र, शैवास्त्र, शूलवतास्त्र, ब्रह्मशिरसास्त्र, ऐषाकास्त्र ही महान अस्त्रं दिली होती. शिवाय ब्रह्मास्त्र, वारूणपाशास्त्र, अशन्यास्त्र, पैनाकास्त्र, नारायणास्त्र ही अस्त्रंही दिली होती. दंडचक्र, धर्मचक्र, कालचक्र, विष्णुचक्र, इंद्रचक्र ही शस्त्रं आणि मोदकी व शिखरी या दोन गदाही दिल्या होत्या.

रामानं ही सारी नावं उच्चारताच एक मुनी म्हणाले, "अरे, तू सांगितलेली नावं लक्षात ठेवणंदेखील कठीण! मग त्या त्या अस्त्रांचे मंत्र कसे लक्षात राहायचे?"

विश्वामित्र म्हणाले, "प्रत्येक अस्त्राचे प्रयोगमंत्र, संग्रहमंत्र आणि उपसंहारक मंत्र लक्षात ठेवावे लागतात."

सुदेव म्हणाले, "इतक्या लहान वयाच्या या मुलाला अशी शस्त्रास्त्रं एकदम कशाला दिलीत? विश्वामित्र, तुम्ही घोर तपश्चर्या करून मिळवलंत, ते याला एका दिवसात देऊन टाकलंत?"

"एका दिवसात नव्हे! यानंही तपश्चर्या केली. तपश्चर्येशिवाय काहीही साध्य होत नसतं; पण सुदेव, इतरांना जे उग्र, प्रदीर्घ तपश्चर्येनं साध्य करून घ्यावं लागतं, ते रामाला लवकर मिळवता येतं. तो कुशाग्रबुद्धीचा आहे. महापराक्रमी आहे, धर्मनिष्ठ आहे आणि मुख्य म्हणजे तो विष्णूचा अंश आहे. हा मुलगा सामान्य

नाही. याच्या हातून महान कार्य होणार आहे.''

''होय, याच्या जन्माचं वृत्त कळलं, तेव्हाच तुम्ही मला सारं काही सांगितलं होतं. याच्या हातून-''

राम-लक्ष्मणांसमोरच त्यांच्या भवितव्याबद्दल बोलणं योग्य नव्हे, हे लक्षात येताच सुदेव बोलायचे थांबले. विषयांतर करण्याच्या उद्देशानं चटकन म्हणाले, ''याच्या हातून त्या राक्षसांचा वध झाला. आता आपण निश्चिंत झालो. आता पुढे यांचा काय कार्यक्रम आहे? काय रे रामा?''

''मुनिवर्य सांगतील तसं वागायचं अशी आम्हाला पित्याची आणि गुरूंची आज्ञा आहे; तेव्हा मी काय सांगू?''

''विश्वामित्र, तुम्ही आता काय करणार उद्यापासून?''

''तसं काही ठरवलेलं नाही; पण तुम्हा मंडळींचा काय कार्यक्रम आहे?''

''मिथिलेचा जनकराजा अतिशय धर्मयुक्त यज्ञ करणार आहे. त्याचं आमंत्रण आलंय. आम्ही तिकडे जायचा विचार करतोय. तुम्हीही चला. तुम्ही आमचं नेतृत्व करा. राजाचा यज्ञ तुम्हीच पुरा करा.''

''काहीच प्रत्यवाय नाही. सध्या मला दुसरा यज्ञ करायचा नाही... असं केलं तर? या मुलांनाही नेलं तर?''

''नेऊ या...'' महाऋतू पुढे म्हणाले, ''सध्याचा मिथिलाधिपती जनकराजा मोठा धर्मनिष्ठ आहे. सदैव यज्ञयाग करत असतो.''

सुदेव म्हणाले, ''जनकराजाच्या कुळातले सगळेच राजे धर्मनिष्ठ, विद्वान आणि पराक्रमी म्हणून प्रसिद्ध आहेत. पूर्वी देवरात नावाचा जो जनकराजा होता त्याने एक महायज्ञ केला होता, तेव्हा प्रसन्न होऊन देवांनी त्याला एक अतिसामर्थ्यशाली धनुष्य दिलं होतं. ते महाप्रचंड धनुष्य यज्ञमंडपात कायम ठेवलेलं असतं. देव, गंधर्व, दैत्य आणि राक्षस यांपैकी कुणीही ते धनुष्य उचलू शकलेलं नाही. मग त्याला प्रत्यंचा लावणं तर दूरच... आणि मानवांना तर ते धनुष्य उचलताच येणार नाही.''

लक्ष्मण मध्येच म्हणाला, ''मुनिवर्य, ते महाधनुष्य आम्हाला पाहायला मिळेल का? देवांचं ते भव्य धनुष्य पाहायची उत्सुकता मला लागलीय.''

''नुसतं पाहायची उत्सुकता लागलीय असं काय म्हणतोस लक्ष्मणा?'' राम म्हणाला, ''मला तर ते उचलून त्याला प्रत्यंचा लावायची उत्सुकता आहे.''

विश्वामित्र प्रसन्नपणे उद्गारले, ''तथास्तु! रामा, उत्तम बोललास. माणसानं नेहमी सर्वोत्कृष्ट मिळेल अशीच इच्छा ठेवावी. बरं, आता झोपा. उद्या आपण सूर्योदयापूर्वीच निघू या.''

*

गंगेच्या उत्तर तीरावरील विशालनगरीतून राम-लक्ष्मणांना घेऊन विश्वामित्र मुनिगणांबरोबर मिथिलेकडे जायला निघाले. तेव्हा नगरद्वाराजवळ विशालनगरीचा राजा सुमती त्यांना पोहोचवायला आला होता. द्वारातून बाहेर पडताच राजाला विश्वामित्र म्हणाले, ‘‘आता तू परत जा. आम्ही आज संध्याकाळपर्यंत मिथिलेमध्ये पोहोचू.’’

त्यांना वंदन करून सुमती म्हणाला, ‘‘आपण सर्वजण आलात... मी धन्य झालो. आपल्या दर्शनानं कृतार्थ झालो. विशेष म्हणजे आमच्याच कुळातल्या दशरथाची पराक्रमी मुलं भेटली. यांच्या पराक्रमाच्या कथा ऐकून आनंद वाटला. मुनिवर्य, मिथिलेतील यज्ञ आटोपून परत जाताना येण्याचा अनुग्रह-’’

‘‘ते काही सांगता येत नाही. आज आम्ही चालत जातोय. कदाचित परत जाताना ही मुलं रथातून जातील; पुढचं कुणी पाहिलंय!’’

राम म्हणाला, ‘‘मुनिवर्य, आम्ही तुमच्याबरोबरच येणार. चालतच येणार. तुमच्याबरोबर प्रवास किती सुखाचा होतो! तुम्ही किती कथा सांगता. किती नवीन माहिती देता. तुमच्याबरोबर प्रवास करताना कितीतरी शिकायला मिळालं आम्हाला. आम्ही नाही रथातून जाणार!’’

‘‘बरं, ते बघू नंतर. त्याची चर्चा आज कशाला? चला, आता निघू लवकर.’’

निघण्यापूर्वी रामानं आणि लक्ष्मणानं सुमतीला वंदन केलं; तेव्हा सुमतीला त्यांच्या नम्रतेचं विशेष कौतुक वाटलं. विश्वामित्रांमागोमाग चालताना ते दोघे अश्विनीकुमारांसारखे शोभत होते. त्यांच्याकडे बघत राजा तिथेच उभा राहिला.

मध्यान्हीपर्यंत विश्वामित्र आणि बरोबरची मंडळी चालतच होती. प्रत्यही काही ना काही माहिती देणारे विश्वामित्र आज विशालनगरीतून बाहेर पडल्यापासून कुणाशी काहीच बोलले नव्हते. त्यांच्या अबोलपणामुळे बाकीची मंडळीही मुकाट्यानं चालली होती. विश्वामित्रांच्या पाठीमागून धनुष्यबाणधारी राम-लक्ष्मण आणि त्यांच्या मागे बाकीचे ऋषी चालत होते. विश्वामित्रांच्या अबोलपणाचं रामाला आश्चर्य वाटत होतं. मुनिवर कशाचा विचार करत असतील? पण त्यानं त्यांच्या विचारतंद्रीचा भंग केला नाही.

मध्यान्हीला एका वृक्षाखाली सर्वांनी भोजन उरकलं. विश्वामित्र लगेच उठून मुकाट्यानं चालायला लागले. मग बाकीची मंडळीही चालू लागली.

थोड्याच वेळात दूरवर मिथिलानगरी दिसू लागली. त्या नगरीतले पांढरेशुभ्र उंच प्रासाद पाहून रामाला अयोध्येची आठवण झाली. नगरीच्या प्रवेशद्वाराची पांढरीशुभ्र कमान उन्हात चमकत होती. नगरीच्या भोवताली हिरव्यागार वृक्षांनी युक्त वनराया होत्या. नगरीच्या प्रवेशद्वाराकडे जाणाऱ्या प्रशस्त रुंद मार्गाच्या दोन्ही बाजूंना अश्वत्थ, आम्र आणि अशोकाचे प्रचंड वृक्ष असल्यामुळे मार्गावर शीतल छाया

होती. उन्हातून चालून आल्यामुळे त्या शीतल मार्गाच्या दर्शनानंच सुख होत होतं.

महर्षी विश्वामित्र त्या मार्गाजवळ आल्यावर थांबले आणि राम-लक्ष्मणांना म्हणाले, "हे बाकीचे ऋषी मिथिलेत जातील; आपल्याला थोडा अवकाश आहे."

महाऋतू म्हणाले, "का? सगळेच जाऊ या की!"

"नाही, इकडे या वनात एक काम आहे. रामासाठी ते काम खोळंबलंय; तेव्हा याला आधी तिकडे नेतो."

विश्वामित्रांपुढे कोणी काही बोलणं शक्यच नव्हतं. सगळेजण मिथिलेकडे निघाले आणि राम-लक्ष्मणांना घेऊन विश्वामित्र जवळच्या वनाकडे वळले. काही अंतर चालून गेल्यावर एक जुना पण रम्य आश्रम दिसला. विश्वामित्र त्या आश्रमाच्या दिशेलाच वळले.

रामानं विचारलं, "मुनिवर्य, हा कुणाचा आश्रम? आणि हा निर्जन कसा?"

"हा गौतम मुनींचा आश्रम... त्या आश्रमात गेल्यावर तुला मी सारी कथा सांगतो."

राम-लक्ष्मण मुकाट्यानं विश्वामित्रांच्या मागून चालत राहिले. आश्रमाच्या परिसरात पोहोचल्यावर विश्वामित्र थांबले. आश्रमाचा परिसर स्वच्छ दिसत होता. यावरून तिथे कुणीतरी राहात असावं हे रामाच्या लक्षात आलं; पण आश्रमात हालचाल मात्र जाणवत नव्हती. मुनींच्या आश्रमातून नित्य ऐकू येणारे मंत्रोच्चार आणि तिथून बाहेर येणारा धूमाचा आणि सुगंधी द्रव्यांचा वास इथे नव्हता.

विश्वामित्रांनी द्वारतूनच हाक मारली, "अहल्ये, बाहेर ये. दशरथाचा पुत्र राम आलाय. त्याचं स्वागत कर."

क्षणार्धात आश्रमातून एक अतितेजस्वी पण कृश स्त्री आली आणि ती दारातच थबकली. रामानं चटकन पुढे जाऊन तिला वंदन केलं; पण त्याला आशीर्वाद देण्याऐवजी तीच त्याचे पाय धरून अश्रूमोचन करत राहिली. रामानं दोन्ही हातांनी तिला सावरलं. मग तिला हलकेच उचलत तो म्हणाला, "देवी, हे काय करता? मी तुमच्याहून सर्वार्थानं लहान... माझे पाय तुम्ही कसे धरता? ज्येष्ठांनी कनिष्ठांना आशीर्वाद द्यायचा. वंदन नाही करायचं."

अहल्या अस्फुट स्वरात म्हणाली, "तुझ्यापुरता या नियमाला अपवाद आहे रामा! तू माझा उद्धारकर्ता... तू येणार म्हणून इतकी वर्षं वाट पाहात जगले मी."

राम-लक्ष्मण गोंधळून गेले. अहल्येची आणि रामाची ओळखही नव्हती. राम मिथिलेला जाणार हे कुणाला माहीतही नव्हतं. मग ही वर्षानुवर्षं त्याची वाट पाहात कशी थांबली?

अहल्या पुढे म्हणाली, "मुनिवर्य, तुम्ही रामाला घेऊन येणार हे मला माहीत होतं. आज माझा उद्धार झाला; पण इतकी वर्षं मी इथे एखाद्या शीलेसारखी राहिले."

विश्वामित्र तिला म्हणाले, "अहल्ये, अगं तपस्विनी असलीस तरी तू गृहिणी होतीस हे विसरलीस वाटतं? या मुलांचं आदरातिथ्य विसरलीस का?"

अहल्या चटकन सावरली आणि आत जायला वळली. जाताना म्हणाली, "विसरेन कशी? रामाचं आदरातिथ्य केल्याशिवाय मी शापमुक्त कशी होईन?"

ती आत गेल्यावर विश्वामित्र म्हणाले, "रामा, आपण तिघे त्या पलीकडच्या आम्रवृक्षाखाली बसू या. तिथे मी तुम्हाला या अहल्येची कथा सांगतो."

विश्वामित्रांनी शापित अहल्येची कथा सांगायला प्रारंभ केला. राम-लक्ष्मण लक्षपूर्वक ऐकू लागले. आश्रमाजवळचे पशुपक्षीदेखील शांतपणे ती अद्भुत कथा ऐकू लागले-

गौतम मुनींचा तो शापित आश्रम पुष्कळ वर्षांपूर्वी स्वर्गाश्रमासारखा ऋषीमुनींनी गजबजून गेला होता. तिथे सदैव यज्ञयाग, मंत्रपठण चालू असायचं. गौतम ऋषी आणि अहल्या या दोघांनीही तिथे राहून उग्र तप केलं होतं.

पण एकदा अनर्थ घडला. गौतम मुनी आश्रमात नसताना अचानक इंद्र आश्रमाजवळ आला. अहल्येच्या सौंदर्याची कीर्ती ऐकून त्याच्या मनात तिची अभिलाषा उत्पन्न झाली होती. तो गौतम मुनींचाच वेष घेऊन आला आणि त्यानं आपल्या मनातली इच्छा अहल्येजवळ बोलून दाखवली. गौतमांसारखाच दिसणारा हा पुरुष गौतम नसून प्रत्यक्ष देवराज इंद्र आहे हे चाणाक्ष अहल्येनं ओळखलं. प्रत्यक्ष देवेंद्रानं आपली इच्छा धरावी याचा तिला आनंद वाटला आणि अधर्माची किंवा पाप-पुण्याची चाड न बाळगता ती स्वेच्छेनं त्याच्या स्वाधीन झाली. इंद्राचा कार्यभाग उरकल्यावर तो तृप्त झाला. अहल्याही संतुष्ट झाली.

ती प्रसन्नपणे त्याला म्हणाली, "देवराज, मी आज कृतकृत्य झाले; पण आता तुम्ही इथे थांबू नका. माझे पती यायची वेळ झालीय. ते आले तर आपल्याला दोघांनाही शाप देतील, तेव्हा तुम्ही आता जा."

इंद्र संतुष्ट झाला होता. घाईनं आल्या मार्गानं जायला निघाला, इतक्यात गौतम मुनी आश्रमाच्या दिशेनं येताना दिसले. गंगेमध्ये स्नान करून, समिधा-दर्भ घेऊन येणाऱ्या त्या तेजःपुंज मुनींचं दुरून दर्शन होताच इंद्र भ्यायला. तपोबलानं अत्यंत सामर्थ्यवान झालेले हे मुनिश्रेष्ठ आता आपलं भस्म करतात की काय या शंकेनं त्याचं मुख म्लान झालं. आपल्यासारखाच वेष करून आलेल्या इंद्राला गौतमांनी लगेच ओळखलं. तो कोणत्या हेतूनं आला होता हेही त्यांच्या ध्यानात आलं.

आश्रमात येताच समोरच अहल्या दृष्टीस पडली. तिचं प्रसन्न मुख आणि इंद्राची म्लान चर्या यावरून इंद्राचा हेतू साध्य झाल्याचंही त्या द्रष्ट्या मुनींच्या ध्यानात आलं.

त्याच क्षणी ते कडाडले, "अरे दुष्टा, तू माझाच वेष धारण करून हे निंद्य

कृत्य केलंस ना? मग आता भोग आपल्या पापाची फळं... आजपासून तू पौरुषहीन होशील... स्त्रीसुख घ्यायची पात्रता तुझ्यात उरणार नाही. चल, चालता हो-''

इंद्र थरथर कापत आश्रमाबाहेर पडला.

गौतम अहल्येकडे वळून म्हणाले, ''आणि तूही या पापाची फळं भोग. इथे एखाद्या शिलेसारखी राहा. तू शुद्ध झाल्याशिवाय मी तुझ्याकडे पाहणारही नाही. तू इथे एकटीच राहा... मनुष्यप्राण्याच्याच काय पण पशुपक्ष्यांच्याही दृष्टीला पडू नकोस. या आश्रमातच राहा. इथून बाहेर पडायचं नाही. मी चाललो.''

अहल्या ओंजळीत मुख झाकून रडू लागली. गौतमांनी पुन्हा मागे वळून पाहिलं. मग ते म्हणाले, ''अयोध्येच्या दशरथराजाचा मुलगा या वनात येईल, तेव्हा तू त्याचं आदरातिथ्य केलंस तर पापमुक्त होशील. तोच तुझा उद्धार करू शकेल आणि मगच तू माझ्याकडे ये.''

अहल्येचं रुदन आणखी वाढलं. अयोध्येच्या राजाला पुत्र नाही हे तिच्या कानावर आलेलं होतं. त्या राजाला पुत्र होणार, मग तो मोठा झाल्यावर या वनात येणार आणि तो आपल्याला भेटलाच तर आपण त्याचं आदरातिथ्य करणार... कसं काय शक्य होतं ते? कारण आश्रमाबाहेर जायचं नाही, कुणाच्या दृष्टीला पडायचं नाही असं गौतमांनीच सांगितलं होतं... या शापातून आपण कधीच विमुक्त होणार नाही असं अहल्येच्या मनात आलं; पण आपल्या तपोनिष्ठ द्रष्ट्या पतीचे शब्द कधीही खोटे ठरत नाहीत हेही तिला माहीत होतं.

तिनं मान वर करून पाहिलं. गौतम निघून गेलेले होते. त्या क्षणापासून त्या आश्रमात ती एकटीच वास करून होती. वर्षानुवर्षं तपश्चर्या करून पश्चात्तापदग्ध झालेली ती सुंदरी जगापासून अगदी अलिप्त राहिली होती. ती कुणाच्याही दृष्टीला पडत नसे. गौतम मुनींच्या त्या उजाड आश्रमाकडे कुणी फिरकतही नसे; त्यामुळे पतीच्या इच्छेनुसार ती शिलावत राहिली होती. मध्यरात्रीच उठून ती नित्यकर्म उरकायची आणि उरलेल्या काळात एकटीच आश्रमात ईशचिंतन करत बसायची.

ही कथा ऐकल्यावर रामानं आश्रमाच्या दाराकडे दृष्टिक्षेप टाकला. तेव्हा स्नान उरकून शुचिर्भूत झालेली अहल्या पूजासाहित्य घेऊन त्यांच्याचकडे येत होती. रामाचं आदरातिथ्य करताना तिच्या मनात येत होतं, *'रामानं माझा उद्धार केला. आता माझे पती लवकर भेटावेत.'*

रामाच्या मनात येत होतं, *'ही स्त्री शिलावत इथे पडून राहिली असली तरी तपःसामर्थ्यामुळे हिची कीर्ती आता अमर होईल.'*

विश्वामित्र म्हणाले, ''तथास्तु!''

रामानं चमकून त्यांच्याकडे पाहिलं. विश्वामित्र हसत म्हणाले, ''रामा, तुझ्या मनातला विचार स्तुत्य आहे. ही अहल्या अमर होईल. प्रातःस्मरणीय होईल आणि

अहल्ये, तुझ्याही मनातली इच्छा पूर्ण होईल. गौतम मुनी मला भेटले की, मी त्यांना सांगेन... किंवा मी सांगायची तरी काय आवश्यकता? त्या मुनिश्रेष्ठाला अंतर्ज्ञानानं सारं कळेल. ते लवकरच इकडे येतील.''

अहल्येचा आदरसत्कार स्वीकारताना रामाच्या मनातला संकोच नाहीसा झाला. त्यानं आनंदानं तिच्या आतिथ्याचा स्वीकार केला. आश्रमातल्या त्या अपूर्व सोहळ्यामुळे आसमंतातले पशुपक्षी आणि वृक्षवल्लीही आनंदी झाल्यासारख्या दिसत होत्या.

*

विश्वामित्रांनी जनकराजाच्या पूजेचा स्वीकार करून त्याला आशीर्वाद दिले आणि तृप्त मनानं त्याचं कुशल विचारलं.

जनकराजा म्हणाला, ''मुनिवर्य, आमचं कुशल आहे; पण आपण आला नाहीत म्हणून आम्ही चिंतेत होतो. आपल्याबरोबरचे अन्य ऋषी यज्ञाला प्रारंभ होण्यापूर्वीच इथे आले. आपण मागून येत असल्याचं त्यांनी सांगितलं. म्हणून आपली प्रतीक्षा करत होतो.''

विश्वामित्रांनी त्याला अहल्येची आणि तिच्या शापमुक्तीची कथा सांगितली. मग ते म्हणाले, ''आम्ही लगेच इकडे येणार होतो; पण अहल्येनं आग्रह केला. मग थांबावं लागलं. त्या रात्री गौतम मुनीही तिथे आले आणि त्यांनी अहल्येचा स्वीकार केला.''

गौतमपुत्र शतानंद आनंदानं म्हणाला, ''खरंच का मुनिवर्य? माझी माता शापमुक्त झाली? रामानं तिचा उद्धार केला ना?''

विश्वामित्र म्हणाले, ''हो, हो! मी तिची कथा रामाला सांगितली. तिचा उद्धार झाला. मग गौतम मुनींनी येऊन तिचा स्वीकार केला आणि आम्हाला आग्रहानं ठेवून घेतलं. त्यांच्या आतिथ्याचा स्वीकार करून, आम्ही तिथे राहिलो; म्हणून इथे यायला विलंब झाला.''

अहल्येच्या शापमुक्तीमुळे सर्वांना आनंद झाला. जनकानं विचारलं, ''मुनिवर्य, अहल्येसारख्या साध्वी, पतिव्रता आणि तपोनिष्ठ स्त्रीचा उद्धार करणारा हा कुमार आहे तरी कोण?''

''हे अयोध्येच्या दशरथाचे पुत्र!''

''दोघे बंधू अगदी अश्विनीकुमारांसारखे शोभतात.''

''हो तर! हा राम आणि तो लक्ष्मण! यांना तुझं प्रख्यात शिवधनुष्य पाहायची इच्छा आहे.''

जनकराजा म्हणाला, ''उदईक सकाळी दाखवता येईल ते धनुष्य! आता संध्याकाळ झालीय.''

राम म्हणाला, "मुनिवर्य, त्या धनुष्याची माहिती तरी आत्ता कथन करायला सांगा की!"

जनकराजा हसला आणि म्हणाला, "बरं सांगतो हं! निमीराजाचा ज्येष्ठ पुत्र देवरात हा आमच्या वंशातला राजा यज्ञ करत असताना देवांनी हे शंकराचं धनुष्य त्याला दिलं. त्यानं आणि पुढच्या सर्व जनकराजांनी ते जपून ठेवलं. हे धनुष्य पूर्वी रुद्रानं दक्षयज्ञाच्या वेळी सहज वाकवलं होतं आणि रागानं त्यानं देवांना घाबरवून सोडलं होतं. मग देवांनी त्याला प्रसन्न करून घेतलं, तेव्हा त्यानं ते धनुष्य देवांनाच दिलं आणि त्यांनी ते आमच्या पूर्वजाला दिलं. आम्ही नित्य त्याची पूजा करतो."

"मग तेव्हापासून त्याला कुणी प्रत्यंचा लावलीच नाही?" रामानं विचारलं.

"नाही ना! ते प्रचंड धनुष्य उचलण्याची शक्तीच कुणाच्या अंगात नाही; पण मी मात्र माझ्या कन्येसाठी त्याचा *पण* लावलाय."

"म्हणजे ती तुझी भूमिकन्याच ना?" विश्वामित्रांनी विचारलं.

"होय मुनिवर्य. यज्ञासाठी क्षेत्र शुद्ध करण्याच्या उद्देशानं मी जमीन नांगरू लागलो, तेव्हा ती मला प्राप्त झाली; म्हणून आम्ही तिचं नाव सीता ठेवलं. ती थोडी मोठी झाल्यावर तिला मागण्या येऊ लागल्या; पण ती वीर्यशुल्का असल्याचं सगळ्यांना सांगू लागलो."

"वीर्यशुल्का म्हणजे?" लक्ष्मणानं प्रश्न केला.

"होय, केवळ मागणी घालणाऱ्याला ती मिळणार नाही तर आपलं सामर्थ्य सिद्ध करून दाखवणाऱ्यालाच माझी कन्या मिळेल... जो कुणी शिवधनुष्य सज्ज करू शकेल त्याला मी सीता देईन असा हा *पण* आहे. तिच्या प्राप्तीसाठी आपलं वीर्य सिद्ध करून दाखवण्याचं शुल्क द्यावं लागेल! मुनिवर्य, या माझ्या पणामुळे मला पुष्कळांचं शत्रुत्व पत्करावं लागलंय..."

जनकराजाचा *पण* पुरा करण्याचे प्रयत्न अनेक राजांनी केले होते; पण एकालाही यश लाभलं नव्हतं, तेव्हा त्यांचं सामर्थ्य अपुरं आहे असं समजून राजानं त्यांना कन्या देण्याचं नाकारलं होतं. आपल्या सामर्थ्याविषयी शंका घेणाऱ्या राजाचा त्यांना राग आला आणि त्यांनी एकत्र येऊन जनकराजाच्या मिथिलेला वेढून टाकलं. हा वेढा वर्षभर होता. त्या काळात मिथिलानगरीचा बाह्य जगाशी संपर्कच तुटल्यामुळे सर्व साधनसामग्री संपून गेली. प्रजेला त्रास व्हायला लागल्यानं जनकराजा त्रस्त झाला. त्यानं तपश्चर्या करून देवांना प्रसन्न करून घेतलं; तेव्हा देवांनी त्याला चतुरंग सेना दिली. त्या सेनेच्या साह्यानं जनकानं त्या राजांना पिटाळून लावलं.

विश्वामित्र म्हणाले, "बरं, उद्या या मुलांना ते धनुष्य दाखव."

दुसऱ्या दिवशी सकाळी जनकराजाच्या सेवकांनी नगरीतलं ते धनुष्य ओढत यज्ञभूमीत आणून ठेवलं. लोहसंदुकेत ठेवलेलं ते प्रचंड धनुष्य ओढण्यासाठी

शक्तिमान अशा अनेक धष्टपुष्ट सेवकांची योजनाच केलेली होती. धनुष्याच्या पेटीला आठ चाकं लावलेली होती. विश्वामित्रांबरोबरचे मुनी चकित होऊन त्या धनुष्याच्या पेटीकडे पाहात राहिले.

जनकराजानं सांगितलं, "मुनिवर्य, आमच्या जनकवंशाकडे ठेव म्हणून ठेवलेलं हे शिवधनुष्य- याला प्रत्यंचा लावून सिद्ध करणं आजवर कुणालाच जमलेलं नाही. देव, राक्षस, यक्ष, गंधर्व, किन्नर- सारेच- या धनुष्यापुढे निष्प्रभ ठरले. अशा प्रत्येकानं आणि जनकराजांनी वर्षानुवर्षं पूजा करून ठेवलेलं हे धनुष्य-"

"रामा," विश्वामित्र म्हणाले, "ती संदूक उघड आणि धनुष्य बघ."

विश्वामित्रांची आज्ञा ऐकून राम उठला आणि त्यानं ती भव्य पेटी उघडून ते दिव्य धनुष्य पाहिलं. "हे धनुष्य उचलता येतं का पाहू?" त्यानं विश्वामित्रांकडे अनुमती मागितली.

विश्वामित्रांनी आणि जनकराजानंही संमती दिल्यावर रामानं ते धनुष्य डाव्या हातात मधोमध धरलं आणि सहज उचललं. मग त्यानं एकवार त्या धनुष्याकडे पाहिलं आणि उजव्या हातानं त्याच्यावर सहज प्रत्यंचा चढवली. प्रत्यंचा आकर्ण ओढली. डाव्या हाताची मूठ धनुष्यासह आणखी मागे घेतली. त्याबरोबर ते धनुष्य प्रचंड आवाज करत मोडलं. जमलेल्या लोकांना प्रचंड भूकंप झाल्यासारखा भास झाला. त्या आवाजानं सगळेचजण हादरले. कित्येकांना मूर्च्छा आली. बाकीचे सगळे मंत्रमुग्ध होऊन बघत राहिले. भानावर होते फक्त विश्वामित्र, जनकराजा आणि राम-लक्ष्मण...

काही क्षणांतच सगळे लोक सावध झाले. जनकराजा एकदम उठून रामाजवळ गेला. त्याच्या मस्तकाचं अवघ्राण करून म्हणाला, "धन्य रामा! मोठमोठ्या राजांनाही साधलं नाही ते तू सहज करून दाखवलंस... मुनिवर्य, माझी कन्या अविवाहित राहणार की काय ही माझी भीती आज या रामानं निष्फळ ठरवली. माझ्या कन्येला रामानं जिंकलं. आता माझी प्राणाहून प्रिय असलेली सीता मी रामाला देणार!"

विश्वामित्र म्हणाले, "अयोध्येला दशरथाकडे संदेश पाठव. त्याला परिवारासह येण्याचं आमंत्रण दे."

जनकराजानं लगेच वेगवान रथातून आपल्या मंत्र्याला अयोध्येकडे पाठवलं. मग तो विश्वामित्रांना म्हणाला, "माझी सीता किती भाग्यवान! इक्ष्वाकु कुलातल्या पराक्रमी, बुद्धिमान राजपुत्राशी तिचा विवाह होतोय... मुनिवर्य, माझी कन्या वीर्यशुल्का असल्याचं मी घोषित केल्यापासून अनेक राजांनी तिच्या प्राप्तीसाठी प्रयत्न केले. केवळ सामर्थ्यानं *पण* जिंकणं शक्य होतं; त्यामुळे सामर्थ्यवान पण दुष्ट असा एखादा राक्षसराज *पण* जिंकेल की काय असं मला वाटायचं."

विश्वामित्र म्हणाले, ''सीतेला योग्य असा वर अयोध्येत जन्मला होता. राजा, तुझी सीता भूमिकन्या आणि हा राम विष्णूचा अंश- दोघांचाही जन्म यज्ञामुळे झालेला. परस्परांना इतके योग्य पतिपत्नी कुठे सापडणार?''

जनकानं विचारलं, ''हे दोघे परस्परांना रूपगुणांनी अनुरूप आहेत; त्यामुळे माझी सीता याच्या सहवासात सुखी होईल, नाही का?''

''होय, याच्या सहवासात असताना ती सुखीच असेल.''

विश्वामित्रांचं बोलणं ऐकून जनकराजा चमकला, ''म्हणजे काय मुनिवर्य? पतिपत्नी परस्परांच्या सहवासात असायची नाहीत तर कुणाच्या?''

विश्वामित्र गंभीर झाले. शंकेनं आणि भीतीनं राजाच्या पितृहृदयाचा थरकाप उडाला. गंभीर सुरातच विश्वामित्र म्हणाले, ''पुढे घडणाऱ्या गोष्टींची चर्चा आजच कशाला? पण जनका, मी एक सांगतो, तुझी कन्या महान पतिव्रता होणार. प्रातःस्मरणीय नारी होणार, तेव्हा तू निष्कारण तिची चिंता करू नकोस. भविष्यकालातल्या संकटाच्या कल्पनेनं चिंतातुर होण्यापेक्षा माणसानं वर्तमानकालातल्या सुख-दुःखाचा विचार करावा. आता तू विवाहाच्या सिद्धतेला लाग.''

विश्वामित्रांची आज्ञा शिरसावंद्य मानून जनकराजा नगरीकडे जायला निघाला.

*

विवाहसोहळा उरकला तरीही मिथिलेत आनंदोत्सव चालू होता. राजकन्यांच्या विवाहासाठी जमलेले राजे आणि इतर लोक परत जायला लगेच निघाले होते; पण जनकराजानं अतिशय आग्रहानं सगळ्यांना ठेवून घेतलं होतं. दशरथ राजाला तर तो जायचं नावच काढू देत नव्हता.

विश्वामित्रांसारख्यांचं मन मात्र मिथिलेतल्या त्या विवाहसोहळ्यात रमत नव्हतं. ते जनकराजाला म्हणाले, ''राजा, तुझ्या यज्ञासाठी म्हणून मी आलो. यज्ञ उरकला. तुझ्या कन्यांचा विवाहविधीही उरकला. आता किती दिवस इथे राहायचं? आता उद्या सकाळी मी निघणार. मला उत्तरपर्वतावर जायचंय.''

वसिष्ठ म्हणाले, ''राजा, आता आम्हालाही परत जायची अनुमती दे. अयोध्येचा राजा राज्याबाहेर किती दिवस राहायचा? शिवाय राम-लक्ष्मण तर अयोध्येबाहेर पडले, त्याला कितीतरी महिने उलटलेत. राजपुत्रांना आणि राजस्नुषांना बघायला प्रजाजन उत्सुक आहेत; तेव्हा आम्हीही उद्या निघतो.''

जनकराजानं मग विशेष ताणून धरलं नाही. तो इतकंच म्हणाला, ''मुनिवर्य, तुम्हा सर्वांच्या सहवासाचं सुख लुटावं तितकं कमीच वाटणार! पण तुम्ही म्हणता तेही खरंच. राजानं राज्याबाहेर अधिक काळ राहू नये... राजन, मी तुम्हाला अनुमती देतो. सुदामाला सांगून तुमच्या गमनाची व्यवस्था करतो.''

जनकाचा मंत्री सुदाम लगेच व्यवस्थेला लागला. दशरथ म्हणाला, ‘‘एका विवाहासाठी म्हणून इथे आलो आणि चौघा मुलांचे विवाह उरकून चाललो.’’

जनक उत्तरला, ‘‘मला सगळ्यात चिंता होती ती सीतेची. तिच्या विवाहासाठी मी लावलेला *पण* पूर्ण झाला...तिला रामासारखा पती मिळाला. ऊर्मिलेची मला विशेष चिंता नव्हती. बाकीचे विवाह मात्र अगदीच अनपेक्षित!’’

शिवधनुष्यभंगानंतर सीतेचं रामाशी लग्न होणार हे निश्चित ठरलं. जनकराजानं आपल्या मंत्र्यांना लगेच अयोध्येला पाठवलं. त्यांच्याकडून दशरथाला सर्व हकिगत समजली. राम-लक्ष्मण विश्वामित्रांबरोबर गेल्यावर रामानं ताटकेचा आणि मारीच-सुबाहूचा वध केल्याचं अयोध्येत कळलं होतं. तिथून पुढे राम-लक्ष्मण विश्वामित्रांबरोबर यज्ञासाठी मिथिलेला गेल्याचंही कळलं होतं; पण जनकराजाचं शिवधनुष्य मोडल्याचं आणि रामाचा सीतेशी विवाह ठरल्याचं मात्र मिथिलेहून आलेल्या मंत्र्यांकडूनच कळलं होतं.

दशरथराजा आपल्या सैन्यासह आणि इतर परिवारासह दुसऱ्या दिवशी निघाला. विपुल द्रव्य आणि रत्नं त्यानं आपल्याबरोबर घेतली होती. कोषासह सैन्य आधीच बाहेर पडून चालू लागलं होतं. मग शिबिका, रथ आदी वाहनं यातून सर्व मंडळी निघाली. चारच दिवसांत सर्वजण मिथिलेत पोहोचले. दुसऱ्या दिवशी जनकाच्या कुलाचाराप्रमाणे वसिष्ठांनी दशरथाच्या वंशाची थोर परंपरा सांगितली. त्यानंतर जनकाच्या कुलाचं वर्णन केलं.

आणि अखेरीस जनक हात जोडून म्हणाला, ‘‘माझी वीर्यशुल्का सीता देवकन्येसारखी आहे. ती मी रामाला देतो आणि माझी दुसरी कन्या ऊर्मिला लक्ष्मणाला देतो... मुनिवर्य, या दोन्ही कन्यांचा या दोन्ही राजपुत्रांनी स्वीकार करावा... दशरथा, तुम्ही आता राम-लक्ष्मणांचा गोदानसंस्कार करा. मग नांदीश्राद्ध करून विवाहसंस्कार होईल. आज मघा नक्षत्र; तेव्हा उत्तराफाल्गुनी नक्षत्रावर विवाह करावेत-’’

‘‘म्हणजे तीन दिवस मध्ये आहेत.’’ वसिष्ठांनी म्हटलं.

विश्वामित्रांनी विचारलं, ‘‘जनका, या कुशध्वजाच्या दोन कन्या आहेत ना? त्यांचे विवाह झाले का?’’

‘‘नाही झाले. माझ्या या बंधूंच्या कन्याही सुंदर, सद्‌गुणी आहेत. हा कुशध्वज माझा सख्खा धाकटा भाऊ! आमचे पिता ऱ्हस्वरोम यांनी मला हे राज्य दिलं आणि कुशध्वजाला सांभाळायला सांगून ते वानप्रस्थाश्रमी झाले. काही दिवसांनी सांकाशा नगरीच्या सुधन्वा राजानं मिथिलेला वेढा घातला. त्याला सीता हवी होती. ती मी दिली नाही, तेव्हा आमचं युद्ध होऊन सुधन्वा मारला गेला. मग त्याचं राज्य मी कुशध्वजाला दिलं. या कुशध्वजाची थोरली मांडवी आणि धाकटी श्रुतकीर्ती!’’

विश्वामित्र म्हणाले, ‘‘या दोघींचे विवाह भरत-शत्रुघ्नशी लावले तर?’’

''उत्तम! उत्तम! मला मान्य आहे हा संबंध! दशरथ आणि कुशध्वजाला-''

''मान्य, मान्य!'' दोघेही एकदम उत्तरले.

आणि मग दशरथाच्या चारी पुत्रांचे विवाह झाले. मिथिलानगरी आनंदोत्सवानं गजबजून गेली. जनकानं कन्यांबरोबर पुष्कळ द्रव्य दिलं. लक्षावधी गायी दिल्या. उत्तम वस्त्रं दिली. गज, अश्व, रथ आणि पदाती दिले. उत्तमोत्तम दासदासी दिल्या. दशरथानंही जनकराजाला अनेक उपायानं दिली. ब्राह्मणांना गायी दिल्या.

सुमुहूर्तावर दशरथराजानं अयोध्येकडे प्रयाण केलं.

*

प्रयाणासाठी सुमुहूर्त पाहिला असला तरी मार्गात संकटं येण्याची लक्षणं दिसू लागली. ससैन्य चाललेल्या दशरथाच्या समोर कर्णकटू आवाजात पक्षी ओरडू लागले; त्यामुळे सर्वांचा थरकाप उडाला. हिंस्र पशूही सैन्याला उजवी घालून पुढे जाऊ लागले.

दशरथ वसिष्ठांना म्हणाला, ''मुनिवर्य, हे पक्षी भयानक आवाज करताहेत आणि हे पशूही उजवी घालून जाताहेत... माझं मन अस्वस्थ झालंय.''

''राजा, पक्ष्यांच्या आवाजातून भय सूचित होत असलं तरी हे पशू उजवी घालताहेत हे शुभसूचक आहे... म्हणजेच संकट आलं तरी आपण त्यातून सुखरूप बाहेर पडू.''

दशरथाचं शरीर थरथरू लागलं. त्याचा आवाज फुटेना. आपल्या नवविवाहित पुत्रस्नुषांची त्याला चिंता वाटू लागली. मिथिला बरीच मागे राहिली होती आणि अयोध्या पुष्कळ दूर होती; त्यामुळे कुठूनच साह्य मिळण्याची आशा नव्हती.

पित्याच्या मनाची अवस्था जाणून राम म्हणाला, ''तात, तुम्ही मुळीच चिंता करू नका. कोणतंही संकट आलं तरी आम्ही चौघे बंधू मिळून त्याला सामोरे जाऊ आणि यशस्वी होऊ.''

रामाचं बोलणं चालू असतानाच प्रचंड वेगाचा वारा सुटला. मोठमोठे वृक्ष समूळ उन्मळून पडले. धुरळ्यामुळे समोरचं काही दिसेना. सैन्याची धूळदाण उडाली. सर्वजण भांबावून गेले. काय घडतंय हेच कुणाला कळेना.

अचानक वसिष्ठऋषी म्हणाले, ''अरे, हा भार्गवपुत्र की काय? निश्चित तोच... दशरथा, बघ हा किती उंच आहे आणि त्याचं तेज बघ- अग्निसारखं आहे! आपण जप, होम करू या.''

भार्गवपुत्र राम येतोय हे कळल्यावर सगळे भीतीनं गप्प झाले. दशरथाला तर भीतीमुळे काय करावं ते सुचेना.

वामदेव हळूच म्हणाले, ''का हो जाबाली, या भार्गवरामानं पूर्वी क्षत्रियांचा

उच्छेद केला होता ना?''

"होय, पित्याचा वध झाला, तो याला सहन झाला नाही म्हणून यानं क्षत्रिय कुलाचा वध केला... होय ना मुनिवर्य?''

वसिष्ठांनी मान डोलवली, "अरे बाबांनो, नुसता वध नव्हे यानं हत्याकांडच केलं.''

"मग आता कशाला येतोय इकडे?'' कश्यपांनी विचारलं, "यानं पुन्हा क्षत्रियजाती नष्ट करायचं ठरवलंय की काय?''

वसिष्ठ म्हणाले, "त्याचा हेतू काही का असेना? आपण त्याची पूजा करू. ब्राह्मणाची पूजा करताना मनात विकल्प कशाला? चला, तो आलाच बघा...''

वसिष्ठांनी थोडं पुढे होऊन परशुरामाचं स्वागत केलं. त्याची यथोचित पूजा केली. परशुरामानं त्या पूजेचा स्वीकार केला. मग त्यानं विचारलं, "या दशरथाचा राम कुठाय?''

रामानं चटकन पुढे येऊन भार्गवपुत्राचे पाय धरले; तेव्हा तो म्हणाला, "तू महान वीर आहेस असं कानावर आलंय माझ्या... जनकाजवळ असलेलं शिवधनुष्य तू सहज मोडलंस ना?... पण त्यात अद्‌भुत काहीच नव्हतं. सामान्य जनांना त्या तुझ्या पराक्रमाचं आश्चर्य वाटलं असेल; पण मला नाही वाटत. मी त्याच्यापेक्षा प्रचंड आणि अवजड धनुष्य आणलंय. या धनुष्याला तू बाण लावून दाखव... पाहू या तुला हे जमतं का? आणि तू बाण लावलास तर मी तुझ्याशी द्वंद्वयुद्ध करीन. या द्वंद्वामुळे जगतात तुझी कीर्ती पसरेल.''

दशरथ हात जोडून विनवणी करू लागला, "भार्गवरामा, तुम्ही महातपस्वी ब्राह्मण आहात. पित्याच्या वधानंतर तुम्ही रागानं पृथ्वी निःक्षत्रिय केलीत. अजून तुमचा राग शांत झाला नाही का? तुम्ही या माझ्या पुत्राशी द्वंद्वयुद्ध करणार? अहो, हा तर अल्पवयीन आहे. तुम्ही याचा वध केलात तर आम्ही जगणार नाही... अहो, मी तर ऐकलंय की, तुम्ही पूर्वी ही सर्व पृथ्वी कश्यप मुनींना दिली होती. इंद्रासमोर शस्त्रत्यागाची प्रतिज्ञा केली होती आणि महेंद्र पर्वतातील वनात जाऊन राहिलात. मग आज माझ्या पुत्राला-''

दशरथानं हात जोडून विनंती केली तरी त्याच्याकडे पूर्ण दुर्लक्ष करून परशुराम रामाला म्हणाला, "ही दोन श्रेष्ठ धनुष्यं विश्वकर्म्यानं महायत्नांनी निर्माण केली होती. त्यांपैकी एक त्र्यंबकाला पूर्वी देवांनी दिलं होतं. ते तू मोडलंस. हे दुसरं धनुष्य देवांनी विष्णूला दिलं होतं. हे वैष्णवधनुष्यही त्या शिवधनुष्यासारखंच आहे.''

राम एकाग्रचित्तानं ऐकत होता. आपण एक शिवधनुष्य सहज मोडलं. आता हे दुसरंही सहज मोडू असा विश्वास त्याच्या काळ्याभोर तेजस्वी नेत्रांमध्ये चमकत होता.

त्याच्या चमकदार मुखाकडे पाहात परशुराम पुढे म्हणाला, "ते शिवधनुष्य आणि वैष्णवधनुष्य सामर्थ्यात समान होतं. त्रिपुरासुराचा वध झाला, तेव्हा सगळ्या देवांनी ब्रह्मदेवाला विचारलं की, शिव आणि विष्णू यांच्यात श्रेष्ठ कोण? या प्रश्नाचं उत्तर देण्यासाठी ब्रह्मदेवानं त्या दोघांत वाद निर्माण केला. त्या दोघांचं तुमुल युद्ध झालं. विष्णूनं महापराक्रम करून शिवधनुष्याला जर्जर केलं; त्यामुळे शिवापेक्षा विष्णू सामर्थ्यवान ठरला. तू ज्याचा भंग केलास ते शिवधनुष्य जर्जर झालं होतं."

"हे विष्णूचं धनुष्य तुमच्याकडे कसं आलं?" वसिष्ठांनी पृच्छा केली.

"ते जर्जर झालेलं धनुष्य रुद्रानं विदेह देशाच्या देवरात राजाला दिलं आणि विष्णूनं हे धनुष्य माझे पितामह ऋचिक यांना दिलं. माझे पिता जमदग्नी यांचं तपोबल महान होतं; पण त्यांना कमी लेखून कार्तवीर्य अर्जुनानं त्यांचा वध केला; तेव्हा मी अनेक वेळा त्याच्या कुलाचा उच्छेद केला. ही सारी पृथ्वी जिंकून घेतली. पुढे मी यज्ञात कश्यपाला पृथ्वीचं दान दिलं आणि महेंद्र पर्वतात जाऊन राहिलो. आता रामानं शिवधनुष्याचा भंग केल्याचं कळल्यावर आलो. आता रामा, तू या धनुष्याला बाण लाव."

राम अत्यंत नम्रपणे मृदू स्वरात म्हणाला, "भगवन्, पित्याच्या ऋणातून मुक्त होण्यासाठी तुम्ही क्षत्रियांना मारलंत हे खरं; पण तुम्ही माझ्या सामर्थ्याचा अकारण अवमान का करता?"

हे बोलत असतानाच रामानं परशुरामाचं धनुष्य आणि बाण घेतला. मनात संताप मावत नव्हता तरी अत्यंत नम्रपणे तो भार्गवरामाला म्हणाला, "तुम्ही ब्राह्मण आहात; म्हणून मला पूज्य आहात. शिवाय तुम्ही विश्वामित्रांच्या भगिनीचे पौत्र आहात, म्हणून केवळ मी तुमच्यावर बाण सोडत नाही; पण तुमची गती आणि तपोबलानं तुम्ही जे साध्य केलंय ते मात्र नष्ट करावं असं मला वाटतं."

विष्णूचं धनुष्य घेतलेल्या रामाकडे पाहताच परशुरामाचे नेत्र दिपले. कृष्णवर्णी, तेजःपुंज, सामर्थ्याबद्दल विश्वास असलेला राम त्याला त्या क्षणी साक्षात् विष्णूच भासला. आपलं वैष्णवधनुष्य आपल्यापेक्षा रामाच्या हातातच अधिक शोभून दिसतंय असं त्याच्या मनात आलं. इतके दिवस परशुरामाची ख्याती ऐकूनच क्षत्रिय तेजोहीन होत; पण रामावर मात्र त्याच्या सामर्थ्याचा परिणाम झाला नव्हता; त्यामुळे परशुरामाला वाटलं, आपलं तेज, आपलं सामर्थ्य नष्ट झालंय. हे जाणवल्यामुळे तो शिलेसारखा जड झाला. रामाचं तेज त्याला सहन होईना. इतका वेळ तो आवेशानं बोलत होता; पण तो आवेश आता मावळला होता. त्याची मुद्रा म्लान झाली होती.

हळू आवाजात तो म्हणाला, "पूर्वी मी कश्यपाला ही पृथ्वी दिली तेव्हा कश्यप मला म्हणाला की, तू इथे राहिलास तर क्षत्रियांना झोप येणार नाही, तेव्हा तू इथे राहू नकोस. त्याची आज्ञा मानून मी रात्री पृथ्वीवर राहात नाही. म्हणून माझी गती

तू नष्ट करू नकोस. गुरूंची आज्ञा पाळण्यासाठी मी मनोवेगानं महेंद्र पर्वतावर जाईन; पण मी तपश्चर्येनं साध्य केलेले उत्तम लोक तू नष्ट कर.''

सगळे लोक नवलानं परशुरामाकडे पाहू लागले. त्यांच्या दृष्टीतला अभिप्राय जाणून तो म्हणाला, ''हा राम तेजस्वी आहे. हा विष्णूचा अंश आहे, तेव्हा यानं मला पराभूत केलं तरी मला काही वाटत नाही.''

परशुराम बोलत असतानाच रामानं वैष्णवधनुष्याला प्रत्यंचा जोडली आणि बाण सोडला. क्षणार्धात परशुराम अतिवेगानं महेंद्र पर्वताकडे निघून गेला. तत्क्षणी रामाच्या अंगावर पुष्पवृष्टी झाली. त्यानं चमकून वर पाहिलं. तो ज्या वृक्षाखाली उभा होता त्या वृक्षाची सुगंधी फुलं वाऱ्यामुळे त्याच्या अंगावर पडत होती.

वामदेव म्हणाले, ''देवांनी आनंदानं पुष्पवृष्टी केली. आज रामाच्या पराक्रमामुळे देवही संतुष्ट झाले. हा बघ वरुणराजही आलाच.''

आकाशातून पर्जन्यवृष्टी होऊ लागली. रामानं क्षणभर हातातल्या भग्न वैष्णव-धनुष्याकडे पाहिलं. मग शांतपणे ते धनुष्य खाली ठेवलं. पर्जन्याचा वेग वाढला होता. जलधारांनी त्या भग्न वैष्णवधनुष्याला वेढलं. राम चटकन मागे वळला. त्यानं वसिष्ठ-वामदेव आणि इतर गुरूंना वंदन केलं. मग तो आपल्या पित्याकडे वळला.

नमस्कार करण्यासाठी समोर वाकलेल्या आपल्या प्रिय पुत्राला जवळ घेताना दशरथाच्या मनात आलं, *'पराक्रमानं उन्मत्त झालेल्यांचा गर्व नाहीसा करण्यासाठीच याचा जन्म आहे का? आता गृहस्थाश्रमाची सुखं तरी याला लाभणार की नाही? की हा असाच वणवण करत राहाणार?'*

आपल्या मनात असा अनिष्ट विचार का यावा ते दशरथाला कळेना. आता अयोध्येत गेल्यावर शक्य तितक्या लवकर रामाला राज्याभिषेक करायचा, असं दशरथानं मनाशी ठरवलं. राजा झाल्यावर अपाततःच तो नगरीत राहील आणि सारी राजसुखं भोगील असा विचार मनात येऊन दशरथाचं चित्त थोडं शांत झालं. रामाला त्वरित राज्याभिषेक करायच्या विचारानं दशरथाचं मन उल्हसित झालं. त्याचा मनोरथ अयोध्येत जाऊन पोहोचला आणि त्याचं मन राज्याभिषेक पाहू लागलं; पण भवितव्याच्या पडद्यापलीकडे मात्र त्या मनोरथाला पोहोचता येणार नव्हतं. त्या पडद्यापलीकडची दृश्यं दशरथाला दिसली असती तर...

अयोध्याकांड

राजसभेत देशोदेशीच्या राजांसाठी विविध प्रकारची आणि वेगवेगळ्या आकारांची आसनं ठेवलेली होती. अयोध्येतल्या लोकप्रतिनिधींसाठी स्वतंत्र व्यवस्था केली होती. अनेक वर्षांत अशी भव्य सभा झाली नव्हती. दशरथानं अचानक कशासाठी ही सभा भरवली आहे हे कुणालाच कळत नव्हतं. जमलेल्या राजांमध्ये आणि लोकप्रतिनिधींमध्ये तीच कुजबूज चालू होती.

प्रत्येकजण दुसऱ्याला विचारत होता, ''काय हो, कशासाठी ही सभा भरलीय?''

उत्तर मिळत होतं, ''काही कल्पना नाही.''

कुणीतरी म्हटलं, ''राजांचा राजसूय यज्ञ करायचा विचार असेल!''

''पण त्यासाठी आता देशोदेशींच्या राजांना आणि लोकप्रतिनिधींना बोलावण्याची काय आवश्यकता? राजसूय यज्ञाच्या वेळी आमंत्रण आलं असतं तर आम्ही आलोच असतो.''

''हे अंगराज रोमपाद महाराजांचे मित्र आहेत. कदाचित यांना काही माहीत असेल.''

रोमपाद हसला, ''नाही मित्रांनो, मलाही कल्पना नाही. दशरथानं वसिष्ठांना आणि सुमंत्रालाच केवळ विश्वासात घेतलंय. यावरून मला असं वाटतं की, सभेचा विषय विशेष महत्त्वाचा असावा आणि तो सर्वमान्य होईल की नाही अशी दशरथाला चिंता वाटत असावी.''

''ही चिंता अनाठायी आहे. दशरथमहाराज जे काही ठरवतील ते या राजांना आणि लोकप्रतिनिधींना मान्यच होईल. कारण मांडलिकराजांना आणि लोकप्रतिनिधींना

अमान्य होईल असं दशरथमहाराज काय ठरवणार आहेत?''

''तरीही आपला विचार इतरांना मान्य होईल की नाही याची चिंता त्याला वाटत असावी.''

''महाराज काही चिंतातुर दिसत नाहीत. उलट उल्हसित दिसतात. त्यांनी किती उत्साहानं आपलं सर्वांचं स्वागत केलं. मला वाटतं, त्यांची योजना सर्वांना सुखदायकच असणार.''

इतक्यात उच्चासनावर बसलेला दशरथराजा उठला आणि त्यानं सभेला उद्देशून म्हटलं, ''सावधान!''

त्याच्या गंभीर स्वराचा परिणाम होऊन सभेत शांतता पसरली. दशरथराजा कसली घोषणा करतोय ते ऐकण्याच्या उत्सुकतेनं सगळे लक्ष देऊन त्याच्याकडे पाहू लागले.

दशरथानं वसिष्ठ-वामदेवादी गुरूंना वंदन केलं आणि त्यांच्या अनुमतीनं त्यानं बोलण्यास प्रारंभ केला.

''गुरुजन आणि सभासद, आज मी एक महत्त्वपूर्ण घोषणा करणार आहे. माझ्या योजनेला तुम्हा सर्वांची मान्यता असावी अशी माझी इच्छा आहे. आमच्या इक्ष्वाकु वंशाचं हे राज्य मी पूर्वजांप्रमाणेच दक्षतेनं सांभाळलं. प्रजाजनांचं यथाशक्ती रक्षण केलं; पण आता मी वृद्ध झालोय, थकलोय. या राज्याचं रक्षण मी किती वर्षं करणार? आता मला विश्रांतीची गरज आहे. म्हणूनच या सर्व द्विजश्रेष्ठांच्या संमतीनं मी हे राज्य रामाच्या स्वाधीन करणार आहे. तुम्हा सर्वांची अनुमती असेल तर शक्य तितक्या लवकर रामाला राज्याभिषेक करण्याची माझी इच्छा आहे; पण तुमची सर्वांची काय इच्छा आहे ते मला जाणून घ्यायचं आहे. माझी इच्छा काहीही असली तरी राज्य करण्यास राम योग्य नाही, असं तुम्हाला वाटत असेल तर तसं स्पष्टपणे सांगा. आपण सर्वांनी तटस्थपणे विचार करून काय तो निर्णय करावा.''

एवढं बोलून राजानं सगळ्या सभेवरून एकवार दृष्टी फिरवली आणि त्याच्या लक्षात आलं की, आपल्या विचाराला सभा अनुकूल आहे. राजाचं बोलणं संपताच सभागृहात कुजबूज सुरू झाली. सर्व राजांनी आपलं प्रतिनिधित्व अंगराजाला दिलं. लोकप्रतिनिधींनी सुमंत्राला आपलं प्रतिनिधित्व दिलं. हलक्या स्वरात प्रत्येकजण आपल्या प्रतिनिधीजवळ आपलं मत व्यक्त करू लागला.

बऱ्याच वेळानंतर रोमपाद उठला आणि उच्च स्वरात बोलू लागला. त्याबरोबर सभागृहात शांतता पसरली. रोमपाद सांगत होता, ''इथे जमलेल्या राजांपैकी कुणाचाही रामाच्या राज्याभिषेकाला विरोध नाही. दशरथमहाराज वृद्ध झाले आहेत, तेव्हा रामाला राज्याभिषेक करायला प्रत्यवाय नाही असंच सगळ्यांना वाटतं.''

रोमपाद खाली बसल्यावर सुमंत्र उठला आणि म्हणाला, ''लोकप्रतिनिधींचं

मतही असंच आहे. रामाला शक्य तितक्या लवकर राज्याभिषेक व्हावा...''

हे ऐकताच सदस्यांनी टाळ्या वाजवून आनंद व्यक्त केला. दशरथाची वृद्ध मुद्रा आनंदानं अधिकच सुरकुतली. आनंदानं त्याची जराजर्जर कृश काया थरथरू लागली. किंचित कापऱ्या आवाजात तो बोलू लागला, ''सभासद जनहो, तुम्ही माझ्या प्रश्नाचं उत्तर इतक्या त्वरेनं दिलंत की, त्यामुळे माझ्या मनात एक शंका निर्माण झाली आहे. खरं उत्तर द्याल?''

सर्वांनी माना डोलवल्या.

''मग सांगा तर... मी हे राज्य धर्मानं करतोय. तरीही रामाला राज्याभिषेक व्हावा, असं तुम्हाला का वाटतं?''

सभागृहात एक क्षणभर शांतता पसरली. मग पुन्हा कुजबूज सुरू झाली. थोड्या वेळानं पुन्हा रोमपाद उठला आणि सांगू लागला, ''या राजांचं आणि इतर सदस्यांचं मत काय आहे ते मी सांगतो. राम पराक्रमी आहे, गुणवान आहे. त्याच्या दिव्य गुणांमुळे तो इंद्रासारखा शोभतो. म्हणूनच इतर कुणाहीपेक्षा या इक्ष्वाकु वंशात तो श्रेष्ठ आहे. राम म्हणजे प्रत्यक्ष धर्मच आहे. तो प्रजेला चंद्रासारखा सौम्य शीतल वाटतो. त्याची बुद्धी बृहस्पतीसारखी आहे. पराक्रम इंद्रासारखा आहे. सत्यप्रतिज्ञ, धर्मवेत्ता, सुशील, मधुभाषी, जितेंद्रिय, मृदू, दृढनिश्चयी, विनम्र, सेवाभावी असा राम सर्वांनाच प्रिय आहे. प्रजेच्या हिताविषयी तो दक्ष असतो. राजा म्हणून तो लाभणं हे प्रजेचं भाग्यच आहे... म्हणून दशरथा, तू त्याला राज्याभिषेक करावास असं सगळ्यांना वाटतं... तुला कमीपणा देण्याचा कुणाचा उद्देश नाही. या विचाराला कुणाचा विरोधही-''

''नाही नाही...'' अशा घोषांनी सभागृह भरून गेलं.

दशरथराजा अतिशय आनंदित झाला. प्रसन्नपणे त्यानं आपले हात वर उचलून सर्वांना शांत केलं. सभागृहात शांतता पसरताच तो बोलू लागला, ''तुम्हा सर्वांना राजा म्हणून राम मान्य आहे हे ऐकून मला आनंद वाटला. तुमच्या इच्छेनुसार होईल.''

मग वसिष्ठ-वामदेवांकडे वळून दशरथ म्हणाला, ''रामाला राज्याभिषेक केव्हा करायचा ते तुम्ही ठरवा. त्यासाठी काय सिद्धता करायला हवी तेही सांगा.''

वसिष्ठ म्हणाले, ''हा चैत्रमास चालू आहे. हा उत्तम महिना आहे! तेव्हा उद्याच रामाला राज्याभिषेक करायला प्रत्यवाय नाही... राजा, तुझ्या या अमात्यांना सिद्धता करायला सांग. सुवर्ण, रत्नं, पूजाद्रव्य, सर्व औषधी श्वेतपुष्पं, मध, घृत, लाह्या, वस्त्रं, रथ, आयुधं असं सारं लागेल. शिवाय चतुरस्र सेना, सुलक्षणी हत्ती हवा. श्वेत छत्र, ध्वज, चामर, शंभर सुवर्णकुंभ, सुवर्णशृंगी वृषभ, अखंड व्याघ्रचर्म... या वस्तू हव्यात. सगळ्या द्वारांना सुगंधी पुष्पमाला लावा. सुगंधी द्रव्यांचा धूम सर्वत्र

पसरू दे. एक लक्ष ब्राह्मणांसाठी पुरेसं अन्न शिजवायला सांगा.''

सुमंत्र म्हणाला, ''बहुतेक सर्व सिद्धता आहे. अन्न शिजवायला सूपकरांना सांगतो.''

वामदेव म्हणाले, ''उद्या सूर्योदयाबरोबर स्वस्तिवाचन करू. आसनांची व्यवस्था करा... आणि हो, सगळ्या नगरीत ध्वजपताका लावा. सगळीकडे पुष्पमाला लावा... नगरी शृंगारून टाका. नृत्यगायन सुरू करा. सर्वत्र पूजासाहित्य आणि खाद्यपदार्थ ठेवा.''

दशरथ म्हणाला, ''आता रामाला घेऊन या.''

रामाला आणायला सुमंत्र स्वतःच रथ घेऊन गेला आणि सुयज्ञ, जाबाली, काश्यप, गौतम, मार्कंडेय, कात्यायन हे मंत्री वसिष्ठ-वामदेवांच्या सूचनांनुसार अमात्यांकडून कामं वाटून घेऊ लागले. धृष्टी, जयंत, विजय, सुराष्ट्र, राष्ट्रवर्धन, अकोप आणि धर्मपाल हे राज्याचे अमात्य सिद्धतेला लागले. राजसभेतले सदस्य आनंदानं तिथेच बोलत बसले. रामाच्या राज्याभिषेकाच्या वृत्तामुळे सगळ्यांनाच आनंद झाला होता.

दशरथानं वसिष्ठांना विचारलं, ''मग उद्याच करायचा ना राज्याभिषेक?''

''हो, उद्या पुष्यनक्षत्र आहे. उद्याच राज्याभिषेक करावा. आता सभासदांनी आपापल्या घरी जाऊन सर्वत्र आनंदोत्सव सुरू करावा... सर्वांना हे वृत्त सांगावं.''

सगळे सभासद उठले आणि घरोघरी निघून गेले. राज्याभिषेकाचं वृत्त नगरीत वाऱ्यासारखं पसरलं. सर्वत्र आनंदोत्सव सुरू झाला.

रामानं द्वारातून लांबूनच पित्याला वंदन केलं. दशरथानं त्याला आपल्या शेजारच्या रत्नजडित आसनावर बसवलं. दशरथ अत्यंत प्रेमानं पुत्राकडे पाहात राहिला. कृष्णवर्ण रामाला मौक्तिकमाला आणि मौक्तिकांची कर्णभूषणं शोभून दिसत होती. अंगावरचं रेशमी मंद पीतवस्त्र तर अतिशय सुरेख दिसत होतं. रामाच्या तेजःपुंज कांतीमुळेच ते रेशमीवस्त्रं आणि त्या मौक्तिकमाला त्याच्या अंगावर शोभताहेत असं राजाला वाटलं. क्षणभर त्यानं रामाकडे टक लावून पाहिलं. राम वडीलधाऱ्यांपुढे खाली मान घालून बसला होता; त्यामुळे मस्तकावरचे काळेभोर आणि मानेवर रुळणारे केसच प्रामुख्यानं दिसत होते. दशरथाच्या मनात आलं, *उद्यापासून या केसांवर इक्ष्वाकु वंशाचा राजमुकुट विराजणार...*

वसिष्ठांच्या हाकेनं दशरथ भानावर आला.

वसिष्ठ म्हणत होते, ''दशरथा, गप्प का बसलास?''

दशरथ स्मित करत म्हणाला, ''आनंदानं शब्द सुचतच नाहीत. रामा, तुला एकदाच सांगून टाकतो. उद्या तुला राज्याभिषेक करायचा असं ठरलंय. उद्या पुष्य नक्षत्र आहे. म्हणून उद्याच राज्याभिषेक करायचा... मी आता वृद्ध झालोय, थकलोय;

शिवाय राजा या नात्यानं मी माझी सगळी कर्तव्यं पार पाडलीत. आता केवळ पुत्राला राज्याभिषेक करायचा हे एकच कर्तव्य राहिलंय.''

राम म्हणाला, ''पण सध्या भरत इथे नाही. तो विवाहानंतर लगेच मातुलगृही गेला आहे.''

दशरथ उत्तरला, ''तो नसेना का? खरं म्हणजे तो इथे नाही हेच योग्य! तो कितीही दयाळू, प्रेमळ आणि तुझ्यावर प्रेम करणारा असला तरी-''

''तरी काय तात?''

''अरे माणसाचं चित्त अस्थिर असतं. विकारवश होऊन काही माणसं अयोग्य... अनिष्ट कृत्य करतात. अगदी धर्मनिष्ठ माणूसही विकारांच्या आधीन जातो. कदाचित मलाच मोह पडायचा; तेव्हा विलंब नको.''

वसिष्ठ म्हणाले, ''रामा, तू आज रात्रभर दर्भास्तरणावर पडून राहा. उपवास कर. सीतेलाही व्रतस्थ राहायला सांग. तुमच्याभोवती तुमच्या सुहृदांना राहायला सांग. अशा कार्यात नेहमी विघ्नं येतात. तेव्हा सुरक्षिततेची दक्षता घ्यायला हवी. आता कौसल्येला आणि इतरांना हे वृत्त सांग, जा.''

पित्याची आणि गुरुजनांची अनुमती घेऊन राम प्रथम कौसल्येच्या प्रासादाकडे गेला. सीता, लक्ष्मण आणि सुमित्राही तिथेच होत्या.

*

''कैकेयी, अगं निजलीस काय? ऊठ, तुला काहीच कळत नाही का?''

''काय कळायचंय? आज महाराजांना इकडे यायला किती उशीर झालाय? राजसभा संपली की, ते नेहमी इकडे येतात. आज विशेष सभा होती; म्हणून ते सकाळी लवकर गेलेत. आता सूर्यास्त व्हायला आला तरी-''

''आता तुझ्या नशिबात मध्यरात्रीचा काळोखच आहे... हा काळोख कधी संपायचा नाही.''

''म्हणजे काय ग मंथरे? काय घडलंय ते तरी सांग! माझ्या रामाचं कुशल आहे ना? माझ्या भरताचं-''

''रामाचं उत्तम आहे; पण तुझा घात झालाय!''

मंचकावरच्या मृदू शय्येवर झोपलेली कैकेयी ताडकन उठून बसली. चिंतेनं ग्रासलेली तिची गौरमुद्रा भरतावरील संकटाच्या कल्पनेनं त्रस्त झाली. आपल्या मंथरा दासीकडे बघत ती म्हणाली, ''ए बये, काय घडलंय ते चटकन सांग बरं. महाराज अजून आले नाहीत म्हणून मी चिंतेनं व्याकुळ झालेय. त्यात तुझं काहीतरी... महाराज अजून का आले नाहीत ते बघायला मी तुला धाडलं...''

''होय. मी प्रासादशिखरावरच्या गवाक्षातून पाहिलं आणि तेव्हा मला जे

कळलं; त्यामुळे मला धक्का बसलाय. अगं सगळी नगरी फुलांनी-पताकांनी शृंगारलीय. सगळीकडे जलवर्षाव केलाय. कुंकुमार्चन केलंय. सुगंधी द्रव्यांचा धूम्र नगरात कोंदलाय आणि लोक आनंदानं नृत्यगायन करताहेत- तुझ्यावर हे संकट आलंय आणि तू मात्र झोपा काढतेस.''

कैकेयी मोठ्यानं हसली, ''मंथरे, तुला झालंय तरी काय? नगरीत आनंदोत्सव चाललाय म्हणजे काहीतरी आनंदाचीच वार्ता असणार. मग माझ्यावर संकट कसलं आलं ग?''

''नगरातला आनंदोत्सव ज्यासाठी चाललाय तेच तुझं संकट... अगं, उद्या रामाला राज्याभिषेक व्हायचाय.''

मंथरेच्या तोंडचे शब्द ऐकताच कैकेयी उठली आणि हातातलं रत्नजडित सुवर्णाचं शुभभूषण मंथरेच्या अंगावर फेकत प्रसन्नपणे म्हणाली, ''मंथरे, केवढी आनंदाची वार्ता ही! तू मला हे वृत्त दिलंस म्हणून आणखी काय बरं देऊ? तू मागशील ते मी देईन; पण ही आनंदाची वार्ता सांगताना तुझी मुद्रा अशी म्लान का? चल, लवकर कौसल्येकडे जाऊ या.''

बोलताबोलता कैकेयी उठली. आपलं वस्त्र व्यवस्थित करून तिनं अंगावर रेशमी उत्तरीय पांघरलं. दर्पणात पाहून अंगावरची आभूषणं आणि मस्तकावरचे केस नीटनेटके करून ती प्रसन्नपणे हसली, तेव्हा तिची गौर मुद्रा उजळून निघाली. तिचे नीलनेत्र आनंदानं चमकले. गडबडीनं ती प्रासादाबाहेर जायला निघाली. इतक्यात जागेवरच खिळून उभ्या असलेल्या मंथरेकडे तिचं लक्ष गेलं. ती हसत म्हणाली, ''का ग मंथरे, तू रुष्ट का? अगं, तुला मी आणखी आभूषणं देईन, धन-द्रव्य देईन; वस्त्रं देईन- काय मागशील ते देईन. रामाचा राज्याभिषेक आहे तेव्हा अशी दानं द्यायलाच हवीत.''

मंथरा रागानं म्हणाली, ''कैकेयी, तू मूर्ख आहेस. तुझी ही आभूषणं मला नकोत. या भलत्या प्रसंगी तू आनंदित झालीस तरी कशी? आणि दानं कसली देतेस? ती कौसल्या तिकडे आनंदानं दानं देतेच आहे. गवाक्षातून मला दिसलं ना? म्हणून हे वृत्त कळलं; पण तुला तर दुःख व्हायला हवं! भरताऐवजी रामाला राज्य मिळणार!''

कैकेयीला मंथरेच्या या बोलण्याचा अर्थच कळेना. ती म्हणाली, ''अगं, राम ज्येष्ठ पुत्र, शिवाय तो धर्मज्ञ, बुद्धिमान, शास्त्रवेत्ता आणि राजा व्हायला सर्वस्वी योग्य आहे.''

''आणि भरत कुठे कशात कमी आहे? तो केवळ लहान म्हणून त्याला राज्य नाही काय? मग त्यानं काय करायचं? रामाची सेवा? आणि तू कौसल्येची सेवा करणार की काय?''

"मग त्यात काय झालं मंथरे? ज्येष्ठ पुत्र धर्मनिष्ठ, गुणवान, संयमी, सद्‌वर्तनी असताना कनिष्ठाला कसं राज्य मिळेल? राम पित्याप्रमाणे भावांचं पालन करील आणि रामानंतर भरताला राज्य मिळेल."

मंथरेचा संताप आणखी वाढला. हात चोळत, दात-ओठ खात ती क्षणभर तशीच उभी राहिली. तिची कुरूप मुद्रा रागानं आणखी विद्रूप दिसू लागली. तिचं कुबडानं वाकलेलं शरीर थरथरू लागलं. संतापामुळे विरलेल्या स्वरात ती ओरडली, "अगं, इतकी कशी तू मूर्ख? मूर्खपणामुळे तुला सारासारविवेक उरलेला नाही. मी काय सांगतेय तेही तुला कळत नाही! पितृपरंपरेनं मिळालेलं राज्य रामानंतर भरताला कसं मिळेल? रामाच्या पुत्राला राज्य मिळेल... भरत कधीही राजा होणार नाही. तुझा भरत अनाथाप्रमाणे राहणार... तू त्याला बालवयात मातुलगृही धाडलंस. त्याच्याबद्दल पित्यालाही काही प्रेम नाही; त्यामुळे त्याला राज्याचा हिस्सा मिळणार नाही. आता भरताला रामाची सेवा करावी लागेल आणि तुला कौसल्येची! पूर्वी तू तिच्याशी विशेष प्रेमानं कधी वागली नाहीस. आता ती सूड उगवणार नाही का?"

मंथरेच्या या बोलण्याचा कैकेयीवर हळूहळू परिणाम होत होता. द्वेषरूपी विष शरीरात भिनायला लागलं होतं. तिची सौम्य, सुंदर मुद्रा संतापानं, द्वेषानं विकृत दिसू लागली होती. अंगावरचं उबदार उत्तरीय काढून लांब फेकत ती मंचकावर जाऊन बसली आणि म्हणाली, "मग मी काय करावं? तूच सांग."

"रामाला वनात पाठवायला सांग आणि भरताला राज्याभिषेक करायला लाव; अगदी त्वरित-"

"पण हे कसं घडणार? महाराज कसे ऐकतील?"

तिच्या कानी लागत मंथरा म्हणाली, "मी उपाय सांगते ना! पूर्वी दंडकारण्यात तिमिध्वजाशी दशरथराजानं मोठं युद्ध केलं, तेव्हा तू बरोबर होतीस, होय ना? त्या वेळी राक्षसांनी राजाला पुष्कळ क्षतं केली. राजा मूर्च्छित झाला, तेव्हा तू त्याचं रक्षण केलंस- आठवतंय ना?"

कैकेयीनं मान डोलवली. मंथरा पुढे म्हणाली, "त्या वेळी संतुष्ट होऊन राजानं तुला दोन वर दिले होते. तू म्हणालीस की, योग्य वेळी मी हे वर मागून घेईन... ही सारी कथा तूच मला सांगितली होतीस की!"

"होय ग, होय. महाराजांनी मला वर दिले होते ही गोष्ट मी विसरलेच होते."

"पण मी विसरले नव्हते... तर ते वर आता पुरे करायला सांग. एका वरानं रामाला वनवासात पाठव आणि दुसऱ्या वरानं भरताला राज्य द्यायला लाव."

"एकच पुरेसा आहे मंथरे! भरताला राज्य मिळाल्यावर रामाला वनात गं कशाला धाडायचं? अगं तो किती सुकुमार कोमल..."

"पण तो राजस्पर्धेतला शत्रू आहे! त्याची कसली प्रशंसा करतेस? तो इथे

राहिला तर तो प्रबल होईल ना! तो अधिकात अधिक काळ दूर राहायला हवा; तरच भरत प्रबल होईल.''

''बरं तसं करू. आता दशरथमहाराजांना बोलावून घेते. त्यांचं स्वागत करते आणि त्यांना सांगते...''

मंथरेनं पुन्हा कानमंत्र दिला, ''वेडी की काय तू? अगं, अशीच फसशील ना? असा देह शृंगारून राजाच्या समोर जाऊ नकोस. अलंकार काढून टाक. जुनं वस्त्र नेस आणि क्रोधागारात भूमीवर पडून राहा; म्हणजे राजा तुझी इच्छा पुरी करील. तुझ्यावर त्यांचं प्रेम आहे, त्याचा लाभ घे... पण हे बघ, तू आहेस भाबडी... राजा तुला धन-द्रव्य देईल. कदाचित भरताला राज्याचा थोडा भाग देईल; पण संपूर्ण राज्याशिवाय काहीही मान्य करायचं नाही आणि रामाला वनवासात धाडायचं विसरू नकोस.''

मंथरेनं फुलवलेला द्वेषाचा स्फुल्लिंग आता चांगलाच प्रज्वलित झाला होता. कैकेयीच्या मनात वडवानल पेटला हाता. कैकेयी ताडकन उठली. तिनं अंगावरची उत्तम रेशमी सुवर्णधारांकित वस्त्रं गुंडाळली. अंगावरचे अलंकार ओरबाडून फेकून दिले. केशकलापात गुंफलेल्या पुष्पमाला काढल्या. त्याबरोबर आजानूकेशकलाप गुडघ्याखाली रुळू लागला. मग ती अंतःपुरातल्या भूमीवर पडून रडू लागली.

*

अंतःपुराच्या द्वाराशी येताच राजा थबकला. नेहमीप्रमाणे द्वाराशी त्याच्या स्वागताला कैकेयी उभी नव्हती. इतकंच काय; तिच्या मंदिरातला रत्नदीपही जळत नव्हता. अतिशय आनंदामुळे राजा घाईघाईनं पावलं टाकत कैकेयीकडे आला होता; त्यामुळे तिथला अंधार आणि कैकेयीची अनुपस्थिती त्याला जाणवली नव्हती. प्रतिहारीचं वंदन स्वीकारून राजा अंतःपुरात गेला, तेव्हा त्याचं पाऊल कशात तरी अडकलं. वाकून राजानं पाऊल सोडवलं. पायात अडकलेली कैकेयीची मौक्तिकमाला हातात घेताना राजाच्या मनात आलं, *'कैकेयी रागावलेली दिसते. रामाच्या राज्याभिषेकाचं वृत्त तिला आधी कळवलं नाही म्हणून रागावली वाटतं!'*

राजा लगबगीनं आत गेला. तिथे भूमीवर रडत पडलेल्या कैकेयीला पाहताच तो चरकला. घाईनं तिच्याजवळ जाऊन त्यानं विचारलं, ''काय झालं कैकेयी? रागावलीस होय?''

कैकेयीनं त्याच्याकडे पाहिलंही नाही; तेव्हा तो तिच्याजवळ भूमीवरच बसला. हातांनी तिचे केस मुखावरून बाजूला करत त्यानं तिला विचारलं, ''कुणी काही बोललं का? तुझा अपमान केला का?''

''कुणीही अपमान केलेला नाही... मला काहीही होत नाही...''

''मग तुला काही हवंय का? सांग... तू मागशील ते मी देईन.''

"मागेन ते द्याल? निश्चित?"

"या जगात तू आणि राम यांच्याशिवाय मला कुणी प्रिय नाही. रामाची शपथ घेऊन सांगतो की, तू जे मागशील ते मी देईन."

"पूर्वी तिमिध्वज शंबर राजाशी युद्ध करताना मी तुम्हाला साह्य केलं, तेव्हा तुम्ही मला दोन वर दिलेत. ते मी केव्हातरी मागून घेईन, असं म्हटलं होतं. ते आता द्या-"

"काय हवंय ते सांग ना?"

"रामाची शपथ घेतलेली विसरू नका हं... एका वरानं माझ्या भरताला राज्याभिषेक करा आणि दुसऱ्या वरानं रामाला चौदा वर्षं वल्कलं नेसून वनात जायला सांगा."

कैकेयीचे ते शब्द ऐकून अशनिपात झाल्याप्रमाणे राजा खाली कोसळला. रागानं आणि दुःखानं त्याच्या तोंडून शब्द फुटेना. त्याला मूर्च्छा आली.

कैकेयी पुन्हा म्हणाली, "रामाची शपथ मोडू नका महाराज."

दशरथ शुद्धीवर येऊन ओरडला, "अगं दुष्टे, हे काय मागितलंस? राम तुझ्यावर सख्ख्या मुलापेक्षा अधिक माया करतो. तुझ्यापुढे लीनतेने वागतो. मग तू का त्याला वनात पाठवतेस? अगं सारं जग रामाचं गुणवर्णन करतंय... आणि मी त्याला वनात कसं धाडू? मी रामाला कधीही वनात पाठवणार नाही. त्याच्यासाठी मी सर्वस्वावर पाणी सोडीन; माझा प्राणसुद्धा देईन. माझ्या रामावाचून एक क्षणभरसुद्धा मी जगणार नाही... दुसरं काहीही माग..."

"तुम्ही दांभिक आहात; असत्यवचनी आहात. मला वर दिलेत आणि आता ते पुरे करायची वेळ आल्यावर-"

"अगं पण, हे काय तुझं भलतंच मागणं? तुझी नेहमीची न्यायी, सरळ बुद्धी कुठे गेली? ही दुष्टबुद्धी तुझ्यात कशी शिरली? कैकेयी, राम किती सुकुमार आहे. तो चौदा वर्षं वनात कसा राहील? मी तुझी करुणा भाकतो... जगातल्या सगळ्या श्रेष्ठ वस्तू तुला आणून देतो; पण-"

"मी अखेरचंच सांगते की, मला दुसरं काहीही नको. मी मागितलेले वर तुम्ही आधी मान्य करूनही दिले नाहीत तर जगात तुमचीच निंदा होईल. वचनभंग करून तुम्ही आपल्या नावलौकिकाला कलंक लावणार का?... आणि तरी तुम्ही रामालाच राज्याभिषेक करणार असाल तर मी तुमच्यासमोर विषप्राशन करीन... रामाला वनवास आणि भरताला राज्य याखेरीज दुसरं काही नको मला... शिवाय आपल्या विवाहाच्या वेळी कन्याशुल्क म्हणून तुम्ही माझ्या पित्याला राज्य दिलंत... आज ते विसरलात...?"

"अगं, काय बोलतेस हे? आज हजारो लोक रामाचा राज्याभिषेक पाहायला

आलेत. त्यांना मी काय सांगू? सगळे लोक मला नावं ठेवतील. रामाला राज्य द्यायची घोषणा करून आता त्याला वनात पाठवू? लोक माझा धिक्कार करतील. दशरथ भ्रमिष्ट झालाय म्हणतील. इतकी वर्षं मी तुझं खरं स्वरूप न ओळखताच तुझ्यावर प्रेम केलं... राम वनात गेल्यावर मी जिवंत राहाणार नाही... तुझा हेका सोड! मी तुझ्या पाया पडतो-''

दशरथ खरोखर तिचे पाय धरण्यासाठी पुढे वाकला आणि त्यानं तिचे पाय धरले; पण एका झटक्यात तिनं पाय सोडवले. तो धक्का सहन न होऊन राजाचा तोल गेला नि तो खाली कोसळला. त्या वृद्ध, विकलांग राजाच्या हुंदक्याच्या आवाजानं अंतःपूर भरून गेलं. कुणालाही पाझर फुटावा असं ते दृश्य होतं; पण कैकेयीचं मन मात्र मुळीच द्रवलं नाही. आपल्या मागणीत तिनं थोडीही माघार घेतली नाही.

*

''महाराज, वसिष्ठ मुनींच्या आज्ञेनं मी इथे आलोय. रामाच्या राज्याभिषेकाची सगळी सिद्धता झालीय. सगळे लोक तो सोहळा बघायला उत्सुक आहेत.''

दशरथ दीन स्वरात म्हणाला, ''सुमंत्रा, तुझ्या बोलण्यानं मर्माघात होतोय रे.''

सुमंत्राला काही कळेनाच. तो नुसताच हात जोडून उभा राहिला. राजा काहीतरी बोलेल याची वाट पाहात तो थांबला; पण दशरथाच्या मुखातून हुंदक्याशिवाय काहीच आवाज येईना. दुःखानं जर्जर झालेली त्याची वृद्ध काया हुंदक्यांमुळे गदगदत होती. नेत्रांतून अविरत अश्रुधारा वाहत होत्या. काहीही बोलणं त्याला शक्यच नव्हतं.

कैकेयीच म्हणाली, ''सुमंत्रा, राम-राज्याभिषेकाच्या कल्पनेनंच महाराजांना रात्रभर झोप नाही. तू रामाला घेऊन ये.''

तरीही सुमंत्र जागचा हलेना. केवळ राजाज्ञाच पाळण्याची त्याला सवय होती, हे लक्षात येताच दशरथ म्हणाला, ''जा सुमंत्रा, रामाला घेऊन ये. रामाचं दर्शन मला केव्हाही प्रिय आहे.''

कैकेयीही म्हणाली, ''लवकर आण रामाला.''

कैकेयीची ही घाई पाहून सुमंत्राला हसू आलं. रामावर तिचं किती प्रेम आहे हे त्याला माहीत होतं. सापत्नमाता असूनही रामाचा राज्याभिषेक लवकर व्हावा अशी तिची इच्छा असावी असं त्याच्या मनात आलं. मात्र, इतकी आनंदाची घटना घडत असून दशरथ दुःखी का हे त्याला कळेना. तो रथ घेऊन त्वरेनं रामाकडे गेला.

कैकेयीच्या अंतःपुरात सुमंत्राबरोबर राम आला तेव्हा तिथलं दुःखी, उदास वातावरण पाहून तो चमकला. दशरथराजा एका आसनावर खाली मान घालून बसला होता. त्याचं मुख म्लान झालं होतं. शेजारीच भूमीवर केस मोकळे सोडून कैकेयी बसली होती. रागानं तिचं मुख लाल झालं होतं. अंगावर एकही अलंकार

नव्हता. वस्त्रही जीर्ण-मलीन होतं. तिचा तो अवतार आणि दशरथाची दीन अवस्था पाहून राम घाबरला. त्यानं पित्याला आणि मातेला वंदन केलं, तेव्हा दशरथानं दोन्ही हातांनी मुख झाकून घेत हुंदका दिला आणि 'राम' असं अस्फुट स्वरात म्हणून तो रडू लागला. रामाकडे पाहाणंही त्याला अशक्य झालं.

राम कैकेयीकडे वळून म्हणाला, "देवी, काय झालं तातांना? माझ्यावर ते का रागावलेत? त्यांची प्रकृती कशी आहे? काही अशुभ तर घडलेलं नाही? सांग ना लवकर."

कैकेयी उत्तरली, "ते तुझ्यावर रागावलेले नाहीत. त्यांची प्रकृती उत्तम आहे आणि काही अशुभही घडलेलं नाही; पण आपल्या मनातली गोष्ट तुला कशी सांगावी याची त्यांना भीती वाटते... रामा, पूर्वी तुझ्या पित्यानं मला दोन वर दिले होते, ते मी आता मागून घेतलेत; पण ते वर दिल्याचा आता त्यांना पश्चात्ताप होतोय. अर्थात इक्ष्वाकु कुलात जन्म झाला असल्यामुळे महाराज सत्य सोडणार नाहीत. अगदी तुझ्यासाठीसुद्धा..."

हे ऐकून राम दुःखानं म्हणाला, "देवी, माझ्यासाठी महाराजांना सत्य सोडावं लागेल म्हणतेस? अगं, राजाची कोणतीही आज्ञा मी निश्चित पाळीन. अग्नीत उडी टाक असं त्यांनी मला सांगितलं तरी मी उडी टाकीन."

"मग मीच सांगते तुला... मी महाराजांजवळ दोन वर मागितलेत. एका वरानं भरताला राज्याभिषेक व्हावा नि दुसऱ्या वरानं तू चौदा वर्षं दंडकारण्यात वनवासाला जावं- तुझ्या पित्यानं हे वर दिलेत; तेव्हा आता तू वल्कलं नेसून वनात जा-"

"एवढंच ना?" राम अत्यंत शांतपणे म्हणाला. "मग काही कठीण नाही. मी आताच वल्कलं नेसून वनात जातो. राजानं, गुरूनं, पित्यानं केलेली आज्ञा मी मोडणार नाही; पण एक गोष्ट मला कळत नाही की, हे मला स्वतः महाराज का सांगत नाहीत?"

"रामा, ते लज्जेनं तुझ्याशी बोलत नाहीत; पण मी तुला सांगते की, तू वनात गेल्याशिवाय ते स्नान करणार नाहीत की भोजन करणार नाहीत, तेव्हा-"

"रामा, रामा" असा आक्रोश करत दशरथ खाली कोसळला; तेव्हा त्यांना सावरत राम म्हणाला, "देवी, मला राज्यसंपदेचा लोभ नाही. माता-पित्यांची आज्ञा पाळणं एवढं एकच कर्तव्य मी जाणतो. तेव्हा तू स्वतःच मला आज्ञा का केली नाहीस? महाराजांना कशाला त्रास दिलास? मी मातेचा आणि सीतेचा निरोप घेऊन त्वरित वनात निघतो. भरताला राज्याचा सांभाळ करायला सांग. पित्याची सेवाही करायला सांग. तूही महाराजांना सांभाळ... येतो मी."

वंदन करण्यासाठी राम पित्याच्या चरणांजवळ वाकला. दशरथानं पुन्हा मोठ्यानं आक्रोश करायला प्रारंभ केला. रामाला त्यानं घट्ट कवटाळलं. कष्टानं पित्याची

मिठी सोडवून रामानं कैकेयीला वंदन केलं आणि तो संयमी, सत्यवचनी, धीरोदात्त तरुण वेगानं मंदिराबाहेर पडला.

*

कैकेयीच्या मंदिरातून राम बाहेर पडला आणि अनवाणी पावलांनीच कौसल्येच्या प्रासादाकडे जायला निघाला. सेवकांनी पुढे केलेली पादत्राणं त्यानं हातानंच नाकारली. छत्रचामरधारी सेवकांनाही त्यानं हातानंच न येण्याची सूचना केली. मंदिराबाहेर जमलेल्या लोकांना एव्हाना सगळा प्रकार कळला होता. कित्येकजण हळहळत होते. हलक्या स्वरात दशरथाचा निषेध करत होते, तर कित्येकजण शोक करत होते. रामानं एक-दोघांच्या खांद्यावर थोपटून त्यांना शांत करण्याचा प्रयत्न केला; पण तो निष्फळ ठरला. रामाच्या सांत्वनामुळे इतरही लोकांना दुःख अनावर झालं. मग कुणाचीच समजूत घालण्यासाठी न थांबता राम पुढे चालू लागला. मागोमाग येणाऱ्या लक्ष्मणाकडेही त्यानं पाहिलं नाही.

कौसल्या अग्निपूजा करण्यात मग्न होती. रामानं तिला वंदन केलं, तेव्हा ती म्हणाली, "तू धर्मशील राजर्षी होशील. बस या आसनावर..."

आसनावर न बसता राम किंचित हसत म्हणाला, "राज्य नसलेला राजर्षी- म्हणजे नुसताच ऋषी-"

"राज्य नसलेला? म्हणजे काय रामा? आता तुला राज्याभिषेक होणार! तू या राज्याचा स्वामी होणार-"

"होय... राज्याभिषेक होणार... पण मला नव्हे; भरताला! आता भरत राज्याचा स्वामी होईल."

"आणि तू?"

"मी चाललो वनात! तुझी संमती घ्यायलाच आलोय. महाराज हे राज्य भरताला देणार आहेत... आणि मला चौदा वर्षं वनवासात जायला सांगितलंय."

कौसल्येला क्षणभर काही समजलंच नाही आणि जेव्हा रामाच्या बोलण्याचा अर्थ तिच्या ध्यानात आला तेव्हा वज्राघात झाल्याप्रमाणे ती खाली कोसळली.

"रामा, हे खरं का? सांग ना! पण खरंच असणार. माझा राम कधी खोटं बोलत नाही... अरेरे, रामा, यापेक्षा मी वांझोटी राहिले असते तर बरं झालं असतं... पुत्र नाही एवढंच दुःख मनात राहिलं असतं... रामा, इतके दिवस पतिप्रेम लाभलं नाही. कैकेयीनं मला हीन लेखलं; पण तू राजा होशील. मग मला राजमातेचा मान मिळेल असं वाटत होतं... आता तूच वनात चाललास... मग मी कुणाच्या जिवावर जगू? सवतीचं मर्मभेदक बोलणं कसं सहन करू? तुझ्यावाचून मी कशी जगू? मीही तुझ्याबरोबर वनात येते. लक्ष्मणा, चल आपण जाऊ याच्याबरोबर."

कौसल्येचा विलाप कितीतरी वेळ चालला होता. राम तिची समजूत घालण्याचा प्रयत्न करत होता; पण तिला शांत करणं अशक्यच होतं. इतका वेळ तिचा विलाप ऐकत सुन्न होऊन लक्ष्मण उभा होता. तो एकदम म्हणाला, ''माते, मी असेपर्यंत भरताला कोण राज्य देतोय? रामानं काहीही अपराध केलेला नसताना पित्यानं त्याला वनात जायला सांगितलंय. वृद्धत्वामुळे त्यांची बुद्धी भ्रष्ट झालीय म्हणूनच त्यांनी याला वनात जायची आज्ञा दिलीय. असल्या राजाची आज्ञा कशाला पाळायची? रामा, तू मुळीच वनात जाऊ नकोस.''

''लक्ष्मणा, अरे पित्याची आज्ञा-''

''असली कसली पित्याची आज्ञा? मी तुझ्या पाठीशी राहीन. जे कोणी तुला विरोध करतील त्यांचा वध करीन. कैकेयीचं ऐकून पित्यानं काही विचार न करता तुला वनात जायला सांगितलंय; तेव्हा त्याला बद्ध करायलाच पाहिजे किंवा-''

''हां हां लक्ष्मणा!'' रामानं त्याला मध्येच अडवलं, ''भलतंच काहीतरी बोलू नकोस. पित्यानं अनवधानानं किंवा इतरांचं ऐकून आज्ञा दिली असली तरी तिचं पालन केलंच पाहिजे. अरे, आपल्या पित्यानं कैकेयी मातेला पूर्वीच वचन दिलं होतं आणि मी पित्याला शब्द दिला आहे; तो पाळलाच पाहिजे. रागाच्या भरात तू भलतंच काही करू नकोस.''

कौसल्या म्हणाली, ''पित्याची आज्ञा मान्य करतोस तर मातेची आज्ञा का मान्य करत नाहीस? मी तुला वनात जाऊ देणार नाही किंवा मी तरी वनात येणार.''

''माते, हे अधर्माचरण होईल. पती जिवंत असताना पुत्राचा आधार कशासाठी घ्यायचा? तू काही अनाथ नाहीस. तू इथेच राहून आमच्या वृद्ध पित्याची सेवा कर. भरताला माझ्या जागी समज... तो सापत्नपुत्र असला तरी राजा असेल हे विसरू नकोस. चौदा वर्षं संपल्यावर मी परत येईन. आपण सर्वांनी तातांच्या आज्ञेनुसार वागलं पाहिजे. येतो मी आता...''

''मीही तुझ्याबरोबर येणार.'' लक्ष्मण म्हणाला.

रामानं त्याच्या बोलण्याला प्रत्युत्तर न देता मातेला वंदन केलं आणि तो बाहेर पडला. अंगावरची रेशमी वस्त्रं उतरवून वल्कलं धारण करायची होती. मस्तकावर जटाजूट धारण करायचं होतं. त्यापूर्वी स्नान करायला हवं होतं. धनद्रव्याचं दान करायला हवं होतं. मग सर्वांचा निरोप घेऊन नगरीबाहेर पडायचं होतं; पण सर्वात आधी सीतेकडे जाऊन तिचा निरोप घ्यायचा होता. राज्याभिषेकासाठी अलंकारांनी सजून अग्निपूजा करत बसलेल्या सीतेचा निरोप घेणं हे एक दिव्यच होतं. मातेची समजूत घालण्यापेक्षा पत्नीची समजूत घालणं अवघड होतं.

पुढच्या दिव्याच्या कल्पनेनंच रामाची मुद्रा चिंतातुर झाली.

*

रामाची चिंतातुर मुद्रा पाहून सीतेलाही चिंता वाटली. तिचे हातपाय थरथरू लागले. तिचं उत्फुल्ल मुख म्लान झालेलं पाहून रामाचा धीर अधिकच खचला. त्याचीही मुद्रा म्लान झाली. घर्मबिंदूंनी मुख डवरलं. सीतेनं कातर स्वरात विचारलं, "काय झालं? आणि छत्रचामरधारी सेवक कुठे गेले? तुम्ही एकटेच कसे आलात?"

रामानं पित्याच्या आज्ञेविषयी तिला सर्व काही सांगितलं. मग तो म्हणाला, "मी तुझी अनुज्ञा घ्यायला आलोय. मी पित्याच्या आज्ञेनं वनात जातोय. मी येईपर्यंत तू व्रतस्थ राहा. माझ्या दुःखी माता-पित्याची सेवा कर. भरताची अवज्ञा करू नकोस. तो आता या देशाचा स्वामी आहे. त्याच्या आज्ञेत राहा."

सीता क्षणभर काहीच बोलली नाही. मग म्हणाली, "यांपैकी काहीच मला करता येणार नाही. माता-पिता, बंधु, पुत्र हे आपापल्या पाप-पुण्याप्रमाणे सुख-दुःख भोगतात; पण स्त्री मात्र पतीच्या भाग्याप्रमाणे सुख-दुःख भोगते. पत्नीला पतीशिवाय दुसरा आधार नसतो; तेव्हा मी तुमच्याबरोबर वनात येणार."

राम म्हणाला, "इथेच राहून तुला धर्माचरण करता येईल-"

"नाही नाही. मी तुमच्याबरोबरच येणार. तुमच्या मार्गातले काटे मी बाजूला करीन. तुमच्यापुढे मी चालत राहीन. तुम्ही जेवलात की मग जेवीन. तुमच्या समवेत पर्वत, नद्या, अरण्यं, जलाशय पाहीन. मला इथे ठेवून तुम्ही गेलात तर मी जिवंत राहायची नाही."

त्याही अवस्थेत रामाला हसू आलं. तो म्हणाला, "वनवास म्हणजे निसर्गशोभा बघणं असं समजतेस का तू? अगं, वनात किती संकटं असतात! व्याघ्र-सिंहांच्या नुसत्या आवाजानंच तू घाबरशील. त्यांच्या दर्शनानं तर तुझी अवस्था कशी होईल? वाटेतले काटे बोचले तरी तुझ्या सुकोमल पावलांतून रक्त वाहायला लागेल. साप-सरडे चावले तर कसं व्हायचं? कित्येक योजनं चालावं लागेल. मार्गात खायला मिळणार नाही; प्यायला पाणीदेखील मिळायचं नाही. राजप्रासादात विविध सुखं असतात. वनात सारी दुःखंच! सुग्रास भोजन तर घेता येणारच नाही; पण कदाचित कंदमुळंफळंही मिळणं कठीण होईल. इथली सुखशय्या सोडून कशाला येतेस? वनात पर्णशय्येवर किंवा भूमिशय्येवरही निजावं लागेल..."

सीता रुद्ध कंठानं म्हणाली, "ही सारी दुःखं तुम्हालाही भोगावी लागणार आहेत ना? मग मी इथे सुखविलासात कशी राहू? चौदा वर्षं तुमचा विरह कसा सहन करू? तुम्ही जी वनवासातली दुःखं म्हणता ती तुमच्या सहवासात मला स्वर्गसुखासारखी वाटतील. मी तुमच्याबरोबर येणारच. मला लहानपणीच ज्योतिषानं सांगितलं होतं की, पतीबरोबर तुला वनवास घडेल, तेव्हा मी येणारच..."

रामाच्या पायांना मिठी मारून सीता रडू लागली. रामानं तिला जवळ घेऊन म्हटलं, "चल माझ्याबरोबर. तू दुःखात असलीस तर मलाही सुख लागणार नाही.

चल... वनात जायची सिद्धता कर. तुझे अलंकार, धन-द्रव्य, उत्तम वस्त्रं सारं सख्यांना, सेवकांना, ब्राह्मणांना देऊन टाक.''

सीता आनंदानं उठली; तेव्हा लक्ष्मण म्हणाला, ''मीही वनात येण्याची सिद्धता करतो. रामा, तू नसताना मला इथे सुख लागणार नाही. मी अरण्यात तुम्हा दोघांची सेवा करीन.''

सीता ही आपला बहिश्चर प्राण आहे आणि लक्ष्मण ही आपली छाया आहे हे रामाला माहीत होतं. त्या दोघांना अयोध्येत ठेवून वनात जाणं त्याला अशक्यच होतं. त्यानं दोघांनाही बरोबर येण्याची अनुमती दिली. मग रामानंही आपली सारी संपदा ब्राह्मणांना आणि सेवकांना दिली.

माता-पित्यांना पुन्हा एकदा वंदन करण्यासाठी तिघेही एकदमच निघाले. लक्ष्मण आणि सीताही आपल्याबरोबर वनात येत आहेत हे रामानं सांगितलं, तेव्हा दशरथाला पुन्हा शोकावेग अनावर झाला.

तो म्हणाला, ''रामा, कैकेयीनं मला मोहात पाडून वर मागून घेतलेत. आता तू मला बद्ध कर आणि हे अयोध्येचं राज्य तूच कर. सगळे प्रजाजन मला आणि कैकेयीला शिव्याशाप देत आहेत. तेव्हा-''

''महाराज, आपल्याला बद्ध करून स्वर्गाचंही राज्य मला नको. मी आपल्या आज्ञेप्रमाणे वनात चाललोय. मला अनुज्ञा द्या.''

मोठ्या कष्टानं दशरथ म्हणाला, ''जा...''

मग सुमंत्राकडे वळून दशरथानं सांगितलं, ''रामाबरोबर चतुरंग सेना द्या...''

सुमंत्र लगेच जायला निघाला; पण कैकेयीनं स्वतःच वल्कलं आणून रामासमोर ठेवली. राम-लक्ष्मणांनी रेशमी वस्त्रं उतरवून वल्कलं धारण केली; पण सीतेला मात्र वल्कलं नेसता येईनात. वडीलधाऱ्यांसमोर उभं राहायचीही तिला सवय नव्हती. रेशमी वस्त्रांखेरीज कशाचाही स्पर्श तिच्या कोमल कायेला झाला नव्हता. तिच्या हातांनादेखील ती वल्कलं टोचत होती. गळ्यापाशी वल्कलांची दोन्ही टोकं धरून तिनं त्याच्याकडे पाहिलं; पण ती नेसायची कशी हे तिला कळेना. तिचे कमलनेत्र अश्रूंनी डबडबले. ती रामाला हळूच म्हणाली, ''वनातल्या मुनींच्या स्त्रिया वल्कलं कशी नेसतात कळत नाही...''

तिची अडचण लक्षात येऊन राम तिच्याजवळ गेला आणि त्यानं तिच्या गळ्याभोवती वल्कलांची गाठ बांधली. ते दृश्य पाहून कौसल्या, सुमित्रा, ऊर्मिला आणि इतर स्त्रियांना अश्रू आवरेनासे झाले.

इतक्यात वसिष्ठ तिथे आले. सीतेकडे दृष्टी जाताच ते चमकले. रागानं ते लालबुंद झाले. कैकेयीकडे त्यांनी एक जळजळीत कटाक्ष टाकला आणि म्हणाले, ''तुझा उन्मत्तपणा इतका वाढला? राजाला मोहित करून तुझं समाधान झालं नाही?

किती दुष्ट आहेस तू? रामाला वनात धाडलंस ते धाडलंस; पण आता सीतेचा का छळ करतेस? वास्तविक स्त्री ही पतीचा आत्मा असते; म्हणून राम वनात गेला तरी सीता हे राज्य करू शकते. सीता वनात गेली तर या अयोध्येत कोण राहणार? सगळे प्रजाजन वनात जातील. ज्यासाठी तू हे राज्य मागून घेतलंस तो भरतदेखील वल्कलं नेसून वनात जाईल.''

सर्वजण शांतपणे ऐकत होते. संतप्त मुनींच्या मुखानं भवितव्यच बोलतेय की काय असं वाटत होतं. वसिष्ठ मुनींच्या नेत्रांत अंगार फुलले होते आणि मुखातून अग्निसारखेच जाज्वल्य शब्द बाहेर पडत होते.

''भरत इक्ष्वाकु कुलातला आहे. धर्मनिष्ठ दशरथाचाच पुत्र आहे. अधर्मानं मिळालेल्या राज्याचा त्याला लोभ वाटणार नाही. तोच काय पण वृक्षवल्लीसुद्धा रामाकडेच तोंड फिरवतील. मग तू या ओसाड राज्यात एकटीच राहशील... कैकेयी, मी सांगतो, तू या सीतेला उत्तम वस्त्रं दे, अलंकार दे... ही वल्कलं परत घे.''

वसिष्ठांच्या त्या गर्जनेनं दशरथ किंचित भानावर आला. त्याला वस्तुस्थितीचं भान आलं. तो म्हणाला, ''कैकेयी, तू मागितल्याप्रमाणे मी वर दिले; पण सीतेचा छळ करून तुला काय मिळणार? तिला वस्त्रं दे... पण तू नको. सुमंत्रच देईल. चौदा वर्षं पुरतील इतकी वस्त्रं आणि अलंकार हिला दे आणि रथातून या तिघांना सीमेजवळ पोहोचवून ये.''

रामानं दशरथाच्या चरणांवर मस्तक ठेवलं. मग तो त्यांना म्हणाला, ''महाराज, माझ्या मातेला यापुढे सांभाळा. तिला माझा विरह सहन होणार नाही. तिला अपमान सहन व्हायचा नाही... ती तुमची निंदाही करायची नाही.''

राम-लक्ष्मण आणि सीता यांनी तिन्ही मातांना वंदन केलं; तेव्हा सुमित्रा म्हणाली, ''लक्ष्मणा, यापुढे रामाला पित्याच्या जागी मानून त्याची सेवा कर आणि सीतेला माझ्या जागी मान...''

लक्ष्मण खाली मान घालून रामाच्या मागून निघाला. सुमित्रेच्या मागे उभ्या असलेल्या ऊर्मिलेकडे त्याचं लक्षच गेलं नाही.

मंदिराच्या द्वाराशी रथ सज्ज होता. राम-लक्ष्मण आणि सीता रथात बसले. रथ वेगानं सुरू झाला; पण अयोध्येच्या मार्गावर प्रजाजन ठिकठिकाणी रथ अडवू लागले. कित्येकजण रथाला लोंबकळू लागले. अश्रुपूर्ण नेत्रांनी सगळी अयोध्या रामाचं दर्शन घेत होती. कितीही वेळा रामाच्या मुखाकडे पाहिलं तरी समाधान होत नव्हतं. मग सगळेजण पुनःपुन्हा रथाजवळ जाऊन रामाला पाहात होते. राजप्रासादातून बाहेर येऊन दशरथही रथाकडे बघत होता. प्रजाजनांचा आक्रोश आणि रामाच्या दर्शनासाठी होणारी त्यांची धांदल पाहून दशरथाला पुन्हा शोक आवरेना. तो एकदम

ओरडला, ''थांब सुमंत्रा, रथ थांबव!''

ही हाक रामाच्या कानांनी अचूक ऐकली. तो चटकन सुमंत्राला म्हणाला, ''आता थांबू नकोस. लवकर चल. अश्वांना गती दे. सूर्यास्तापूर्वी नगरीच्या सीमेबाहेर जायला हवं.''

रथ खडखडत वेगानं पुढे जाऊ लागला. रथ दिसेनासा होताच दशरथ मूर्च्छा येऊन खाली कोसळला; पण रामानं मागे वळून पाहिलंच नाही. त्याची दृष्टी रथाच्या गवाक्षातून दूरवर दिसणाऱ्या अरण्याकडे होती. अयोध्येची सीमा त्या अरण्याजवळच संपत होती. सूर्यास्तापूर्वी तिथे पोहोचलं पाहिजे एवढा एकच विचार रामाच्या मनात घोळत होता.

*

सुमंत्रानं दशरथाच्या मंदिराशी रथ थांबवला. त्या भव्य रथातून तो एकटाच खाली उतरला आणि खिन्न मनानं मंदिरात गेला. त्याला पाहाताच कैकेयी उठून पुढे आली आणि तिनं विचारलं, ''सुमंत्रा, रामाला वनात सोडलंस ना?''

तिच्या निर्लज्जपणाची घृणा येऊन सुमंत्रानं तिच्याकडे दुर्लक्ष केलं. सुमंत्र आल्याचं कळताच दशरथ उठून बसला. राम निश्चित वनात गेला आहे हे माहीत असूनही दशरथानं आशेनं विचारलं, ''सुमंत्रा रामाला परत का आणलं नाहीस रे? त्याला कुठं सोडलंस?''

सुमंत्राला काही बोलवेना. वल्कलं आणि जटाजूट धारण केलेले राजपुत्र राम-लक्ष्मण त्याच्या दृष्टीसमोरून हलत नव्हते. शृंगवेरपुराजवळ निषादराज गुहाच्या राज्यात रामाचा रथ गेला, तेव्हा तिथल्या जनतेनं केलेलं स्वागत सुमंत्राला आठवत होतं आणि निषादराज गुहाचा निरोप घेऊन राम-लक्ष्मण जेव्हा लगेच पुढे जायला निघाले तेव्हा तिथे माजलेला कल्लोळही सुमंत्राच्या मनातून पुसला जात नव्हता. गंगा नदी ओलांडून जाण्यासाठी गुहाच्या सेवकांनी उत्तम नौका सिद्ध ठेवली होती. त्या नौकेजवळ जाताच सुमंत्राला थांबवून रामानं त्याला निरोप दिला होता.

दशरथानं हे सगळं ऐकून घेतलं. मग तो म्हणाला, ''सुमंत्रा, माझ्या प्रिय पुत्राचे शब्द तुला ऐकायला मिळाले. तू किती भाग्यवान! ते अमृतबोल काय होते? कटू असले तरी सांग; पण माझा राम कटू बोलणार नाही.''

सुमंत्र म्हणाला, ''रामानं सांगितलंय की, चौदा वर्षं वनात राहावं लागणार याचं आम्हाला मुळीच दुःख नाही. चौदा वर्षं संपली की, आपलं दर्शन घ्यायला आम्ही येऊच.''

हाच निरोप अपेक्षित होता. तरीही तो ऐकताच सर्वांच्या दुःखाचा बांध फुटला. कौसल्येनं रडतरडत विचारलं, ''सुमंत्रा, रामानं मला काय सांगितलंय रे?''

"देवी, तुम्हाला वंदन करून रामांनी सांगितलंय की, तुम्ही नेहमी सावधपणे वागावं. धर्मतत्पर राहावं. राजाची सेवा करावी. अहंकार न बाळगता माझ्या इतर मातांशी वागावं. कैकेयीला विरोध करू नये. भरत लहान असला तरी तो राजा आहे हे विसरू नये. त्याचा मान ठेवावा. राजा म्हणून तो पूज्य आहे."

दशरथानं विचारलं, "लक्ष्मण आणि सीता काय म्हणाली रे सुमंत्रा? लक्ष्मण संतप्त झाला होता का रे?"

सुमंत्र म्हणाला, "होय, लक्ष्मण अतिशय संतप्त झाला होता. वरदानाचं निमित्त सांगून ज्या राजानं रामाला वनात पाठवलं, त्याच्याशी माझं काही नातं उरलेलं नाही. आता रामच मला पित्यासमान आहे... सर्वांना प्रिय असलेल्या रामाला राज्याबाहेर घालवणाऱ्याला राजा तरी कसं म्हणू असं लक्ष्मण म्हणाला... आणि जनककन्येनं काहीच निरोप दिला नाही. ती केवळ रडत होती."

दशरथ गदगदत्या स्वरात म्हणाला, "काय निरोप देणार ती? पण सुमंत्रा, तू इतके दिवस कुठे होतास?"

"नौकेतून राम-लक्ष्मण, सीता गंगेपलीकडे गेले तरी मला आशा होती की, ते परत येतील आणि मला हाक मारतील... वेडी आशा होती ती! तरी मी ती आशा मनात बाळगून गुहाजवळच राहिलो. तीन दिवसांनी राम भरद्वाजांच्या आश्रमात पोहोचले असं कळलं; तरी मी शृंगवेरपुरातच थांबलो. आणखी चार दिवसांनी कळलं की, राम चित्रकूट पर्वताजवळ गेले आणि तिथे राहिलेत. तिथे लक्ष्मणानं एक पर्णकुटी बांधली आणि तिघेही कंदमुळं, फळं आणि मेध्यमृग खाऊन राहिलेत... मग मात्र राम मला बोलावणार नाही हे माझ्या ध्यानात आलं अन् मी इकडे आलो. या नगरीत आणि देशातही रामवियोगाचं दुःख आहे."

दशरथ मंद स्वरात म्हणाला, "कैकेयीचं ऐकून मी रामाला वनात पाठवलं; पण त्यापूर्वी मी वृद्ध गुरुजनांशी विचारविनिमय करायला हवा होता. केवळ या स्त्रीच्या मोहात पडून मी हे कृत्य केलं. या पापाबद्दल काळ मला क्षमा करणार नाही. कौसल्ये, पूर्वी मी वनात श्रावणाला चुकून मारलं होतं, तेव्हा त्याच्या वृद्ध पित्यानं मला शाप दिला होता- तूही असाच पुत्रशोकानं मरशील... आता मी 'राम राम' असा कितीही आक्रोश केला तरी राम येणार नाही... मृत्यू मात्र येईल!"

सुमंत्राला ही कथा माहीत नव्हती; त्यामुळे तो अवाक् झाला. त्याला दशरथाच्या जराजर्जर देहाकडे बघवेना. पुत्रशोकामुळे थोड्या अवधीतच राजाची दुर्दशा झाली होती. राजा त्या शोकाच्या कोशातून बाहेर पडण्याचं लक्षण दिसत नव्हतं.

तरी सुमंत्र धीर करून म्हणाला, "महाराज, आता शोक करून काय उपयोग? चौदा वर्षं संपल्याशिवाय राम परत येणार नाही. आपण असा शोक करत राहिलात तर प्रजेनं कुणाच्या तोंडाकडे पाहायचं? राम गेल्यामुळे सगळे शोकाकुल झालेत.

तुम्ही आता राज्यकारभार-''

''सुमंत्रा, अरे मला काही दिसत नाही, काही सुचत नाही... राज्य नको अन् कारभार नको.''

''महाराज, आपण विश्रांती घ्या. उद्या सकाळी मी येतो. मग राज्यकारभाराविषयी बोलू...''

सुमंत्र निघून गेल्यावर दशरथ कितीतरी वेळ डोळे मिटून गप्प बसून राहिला होता. कौसल्या आणि सुमित्राही तिथेच जवळ बसून होत्या. कुणीच कुणाशी बोलत नव्हतं. कौसल्या आणि सुमित्रा दोघीही समदुःखी होत्या. इतकी वर्षं दशरथानं त्या दोघींपेक्षा कैकेयीला जवळ केलं होतं. कौसल्या ज्येष्ठ पत्नी असली तरी कैकेयी त्याला अधिक प्रिय होती, हे दुःख दोघींनाही होतंच आणि त्यातही कैकेयी अधूनमधून मानभंग करायची, तेही दुःख होतंच. आता त्याच कैकेयीमुळे पुत्रवियोग झाला होता. कैकेयीचा हा ताप आपल्याला जन्मभर सहन करावा लागणार हे दोघींनाही स्पष्ट दिसत होतं.

*

''कौसल्ये, सेवकांनी आज दीप लावले नाहीत का गं? सगळीकडे अंधार का दिसतोय?''

''सगळीकडे दीप लावलेत महाराज! या आपल्या शयनकक्षात तर अंधार नाही. बाहेरही कुठे अंधार नाही. सगळीकडे लखलखीत प्रकाश आहे.''

एक दीर्घ उसासा सोडून दशरथ अडखळत्या शब्दांत म्हणाला, ''मग मला कसं काहीच दिसत नाही?... कौसल्ये, माझी दृष्टी मंदावली...''

सुमित्रा म्हणाली, ''सारखं रडूनरडून आपल्या नेत्रांना त्रास झालाय. राजवैद्यांना बोलावणं पाठवू का?''

''नको नको. आता वैद्याचा आणि औषधांचा उपयोग नाही. रामाला बोलाव. राम कुठे आहे?''

''राम वनात नाही का गेला?''

दशरथ काहीच बोलला नाही. त्याची दृष्टी आणि स्मरणशक्ती मंदावली होती. हे काही लक्षण चांगलं नव्हतं; पण कौसल्या आणि सुमित्रा या दोघींच्याही ते ध्यानात आलं नाही.

काही वेळ शांततेत गेला. मग दशरथ म्हणाला, ''कौसल्ये, राजा आणि पिता म्हणून रामाशी मी जे वर्तन केलं ते योग्य झालं नाही. माझ्या कर्तव्याला मी चुकलो; पण राम मात्र पुत्रकर्तव्यात चुकला नाही.''

दशरथ पुन्हा शोक करू लागला तर त्याला त्रास होईल या भीतीनं सुमित्रा

म्हणाली, ‘‘महाराज, आता रात्र झाली आहे, विश्रांती घ्या-’’

‘‘नाही सुमित्रे, आताच बोलू दे मला! मला दिसेनासं झालंय. ऐकू येईनासं झालंय, जिभेला कसला रस जाणवत नाही... उच्चार अस्पष्ट होऊ लागलेत... बुद्धिभ्रंश होण्याची जाणीव मला होतेय... सुमित्रे, माणसाला अशी जाणीव झाली की, त्याची अखेर जवळ आली असं समजावं. ही जाणीव यमधर्माची दूतच आहे. अजून अडखळत का होईना पण मी बोलू शकतोय तर बोलून घेतो... वाचा गेली की, हेही बोलता येणार नाही... कौसल्ये, मला राम भेटणार नाही... पण तो तुला भेटला की, त्याला सारं सांग. त्याच्या कृतीला तोड नाही. माझा पुत्र धर्मपरायण आहे; पण तो धर्मपरायण पुत्र मला टाकून कसा गेला? तो मला भेटत का नाही? पित्यावर त्याची भक्ती आहे ना? मग तो मला असं दुःख का देतोय... पण त्याची तरी काय चूक? पुत्र दुराचारी असला तरीही माता-पिता त्याचा सांभाळ करतात. मी मात्र माझ्या सद्वर्तनी पुत्राला वनात घालवून दिलं. कैकेयीच्या मोहात पडलो. धिक्कार असो माझा... कैकेयी... दुष्ट, कुलकलंकिनी... नको तिचं स्मरण...’’

कैकेयीला उद्देशून अपशब्द उच्चारण्यासाठी त्या सत्प्रवृत्त राजाची जीभ वळेना. तो ओठ दाबून गप्प बसला. मग एकदम त्यानं मोठमोठ्यानं हाका मारायला प्रारंभ केला, ‘‘रामा, ए रामा... अरे रामचंद्रा... कौसल्ये... चौदा वर्षांनी माझ्या रामाचं मुख ज्यांच्या दृष्टीस पडेल ते केवढे महाभाग्यवान! मला मात्र राम भेटणार नाही. पुत्राला घालवणाऱ्या पापी पित्याला अशीच शिक्षा... रामा ए रामा...’’

रामाला हाका मारतामारता दशरथाच्या दृष्टीहीन नेत्रांतून पुन्हा अविरत अश्रुधारा वाहू लागल्या. कंठ रुद्ध झाल्यानं अडखळत होणारा शब्दोच्चारही थांबला. असहायपणे त्यानं शय्येवर अंग टाकलं. त्याच्या मिटलेल्या नेत्रांतून अश्रू वाहात होते. अर्धस्फुट उच्चारात तो सतत रामाच्या नावाचा उच्चार करत होता; पण हुंदक्यांमुळे त्याचा आवाज मात्र बाहेर फुटत नव्हता. अस्पष्ट स्वरात त्यानं एक-दोनदा रामाला हाका मारायचा प्रयत्न केला आणि मग एकदम तो शांत झाला. दृष्टीहीन नेत्र उघडून त्यानं पाहिलं. कौसल्या आणि सुमित्रा शेजारीच होत्या; पण त्या त्याला दिसल्या नाहीत. कौसल्येनं रेशमी वस्त्रानं दशरथाचे नेत्र टिपले. कोरडे झालेले नेत्र राजानं मिटून घेतले आणि तो दोन्ही राण्यांकडे पाठ करून झोपला. थोड्याच वेळात दशरथाचे हुंदकेही थांबले. त्याला शांत झोप लागली, असं वाटून दोन्ही राण्या त्याच्या जवळून उठल्या. त्याच्या दुःखावर झोप हेच औषध होतं. राजाला खरोखरच शांत झोप लागली होती. अगदी शांत- त्या चिरनिद्रेतून तो कधीही जागा होणार नव्हता. पुत्रवियोगाच्या दुःखावर काळानंच औषध दिलं होतं. शयनकक्षातल्या रत्नदीपातलं तेल संपत आल्यामुळे त्याचा प्रकाश मंदावला होता. नगरीतल्या मार्गावरचे दीप जळत होते; पण दशरथाच्या राजप्रासादातला दीप मात्र मंदावला होता, हे कुणाच्याच

लक्षात आलं नव्हतं.

*

अतिवेगवान रथ अयोध्येच्या पूर्वेकडच्या द्वारातून नगरीत शिरला, तेव्हा नगरपालांनी भरताला वंदन केलं; पण त्यांच्या मुद्रा म्लान दिसल्या. त्यांचे नेत्र अश्रूंनी भरले आहेत असं वाटलं. भरताचं खिन्न मन आणखी उदास झालं. शेजारी बसलेल्या शत्रुघ्नाला तो म्हणाला, "नगरद्वारापासून नेहमी आनंदात असणारी अयोध्या आज किती उदास वाटतेय. काहीतरी अनिष्ट घडलंय. सगळीकडे कशी शांतता आहे."

शत्रुघ्न म्हणाला, "बहुधा महाराज यज्ञ करत असावेत किंवा रामाला राज्याभिषेक..."

"शत्रुघ्ना, प्रवासात मी तीच समजूत घालत होतो स्वतःची! महाराजांनी त्वरित बोलावलंय एवढाच संदेश अशोकनंदनानं आणि सिद्धार्थानं दिला, तेव्हा महाराज यज्ञ किंवा राम-राज्याभिषेक करणार असतील असं मला वाटलं; पण माझं मन गेले आठ दिवस उदासच राहिलंय आणि आता ही अयोध्याही कशी उदास दिसते बघ. हे यज्ञ किंवा राज्याभिषेकाचं लक्षण नव्हे."

शत्रुघ्न काहीच बोलला नाही; पण भरताच्या बोलण्यात तथ्य आहे हे त्यालाही जाणवत होतं. नगरीत कुठेच आनंद, उल्हास दिसत नव्हता. प्रासादांपुढे जलसंमार्जन नव्हतं की शुभसूचक रंगावल्या नव्हत्या. द्वारांना सुगंधित पुष्पमाला नव्हत्या की सुगंधी द्रव्यांचा धूमही कुठे नव्हता. प्रासादांच्या गवाक्षातून भरताच्या रथाकडे बघणाऱ्या स्त्रिया अश्रुमोचन करत होत्या आणि मार्गावरून चालणारे पुरुष भरताची दृष्टी चुकवून, खाली मान घालून निघून जात होते.

सारथ्यानं रथाचं मंडलचक्र फिरवल्यामुळे रथ उजवीकडे वळला. भरत किंचित कलंडला; पण तो सावरून बसेपर्यंत रथ कैकेयीच्या मंदिरापाशी जाऊन थांबला. भरत घाईघाईनं उतरला आणि भराभर चालत तो मंदिरात गेला. कैकेयी अंतःपुराच्या द्वाराशीच उभी होती. भरतानं तिला वाकून नमस्कार केला तेव्हा तिनं अतिशय प्रेमानं त्याच्या मस्तकाचं अवघ्राण केलं. भरत भेटल्यामुळे तिला अतिशय आनंद झाला होता. त्याला आसनावर बसवून तिनं विचारलं, "मातामहांकडून केव्हा निघालास?"

"आठ दिवस झाले; पण माते, तात कुठे आहेत?"

"तुझा प्रवास कसा झाला? आणि तू एकटाच कसा आलास? परिवार कुठाय?"

"प्रवास व्यवस्थित झाला; पण माझं मन अस्वस्थ होतं. *त्वरित ये* असा महाराजांचा आदेश असल्यामुळे मी अन् शत्रुघ्न वेगानं पुढे आलो. परिवार मागून येतोय; पण तात कुठे आहेत? ते इकडे असतील असं वाटलं म्हणून मी इकडे आलो. ते यज्ञशाळेत आहेत का?"

अत्यंत प्रिय वृत्त सांगावं अशा उल्हसित स्वरात कैकेयीनं अगदी सहजगत्या सांगितलं, "तुझे तात गेले."

"गेले? कुठे गेले?"

"सर्व प्राणिमात्र अखेरीस जिकडे जातात तिकडे!"

"काय सांगतेस? अरेरे, तात... मी येईपर्यंत का थांबला नाहीत? माझ्यावर रागावून गेलात का? मी मातुलगृही राहिलो म्हणून रागावलात का? तात... तात..."

दुःखावेग अनावर होऊन भरत भूमीवर कोसळला आणि आक्रोश करू लागला. कैकेयी त्याच्याजवळ बसून त्याचं सांत्वन करू लागली, "भरता, आता तुझ्यासारख्या राजानं असा शोक करायचा नाही. अरे, जन्माला येणारा प्रत्येक मनुष्य केव्हातरी मरतोच. गेलेल्यासाठी वृथा शोक करण्यापेक्षा आपली राजकर्तव्यं पार पाड..."

भरत भानावर नसल्यामुळे मातेच्या शब्दांचा अर्थ त्याला नीटसा कळला नाही. बराच वेळ रडल्यानंतर त्यानं विचारलं, "तात कसे गेले? त्यांना काय झालं होतं? अखेरीस ते काय बोलले? मला काय सांगितलंय? राम-लक्ष्मण किती भाग्यवान! ते अखेरच्या क्षणी तातांजवळ होते-'

"तेही महाराजांजवळ नव्हते. राम-लक्ष्मण आणि सीता यांच्या आठवणी काढत, त्यांना हाका मारतच महाराज गेले... राम-लक्ष्मण-सीतेला पाहणारे धन्य होतील असं ते म्हणाले."

भरतानं नवलानं विचारलं, "म्हणजे ते तिघेही नव्हते? मग कुठे गेले होते?"

"रामाला वल्कलं धारण करून दंडकारण्यात जायचा आदेश तुझ्या पित्यानंच दिला होता."

हे शब्द ऐकताच भरताला मस्तकावर वज्राघात झाल्याचा भास झाला. पित्यानं रामाला वनात पाठवलंय म्हणजे रामाच्या हातून काहीतरी महान अपराध घडला असणार अशी त्याची समजूत झाली. इक्ष्वाकु कुलात जन्मलेल्या रामाच्या हातून अपराध?...

भरतानं विचारलं, "रामानं केलं तरी काय असं? एखाद्या ब्राह्मणाचं धन पळवलं की कुणाचा प्राण घेतला? की परस्त्रीवर-"

"छे, छे! यातलं काहीच रामाच्या हातून घडलं नाही. भरता, राम कुणाचं धन पळवणारा नाही किंवा कुणाचा जीव घेणाराही नाही. परस्त्रीकडे राम बघणारसुद्धा नाही... तुझ्यासाठी मीच त्याला वनात पाठवायला सांगितलं."

भरताला काहीच कळेना, तेव्हा कैकेयीनं त्याला सविस्तर वृत्तान्त सांगितला. रामाला राज्याभिषेक करण्याचा दशरथाचा निर्णय, त्याला सर्वांनी दिलेली मान्यता, मग आपण मागितलेले वर, त्यानुसार राजानं भरताला राज्याभिषेक करायला दिलेली

मान्यता आणि निरुपायानं रामाला वनात जाण्याचा दिलेला आदेश हे सारं तिनं सांगितलं. ते ऐकताना हळूहळू भरताची मुद्रा बदलत होती, याकडे तिचं लक्षच नव्हतं. ती आपल्याच नादात बोलत होती, "राम जाणार म्हटल्यावर सीता आणि लक्ष्मणही गेले; त्यामुळे तुझा मार्ग निष्कंटक झाला. महाराजांना मात्र अतिशय दुःख झालं आणि पुत्रशोकानं ते गेले. भरता, आता हे राज्य तुझंच आहे. तुझ्यासाठीच मी ते मिळवलंय."

भरत एकदम कडाडला, "एक अक्षरही बोलू नकोस. माझ्या पित्याला दुःख होईल हे माहीत असताना रामाला वनात पाठवलंस! रामही गेला अन् तातही गेले... आणि तू राज्याच्या आनंदात आहेस? तुला काही लज्जा आहे की नाही?"

कैकेयी शांतपणे म्हणाली, "भरता, रागावू नकोस. तुझ्यासाठीच मी हे केलं आणि पुत्रशोकानं तुझा पिता जाणार हे मला माहीतच होतं. कारण महाराजांना तसा शापच होता."

"पण तो खरा ठरायला तू कारणीभूत झालीस. ब्रह्महत्येहून महान पाप केलंस तू! पुत्रशोकानं महाराजांना मृत्यू येणार हे माहीत असूनही तू रामाला वनात पाठवलंस? स्त्री आहेस की कृत्या? माता म्हणून आणि पत्नी म्हणून जगायचा तुला अधिकारच नाही. महाराजांचा वध केलास तू... अश्वपतींच्या कुळात अशी पातकी स्त्री जन्मलीच कशी? तू दुष्ट आहेस, पापी आहेस. राक्षसी वृत्तीची आहेस... अगं, आपल्या कृत्यामुळे कितीजण दुःखी होतील हेही तुझ्या लक्षात आलं नाही? तू कशीही वागलीस तरी कौसल्यामातेचं तुझ्यावर किती प्रेम होतं! रामाचं तर कौसल्यामातेइतकंच तुझ्यावर प्रेम होतं. त्या रामाला वल्कलं नेसून वनात पाठवलंस? आणि मला हे राज्य द्यायला लावलंस? हे राज्य मी घेईन असं वाटलं तुला? तुझे दुष्ट मनोरथ पुरे होऊ देईन मी?... मी आजच रामाकडे जाणार. त्याला परत बोलावून आणणार. तू राज्यलुब्ध आहेस, पापी आहेस. तुला माता म्हणायची मला लाज वाटते. तुझं तोंडही पाहावंसं वाटत नाही."

आपल्या बोलण्याचा कैकेयीवर काय परिणाम झाला हेही भरतानं पाहिलं नाही. खरोखरच तिच्याकडे दृष्टिक्षेपही न टाकता तो वेगानं मातेच्या मंदिरातून निघाला. बाहेर द्वाराशीच शत्रुघ्न रडत उभा होता. भरत दृष्टीस पडताच त्याला आणखी रडू कोसळलं. भरतानं त्याला जवळ घेऊन म्हटलं, "ऐकलंस ना? कैकेयीमातेनं माझ्यासाठी हे राज्य मिळवलं ते? मला अतिशय लज्जा वाटते रे! हिच्यामुळे रामाला निष्कारण शिक्षा भोगावी लागतेय आणि हिच्याचमुळे तात गेले... चल, लवकर कौसल्यामातेकडे जाऊ."

भरत आणि शत्रुघ्न नगरीत आल्याचं कौसल्या आणि सुमित्रेच्या कानावर आलं होतं. कौसल्या सुमित्रेला म्हणाली, "भरत आलाय; पण तो आता राजा व्हायचाय;

तर आपणच त्याला भेटून आशीर्वाद देऊ या. चल.''

एकमेकींना आधार देत दोघी उठल्या. अचानक कोसळलेल्या दोन संकटांमुळे दोघीही खचल्या होत्या. दुःखभारानं त्यांच्या काया किंचित वाकल्या होत्या. कौसल्या तर थरथर कापत होती. चालता येत नव्हतं तरीही सुमित्रेच्या आधारानं ती चालत होती. त्या मंदिराच्या द्वारापर्यंत गेल्या आणि समोरून अमात्य-मंत्र्यांसह वसिष्ठ येताना दिसले, तेव्हा दुःखावेगानं कौसल्या मूर्च्छित होऊन द्वाराशीच बसली. सुमित्रेनं तिला सावरलं. इतक्यात 'देवी देवी' अशा हाका मारत भरत आला; पाठोपाठ शत्रुघ्नही होता. कौसल्या मूर्च्छित झालीय हे पाहाताच भरत तिच्याजवळ गेला आणि तिला वंदन करून तिच्या कृश देहावरून हात फिरवू लागला.

त्याच्या प्रेमळ स्पर्शानं कौसल्या सावध झाली आणि रडतरडत म्हणाली, ''भरता, तुला हे राज्य हवंय ना, ते घे! तुझ्या मातेनं ते निष्कंटक करून दिलंय; पण तिनं माझ्या रामाला निष्कारण वनात पाठवलं. आता मलाही वनात पाठवून देऊ दे... किंवा तसं कशाला? मी आणि सुमित्राच तिकडे जाऊ. तू मला रामाकडे पोहोचव आणि मग तू सुखानं राज्य कर.''

तिच्या कठोर शब्दांनी भरत व्यथित झाला. तो हात जोडून म्हणाला, ''माते, मी खरंच सांगतो, इथे येईपर्यंत यातलं काहीच मला माहीत नव्हतं. मी निरपराधी आहे. मला तू दोष देऊ नकोस. माझं रामावर किती प्रेम आहे तुला माहीत का नाही? माते, ज्यांनी रामाला वनात पाठवलं, त्यांच्या नावाला कलंक लागलाय. त्या पापकर्म्यांची जगात अपकीर्ती झालीय.''

आणि मग तो रामाला वनात पाठवणाऱ्या माता-पित्यांना नाना प्रकारची दूषणं देऊ लागला. त्याच्या तोंडून माता-पित्यांनाच शापवचनं बाहेर पडू लागली, तेव्हा कौसल्या म्हणाली, ''बाळा, भरता, असं बोलू नकोस रे. अरे, तुझे हे शाप ऐकून मला कसंतरी होतं... मला दुःख होतं रे.''

भरत गोंधळून गेला. आपली चूक त्याच्या लक्षात आली. मग सावरून म्हणाला, ''माते, मी निरपराध आहे, हे तुला पटतं ना? आता मी आधी वनात जाऊन रामाला घेऊन येतो.''

त्याचे शब्द ऐकून वसिष्ठ पुढे आले आणि म्हणाले, ''भरता, तू धर्मनिष्ठ आहेस, तेव्हा आधी पित्याचे अंत्यविधी कर... तुझ्या पित्याचा देह तेलात घालून ठेवलाय. त्याचं दर्शन घे. पुढचं क्रियाकर्मांतर कर आणि मग चौदाव्या दिवशी राज्याभिषेक करू या.''

भरत गंभीर झाला. काहीतरी निर्धार केल्यासारखी त्याची मुद्रा झाली. तो शत्रुघ्नाला म्हणाला, ''चल, पित्याचं और्ध्वदेहिक उरकू या आणि मग कुलरीतीप्रमाणे ज्येष्ठ पुत्राला राज्याभिषेक करवू. ज्येष्ठ पुत्र जिवंत असताना कनिष्ठाला राज्याचा

अधिकार नाही अशी आपली कुलरीती आहे.''

दृढनिश्चयी भरत वसिष्ठ-वामदेवांच्या मागून दशरथाच्या मंदिराकडे निघाला.

*

चित्रकूट पर्वताच्या शिखरावर पर्णकुटीच्या द्वाराशी राम-सीता बसले होते. पर्वतावरून सभोवतालची सृष्टी न्याहाळताना सीता आनंदित झाली होती. मध्येच ती रामाकडे वळून म्हणाली, ''हा वनवास मला सहन होईल की नाही अशी भीती वाटत होती ना तुम्हाला? पण आपल्या आयुष्यातला हा काळ मी कधीच विसरणार नाही. राजप्रासादापेक्षा इथे सुखात आहे मी!''

राम किंचित हसला, ''होय. आता सुखात आहेस; पण पहिले दोन-तीन दिवस तुला त्रास झाला... तोच खरा वनवास होता...''

गुहाच्या राजधानीतून निघाल्यानंतर त्यांनी गंगा नदी पार केली, तेव्हापासून राम-लक्ष्मण-सीता यांच्या वनवासाला खराखुरा प्रारंभ झाला होता. निर्मनुष्य, ओसाड भूमीवरून ते सतत चालत होते. मार्गात कुठेही मनुष्यच काय; पण पशु-पक्षीही दिसत नव्हते. दोन दिवस उपाशीपोटी चालावं लागलं होतं. दुसऱ्या दिवशी संध्याकाळी मात्र ते एका वनात शिरले होते. तिथे रामानं चार मृग मारून आणले होते. लक्ष्मणानं त्यांचं मांस काढून दिल्यावर एका वृक्षाखाली बसून तिघांनी ते भक्षण केलं होतं. कच्चं मांस खाण्याची कुणालाच सवय नव्हती तरी राम-लक्ष्मणांनी थोडं खाल्लं होतं. सीतेनं मात्र जेमतेम चार घासांचं चर्वण केलं होतं आणि ती उपाशीपोटीच उठली होती.

ते पाहून राम म्हणाला होता, ''सीते, आता तुला वनवासातली सुखं कळू लागतील... इथे अरण्यात कंदमुळं मिळतील, निसर्गशोभा पाहायला मिळेल, अशा आशेनं तू आलीस ना? आणि...''

सीता चटकन म्हणाली होती, ''मला केवळ तुमच्या सहवासाचं सुख हवं होतं. वनात संकटं येणार, त्रास होणार हे मला कळत का नव्हतं?''

राम काहीच बोलला नव्हता; पण सीतेला चौदा वर्षं असा त्रास सहन करता येईल का या विचारानं तो खिन्न झाला होता. त्याचे विचार जाणून सीता म्हणाली होती, ''खिन्न होऊ नका. सवय झाली की, मी कच्चं मांसही खाईन.''

आणि ते खरंच ठरलं होतं. त्यानंतर एक दिवस भरद्वाज मुनींच्या आश्रमात वास्तव्य करून भरद्वाजांच्याच सूचनेनुसार ते चित्रकूट पर्वतावर आले होते. या पर्वतावर लक्ष्मणानं एक पर्णकुटी उभारली होती. मंदाकिनीच्या तटाजवळ उभारलेल्या त्या पर्णकुटीबाहेर बसलं की खालचा परिसर सुंदर दिसायचा. कधी राम-सीता-लक्ष्मण पर्वताच्या आसमंतात हिंडायचे. त्या वनातल्या वृक्षांची माहिती राम सीतेला

द्यायचा. आजही पर्णकुटीच्या परिसरातल्या वृक्षांची माहिती देत राम सीतेच्या मागून हिंडत होता. लक्ष्मण रामाच्या मागोमाग जात होता.

सीतेनं मध्येच विचारलं, "तुमचं दोघांचं सारं आयुष्य राजप्रासादात गेलं; पण तुम्हाला वनांची मात्र चांगली माहिती आहे, हे कसं?"

"सगळं आयुष्य राजप्रासादात कुठे गेलं? आम्ही वाल्मीकींबरोबर वनात राहिलो नव्हतो का? त्यांनीच आम्हाला ही माहिती दिली. औषधी वनस्पती कोणत्या, विषारी कोणत्या ते सांगितलं. कोणते वृक्ष कोणत्या ऋतूत फुलतात ते सांगितलं. नक्षत्र-तारे दाखवले. कोणतं नक्षत्र कोणत्या वेळी कुठे असतं हे त्यांनीच सांगितलं. तेच ज्ञान आता उपयोगी पडतं आहे."

त्या पर्वतशिखरावर शांतता पसरली होती. राम म्हणाला, "या वनात अनेक वर्षं राहिलो तरी मला वनवासाचं दुःख होणार नाही. मला अयोध्येचं स्मरणंही होत नाही."

"मलाही होत नाही. इथे फळा-फुलांनी भरलेले कितीतरी वृक्ष आहेत, दुधासारख्या शुभ्र पाण्यानं भरलेली ही मंदाकिनी आहे. मधानं भरलेली पोळी आहेत. निर्झर आहेत... हे अयोध्येत बघायलाही मिळणार नाही; पण यापेक्षा महत्त्वाचं म्हणजे तुमचं सततचं सान्निध्य... अयोध्येत सगळ्या लोकांना तुमचा सहवास मिळायचा- इथे मला एकटीलाच!"

रामाचं आपल्या बोलण्याकडे लक्ष नाही हे जाणवताच ती गप्प बसली. राम कान देऊन काहीतरी ऐकत होता. नेत्र आकुंचित करून काहीतरी निरखत होता... त्याची तीक्ष्ण दृष्टी दूरवर काहीतरी पाहात होती. सीतेनं मागे वळून पाहिलं तेव्हा लक्ष्मणही सावध झालेला दिसत होता.

राम म्हणाला, "लक्ष्मणा, ती धूळ पाहिलीस? आणि तुला कसलासा आवाज येतोय का?"

"होय, पुष्कळ माणसांचा, अश्वांचा, रथांचा असे अनेक आवाज एकत्र मिसळल्याचा गोंगाट... युद्धभूमीवर असा आवाज येतो."

"होय, हा सैन्याचाच आवाज आहे. प्रचंड सेना येत असावी. कारण त्या आवाजामुळे या वनातले पशु-पक्षीही भयभीत झाले आहेत. तू त्या उंच साल वृक्षावर चढून बघ बरं."

लक्ष्मण घाईघाईनं सर्वात उंच अशा साल वृक्षावर चढला. शाखोपशाखांच्या आधारानं तो त्या झाडाच्या टोकाला गेला आणि चहूकडे निरखून पाहात ओरडला, "रामा, अश्व, हत्ती आणि रथ पुष्कळ दिसतात. शिवाय पदाती सैन्यदलही मोठं दिसतंय... कुणीतरी मोठा राजा असावा. सीतामाईला गुहेत पाठवा. अग्नी शांतवून टाका आणि धनुष्य-बाण-कवच सिद्ध ठेवा."

रामानं विचारलं, "कुणाचं सैन्य आहे?"

थोडा वेळ साल वृक्षावरून निरीक्षण केल्यावर लक्ष्मण तिथूनच ओरडला, "रामा, हे अयोध्येचंच सैन्य आहे. आपलीच निशाणं झळकताहेत. भरताला राज्याभिषेक झालेला असणार... आता तोच राजा... त्या भव्य वृक्षाजवळ आपल्या तातांचा रथ आहे. त्यावर उंच फडकतोय तो आपला कोविदार ध्वजच..."

"खरंच का?" सीतेनं विचारलं.

"खरं का म्हणजे? स्पष्ट दिसतोय तो ध्वज! राघवा, मला वाटतं, भरत सैन्यासह आपल्याला मारायला येतोय. राम जिवंत असेपर्यंत त्याला निर्भय वाटणार नाही, म्हणून तो तुम्हाला मारायलाच येतोय; पण रामा, मी त्याला सोडणार नाही. तुमचं राज्य त्याच्यामुळेच गेलं, तेव्हा तो शत्रूच आहे आणि आता तो आपल्यावर या वनात चालून येतोय; तेव्हा त्याचा वध केलाच पाहिजे... कैकेयीला राज्य पाहिजे काय! आता दाखवतोच तिला... मी तिचासुद्धा वध करीन... इतर बांधवांचाही करीन. हे पाप नष्ट केलंच पाहिजे. इतके दिवस मी तुमच्यासाठी माझा राग आवरून धरला. आता तो राग या शत्रुसैन्यावर सोडतो. माझ्या अमोघ बाणांनी शत्रूचे तुकडेतुकडे करतो. भरताचा आणि त्याच्या सैन्याचा वध केल्याशिवाय मला बरं वाटणार नाही."

लक्ष्मणाचे संतापानं भरलेले ते शब्द ऐकूनही राम शांतपणे म्हणाला, "लक्ष्मणा, काय बोलतोस हे? अरे, भरत इतक्या उत्साहानं इकडे येतोय तर त्याचं प्रेमानं स्वागत करायचं सोडून तू त्याला मारायच्या गोष्टी काय बोलतोस? भरताचा वध केलास तरी मी अयोध्येचं राज्य घेणार नाही. बांधवांचा आणि मित्रांचा वध करून राज्य मिळालं तरी मी त्याचा स्वीकार करणार नाही. पराक्रमानं पृथ्वी जिंकायची शक्ती माझ्याजवळ आहे; पण अधर्मानं मला देवांचं अधिपत्यही नको. लक्ष्मणा, राज्याविषयी म्हणशील तर भरत मला राज्य देण्यासाठीच येत असणार... मग मी त्याला सांगेन की, मला हे राज्य नको; पण लक्ष्मणालाच ते दे... तो माझ्या विनंतीला मान देईल..."

लक्ष्मण अतिशय लज्जित झाला. धर्मनिष्ठ भावाचं ते बोलणं ऐकून तो संकोचून मिटल्यासारखा झाला. त्याच्या तोंडून शब्द फुटेना, तेव्हा रामच म्हणाला, "आपण तिघेजण वल्कलं धारण करून वनात आलो, हे कळल्यावर भरताला कैकेयीचा संताप आला असेल. मग त्यानं तातांची मनधरणी केली असेल आणि पित्याच्या संमतीनंच मला राज्य देण्यासाठी तो येत असेल याविषयी मला मुळीच शंका नाही. भरताला राज्यलोभ नाही. तो न्यायी, धर्मनिष्ठ, सत्यप्रिय आहे."

साल वृक्षावरून लक्ष्मण म्हणाला, "रामा, शत्रुंजय हत्ती सैन्यापुढे दिसतोय. म्हणजे तात आले असावेत."

राम म्हणाला, ''होय, तातच येत असावेत. आपली आठवण झाल्यामुळे भेटायला आले असणार किंवा आपल्याला परत न्यायच्या उद्देशानं येत असणार... पण लक्ष्मणा, तातांचा शत्रुंजय असा का दिसतोय? त्यावर नेहमी असणारं तातांचं शुभ्र छत्र कुठे गेलं? लक्ष्मणा, हे लक्षण चांगलं नव्हे. मला वाटतं की, काहीतरी अनुचित घडलंय. तू वृक्षावरून खाली ये... छत्र लुप्त कसं झालं?''

त्याला काय म्हणायचं होतं ते लक्ष्मणाच्या आणि सीतेच्याही लक्षात आलं. रामाच्या शब्दांचा आशय ध्यानात येताच दोघांच्याही हृदयाचा थरकाप झाला.

*

भरद्वाज मुनींनी रामाची माहिती दिल्यानंतर तो चित्रकूट पर्वतावर आहे असं त्यांनी भरताला सांगितलं, तेव्हा भरत आपलं सैन्य आणि परिवार घेऊन चित्रकूट पर्वताकडे निघाला. भरद्वाजांनी सांगितलेल्या मार्गांनी चित्रकूटाजवळ पोहोचल्यावर त्यानं सेनेला आणि स्त्री-परिवाराला पर्वताच्या पायथ्याशी ठेवलं. मग शत्रुघ्न, सुमंत्र, इतर अमात्य आणि तो स्वतः रामाच्या शोधासाठी निघाले. चित्रकूट पर्वताच्या आसमंतातल्या आणि पर्वतावरच्याही घनदाट अरण्यात रामाचा शोध घेणं कठीणच होतं; पण प्रत्येकजण उत्साहानं शोधकार्याला निघाला होता. प्रथम आपल्यालाच रामाचं दर्शन व्हावं असं प्रत्येकाला वाटत होतं; पण रामाचा शोध लागला भरतालाच! चित्रकूट पर्वतावरच्या वृक्षजालातून चालताचालता तो सहज एका उंच साल वृक्षावर चढला आणि त्यानं पर्वताच्या शिखराकडे पाहिलं, तेव्हा तिथल्या वृक्षांच्या टोकावर त्याला एक धूमशिखा दिसली. त्याच ठिकाणी रामाचं वास्तव्य असणार हे त्यानं ओळखलं. भरत घाईघाईनं वसिष्ठांजवळ गेला आणि त्यानं त्यांना आपल्या मातांना घेऊन यायला सांगितलं. मग तो स्वतः वेगानं पर्वतशिखरांकडे निघाला. मागून येणाऱ्या शत्रुघ्नाकडे किंवा सुमंत्राकडेही त्याचं लक्ष नव्हतं. मार्गात वृक्षांवर वल्कलं बांधून ठेवलेली आढळली. ती पाहून भरत म्हणाला, ''मार्ग लक्षात ठेवण्यासाठी लक्ष्मणानं ही वल्कलं बांधून ठेवलीत. वेळी-अवेळी जलभरणासाठी त्याला मंदाकिनीवर जावं लागत असेल- या घनदाट अरण्यात मार्ग चुकू नये म्हणून! अरेरे शत्रुघ्ना, राजप्रासादात राहाणाऱ्या त्या सुकुमार बंधूला इथे पाण्यासाठी किती कष्ट पडत असतील... रामाला आणि सीतामाईला तरी किती कष्ट! आज तो पृथ्वीपती व्हायचा; पण त्याऐवजी या वनात-''

भरत अशा प्रकारे बोलत वेगानं चालत होता. पर्वतशिखरावर तिथे एका सपाट जागी पर्णकुटी दिसली तेव्हा भरत तिकडे धावला. पर्णकुटीत अंधार असल्यामुळे तो जरा लांबच थबकला. मग जटा धारण करून वल्कलं नेसलेला राम त्याला दिसला. पलीकडेच स्थंडिलावरच्या दर्भासनावर सीता आणि लक्ष्मण बसलेले

दिसले. भरत धावतच रामाजवळ गेला आणि त्याच्या पायांना मिठी घालून रडू लागला. "रामा, रामा," एवढेच शब्द त्याच्या तोंडून बाहेर पडत होते. मागोमाग आलेल्या शत्रुघ्नाचीही तशीच अवस्था झाली होती. रामाच्या पायांना मिठी घालून तोही रडत होता. रामानं प्रेमानं त्या दोघांना जवळ घेतलं. लक्ष्मण आणि सीताही रडू लागली. चार राजपुत्रांचा तो वनातला संगम पाहून सुमंत्र, जयंत, विजय यांना आणि इतर अमात्यांनाही अश्रू आवरेनात.

कितीतरी वेळानं रामानं स्वतःला सावरून भरताला उठवलं. त्याच्या मुखावरून वाहणारे अश्रू आपल्या हातानं पुसले. मग त्याला आणि शत्रुघ्नाला जवळ घेत तो म्हणाला, "भरता, तू वनात कशाला आलास? वृद्ध माता-पित्यांची शुश्रुषा करायची सोडून इकडे का आलास? अयोध्येचं राज्य कुणावर सोपवलंस? आणि राजवस्त्रं परिधान करण्याऐवजी ही वल्कलं का नेसलीस? मस्तकावर राजमुकुटाऐवजी या जटांचा भार कशासाठी?"

भरताला पुन्हा दुःखाचा उमाळा आला. हात जोडून तो म्हणाला, "रामा, तू वनात आलास हे कळलं म्हणून मी आलो. तू आता परत चल आणि तूच अयोध्येचं राज्य घे. धर्मानं अयोध्येचा राजा तूच आहेस."

"अरे वेड्या, माता-पित्यांच्या आज्ञेनं मी वनात आलोय आणि माता-पित्यांच्या आज्ञेनंच तूही अयोध्येचा राजा झालास; तेव्हा आता चौदा वर्षं मी वनात राहणार. माता-पित्यांची आज्ञा आपण पाळलीच पाहिजे. तू तातांच्या इच्छेप्रमाणे राज्य कर. त्यांना सोडून तू इथे वनात का आलास?"

"मी त्यांना सोडून नाही आलो रामा; तेच आपल्याला सोडून गेले. तुम्ही तिघे वनात आलात आणि तात पुत्रशोकानं गेले- तुझं स्मरण करत ते गेले."

भरताचे ते शब्द ऐकताच रामाला शोक अनावर झाला. तो मोठ्यानं आक्रोश करू लागला, "भरता, असे कसे रे गेले तात? अरे त्यांच्याच आज्ञेवरून मी वनात आलो. आता चौदा वर्षांनंतर मी पुन्हा अयोध्येत आलो की, मला आज्ञा कोण करील? माझं कौतुक कोण करील? भरता, आता तात नसलेल्या अयोध्येत मी परत कशाला येऊ? तू आणि शत्रुघ्न भाग्यवान म्हणून तुम्ही पित्याची उत्तरक्रिया करू शकलात."

भरत म्हणाला, "पण रामा, तू तातांना सर्वात प्रिय होतास, तेव्हा तू पित्याची उदकक्रिया कर."

शत्रुघ्नानंही दुजोरा दिला, "होय रामा! आम्ही दोघांनी उदकक्रिया केली; पण तू ज्येष्ठ आणि प्रिय पुत्र; म्हणून तू आणि लक्ष्मणानंही उदकक्रिया करायला हवी. आता शोक करून तात परत येणार नाहीत."

रामानं लक्ष्मणाकडे वळून म्हटलं, "इंगुदी फळांचं पीठ आण. एक उत्तम नवं

वल्कल आण आणि आपण मंदाकिनीवर जाऊ.''

सारी सिद्धता झाल्यावर राम म्हणाला, ''सीते, तू पुढे चल... लक्ष्मण तुझ्या मागे आणि मी तुम्हा दोघांच्या मागे येईन. होय ना सुमंत्रा...?''

''होय, स्त्रियांनी सर्वात पुढे आणि मग कनिष्ठ आणि मग ज्येष्ठ अशा क्रमानंच उदकक्रिया करायला जायचं. चला-''

पित्याला इंगुदीपिष्टाचा आणि बदरीफलांचा पिंड देताना रामाच्या नेत्रांत अश्रू उभे राहिले. त्या पिंडासमोर हात जोडून उभं राहून तो म्हणाला, ''तात, मी जे अन्न खातो तेच मी तुम्हाला देतोय. धर्मशास्त्रानुसार मी असं करणंच युक्त आहे. याचा तुम्ही स्वीकार करा.''

दर्भास्तरणावर तो पिंड ठेवून एकवार नमस्कार करून राम मागे वळला आणि सर्वांना घेऊन पुन्हा पर्णकुटीकडे आला. पर्णकुटीच्या द्वाराजवळच वसिष्ठ-वामदेव जाबाली बसले होते. रामानं पुढे होऊन वसिष्ठांच्या पायांवर डोकं ठेवलं. मग इतर गुरूंना वंदन करून तो तिन्ही मातांकडे गेला. वल्कलं धारण केलेली रामाची ती कृश मूर्ती पाहून कौसल्येला आणि सुमित्रेला अश्रू आवरेनात. पुत्रभेटीचा आनंद आणि पतिनिधनाचं दुःख यामुळे त्यांना काही बोलवेना. नमस्कार करण्यासाठी वाकलेल्या सीतेला जवळ घेऊन कौसल्या रडू लागली. थोडा वेळ सर्वांनाच दुःखावेग अनावर झाला. शेवटी वसिष्ठांनी रामाला अन् त्याच्या भावांना बाहेर बोलावलं.

बाहेर येऊन राम वसिष्ठांसमोर बसला. भरत, अमात्य, अयोध्येचे प्रमुख प्रतिनिधी, सैनिक तसेच इतर मंडळी रामाच्या मागे बसली. सर्वत्र शांतता पसरली; तेव्हा भरत अचानक उठला आणि हात जोडून म्हणाला, ''रामा, आता तू अयोध्येला परत चल आणि पितृ-परंपरेनं चालत आलेल्या राज्याचा स्वीकार कर. हे राज्य धर्मानं तुझंच आहे, तेव्हा तूच त्याचा प्रतिपाल कर.''

भरताच्या मागे बसलेल्या सर्वांनी भरताला अनुमोदन देण्यासाठी टाळ्या वाजवल्या. आणि आता राम काय उत्तर देतोय ते ऐकण्यासाठी उत्सुकतेनं सर्वजण त्याच्याकडे पाहू लागले.

राम शांतपणे म्हणाला, ''भरता, पित्याच्या आज्ञेनं मी वनवासात आलोय; तेव्हा चौदा वर्षं संपल्याशिवाय मी परत येऊ शकत नाही. पित्यानं तुला राज्य दिलंय, तेव्हा तूही राज्याचं प्रतिपालन करून पित्याची आज्ञा पाळ.''

''माझ्या मातेच्या मोहात पडून तातांनी ती आज्ञा दिली. मी नगरात नसताना माझ्या मातेनं क्षुद्रपणे जे पातक केलं ते मला मान्य नाही. पित्यानंही हे अधर्मयुक्त कृत्य केलं; पण पित्याच्या हातून जे घडलं ते आपण सुधारू शकतो. पित्याची चूक पुत्रानं सुधारली तरच तो पुत्र लोकांना संमत होतो. पित्याच्या दुष्कृत्याला तू संमती

देऊ नकोस. तुझ्यासारख्या क्षत्रियानं राज्यकारभार करून क्षात्रधर्म पाळायचा की वनात राहायचं? सगळे अमात्य, मंत्री आणि वसिष्ठ मुनी इथे आहेत, तेव्हा इथेच तुला राज्याभिषेक करू या.''

वामदेव आणि जाबाली यांनीही भरताच्या बोलण्याला मान्यता दिली. सुमंत्र, विजय, धृष्टी यांनीही संमती दिली. तेव्हा राम म्हणाला, ''भरता, तू जे बोललास ते इक्ष्वाकु कुलातल्या राजपुत्राला शोभेसं आहे; पण तुझ्या मातेशी विवाह करताना तातांनी तुझ्या मातामहांना राज्याचं शुल्क दिलं होतं. शिवाय दैत्यांशी झालेल्या युद्धात तातांनी कैकेयीमातेला दोन वर दिले होते. त्यानुसार तुला राज्य आणि मला वनवास प्राप्त झाला आहे. यात कुणाचाही दोष नाही.''

कैकेयीकडे बोट दाखवत भरत त्वेषानं म्हणाला, ''या दुष्ट स्त्रीमुळेच हे घडलंय. हिला माता म्हणायची मला लाज वाटते. हिच्यामुळे तात गेले. तू वनात आलास... हिच्यासारखी स्त्री जिवंत राहायलाही योग्य नाही. मी हिला-''

''भरता, मूढासारखं बोलू नकोस. अरे, माणूस स्वतःच्या इच्छेनं काहीच करू शकत नाही. माझ्या वनवासाला कैकेयीमाता किंवा महाराज यांपैकी कुणीच कारणीभूत नाही. कर्मगतीनुसार हे घडणारच होतं. कैकेयीमाता ही केवळ निमित्तमात्र आहे.''

''रामा, पण तातांचा मृत्यू पुत्रशोकानं होणार हे माहीत असूनही तिनं तुला वनात जायला लावलं.''

''हेही बोलणं योग्य नाही. जन्माला येणारा प्रत्येक माणूस मरणारच असतो. कोणतीही वस्तू या जगात अक्षय टिकत नाही. प्रत्येक वस्तूचा अंत होणारच असतो. त्याचप्रमाणे जन्मलेल्या प्रत्येकाचा मृत्यूनंच अंत होत असतो. गेलेला क्षण, संपलेला दिवस आणि उलटलेली रात्र कधीही परत येत नाही. क्षणाक्षणानं, दिवसा-दिवसानं प्रत्येकाचं आयुष्य कमी होत असतं. म्हणून गेलेल्या पित्याबद्दल शोक करण्यापेक्षा तुझा मृत्यू क्षणाक्षणानं जवळ येतोय याचं दुःख कर. माणसाचा मृत्यू त्याच्याबरोबर चालत असतो. तो टाळता येत नाही. आपल्या जीवनाचा सतत क्षय होतो आहे हे माणसाला कळत नाही. नव्या ऋतूमुळे माणसाला आनंद होतो; पण ऋतूंच्या फेऱ्यांमुळे आपला मृत्यू जवळ येतोय हे त्याला कळत नाही.''

भरत म्हणाला, ''गेलेल्यांबद्दल दुःख करत नाही मी! आहेत त्यांच्याबद्दलच करतोय. तू चौदा वर्षं वनात-''

''सांगितलं ना तुला-'' त्याला अडवत राम म्हणाला, ''पित्याच्या आज्ञेनं मी वनात आलोय. चौदा वर्षांनी मी परत येईन. अरे, वियोगानंतर संयोग होतोच. भरता, महासागरात दैवयोगानं दोन काष्ठं जवळ येतात; त्याप्रमाणे पिता-पुत्र, भार्या-पती, भ्राता-भगिनी ही जवळ येतात. सागरलहरींमुळे काष्ठांचा वियोग होतो. त्याप्रमाणेच दैवगतीमुळे माणसांचा वियोग होतो; तेव्हा तातांच्या मृत्यूचा किंवा माझ्या वनवासाचा

शोक करण्यात अर्थ नाही. आपण पित्याच्या इच्छेप्रमाणे वागणं योग्य आहे. तू अयोध्येचा राजा हो. मी वनातल्या पशूंचा राजा होईन.''

रामाचं भाषण ऐकल्यावर सर्वांची निराशा झाली. इतक्यात जाबाली म्हणाले, ''रामा, माता-पिता, बंधु-भगिनी ही नाती व्यर्थ आहेत. प्रत्येक प्राणी एकटाच जन्माला येतो आणि एकटाच मरतो. म्हणूनच तू तुझं कर्तव्य केलं पाहिजेस. भरत म्हणतोय ते योग्य आहे. तू राज्याभिषेक करून घे.''

जाबालींचं ते बोलणं ऐकून राम चकित झाला. गंभीर पण दृढ स्वरात तो म्हणाला, ''हे शक्य नाही. पित्याला दिलेलं वचन मोडणं मला शक्य नाही. सत्यपालन हा सर्वश्रेष्ठ धर्म आहे. त्यापासून मी ढळणार नाही. लोभानं, मोहानं आणि अज्ञानानंही मी सत्याचं अतिक्रमण करणार नाही. गुरुदेव, आपलं भाषण उत्तम असलं तरी अधर्मयुक्त आहे. माता-पित्यांना आनंद देणं हे माझं कर्तव्य आहे... तुम्ही नास्तिकासारखं बोलू नका.''

''रामा,'' वसिष्ठ म्हणाले, ''पित्यापेक्षा गुरू श्रेष्ठ असतो, तेव्हा मी तुला सांगतो... तू मातेचा त्याग करून कष्टांत राहण्यापेक्षा अयोध्येला चल आणि-''

''ते शक्य नाही.'' रामाचा निर्धार व्यक्त झाला.

अखेरचा उपाय म्हणून भरत म्हणाला, ''सुमंत्रा, या पर्णकुटीच्या द्वाराजवळ दर्भ पसर. मी त्यावर पडून राहीन. राम प्रसन्न होईपर्यंत मी भूमीवरच पडून राहीन... किंवा मीच हे दर्भ पसरतो-''

''असं करू नकोस भरता! धरणं धरून बसण्याचा अधिकार ब्राह्मणांना आहे, क्षत्रियांना नाही... आचार्य, मुनिवर्य तुम्ही सगळे भरताची समजूत घाला. भरता, ऊठ... मला स्पर्श करून आचमन कर.''

आचमन केल्यावर भरत म्हणाला, ''राज्यासाठी मी पित्याला प्रार्थना केली नाही किंवा वर माग म्हणून मातेला सांगितलं नाही. रामानं वनात जावं यालाही माझी अनुमती नाही; पण रामा, पित्याची आज्ञाच पाळायची असेल तर तुझ्याऐवजी चौदा वर्षं मी वनात राहीन.''

राम विस्मयानं त्याच्याकडे पाहात राहिला. मग म्हणाला, ''पित्यानं जे केलंय त्यात तू किंवा मी काही हस्तक्षेप करू शकत नाही... मंडळी, या भरताजवळ राज्य चालवायला योग्य असे गुण आहेत, तेव्हा हाच अयोध्येचा राजा होईल.''

भरत दुःखानं म्हणाला, ''जे मला नको तेच कशासाठी देतोस? तू वनात राहणार आहेस आणि मला राज्य हवंय असं तुम्हाला कसं वाटतं? या गुहाला तसंच वाटलं. भरद्वाज मुनींनाही तसंच वाटलं. रामा, मला राज्य नको... ते तूच घे.''

रामानं लक्ष्मणाकडे दृष्टिक्षेप टाकला. त्या दृष्टीतला अभिप्राय जाणून लक्ष्मण लज्जेनं संकोचला. भरताच्या हेतूविषयी आपण घेतलेल्या शंकेची त्याला लाज

वाटली; पण त्याविषयी काही न बोलता राम म्हणाला, "भरता, तुझा हेतू उदात्त आहे; पण चौदा वर्षं तू राज्य कर. परत आल्यावर मी अधिपती होईन. मग तर झालं?"

अनेक आवाज उठले, "उत्तम, उत्तम!... हे योग्य आहे."

वसिष्ठ म्हणाले, "भरता, रामाचं सांगणं योग्य आहे. चौदा वर्षं तू राज्य कर. मग ते राज्य रामाच्या स्वाधीन कर. म्हणजे तू अन् रामही पित्याच्या ऋणातून मुक्त व्हाल."

भरत एक क्षण विचारमग्न झाला. मग त्यानं आपल्या वल्कलांतून सुवर्णभूषित पादुका काढल्या. वनातून राम परत आला तर त्याला पायात घालता याव्यात म्हणून भरतानं सुवर्णयुक्त पादत्राणं आणली होती. ती त्यानं रामासमोर ठेवली आणि तो म्हणाला, "रामा, या पादुकांवर तू एक क्षणभर पाय ठेव. माझी इच्छा म्हणून एवढं तरी कर."

रामानं त्या पादुकांना पदस्पर्श केल्यावर भरतानं भक्तीनं त्या पादुकांना वंदन केलं. मग वाकून अत्यंत आदरानं त्यानं त्या पादुका उचलल्या आणि रेशमी वस्त्रात बांधल्या. त्या पादुका आपल्या छातीशी धरत तो म्हणाला, "आता या पादुका तुझं प्रतीक म्हणून मी राजसिंहासनावर ठेवीन. तुझ्या वतीनं या पादुका राज्यकारभार करतील. मी स्वतः वल्कलं धारण करून नगरीबाहेर राहीन. तुझ्याप्रमाणे मीही चौदा वर्षं सुखोपभोग घेणार नाही. चौदा वर्षं मी अमात्यांकडून कारभार करवीन. चौदा वर्षं संपतील त्या दिवशी तुझं दर्शन झालं नाही तर मी अग्नीत प्रवेश करीन."

भरताची ती प्रतिज्ञा ऐकून सर्वांचे नेत्र अश्रूंनी भरले. रामानं प्रेमानं भरताला जवळ घेतलं. दुसऱ्या हातानं शत्रुघ्नलाही जवळ ओढलं. मग तो म्हणाला, "भरता, हे मला मान्य आहे. तुम्ही सर्वजण आता या... आणि चौदा वर्षं होईपर्यंत पुन्हा कुणी आम्हाला भेटायला येऊ नका. भरता, कैकेयीमातेवर राग धरू नकोस. तिचं रक्षण कर. माझी आणि सीतेची शपथ आहे तुला!"

भरतानं मान डोलवली. त्यानं रामाच्या पादुका दशरथाच्या शत्रुंजय हत्तीवर ठेवल्या. मग सर्वजण जायला निघाले. रामानं तिन्ही मातांना वंदन केलं, तेव्हा दुःखानं त्या तिघींनाही काही बोलता येईना. त्यांना निरोप देऊन पर्णकुटीत परतताना रामालाही अश्रू आवरेनात; पण निग्रहानं तो पर्णकुटीत जाऊन बसला.

अयोध्येकडे परत जाणाऱ्या लोकांचा कोलाहल कितीतरी वेळ ऐकू येत होता. हे आवाज आता चौदा वर्षं कानावर पडणार नव्हते, म्हणून लक्ष्मण ते लक्षपूर्वक ऐकत होता; पण राम मात्र एखाद्या तपस्व्यासारखा निर्विकार होता.

अरण्यकांड

राम, लक्ष्मण आणि सीता शरभंग ऋषींच्या आश्रमाजवळ पोहोचले, तेव्हा तिथे एक दिव्य रथ उभा होता.

लक्ष्मण आणि सीता त्या आश्चर्यकारक रथाकडे आणि त्यात बसलेल्या दिव्य पुरुषाकडे बघत राहिले. लक्ष्मण म्हणाला, "हा पुरुष इंद्रासारखा भासतो."

राम उत्तरला, "तो इंद्रच आहे..."

लक्ष्मण आणि सीता इंद्राकडे पाहात राहिले. नुकत्याच उगवलेल्या सूर्यासारखी तेजस्वी पण सौम्य कांती, चंद्रमंडलासारखं तेज, मस्तकावर पुष्पांनी सुशोभित केलेलं शुभ्र छत्र... आणि त्याच्या समीप सुवर्णदंडांकित चामरं घेतलेल्या सुंदर स्त्रिया... इंद्राच्या भोवती उत्तम वस्त्रं नेसलेले कित्येक तरुण होते. त्यांच्या ताम्रवस्त्रांवर सुवर्णमाला शोभत होत्या. अतिशय सुंदर आणि चिरतरुण असे ते पुरुष देव आहेत हे रामानं ओळखलं.

तो म्हणाला, "लक्ष्मणा, यज्ञाच्या वेळी इंद्राला आवाहन करतात हे आपण ऐकलं होतं. इंद्र देदीप्यमान असतो, त्याचे अश्व अंतरिक्षात भ्रमण करतात हेही ऐकलं होतं. तोच हा इंद्र! तुम्ही दोघे इथेच थांबा."

राम एकटाच थोडा पुढे गेला. इंद्र शरभंग मुनींशी बोलत होता. इतक्यात शरभंग मुनींनी रामाला पाहिलं. त्यांनी त्याला ओळखलं आणि ते इंद्राशी काहीतरी बोलले. ते रामानं पाहिलं. मग इंद्रानं रामाकडे वळून पाहिलं आणि तो देवांना उद्देशून काहीतरी बोलला. दुसऱ्याच क्षणी इंद्राचा रथ वेगानं अंतरिक्षात चालू लागला. ते पाहून राम मागे वळला आणि लक्ष्मणाला आणि सीतेला घेऊन पुन्हा शरभंगाकडे

गेला. शरभंग तेव्हा होमशालेत बसले होते.

राम-लक्ष्मण-सीतेनं त्यांना वंदन केलं. रामानं विचारलं, "मुनिवर्य, आत्ता इथे देवेन्द्र आले होते का?"

"होय, मी उग्र तपश्चर्येनं ब्रह्मलोकाची प्राप्ती करून घेतलीय. म्हणून इंद्र मला न्यायला आला होता. इतक्यात तू आलेला दिसलास. तुझ्यासारखा श्रेष्ठ अतिथी आलेला असताना मी ब्रह्मलोकाला जाऊ? तुझं दर्शन घेतल्यावर, तुझं आदरातिथ्य केल्यावर मी जाईन. रामा, मी मिळवलेले ब्रह्मलोक आणि स्वर्गलोक तुला देतो."

"नको, ते मी तपश्चर्येनं मिळवीन. सध्या आम्हाला वास्तव्य करायला योग्य अशी जागा दाखवून द्या."

शरभंग म्हणाले, "रामा, याच अरण्यात सुतीक्ष्ण ऋषी आहेत. ते धर्मनिष्ठ अन् तेजस्वी आहेत. या मंदाकिनीच्या प्रवाहाच्या उलट दिशेला तू जा. म्हणजे तू सुतीक्ष्णांच्या आश्रमात पोहोचशील. आता तू एक क्षणभर माझ्या नेत्रांत आपली दृष्टी मिळव... म्हणजे मी या गात्रांचा त्याग करीन."

मग शरभंग ऋषींनी अग्नी प्रज्वलित केला. त्यामध्ये समंत्रक हवन केलं. राम-लक्ष्मण-सीतेनं त्यांना पुन्हा वंदन केलं. तेव्हा ते म्हणाले, "रामा आत्ताच इंद्रानं मला सांगितलं की, रामाच्या हातून अतिकठीण कार्य होणार आहे; तेव्हा तुला मी काय आशीर्वाद देऊ?... येतो मी."

असं म्हणून त्यांनी सर्वांसमक्ष अग्नीत प्रवेश केला. सर्वजण भारावून त्या दृश्याकडे पाहात राहिले. थोड्या वेळानं राम म्हणाला, "या तपोनिष्ठ मुनींना स्वर्गलोक प्राप्त झाला. चला, आता त्यांनी सांगितलेल्या मार्गानं आपण पुढे जाऊ."

"रामा, जरा थांब... आम्हाला तुझ्याशी बोलायचं आहे."

रामानं वळून पाहिलं. एक मुनी त्याच्याजवळ येत होते. आणखी बरेचजण मागे उभे होते. राम-लक्ष्मणांनी सर्वांना वंदन केलं. सीतेनंही नमस्कार केला. मघाचे मुनी म्हणाले, "रामा, आम्ही सर्वजण या दंडकारण्यात राहातो. मी वैखानस, हे वालखिल्य, ते मरीचिप, ते पलीकडचे संप्रक्षाल... यातले काही गात्रशय्य आहेत तर काही अशय्य..."

राम आदरानं म्हणाला, "मुनिवर्य, मी सर्वांना वंदन करतो. आपल्या नावावरूनच आपलं उग्र तप लक्षात येतं. हा माझा कनिष्ठ बंधू लक्ष्मण आणि ही माझी भार्या... सीते, ऐकलीस ना या मुनींची नावं? या श्रेष्ठ तपाचरणी मुनींची भेट झाली हे आपलं भाग्यच! मुनिवर्य, आज्ञा व्हावी... मला दंडकारण्यातच जायचंय..."

"रामा, आम्ही सर्वजण दंडकारण्यातच राहातो..." वालखिल्य म्हणाले, "पण तिथे अनेक वानप्रस्थाश्रमी आहेत. तसेच राक्षसही आहेत. या राक्षसांचा आम्हाला फार त्रास होतो. मंदाकिनी, पंपानदी आणि चित्रकूट यांच्या परिसरात कित्येक मुनींचे

वध झालेत. त्यांचे अस्थिपंजर तुला आता दाखवतो, तेव्हा तू आमचं रक्षण कर.''

"या पृथ्वीवर आम्हाला कुणी त्राता नाही.'' संप्रक्षालांनी दुजोरा दिला, "तेव्हा तू आमच्याजवळ राहा. रामा, मुनींचं रक्षण करणाऱ्या राजालाही त्या मुनींच्या पुण्याचा लाभ होतो, तेव्हा आमच्याबरोबर दंडकारण्यात चल...''

"मी आपला सर्वांचा सेवक आहे. आपलं सर्वांचं रक्षण करणं माझं कर्तव्य आहे. शरभंग मुनींनी मला सुतीक्ष्ण मुनींकडे जायला सांगितलंय...''

वैखानस म्हणाले, "चला, आम्हीही तिकडेच चाललोय; पण या मार्गात बऱ्याच नद्या आहेत. घनदाट अरण्य आहे. शिवाय तो समोरचा पर्वत आहे ना, तो चढून जायचंय. सीतेला हे सारं-''

"मुनिवर्य, मला आता अरण्याची सवय झालीय.'' सीता म्हणाली, "आपण सर्वजण बरोबर असताना मला कसली भीती?''

मार्गक्रमण करताना मरीचिप ऋषी म्हणाले, "रामा, तू चित्रकूट पर्वतावर राहात होतास ना?''

"होय, चित्रकूट पर्वतावर आम्ही पर्णकुटीत राहात होतो. ते स्थान अतिरम्य होतं; पण त्या ठिकाणी अयोध्येतली मंडळी येऊन गेली. तिथे आम्ही पुष्कळ सुख-दुःखाच्या गोष्टी बोललो. अयोध्येतल्या अनेक वार्ता समजल्या. त्या ठिकाणी राहिलं की त्याच गोष्टींचं स्मरण व्हायला लागलं. म्हणून आम्ही तिथून निघालो ते प्रथम अत्री ऋषींच्या आश्रमात गेलो. त्यांनी आमचं उत्तम स्वागत केलं. तपस्विनी अनसूयेनं सीतेला वस्त्र, आभूषणं आणि उटी दिली. मग तिथून आम्ही निघालो.''

वालखिल्य म्हणाले, "तू विराधाचा वध केलास हेही आमच्या कानावर आलंय.''

"होय, त्या राक्षसानं सीतेलाच उचललं; त्यामुळे त्याला मारावं लागलं.''

विराधाला मारण्यापूर्वी त्याच्याशी चांगलाच संघर्ष करावा लागला होता. राम-लक्ष्मणांच्या तीक्ष्ण बाणांचा त्याच्या देहावर काहीही परिणाम होईना. केवळ व्रण झाले, तेव्हा रामानं त्याला खाली पाडलं आणि त्याच्या मानेवर तो उभा राहिला. लक्ष्मणानं एक प्रचंड खड्डा खणला अन् त्या राक्षसाला त्या खड्ड्यात पुरून टाकलं.

ही सर्व कथा सांगून राम म्हणाला, "तो पूर्वी तुंबरू नावाचा गंधर्व होता; पण तो रंभेवर आसक्त झाल्यानं कुबेरानं त्याला राक्षस होशील असा शाप दिला. त्याचा वध माझ्या हातून व्हायचा होता, असं कुबेरानं त्याला सांगितलं होतं.''

"रामा, तू त्याचा वध केल्यामुळे या अरण्यावरचं एक महासंकटच गेलं. आता इथल्या बाकीच्या राक्षसांकडे तू असंच लक्ष दे.''

त्या वनात अनेक राक्षस राहात होते हे रामाला आधीच कळलं होतं; तेव्हापासून सीता अगदी घाबरून गेली होती. रामानं राक्षसांशी संघर्ष करून संकटात पडू नये

असं तिला वाटत होतं. तिनं तसं बोलूनही दाखवलं; पण मुनींना रक्षणाचं वचन दिल्यामुळे रामानं तिचं म्हणणं मानलं नाही. मार्गात पडलेले मुनींचे अस्थिपंजर पाहिल्यावर ऋषींचं रक्षण करणं हे क्षत्रियाचं कर्तव्यच आहे असं रामाला वाटत होतं- सीतेनंही ते मान्य केलं. दंडकारण्यात आपल्याला अनेक राक्षसांशी युद्ध करावं लागणार आहे, अनेक संकटांना तोंड द्यावं लागणार आहे हे त्याला समजत होतं; पण राक्षसांचं निर्दालन करून मुनिवरांचं संकट दूर करायला हवं होतं. म्हणूनच संकटांचा विचार न करता तो मुनींच्या समुदायाबरोबर चालला होता. राम बरोबर असल्यामुळे ते मुनिश्रेष्ठ निश्चिंत झाले होते.

*

अगस्ती ऋषींनी सांगितलेल्या मार्गानं राम-लक्ष्मण आणि सीता चालत होते. घनदाट वृक्षांनी युक्त असलेल्या या अरण्यात विपुल फळं अन् कंदमुळं असल्याचं अगस्तींनी आधीच सांगितलं होतं. मार्गात त्याचं प्रत्यंतर येत होतं. स्फटिकशुभ्र जलाशय, पशु-पक्षी आणि उंच उंच वृक्ष पाहताना तिघांचंही देहभान हरपत होतं. चालण्याची सवय झालीच होती; पण तरीही निसर्गसमृद्धीमुळे चालण्याचे श्रम जाणवत नव्हते. वाटेत थांबून लक्ष्मण झाडावर चढत होता. पक्व झालेली फळं तोडून आणत होता. ती खाऊन झाली की तिघेही पुढे चालू लागत.

मुनिगणांसमवेत शरभंगांच्या आश्रमातून निघाल्यापासून त्यांनी एका ठिकाणी सातत्यानं वास्तव्य असं कधी केलं नव्हतं. अनेक मुनींच्या आश्रमांत ते राहिले. कुठे दोन-तीन मास, तर कुठे सहा मास, कुठे वर्षभर, तर कुठे दीड वर्ष असं वास्तव्य करत त्यांनी मुनींच्या यज्ञांचं संरक्षण केलं होतं. अनेक राक्षसांचा नायनाट करून दंडकारण्य सुरक्षित केलं होतं.

राक्षसांचा संहार केल्यानंतर आपलं तिथलं वास्तव्य संपवावं असं रामाच्या मनात आलं; म्हणून ऋषिगणांचा निरोप घेऊन तो लक्ष्मण-सीतेसह अगस्ती मुनींकडे गेला होता. सतत तपश्चर्येत मग्न असलेले ते महर्षी कुणाची भेट घेत नसत; पण राम आल्याचं कळताच त्यांनी त्याला जवळ बोलावलं होतं.

अगस्ती मुनींच्या आश्रमात मृगसमुदाय आनंदानं राहात होता. पशु-पक्ष्यांनी गजबजलेल्या आणि वृक्षवल्लींनी वेढलेल्या त्या रम्य आश्रमाच्या दर्शनानंच या तिघांचा श्रमपरिहार झाला होता. प्रसन्नपणे ते आश्रमात गेले होते. महर्षी अगस्तींनी केलेल्या उत्कृष्ट स्वागताचा स्वीकार करून एक रात्र ते तिथे राहिले होते आणि दुसऱ्याच दिवशी महर्षींच्या सूचनेवरून गोदावरीच्या तीरावर असलेल्या पंचवटीकडे निघाले होते. वटवृक्षांनी वेढलेल्या पंचवटीच्या आसमंतातला प्रदेश रम्य आहे, असं अगस्तींनी सांगितलं होतं. तिथे विपुल जल आणि फळं असल्यानं तो भाग

वास्तव्यास योग्य असल्याचंही त्यांनी सांगितलं होतं. राक्षसांचं निर्दालन करायची रामाची प्रतिज्ञा होती; पण अगस्तींच्या आश्रमाजवळ राक्षस फिरकतही नव्हते. अगस्ती ऋषींचा तपःप्रभावच तितका मोठा होता; त्यामुळे त्यांच्या आश्रमात राहाण्यात काही अर्थ नव्हता. म्हणून रामानं दुसरीकडे जायचं ठरवलं; तेव्हा आपल्या आश्रमापासून दोन योजनांवर असलेल्या पंचवटीत जायला अगस्ती मुनींनी त्याला सांगितलं होतं. राम निघाला तेव्हा त्यांनी त्याला विश्वकर्म्यानं निर्माण केलेलं वैष्णवधनुष्य दिलं होतं. अक्षय भाते दिले होते. सुवर्णाच्या म्यानात ठेवलेलं सुवर्णाच्या मुठीचं इंद्राचं खड्ग दिलं होतं. ती उत्तम, श्रेष्ठ आयुधं घेतल्यावर रामाला आपली शक्ती शतपट झाल्याचा भास झाला होता. ती शस्त्रं घेऊन तो आता पंचवटीकडे निघाला होता.

राम स्वतःच्याच विचारात मग्न होऊन चालला होता; पण तरीही त्याची दृष्टी सावधपणे आसपास लक्ष ठेवत होती. अचानक दूरवरच्या एका अशोक वृक्षाच्या शाखा हलल्या. रामाचा हात सहजगत्या आपल्या धनुष्याकडे गेला. लक्ष्मणानंही धनुष्य-बाण सज्ज केला. इतक्यात त्या अशोकाच्या दिशेनं आवाज आला, "रामा, मी तुझ्या पित्याचा मित्र... मला जटायू म्हणतात."

रामानं चटकन पुढे होऊन जटायूला वंदन केलं. तो म्हणाला, "गृध्रराज, आपली कीर्ती ऐकली होती आम्ही! ही माझी भार्या जनककन्या सीता आणि हा माझा भाऊ लक्ष्मण-"

"मला माहीत आहे. तुम्ही इकडे येत आहात ते मुनींच्या बोलण्यावरून मला कळलं, म्हणूनच मी इथे थांबलो."

रामानं आपला सारा वृत्तान्त कथन केला आणि दशरथाशी मैत्रीचं नातं सांगणाऱ्या जटायूचा सत्कार केला.

जटायू म्हणाला, "रामा, मी तुझ्याबरोबर येतो. पंचवटीत मी तुमच्याबरोबर राहीन. तू आणि लक्ष्मण बाहेर गेलात की, या माझ्या स्नुषेचं मी रक्षण करीन."

रामानं आनंदानं मान्यता दिली. गृध्रराज जटायूचा हात धरून लक्ष्मण पुढे चालू लागला. मागे सीता आणि राम! पंचवटीचा मार्ग जटायूला माहीत होता; त्यामुळे तो मार्गदर्शक झाला. वाटेत गतकालाच्या गोष्टी चालू होत्या.

जटायूनं विचारलं, "रामा, अयोध्येतला काही वृत्तान्त कळला का?"

"नाही. चित्रकूट पर्वतावर आम्ही होतो, तेव्हा सर्वजण भेटले होते; पण तिथे त्या भेटीच्या स्मृतींचा त्रास व्हायला लागला म्हणून आम्ही दंडकारण्यात आलो. आता तिकडचं काही कळलं नाही. काही जाणून घ्यायची इच्छाही नाही. भरत राज्यकर्ता आहे; त्यामुळे राज्य उत्तम चाललं असणार. अर्थात राज्याचा विचार चौदा वर्षं होईपर्यंत करायचाच नाही."

“वनवासाची किती वर्षं झाली?”

“दहा पूर्ण झाली. गृध्रराज, ही दहा वर्षं अतिशय सुखात गेली. वनवासामुळे होणाऱ्या त्रासापेक्षा या दहा वर्षांत पुष्कळ सुखसमाधानच भोगलं. आम्हाला कितीतरी ऋषी-महर्षी भेटले. त्यांचे आशीर्वाद लाभले. त्यांनी प्रेमानं आमचं स्वागत केलं. त्यांच्या यज्ञात व्यत्यय आणणाऱ्या राक्षसांना आम्ही मारलं. या अरण्यात आल्यापासून हेच एक उद्दिष्ट मानलं होतं आम्ही...”

लक्ष्मण म्हणाला, “ऋषिप्रेरणेनं आमचं उद्दिष्ट आपोआप ठरून गेलं. कोणतीही गोष्ट ठरवून होत नसते. कारण कोणताही माणूस स्वतःच्या इच्छेनुसार वागू शकत नाही. त्याच्या कर्मानुसार काल त्याला ओढून नेत असतो; तेव्हा त्या कालाच्या अधीन होऊन राहावं हेच योग्य! कदाचित काही कारणानं पंचवटीतही आपलं वास्तव्य अधिक काळ होणार नाही...”

तो सहज बोलत होता; पण त्याच्या तोंडून नियतीच बोलत होती.

*

नित्याप्रमाणे गोदावरीवर स्नान करून राम-लक्ष्मण-सीता आणि ज़टायू परत आले. लक्ष्मणानं हातातली फळं पर्णशालेत नेऊन ठेवली. मग रामाच्या हातातली कमलपुष्पंही त्यानं आत नेऊन ठेवली आणि मग दारासमोर रामासाठी आणि सीतेसाठी आसन घातलं.

सीता हसत म्हणाली, “लक्ष्मणा, आपण राजप्रासादात असतो तर तुला ही कामं करायला लागली नसती. तिथे सेवकांनी तुला करू दिली नसती.”

लक्ष्मण विनयानं म्हणाला, “असं का म्हणता देवी! राजप्रासादातही मी सेवा करीत होतो रामाची... मात्र, तुमची सेवा करायची संधी या वनवासामुळे मिळाली...”

“मग त्यासाठी कैकेयीमातेचं ऋण मानायला हवं.”

“नाव नका काढू तिचं! मला तिचा संताप येतो. रामा, माझ्या नेहमी मनात येतं की, भरत इतका सज्जन, आपले तात इतके सज्जन; मग ही कैकेयीमाता अशी क्रूर कशी? अशा दुष्ट, पापी स्त्रीला-”

“लक्ष्मणा, कशीही असली तरी ती आपली माता आहे आणि म्हणूनच वंदनीय आहे. तिच्याविषयी अनादर उद्‌गार काढू नकोस. त्यापेक्षा भरताविषयी बोल ना! शिवाय स्वीकारलेलं व्रत पुरं करायचं असं मी ठरवलेलं असल्यानं काहीही झालं तरी वनवास पुरा केलाच पाहिजे. एक मात्र खरं की, भरत-शत्रुघ्नांचा वियोग तापदायक होतो. तो कधी आपल्याला भेटेल?”

विषय बदलण्यासाठी सीता म्हणाली, “आर्य, आपण अयोध्येत गेलो ना की सगळ्यांना घेऊन एकदा इथे येऊ. ही पंचवटी, ही पर्णशाला ऊर्मिलेला नि माझ्या

इतर बहिणींना नक्कीच आवडेल... लक्ष्मणानं ही पर्णशाला किती सुरेख बांधलीय. हे सगळे सारखे सरळ देवदारचे खांब, हे वरचे हे वासे, त्यावर अंथरलेली पानं, कुशकाश आणि देवनळ... हा लक्ष्मण नित्य आतली भूमी स्वच्छ आणि मृदू ठेवतो. मला काहीही करू देत नाही.''

''देवी, तुम्हाला सवय नाही. तुमच्या कोमल हातांनी केवळ पुष्पमाला कराव्यात, सुगंधी उटी लावावी...''

जटायू म्हणाला, ''रामा, तुम्हा तिघांचं एकमेकांवरचं प्रेम पाहून मला आनंद वाटतो. तुम्ही दोघे भाऊ या सीतेला सुखात ठेवायला किती धडपडता! आणि तिचीही तुम्हा दोघा भावांवर माया आहे...

एकदम कर्णकटू आवाज आला, ''कोण आहात रे तुम्ही?''

सगळ्यांनी चमकून द्वाराकडे पाहिलं. अक्राळविक्राळ दिसणारी, मोठं पोट असलेली, वृद्धत्वामुळे किंचित वाकलेली एक स्त्री दारात उभी होती. तिला पाहाताच सीता घाबरली. लक्ष्मण चटकन उठून दाराशी उभा राहिला.

जटायू म्हणाला, ''अरे ही शूर्पणखा दिसतेय... रावणाची भगिनी!''

शूर्पणखा रामाकडे पाहात होती; पण तिची दृष्टी तिरळी असल्यानं ती सीतेकडे बघतेय असं वाटत होतं. ती पुन्हा किंचाळली, ''तू कोण आहेस? धनुष्य-बाण आहेत तेव्हा क्षत्रिय असावास... पण तू तर तपस्व्याचा वेष केला आहेस... आहेस तरी कोण तू?''

रामानं आपली माहिती सांगितली आणि विचारलं, ''तू कशासाठी इथे आलीस?''

आपल्या वयाला आणि रूपाला न शोभतील असे विभ्रम करत रामाकडे पाहून ती शक्य तितक्या कोमल स्वरात म्हणाली, ''तुम्ही सगळे गोदावरीवर स्नान करून येत होता, तेव्हा मी तुम्हाला पाहिलं. तुझं रूप मला मान्य झालं. त्या क्षणापासून तू माझा पती व्हावास असं मला वाटलं. म्हणून मी इथे आले... माझे भाऊ तुला माहीत आहेत? रावणाचं नाव तू ऐकलं असशीलच! शिवाय कुंभकर्ण, बिभीषण, खर आणि दूषण... असे माझे भाऊ आहेत; तेव्हा तू माझा पती हो. माझ्याबरोबर चल. मी स्वेच्छागामी आहे, सामर्थ्यवान आहे. या तुझ्या कुरूप पत्नीला आणि भावाला मी खाऊन टाकते; मग आपण विवाह करू...''

रामाला हसू आलं. उपहासयुक्त पण गोड शब्दांत तो तिला म्हणाला, ''माझा विवाह तर झालाय; पण तरी तुझ्याशी आप्तसंबंध असावेत असं मला वाटतं, तेव्हा तू माझ्या भावाशी विवाह कर. हा लक्ष्मणही रूपवान आणि सुशील आहे. याला पत्नीसुख नाही.''

शूर्पणखा लक्ष्मणाकडे वळली, ''खरंच की! हाही योग्य आहे. चल लक्ष्मणा, आपण दंडकारण्यात संचार करू.''

लक्ष्मण गंभीरपणे म्हणाला, "अगं, मी या रामाचा दास आहे. तू इतकी रूपवती, सुंदर... तू कशाला माझ्याशी लग्न करतेस? तूही माझ्यासारखी दासी होशील ना! त्यापेक्षा रामाची द्वितीय पत्नी म्हणून राहा ना! या कृश, गौरवर्णी, विशाल नयनेपेक्षा तू किती सुंदर! तेव्हा तू याच्याशीच विवाह कर..."

लक्ष्मणाचं हे बोलणं ऐकून शूर्पणखा सीतेच्या अंगावर धावली. सीता भयभीत झाली. ते पाहून राम म्हणाला, "लक्ष्मणा, दुष्ट लोकांशी कधीही उपहासानं बोलू नये. क्रूर लोकांना चेष्टा कळतच नाही. ही शूर्पणखा तुझं बोलणं खरं मानून सीतेला मारायला येतेय... आता या राक्षसीला विरूप कर."

लक्ष्मण खड्‌ग घेऊन उठला आणि शूर्पणखेला काही कळायच्या आत त्यानं तिचे नाक-कान खड्‌गानं कापले. तिचं विद्रूप मुख रक्तानं माखून गेलं; त्यामुळे ती आणखी भयानक दिसू लागली. अपमान आणि दुःख असह्य झाल्यामुळे ती ओरडली. मग जाता जाता किंचाळली, "मी लंकाधीश रावणाची बहीण आहे. खर आणि दूषण हे माझे भाऊ आहेत. त्या माझ्या भावांना जाऊन सांगते. तू मला विद्रूप केलंस हे माझ्या भावांना सहन होणार नाही. ते तुम्हाला जिवंत सोडणार नाहीत... सगळे राक्षस तुमच्यावर चालून येतील..."

तिची ती प्रतिज्ञा ऐकून सीतेचा थरकाप झाला; पण राम तिला म्हणाला, "भिऊ नकोस. आम्ही दोघे भाऊ तुझं रक्षण करायला समर्थ आहोत. आम्हाला कुणाचंही भय नाही. कितीही राक्षस आले तरी आमच्यापुढे त्यांचं काहीही चालणार नाही."

सीता कातर स्वरात म्हणाली, "इतके दिवस मला भीती वाटत नव्हती. तुमच्या सामर्थ्याविषयी मला शंका नाही; पण तो रावण महाबलाढ्य आहे. त्याची भीती वाटते..."

"रामापुढे रावणाची शक्ती टिकणार नाही. देवी, तुम्ही चिंता करू नका. आमच्यापैकी एकजण तुमचं रक्षण करायला पुरेसा आहे."

सीतेचं समाधान झालं नाही. ती म्हणाली, "हे राक्षस मायावी असतात. इच्छारूप धारण करतात. शिवाय तपश्चर्येनं शक्तिमान झालेले असतात. आपला मानवांचा त्यांच्यापुढे..."

राम म्हणाला, "तू चिंता करू नकोस. तू केवळ एकच करायचं, आम्ही दोघे असलो किंवा नसलो तरी पर्णशालेच्या बाहेर यायचं नाही आणि लक्ष्मणा, आपण दोघांनी एकाच वेळी बाहेर जायचं नाही. एकानं सतत सीतेचं रक्षण करायला इथे थांबायचं... विसरू नकोस."

"रामा, तुझा आदेश मी कधी विसरतो का? आपल्यापैकी एकजण सतत देवींचं रक्षण करायला इथे राहील. शिवाय जटायू आहेतच."

राम-लक्ष्मण असल्यावर आपण चिंता करायचं काही कारण नाही हे सीतेलाही

कळत होतं. तरी शूर्पणखेच्या भावांची तिला भीती वाटत होती. तिचं मन अस्वस्थ झालं होतं. राम-लक्ष्मणांना मात्र तिच्या अस्वस्थतेची कल्पना नव्हती.

*

लंकेमधल्या आपल्या राजसभेमध्ये उच्चासनावर रावण बसला होता. सभेचं काम चालू असताना प्रतिनिधींची आणि मंत्र्यांची भाषणं तो लक्षपूर्वक ऐकत होता. भरदार हातांच्या बोटांनी तो गळ्यातल्या वैडूर्यमाळेच्या मण्यांशी क्रीडा करत होता; तेव्हा हातातली सुवर्णाची रत्नमंडित भूषणं वरखाली होऊन मंद आवाज येत होता. त्याच्या मुखाची कांती त्या वैडूर्यमण्यांसारखीच होती. अंगावरची शुभ्र रेशमी वस्त्रं त्याला शोभून दिसत होती. मधूनच त्यानं मंद हास्य केलं की, त्याची रुंद मुद्रा अधिकच रुंदावत होती आणि शुभ्र दंतपंक्ती चमकून उठत होती.

सभेच्या कामात मग्न असतानाही सभागृहाबाहेर काहीतरी गडबड चालल्याचं त्याच्या लक्षात आलं. त्यानं द्वाराकडे पाहिलं. शूर्पणखा आत येत होती. तिच्या विद्रूप झालेल्या मुखावर क्रोध मावत नव्हता. अपमानाच्या दुःखानं तिची अक्राळविक्राळ कृष्णमुद्रा आणखी भयानक दिसत होती.

रावणाच्या सेवकांनी तिला आसन दिलं; पण त्या सुवर्णासनाकडे दृष्टिक्षेपही न टाकता ती रावणासमोर जाऊन उभी राहिली. रावणानं विचारलं, ''काय गं? तुझ्या नाकाला-कानांना काय झालं? आणि असा काय तुझा अवतार?''

''तुझ्यासाठीच असा अवतार झालाय बरं! तू स्वतःच्या सामर्थ्याचा केवळ गर्वच वाहात राहा. विषयासक्त, स्वैराचारी झाल्यामुळे तुझं इतरत्र लक्ष तरी आहे का? तुझ्यावर केवढं संकट आलंय याची जाणीव तरी आहे का?''

''संकट कसलं?'' रावणानं आश्चर्यानं विचारलं.

''बघ, तुला काहीच माहीत नाही. अरे तुझे हेर करतात तरी काय? अरे, अयोध्येच्या रामानं तिकडे जनस्थानाचा विध्वंस केला. हजारो राक्षसांना मारलं. त्रिशिराला मारलं. खर-दूषणांनाही जिवंत ठेवलं नाही. तरी तू आपला-''

''काय म्हणतेस? खर-दूषणांना मारलं? कुणी?... त्या महापराक्रमी बंधूंचा मला केवढा आधार होता. त्या माझ्या बंधूंना कुणी मारलं?''

''त्या रामानं आणि त्याच्या भावानं!''

रावणानं पुन्हा आपल्या मंत्र्यांना विचारलं, ''हा राम कोण? कुठून आलाय!''

बिभीषण म्हणाला, ''अयोध्येत इक्ष्वाकु कुलात दशरथ नावाचा राजा होता. त्याचा राम हा पुत्र! त्याच्या मातेनं त्याला चौदा वर्षं वनवासात पाठवलंय. त्याच्याबरोबर त्याची भार्या आणि बंधूही आहे. राम आणि लक्ष्मण महापराक्रमी आहेत; पण मोठे धर्मनिष्ठ आहेत. सज्जनांचं रक्षण आणि दुर्जनांचं निर्दालन

करण्यासाठी ते दंडकारण्यात राहिलेत असं मला कळलंय. राम अतिशय रूपवान, गुणवान आणि बुद्धिमान आहे- तसाच महापराक्रमी आहे.''

रावण गुरगुरला, ''असेल; पण शूर्पणखेला त्रास द्यायचं त्याला काय कारण? खर-दूषणांना मारायचं काय कारण? माझ्या भावांना मारणारा हा कोण? काय गं शूर्पणखे?''

शूर्पणखा क्षणभर गोंधळली. आपण रामावर अनुरक्त झालो आणि त्याची मनधरणी केली म्हणून लक्ष्मणानं आपले नाक-कान कापले, मग संतापानं आपण खर-दूषणांकडे गेलो, तेव्हा त्यांनी रामाशी युद्ध केलं. त्या तुमुलयुद्धात राम-लक्ष्मणांनी त्या दोघांना ठार मारलंच; पण त्यांच्या हजारो सैनिकांचा निःपात केला, हे सारं सांगण्यात तिला कमीपणा वाटू लागला.

म्हणून ती रागानं म्हणाली, ''रावणा, तुझ्यामुळेच हे घडलं. त्या रामाची पत्नी इतकी सुंदर आहे! तिचं गौरमुख, मोत्यासारखी दंतपक्ती, हरिणशावकासारखे नेत्र, लांब केस, रेखीव हात- सारंच अतिसुरेख आहे. ती तुझ्यासारख्याला पत्नी म्हणून योग्य आहे आणि तू तिला पती म्हणून योग्य आहेस. म्हणून तुझ्यासाठी मी तिला आणायला गेले, तेव्हा त्या लक्ष्मणानं मला विरूप करून टाकलं.''

दुःखानं शूर्पणखा आक्रोश करू लागली. ती थोडी शांत झाल्यावर रावणानं विचारलं, ''ती सीता खरंच का इतकी सुंदर आहे?''

''होय, तू तिला पाहिलंस की, तुलाही ती आवडेल. तिला तुझी भार्या कर. तरच खर-दूषणांच्या वधाचा सूड घेतल्यासारखं होईल.''

रावणाची मुद्रा विचारमग्न झाली; पण तो काहीच बोलला नाही. शूर्पणखाच पुन्हा म्हणाली, ''ती सीता ज्याची पत्नी होईल तो भाग्यवान! तू तिला पळवून आण आणि राम-लक्ष्मणाचा वध कर. नाहीतर तुझं हे बल आणि वैभव निरर्थक ठरेल...''

तरीही रावण काहीच बोलला नाही. सभा संपल्यावर तो उठला आणि रथशाळेत जाऊन त्यानं स्वतःच्या सारथ्याला रथ सज्ज करण्याचा आदेश दिला. रात्र होताच रावण आपल्या दिव्य आकाशगामी रथात बसला. सारथ्यानं रथ वेगानं सोडला. क्षणार्धात तो रथ आकाशमार्गानं जाऊ लागला. आकाशातल्या इतर विमानांची शोभा पाहात रावणानं सारथ्याला रथ समुद्रापलीकडे नेण्याची आज्ञा दिली. समुद्रापलीकडे मारीच राक्षसाच्या आश्रमानजीक रथ उतरला. रावणाला पाहून मारीच चकित झाला.

मग कोणतीही प्रस्तावना न करता रावणानं आपल्या आगमनाचा उद्देश सांगितला. तो म्हणाला, ''मारीचा, शूर्पणखा, खर आणि दूषण जनस्थानात राहात होते हे तुला माहीत आहेच. त्या वनात राम नावाचा कुणी मानव आलाय. त्यानं विनाकारण शूर्पणखेचे नाक-कान कापले, खर-दूषणांना मारलं. इतरही कित्येक राक्षसांना मारलं; तेव्हा त्याच्या सीतेला जनस्थानातून पळवून आणायचं मी ठरवलंय. त्यात

तू मला साह्य कर. तू शूर आहेस, मायावी आहेस.''

रामाशी युद्ध करण्याच्या कल्पनेनंच मारीचाच्या मुखाला कोरड पडली. भीतीनं व्याकुळ होऊन तो अनिमिष नेत्रांनी रावणाकडे पाहात राहिला. कोरड्या पडलेल्या ओठांवरून जीभ फिरवत तो म्हणाला, ''लंकाधीशा, तुला नेहमी प्रिय भाषण ऐकायची सवय असेल; परंतु मी मात्र अप्रिय पण हितकारक बोलतो... रामाला तू ओळखत नाहीस म्हणूनच ही असली दुर्बुद्धी तुला सुचलीय. त्या सीतेच्या अभिलाषेमुळे आपल्यावर संकट ओढवेल. लंकेचा नाश होईल. तू नष्ट होशील. सगळे राक्षस नष्ट होतील. तेव्हा...''

रावण ओरडला, ''काहीतरीच बोलू नकोस. तू मला साह्य केलंच पाहिजेस.''

''रामाशी सामना करणं कठीण आहे रावणा! अरे, तो किती पराक्रमी आहे! तू म्हणतोस त्याप्रमाणे पित्यानं त्याला हाकलून दिलेलं नाही. तो धर्मनिष्ठ, सत्यप्रिय आहे, तेव्हा त्याला दोष देणं योग्य नाही. त्या कोसल देशाधिपतीशी तू युद्ध करणं योग्य नाही. मला स्वतःला त्यानं पूर्वी अस्त्रानं सहस्र योजने दूर फेकून दिलं होतं. मी समुद्रात पडलो. केवळ ब्रह्मदेवाच्या वरामुळेच जिवंत राहिलो. त्यानंतर पुन्हा थोड्याच दिवसांपूर्वी मी मृगरूपानं दंडकारण्यात गेलो, तेव्हाही रामाच्या बाणांनी विद्ध झालो.''

रावण रागावला, ''मला उपदेश नकोय. सचिवानं राजाची आज्ञा पाळायची असते, उपदेश करायचा नसतो... तेव्हा मी सांगतो तसं कर...''

मारीचानं निरूपायानं मान डोलवली.

रावणानं हळू आवाजात त्याला आपली योजना सांगितली. मारीचानं ती मान्य केली; पण तो म्हणाला, ''रावणा, रामाच्या हातूनच माझा वध होणार असं दिसतंय. आणि तुझाही विनाशकाल जवळ आलेला दिसतोय. तरीदेखील चल. मी तुझ्याबरोबर येतो.''

रावणानं मारीचाला आपल्या रथात बसवलं आणि तो रथ विमानासारखा आकाशात उडू लागला. दंडकारण्यात जाईपर्यंत कुणीच काही बोललं नाही. दोघेही विचारमग्न होते- रावण सीतेच्या सौंदर्याच्या विचारात आणि मारीच रावणाच्या भीषण भवितव्याच्या विचारात! रथ वेगानं दंडकारण्याकडे चालला होता. संकट क्षणाक्षणानं जवळ येत होतं- रामाच्या आणि रावणाच्याही!

*

गोदावरीवरून स्नान उरकून आल्यावर पीतवस्त्र नेसून, सीता पर्णशालेबाहेर आली आणि कर्णिकार वृक्षांची फुलं तोडू लागली. पर्णशालेभोवतालच्या कदलीवनापलीकडे कर्णिकार, अशोक आणि आम्रवृक्ष होते. सीता रोज तिथे जाऊन फुलं तोडायची. त्या

पर्णशालेच्या आसपास अनेक मृग यायचे. सीता त्या सर्वांना इंगुदीपिष्ट खायला द्यायची; त्यामुळे त्या मृगांची तिला माहिती झाली होती. त्या मृगांनाही तिची सवय झाली होती; पण आज मात्र मृग तिच्याजवळ येत नव्हते. ते पर्णशालेपासून दूरदूर राहात होते; त्यामुळे मनाशी नवल करीत ती फुलं तोडत होती. इतक्यात तिच्या समोरच्या कर्णिकार वृक्षांच्या रांगांतून एक वेगळ्याच प्रकारचा मृग तिला दिसला. कर्णिकार वृक्षांमधून बागडत तो मृग क्षणभर सीतेच्या अगदी जवळ आला आणि लगेच मान मुरडून पर्णशालेच्या मागे गेला. फुलं तोडण्याचं कार्य थांबवून सीता लगेच तिकडे धावली.

पर्णशालेच्या मागे तो सुवर्णांगी मृग तृणांकुर खात होता. सीता त्याच्याकडे पाहात राहिली. त्या मृगाची शिंगं रत्नांसारखी चमकत होती. त्याचे ओठ रक्तवर्ण कमलासारखे होते आणि त्याचे विशाल नेत्र नीलकमलासारखे होते. कानांवर इंद्रनील बसवल्याचा भास होत होता. त्याची पाठ कमलपरागांसारखी होती तर पोट इंद्रनील मण्यासारखं होतं. त्यावर त्याच्या बरगड्या मोहाच्या फुलासारख्या दिसत होत्या. त्याचे पाय बारीक होते आणि त्याच्या चमकदार मृदू अंगावर सर्वत्र रौप्यबिंदू होते.

सीता लुब्ध होऊन त्या अद्भुत हरिणाकडे बघत राहिली. तिची चाहूल लागताच त्यानं मान वर केली, तेव्हा ती सुवर्णासारखी भासली. क्षणभर आपले नीलनेत्र सीतेवर रोखून तो मृग वळला, तेव्हा त्याचं सप्तरंगी पुच्छ इंद्रधनुष्यासारखं झळकलं. क्षणार्धात तो पळत सुटला. वैडूर्यमण्यासारखे त्याचे खूर भूमीवर टेकत नव्हते, इतक्या वेगानं तो पळाला.

सीता कौतुकानं आणि कुतूहलानं त्या मृगाकडे पाहात राहिली. थोड्या वेळानं तो मृग पुन्हा पर्णशालेच्या परिसरात आला. त्याबरोबर तिथे नित्य वावरणारे मृग आणि हरिण-शावकं बावरून पळून गेली. मग तो सुवर्णमृग एकटाच क्रीडा करत पर्णशालेभोवती फिरू लागला.

सीतेनं पर्णशालेजवळ जाऊन हाक मारली, ''आर्य, इकडे या. लक्ष्मणालाही बोलवा.''

राम-लक्ष्मण बाहेर आले आणि त्यांनीही तो अद्भुत मृग पाहिला. सीता म्हणाली, ''आर्य, मला तो सुंदर मृग आणून द्या...''

लक्ष्मण म्हणाला, ''भलतंच काय देवी? अहो, हा काही मृग नव्हे. हा कुणी मायावी राक्षस असणार. असा सुवर्णमृग आपण कधी कुठे पाहिला नाही की त्याविषयी कधी ऐकलंही नाही. मारीच नावाचा राक्षस आहे तो. अशी रूपं धारण करून येतो. तुम्ही याच्या मोहात पडू नका.''

सीता त्या मृगावर पुरतीच लोभावली होती. लक्ष्मणाचं म्हणणं तिला पटलं नाही. ती म्हणाली, ''लक्ष्मणा, पूर्वी कधी न पाहिलेल्या, न ऐकलेल्या कित्येक

गोष्टी आपण या वनात पाहिल्या आहेत. तसाच हा मृग! आर्य, मला तो मृग आणून द्या. वास्तविक स्त्रीनं पतीला आज्ञा करणं योग्य नव्हे; पण या मृगावर मी मोहित झाले आहे. वनवास संपवून आपण अयोध्येत पुन्हा गेलो की, मी हा मृग अंतःपुरात ठेवीन. भरताला, तुम्हाला आणि तुमच्या मातांना हा मृग आनंद देईल... आणि हा जिवंत मिळाला नाही तर याच्या सुंदर अजिनावर आपल्याला बसता येईल.''

रामही त्या मृगाच्या अद्भुत रूपामुळे मोहित झाला होता. तो म्हणाला, ''लक्ष्मणा, खरंच हा मृग सुंदर आहे. त्याला मी जिवंत पकडून आणीन किंवा मारून आणीन... आणि तू म्हणतोस तसा हा मारीच असला तर मग त्याला मारणं हे माझं कर्तव्यच आहे, तेव्हा मी जातो; तू सीतेजवळ पर्णशालेत थांब. गृध्रराज, तुम्हीही पर्णशालेच्या द्वाराशी थांबा. लक्ष्मण-सीतेचं रक्षण करा.''

सुवर्णखड्ग आणि धनुष्यबाण घेऊन राम सावधपणे मृगाच्या दिशेनं गेला. सीता पर्णशालेत गेली. जटायू पर्णशालेसमोरच्या आम्रवृक्षावर बसला आणि लक्ष्मण पर्णशालेच्या दाराशी शस्त्रसज्ज उभा राहिला. त्याचं मन अस्वस्थ झालं होतं. सुवर्णमृगाच्या मागोमाग रामानं लुब्ध होऊन जावं हे त्याला योग्य वाटत नव्हतं. तो मृग आणि राम दिसेनासा झाल्यावर त्याला आणखी अस्वस्थपणा आला; पण रामाची आज्ञा पाळणं हे त्याचं कर्तव्य होतं. शूर्पणखेचे नाक-कान कापल्यापासून राक्षसांच्या संकटाची भीती होतीच, तेव्हापासूनच सीतेनं पर्णशालेतून बाहेर पडायचं नाही आणि तिला एकटीला ठेवून राम-लक्ष्मणांनी एकदम बाहेर जायचं नाही असं ठरलं होतं; त्यामुळे सीतेचं रक्षण करण्याखेरीज लक्ष्मणाला आता कसलाच विचार करता येईना.

रामाला जाऊन पुष्कळ वेळ झाला. तो अद्याप का आला नसावा असं सीतेच्या मनात आलं. तिनं लक्ष्मणाला तसं बोलून दाखवलं, ''लक्ष्मणा, मृगानं आर्यपुत्रांना बरंच लांब नेलं असं दिसतंय. पुष्कळ वेळ झाला नाही?''

''हं!'' लक्ष्मणानं एक हुंकार भरला; पण त्याचं तिच्या बोलण्याकडे विशेष लक्ष नव्हतं.

आणखी पुष्कळ वेळ गेला. रामाच्या चिंतेनं सीता व्याकुळ झाली. सुवर्णमृगाचा लोभ अजूनही नष्ट झाला नव्हता. चिंता आणि लोभ या भावनांनी ती अस्वस्थ झाली. इतक्यात लांबून रामाची हाक ऐकू आली, ''सीते, लक्ष्मणा... सीते... अरे सौमित्रा... धाव, धाव...''

सीता भीतीनं आणखी व्याकुळ झाली. लक्ष्मणाला म्हणाली, ''ऐकल्यास ना हाका?... ते बघ पुन्हा हाका मारताहेत. लक्ष्मणा, मला चिंता वाटते. आर्यपुत्रांना राक्षसांनी गाठलेलं दिसतंय. तू त्यांच्या साह्याला जा..''

लक्ष्मण शांतपणे म्हणाला, ''हा रामाचा आवाज नाही. ही त्या राक्षसाची माया

आहे. माई, रामाला कुणापासूनही भीती नाही. कारण त्याचा पराभव कुणीही करू शकणार नाही; तेव्हा देवी, तुम्हाला एकट्यांना इथे सोडून मी जाणार नाही.''

''अरे, त्या हाका पुन्हा येताहेत. तुझे बंधू निश्चित संकटात आहेत; तरी तू त्यांच्याकडे जात का नाहीस?''

लक्ष्मण पुन्हा शांत स्वरात म्हणाला, ''कारण राम संकटात असणं शक्य नाही. राम अजिंक्य आहे. शिवाय त्यानं मला तुमचं रक्षण करायला सांगितलंय. त्याची आज्ञा मी मोडणार नाही. तुम्हाला सोडून जाणार नाही.''

सीता संतापली, ''अरे दुष्टा, आज तुझं खरं स्वरूप समजलं. आर्यपुत्रांवरचं संकटच तुला प्रिय दिसतंय. कारण तुला माझा लोभ उत्पन्न झालाय... म्हणूनच या संकटातही तू त्यांच्याकडे जात नाहीस. बंधू-बंधू म्हणवणारा तूच खरा शत्रू आहेस... पापी, दुष्ट आहेस... भरतानंच तुला सांगितलं असेल असं वागायला... तुला माझी अभिलाषा असेल तर ती निरर्थक आहे. मी परपुरुषाकडे पाहातही नाही.''

त्या मर्मभेदक शब्दांनी लक्ष्मण व्यथित झाला; तरीही शांतपणा न सोडता तिला वंदन करून त्यानं म्हटलं, ''देवी, काय बोलता हे? तुम्हाला मातेसमान मानतो मी! पण स्त्रीस्वभावानुसार तुम्ही शंका घेतलीत; त्याअर्थी विनाशकाल जवळ आलेला दिसतो. आज मला सगळीच अनिष्ट लक्षणं दिसताहेत; तरी मी तुमची आज्ञा मानून रामाकडे जाऊ का? पण आम्ही परत येऊ तेव्हा तुम्ही दिसाल ना इथे?''

''लक्ष्मणा, तुझ्या बंधूखेरीज मी कुणाही पुरुषाला स्पर्शही करणार नाही. आर्यपुत्रांचा वियोग झाला तर मी जिवंत राहायची नाही, एवढं मात्र लक्षात ठेव.''

सीता मोठमोठ्यानं आक्रोश करू लागली. लक्ष्मणानं तिची पुष्कळ समजूत घातली; पण तिचा आक्रोश थांबेना, तेव्हा लक्ष्मणानं तिला वंदन केलं आणि तो मुकाट्यानं चालू लागला.

*

मारलेली मृगशावकं खांद्यावर टाकून राम घाईघाईनं पर्णशालेकडे येत होता. आपल्यासारखाच आवाज काढून सुवर्णमृगानं मरतामरता सीतेला आणि लक्ष्मणाला हाक मारल्यापासून तो अस्वस्थ झाला होता. या हाका खऱ्या वाटून लक्ष्मणाला आणि सीतेला चिंता वाटेल म्हणून तो भराभरा चालत होता. इतक्यात समोरून लक्ष्मण येताना दिसला. तो विद्ध मनानं मान खाली घालून चालत होता.

रामानं विचारलं, ''लक्ष्मणा, सीतेला एकटीला ठेवून तू आलास? तुला मी तिथेच थांब म्हटलं होतं ना?''

''होय रामा! मी तिथून निघायला सिद्ध नव्हतो; पण देवींनी माझ्याविषयी अनुचित शंका घेतली. त्या मला पापी, दुष्ट म्हणाल्या... तेव्हा मी इकडे आलो.''

"हे तू योग्य केलं नाहीस... अरे, मला कुणापासून भीती नाही. तिला मात्र राक्षसाचं भय आहे. मी त्या मारीचाला मारलं तेव्हा तो माझ्यासारखा आवाज काढून ओरडला."

लक्ष्मण म्हणाला, "तो मारीचच असणार, हे मी ओळखलं होतं. तसं मी देवींना बोलूनही दाखवलं. तरी त्यांना ते पटेना. तू संकटात आहेस असं-"

"असं तिला वाटलं तरी तुला ते कसं खरं वाटलं? लक्ष्मणा, माझी अवज्ञा कशी केलीस? आता ती वैदेही माझ्या दृष्टीस पडेल का? तिला कुणी पळवून तर नेलं नसेल? चल, चल लवकर."

दोघेही घाईघाईनं पर्णशालेत आले. रामानं बाहेरूनच सीतेला हाका मारल्या; पण तिनं प्रत्युत्तर दिलं नाही, तेव्हा राम वेगानं पर्णशालेत गेला. तिथली दर्भासनं, मृगाजिनं अस्ताव्यस्त पसरलेली दिसली. सीतेच्या गळ्यातली पुष्पमाला तुटून पडली होती. ते दृश्य पाहून राम चिंतातुर झाला. त्यानं पुन्हा सीतेला हाका मारल्या; पण प्रत्युत्तर आलं नाही.

राम म्हणाला, "लक्ष्मणा, ती रागानं तुला काही बोलली तरी तू तिला सोडून आलास हे योग्य नाही केलंस."

लक्ष्मणाच्या मनानं हा दुसरा आघातही झेलला; पण त्याची गौरमुद्रा काळवंडली. राम पुढे म्हणाला, "आता ती कुठे गेली असेल! तिनं प्राणत्याग केला असेल की तिला कुणी उचलून नेलं असेल? कदाचित ती नदीकडे गेली असेल. चल, आपण तिला शोधू."

लक्ष्मण म्हणाला, "जटायूही या वृक्षावर दिसत नाही; तेव्हा तोही तिच्याबरोबर गेला असावा."

राम गोदावरी नदीपर्यंत शोधून आला; पण सीता सापडली नाही. एखाद्या उतावळ्यासारखा राम त्या वनात हिंडू लागला. मध्येच तो म्हणत होता, "कुठेतरी लपून बसली असेल. सीते, अगं परिहास पुरे... आता ये... लक्ष्मणा, त्या कदंबाच्या मागे पाहू या... तो पलीकडचा अर्जुनवृक्ष तिला आवडतो, त्याच्या मागे लपली असेल. हा ककुभवृक्ष बघ कसा लता-पल्लवांनी हसतोय. त्याला निश्चित सीतेची वार्ता असणार... किंवा या भ्रमराला तरी ती माहीत असेल; पण ती काही भ्रमरवृत्तीची नाही... जंबूवृक्षा, तू वृद्ध आहेस, तेव्हा तिच्या क्रीडेत सहभागी होऊ नकोस. ती कुठे आहे ते सांग... लक्ष्मणा, कर्णिकार वृक्षांची फुलं तोडायला तर ती गेली नसेल? बघ तो कर्णिकार कसा फुललाय... निश्चित सीतेच्याच स्पर्शामुळे..."

रामाची ती उन्मनी अवस्था पाहून लक्ष्मण गोंधळून गेला. सीता एकटीच कुठे जाणं शक्य नव्हतं. रामाची चेष्टा करण्यासाठी ती लपून बसली असती तरी इतका वेळ लपणं शक्य नव्हतं. म्हणजे रामाच्या चिंतेनं तिनं नदीत प्राणत्याग केला

असावा; पण तेही शक्य नव्हतं. तसं असतं तर जटायूही नाहीसा झाला नसता. म्हणजे सीतेला कुणीतरी पळवून नेलं असणार हे स्पष्ट होतं आणि जटायूही सीतेच्या मागून गेला असणार.

रामाचा आक्रोश चालूच होता, "सीते, सीते! मी तुझ्यावाचून जिवंत कसा राहू? मीही जीव देतो... पण लक्ष्मणा, स्वर्गात तात मला विचारतील, 'सीता कुठे आहे?' मग मी त्यांना काय सांगू? पत्नीचं रक्षण करणं हे पतीचं कर्तव्य असतं; पण मी त्यात चुकलो... सीते, सीते..."

"रामा, शोक करू नकोस. आपण सीतेला शोधू या. ती बहुधा वनात संचार करत असेल किंवा ती झाडांआड लपली असेल. आपण शोध घेतो की नाही हे पाहाण्यासाठी ती लपली असेल. चल, असं रडत बसून काय उपयोग?"

लक्ष्मणाचं ते बोलणं रामालाही पटलं. त्याचं मन स्थिर झालं. तो लक्ष्मणाबरोबर वनात सगळीकडे सीतेचा शोध घेऊ लागला. प्रत्येक वृक्षवल्लीला आणि जलाशयाला सीतेचं वृत्त विचारू लागला; पण कुठेही सीतेचा शोध लागला नाही; तेव्हा खिन्न होऊन राम एका शिलाखंडावर बसला. लक्ष्मण त्याच्या शेजारी उभा राहिला. इतक्यात पाच-सहा मृग रामासमोर येऊन थांबले. रामाची दृष्टी सहज त्या मृगांवर गेली. पंचवटीतल्या पर्णशालेभोवती येणारे ते त्याच्या परिचयाचे मृग होते. सीता रोज त्यांना कोवळे तृणांकुर खाऊ घालायची. इंगुदीफळांचं पिष्टही द्यायची. त्यांच्यासाठी पाणी भरून ठेवायची. ती हरणं काहीतरी खाऊन गेल्याशिवाय सीता स्वतः काही खायची नाही. हरणांनाही तिचा लळा लागला होता. सीता दृष्टीला पडली की, ती हरणं तिच्याजवळ यायची. मृग-शावकं तर तिच्या पायात घोटाळायची. मग सीता त्यांना उचलून घ्यायची आणि त्यांच्याशी कितीतरी वेळ तिची क्रीडा चालायची. सीतेची ती क्रीडा पाहून रामालाही अतिशय सुख व्हायचं. आपल्याबरोबर रानावनात आल्यानंतरही सीता सुखाचे एकेक मार्ग शोधून काढते याचं त्याला कौतुक वाटायचं. तिच्या बरोबरीनं मग तोही हरणांशी खेळायचा; त्यामुळे ती हरणं त्याच्याही परिचयाची झाली होती.

लक्ष्मण म्हणाला, "रामा, ती सगळी हरणं तुझ्याकडे बघताहेत. त्यांचे नेत्र बघितलेस? पाण्यानं भरलेत. देवी नाहीत म्हणून तीही दुःखी झालीत."

रामानं पाहिलं. त्या हरणांचे विशाल नेत्र खरंच अश्रूंनी भरले होते. राम म्हणाला, "लक्ष्मणा, मला वाटतं, त्या हरणांना सीतेचं वृत्त सांगायचंय... यांच्या दृष्टीत काही वेगळाच भाव आहे. सांगा बाबांनो, सीता कुठे आहे?"

रामाचा तो प्रश्न ऐकून ती सगळी हरणं उठली आणि दक्षिणाभिमुख उभी राहिली. त्यांच्या सगळ्यांच्या माना वर झाल्या. आकाशाकडे दृष्टिक्षेप करून त्यांनी पुन्हा रामाकडे पाहिलं. मग पुन्हा आकाशाकडे... मग पुन्हा रामाकडे...

राम म्हणाला, “सीता आकाशमार्गानं दक्षिणेकडे गेलीय असं तर यांना सुचवायचं नसेल?”

रामाचे ते शब्द ऐकून ती हरणं त्याच्याकडे पाहू लागली. रामानं आपले भाव जाणले म्हणून त्यांच्या मुद्रा तृप्त समाधानी दिसल्या. त्यांचे नेत्र आनंदानं हसत होते.

राम त्यांना कुरवाळत म्हणाला, “महत्त्वाचं कार्य केलंत बाबांनो तुम्ही! आता आम्ही दक्षिणेकडे जातो. तुम्ही सुखानं इथे राहा.”

त्या हरणांचा निरोप घेऊन राम-लक्ष्मण दक्षिणेकडे तोंड करून चालू लागले.

*

प्रस्त्रवण पर्वतशिखरावरून रामानं चहूकडे दृष्टी टाकली; पण सीता दिसेना. तेव्हा तो पर्वताला उद्देशून म्हणाला, “माझी सीता कुठे गेली? सांग, नाहीतर तुझं भस्म करून टाकीन. या नदीचं पाणी इथेच थांबवीन.”

पुष्कळ शोधूनही सीता सापडत नव्हती; त्यामुळे दिसेल त्याला राम तिचं वृत्त विचारत होता. पर्वत, वृक्ष, नद्या, पशु-पक्षी यांपैकी कुणीही सीतेचा मार्ग सांगू शकणार नाही हे कळत असलं तरी तो पुनःपुन्हा त्यांना विचारत होता. उत्तर मिळणं शक्यच नव्हतं तरी त्यांच्यावर रागावत होता.

मध्येच लक्ष्मणानं त्याची समजूत घालायचा प्रयत्न केला; पण राम त्या भ्रमिष्ट अवस्थेतून बाहेर येऊ शकत नव्हता. लक्ष्मण मुकाट्यानं सावलीसारखा त्याच्यामागे जात राहिला होता. अचानक राम थांबला. खाली वाकून त्यानं एक कर्णिकार पुष्प उचललं. त्याच्याकडे निरखून पाहात तो म्हणाला, “हे तिच्याच केसातलं फूल... पाहिलंस लक्ष्मणा... इथे कुठेही कर्णिकार वृक्ष नाहीत... मग हे फूल इथे कुठून आलं? ते बघ आणखी एक... आणि हे बघितलंस? हे कर्णभूषण सीतेचंच...”

लक्ष्मण नुसताच रामाकडे आणि त्या फुलांकडे पाहात राहिला. मग दोघेही भाऊ उत्साहानं पुढे निघाले. सीता याच मार्गानं गेली असणार हे निश्चित होतं. तिच्या शोधाची दिशा निश्चित झाली होती.

“रामा, इथे धुळीत ही किती पावलं उमटलीत बघ... हे एकच पाऊल किती मोठं आणि हे दुसरं पाहिलंस... हे वेगळंच दिसतंय. रामा ही इकडे उमटलेली पदचिन्हं देवींचीच आहेत. सकाळ-संध्याकाळ मी या पावलांचं दर्शन घेत असे; त्यामुळे ती माझ्या परिचयाची आहेत... रामा, देवींची गौरगुलाबी पावलं या तप्त धुळीत तापली असतील. हे ऊन त्या कोमल मृदू पावलांना सहन झालं नसेल.”

सीतेच्या त्या पदचिन्हांकडे पाहाताना लक्ष्मणाच्या मनाचाही तोल ढळला. तो रडू लागला. रामालाही अश्रू आवरेनात. तरीही सीतेला शोधण्यासाठी ते पुढे जाऊ लागले. एके ठिकाणी बरीच पदचिन्हं दिसली. तिथे एक अलंकृत प्रचंड धनुष्य

मोडून पडलं होतं. एक सुवर्णकवचही मोडून पडलं होतं. त्यातले वैडूर्यमणी आणि मौक्तिक उन्हात चमकत होते.

राम म्हणाला, "लक्ष्मणा, इथे तुमुलयुद्ध झालेलं दिसतंय. दोन राक्षसांमध्ये सीतेसाठी संघर्ष झाला असावा. हे बघ इथे सीतेचे कितीतरी अलंकार तुटून पडलेत. त्या राक्षसांनी सीतेची वाटणी करून घेतली असेल आणि तिचे अलंकार फेकून दिले असतील... हे बघ तिचं केश-आभूषण आणि हे बघ तिचं रत्नजडित सुवर्णकंकण... ओळखलंस तू?" उमाळा येऊन राम शोक करू लागला.

लक्ष्मण तेव्हा म्हणत होता, "नाही रामा, मी केवळ तिची पद्मभूषणं पाहिलीत. ही इतर आभूषणं मला माहीत नाहीत... तिच्या मृदू पायावर मस्तक ठेवताना, तिच्या घोट्यावर आणि पावलांवर रुळणारी सुवर्णशृंखला आणि त्या शृंखलेत बसवलेल्या रत्नजडित क्षुद्रघंटिका... त्या घंटिकांमधलं एक रत्न सापडलं तरी मी ते ओळखीन; पण इतर आभूषणं..."

"होय, इतर आभूषणं माझ्याशिवाय कुणालाच ओळखता येणार नाहीत; पण लक्ष्मणा, सीतेला पळवून नेणारे आता जिवंत राहाणार नाहीत. इतके दिवस मी शांत होतो; पण आता मी हे जग उलथून टाकीन. दग्ध करून टाकीन सारी पृथ्वी... सीता मला सापडलीच पाहिजे."

"रामा, शांत हो... असं संतापून काही लाभ नाही. सीतेला आपण शोधून काढू. सगळी पर्वतशिखरं, सगळ्या गुहा शोधू; पण तू संतापू नकोस."

संतप्त अवस्थेतही राम सावध होता. चालताचालता दाट झुडुपांतून कण्हण्याचा आवाज ऐकू आला. रामाच्या तीक्ष्ण कानांनी तो टिपला आणि त्या आवाजाच्या दिशेनं तो जाऊ लागला. एके ठिकाणी थबकून तो खाली वाकला. तिथे बरंच रक्त सांडलं होतं आणि थोड्या अंतरावर एक प्रचंड गृध्र पडला होता. राम म्हणाला, "या गृध्रानंच सीतेला खाऊन टाकलं असेल. हा गृध्ररूपी राक्षस..."

धनुष्याला बाण लावत राम त्याच्या दिशेनं गेला.

"रामा... रामा... लक्ष्मणा..."

अशा हाका कानी पडल्या. तो आवाज क्षीण असला तरी स्पष्ट होता. राम-लक्ष्मणांनी तो ओळखला. दोघेही जवळ गेले. खाली वाकून रामानं निरखून पाहिलं.

गृध्रराज जटायू धुळीत पडला होता. त्याचं सर्वांग रक्तानं माखलं होतं. तोंडातून फेस बाहेर येत होता. राम धुळीतच खाली बसला. अतिशय हळुवारपणे त्यानं जटायूचं मस्तक मांडीवर घेतलं. त्याच्या अंगावर हात फिरवत तो म्हणाला, "जटायू, तुमची अशी अवस्था कुणी केली?"

"त्या रावणानं... रामा, त्यानंच सीतेला पळवून नेलं."

रामानं लक्ष्मणाकडे पाहिलं. त्याच्या दृष्टीतला अभिप्राय ओळखून लक्ष्मणानं

जवळच्या जलाशयातून पाणी आणलं. मग दोघांनी मिळून जटायूचं रक्त पुसलं. त्याच्या मुखात थंड पाणी घातलं. त्या वृद्ध गृध्रराजाला किंचित बरं वाटलं. मग त्यानं अस्पष्ट आवाजात अडखळत सारी कथा सांगितली-

रामाच्या आवाजातल्या हाका ऐकल्यावर सीतेनं लक्ष्मणाची निर्भर्त्सना करून त्याला रामाकडे पाठवलं. त्यानंतर पर्णशालेजवळ एक संन्यासी आला. सीतेला पाहून तो मोहून गेला आणि तिची स्तुती करू लागला, तेव्हा तिनं त्याला बसायला आसन दिलं. दारी आलेल्या त्या अतिथीचं तिनं यथोचित स्वागत केलं. आपलं कुलशील सांगितलं आणि त्याला त्याचं विचारलं, तेव्हा त्यानं आपलं खरं स्वरूप प्रगट केलं.

तो म्हणाला, "मी लंकेचा राजा रावण! तुला पाहिल्यापासून मी लुब्ध झालोय. माझ्या प्रासादात मी अपहरण करून आणलेल्या कित्येक सुंदर स्त्रिया आहेत; पण तू त्यातली पट्टराणी हो. माझ्या सुंदर नगरीत चल. या वनात कशाला राहातेस? चल, तुला-"

"मी रामाची प्रिय भार्या आहे- कुठे राम नि कुठे तू? तुझ्यासारख्यानं माझी अभिलाषा धरणं म्हणजे कोल्ह्यानं सिंहिणीची इच्छा धरण्यासारखंच आहे."

सीतेनं त्याची परोपरीनं समजूत घातली. तो ऐकेना, तेव्हा तिनं त्याची निंदाही केली. मग तोही संतापला आणि त्यानं राज्यहीन वनवासी रामाविषयी अनुचित उद्‌गार काढले, "दशरथानं या ज्येष्ठ पुत्राला राज्य न देता त्याला वनात पाठवलं. कारण या रामाचं सामर्थ्य कमी आहे. अशा राज्यभ्रष्ट, सामर्थ्यहीन पुरुषाजवळ कशाला राहातेस? माझ्याबरोबर चल..."

सीताही संतापली आणि त्याला कठोरपणे बोलू लागली, तेव्हा रावणानं यतिवेष टाकून मूळ स्वरूप धारण केलं. मग तो बोलतबोलतच सीतेजवळ गेला. त्याबरोबर ती आत जायला वळली; पण रावणानं तिच्यावर झडप घातली. डाव्या हातानं तिचे केस धरले आणि उजव्या हातानं तिला वर उचलली; तेव्हा सीता ओरडू लागली, "आर्य, अहो राम, अरे लक्ष्मणा, तुम्ही गेलात तरी कुठे... धावा, धावा लवकर... हा राक्षस मला नेतोय... अहो गृध्रराज, जटायू उठा उठा, अहो झोपलात की काय? तुमच्या स्नुषेला हा राक्षस पळवून नेतोय."

सीतेचा आक्रोश ऐकून जटायूला जाग आली होती; पण तोपर्यंत रावण सीतेला घेऊन पळून गेला होता. सीता ओरडत होती, "जटायू, हा मला पळवून नेतोय. तुम्ही हे सारं राम-लक्ष्मणांना सांगा..."

जटायू वेगानं रावणाच्या पाठोपाठ निघाला; पण वृद्धत्वामुळे त्याच्या वेगाला मर्यादा पडली होती. तरीही बऱ्याच अंतरावर त्यानं रावणाला गाठलं आणि त्याच्या रथाला जोडलेल्या सालंकृत खेचरांवर झडप घातली. खेचरांना मारल्यावर जटायूनं

रावणाच्या सारथ्यालाही त्रस्त केलं. रथाचा तोल ढळला; त्यामुळे रावण खाली उतरला. त्यानं अजूनही सीतेला दोन्ही हातांनी धरलेलं होतं. आता जटायूनं रावणाकडेच दृष्टी वळवली. त्यानं त्याच्या अंगावर आपल्या तीक्ष्ण नखांनी ओरबाडलं. रावणानं सीतेला सोडलं; पण डाव्या हातानं तिचे मुक्त केश धरून ठेवले. जटायूनं त्याची पुष्कळ निंदा गेली. त्याला पुष्कळ त्रस्त केलं; पण रावणाच्या शक्तीपुढे पक्षिकुलातल्या त्या वृद्ध राजाचं काही चालेना. जटायूनं पायांनी रावणाचं अलंकृत धनुष्य मोडून टाकलं. त्या धनुष्याला जडवलेली रत्नं अन् मोती इतस्ततः विखुरले. रावणानं दुसऱ्या धनुष्यानं जटायूवर बाणांचा वर्षाव केला; पण त्यानंही उत्तम प्रतिकार केला. जटायूनं रावणाचं कवचही उद्ध्वस्त केलं. रावणाला आपल्या शक्तीचा गर्व होता; साहजिकच एका वृद्ध *पक्ष्याने* आपली वाताहत केल्यामुळे तो चवताळला. त्यानं एका हातानं सीतेला धरून ठेवलं. दुसऱ्या हातात खड्ग घेतलं. जटायू त्याच्याजवळ येऊन त्याला त्रस्त करतच होता. त्याला नखांनी ओरबाडतच होता. क्षणात रावणानं जटायूला पकडलं आणि त्याला पाडून लत्ताप्रहार केला. खाली कोसळलेल्या त्या वृद्ध गृध्रराजावर त्यानं पुनःपुन्हा प्रहार केले, तेव्हा तो जटायू काहीही हालचाल न करता निपचित पडून राहिला. त्याची अवस्था पाहून सीता त्याच्याकडे धावली आणि त्याच्या पायावर डोकं ठेवून रडू लागली. त्याच्या रक्तानं तिचे हात भरले.

ती म्हणाली, "जटायू, माझं रक्षण करताकरता तुम्हीच पडलात.. पण राम-लक्ष्मण का येत नाहीत?"

तिचा आक्रोश चालू असतानाच रावण तिला ओढत होता.

तिनं जटायूला सांगितलं, "पक्षिराज, राम-लक्ष्मण किंवा कुणीतरी या मार्गानं येतील. त्यांना माझा वृत्तान्त सांगा. तोपर्यंत तुम्ही प्राण सोडू नका."

सीतेची ती इच्छा पूर्ण करण्यासाठी केवळ इच्छाशक्तीच्या बळावरच जटायू जिवंत राहिला होता. राम-लक्ष्मण निश्चित येतील असं त्याला वाटत होतं. त्यांना ही कथा सांगून तो म्हणाला, "रामा, आता माझं कर्तव्य संपलं."

जटायूनं रामाच्या मांडीवर प्राण सोडला, तेव्हा रामाला क्षणभर काही कळलंच नाही. तो त्याला हलवून विचारू लागला, "जटायू, सांग ना, सीता काय म्हणाली? जटायू... लक्ष्मणा, हे बोलत का नाहीत रे!"

लक्ष्मणानं जटायूचं मस्तक हळूच उचलून भूमीवर ठेवलं. तेव्हा रामाच्या लक्षात आलं. त्यानं जटायूला मिठी मारून पुष्कळ आक्रोश केला. *पक्षिराजानं* केलेलं ते साह्य खरोखरच अपूर्व होतं. त्याच्या आठवणी काढून दोघेही भाऊ रडू लागले. अखेर राम उठला. "लक्ष्मणा, जटायू अमर झाला. सीतेला सोडवायचा प्रयत्न करताना त्याला वीरमरण आलं... चल, आपण त्याचा अंत्यसंस्कार करू. आपल्या तातांचा हा मित्र... म्हणजे पित्यासमानच... याच्यासाठी चंदनकाष्ठं आण...

याचं दहन करू. पिंडदान करू आणि मग रावणाचा शोध घेऊ...''

दोघा भावांनी मिळून गृध्रराजाचा अंत्यविधी उरकला. मग जड अंतःकरणानं दोघेही पुढे चालू लागले. सीता कुठे गेली हे समजल्यामुळे शोधाची दिशा निश्चित झाली होती. त्याच दिशेनं राम-लक्ष्मण जटायूच्या आठवणी काढत चालत राहिले.

किष्किन्धाकांड

ऋष्यमूक पर्वताच्या परिसरात राम-लक्ष्मण पोहोचले, तेव्हा राम पुष्कळच शांत झाला होता. मार्गात पंपासरोवराच्या परिसरातील निसर्गसौंदर्य पाहाताना त्याला सीतेची प्रकर्षानं आठवण झाली होती. विवाहानंतरच्या प्रत्येक वसंतऋतूत सृष्टिशोभा बघण्याचा आनंद दोघांनी एकत्रितपणे भोगला होता; पण या वर्षी सीता जवळ नाही याचं दुःख त्याला पदोपदी होत होतं. पंपापुष्करिणी आणि सप्तसागर यांच्या परिसरात फुललेले वृक्ष आणि आनंदित झालेले पशु-पक्षी सहजच दिसले होते. त्या उत्फुल्ल निसर्गात रामाच्या दुःखाचा दाह शांत होण्याऐवजी अधिकच उद्दीपित झाला होता; तेव्हा लक्ष्मणानं त्याची पुष्कळ समजूत घातली होती. अर्थात समजुतीमुळे कमी होण्यासारखं रामाचं दुःख नव्हतं.

राम-लक्ष्मण बोलतबोलत चालले होते. सीतेच्या, जटायूच्या आणि अयोध्येतल्या आठवणींवर बोलताबोलता मार्गक्रमण चालू होतं.

मध्येच लक्ष्मण म्हणाला, "रामा, कबंधानं सांगितलेला हाच प्रदेश! इथेच ती गुहा असेल. हे बघ रुरुमृग... हे इथे निर्भयपणे वावरत आहेत. आणि तो प्रचंड नीलवर्णी हत्ती पाहिल्यावर मला तातांच्या शत्रुंजय हत्तीची आठवण झाली."

"होय, आणि हे व्याघ्र-अस्वलंही बघ... आपल्याला पाहूनही जवळ येत नाहीत. मला वाटतं, लक्ष्मणा, याच पर्वतात ती गुहा असेल. तिथेच सुग्रीव असेल... आपण त्याला शोधून काढू."

रामाचे शब्द पुरे होतात न होतात इतक्यात जवळच्या आम्रवृक्षावर सळसळ झाली. दोघांनीही चमकून पाहिलं. एक विचित्र दिसणारा तापसरूपधारी त्यांच्या

समोर हात जोडून उभा राहिला. लक्ष्मणाचा एक हात बाणाकडे गेला आणि दुसऱ्या हातात खड्ग तळपू लागलं; पण रामानं त्याला खुणावलं आणि त्या नवागताला विचारलं, "तुम्ही कोण? अचानक कुठून आलात?"

"मी वानरराज सुग्रीवाचा दूत आहे. मला वायूपुत्र हनुमान म्हणतात... आपण कोण? वल्कलं धारण करून तापसवेष घेतलात तरी धनुष्यबाण अन् खड्ग दिसतात तेव्हा आपण क्षत्रिय-"

"होय आम्ही क्षत्रियच आहोत." राम म्हणाला.

रामानं मग हनुमानाला आपली माहिती दिली आणि अखेरीस तो म्हणाला, "आम्ही वानरराज सुग्रीवाच्या शोधात आहोत. ते कुठे आहेत?"

"वानरराज सुग्रीव हा धर्मात्मा आहे; पण त्याच्या भावानं त्याला हाकलून दिलंय. तो अतिशय दुःखी होऊन या वनात गुहेत राहातो. तुम्ही दोघे या वनात आला आहात आणि त्याचाच शोध घेताय हे कळलं; तेव्हा तुम्ही कोण आहात, तुमचा हेतू काय हे विचारण्यासाठी त्यानं मला पाठवलंय."

राम लक्ष्मणाला म्हणाला, "हा वानरजातीतला आहे; पण सुसंस्कृत दिसतो. याचं बोलणं-वागणं उत्तम आहे. याचा अभ्यास चांगला दिसतो... तेव्हा सुग्रीवही असाच असेल."

लक्ष्मणानं दुजोरा दिला. हनुमानानं विचारलं, "पण तुम्ही सुग्रीवाचा शोध कशासाठी घेताय?"

लक्ष्मण उत्तरला, "पंपासरोवराच्या उत्तरतीरापलीकडे वनात आम्हाला कबंध राक्षस भेटला. त्यानं आपल्या लांब हातांनी अनेक प्राण्यांना पकडून मारलं होतं. आम्ही दोघेही त्याच्या हातात सापडलो; पण आम्ही त्याचे हात तोडले."

"उत्तम केलंत! आता तो उन्मत्त राक्षस कुणाला त्रास देणार नाही."

"त्रास देण्याच्या पलीकडे गेलाय तो! पूर्वी तो दनूचा पुत्र सुंदर होता म्हणे! पण लोकांना भीती वाटावी म्हणून त्यानं भयानक रूप धारण केलं होतं. इंद्राच्या शापामुळे त्याला आणखी भयानक रूप प्राप्त झालं. त्याची पाठ वाकली आणि मस्तक वाकून पोटाच्या खाली आलं. त्या अवस्थेत त्याला हालचाल करता येईना, तेव्हा हात लांब करून तो भक्ष्य पकडायचा. असेच आम्ही त्याच्या हातात सापडलो होतो; पण रामानं त्याचे हात तोडले, तेव्हा त्याचा उन्मत्तपणा संपला. रामानं त्याला सद्गती दिली म्हणून त्यानं आम्हाला सुग्रीवाकडे जायला सांगितलं. या प्रदेशाचा मार्गही त्यानंच सांगितला. मग आम्ही इकडे आलो. आता सुग्रीव सांगेल तसं करू."

लक्ष्मणाचं बोलणं ऐकून हनुमानाला आनंद झाला. तो म्हणाला, "मी तुम्हाला सुग्रीवाकडे घेऊन जातो. तुम्ही दोघेही माझ्या पाठीवर बसा. म्हणजे मी तुम्हाला या

ऋष्यमूक पर्वतावर नेतो. तिथून मी मलयगिरीवर जाईन आणि सुग्रीवाला घेऊन येईन.''

*

सुग्रीवाला आणल्यावर हनुमानानं त्याची राम-लक्ष्मणाशी ओळख करून दिली आणि तो म्हणाला, ''सुग्रीवा, पित्याच्या आज्ञेवरून हे राम वनात आलेत, तर तू भ्रात्यामुळे वनात आला आहेस. यांची पत्नी राक्षसानं पळवलीय तर तुझी पत्नी वालीनं पळवलीय. तुम्ही दोघेही समदुःखी आहात, तेव्हा तुमची मैत्री परस्परांना उपयुक्त होईल.''

सुग्रीव म्हणाला, ''होय, या दोघांना मान्य असेल तर मी त्यांच्याशी मैत्री करायला सिद्ध आहे.''

बोलताबोलता त्यानं पुढं केलेला हात रामानं आपल्या हातात धरला आणि त्याला प्रगाढ आलिंगन दिलं. मग अग्नीच्या साक्षीनं दोघांनी मैत्रीची शपथ घेतली. दोघांनीही परस्परांना साह्य करण्याचं आश्वासन दिलं. रामानं आपल्या वनवासाची कथा पुन्हा सुग्रीवाला सांगितली. सीतेचं रावणानं हरण केल्यापासून आपण तिला शोधत कसे हिंडतोय हेही त्यानं सांगितलं. सुग्रीवानंही आपली माहिती सांगितली. ते सुख-दुःखाच्या गोष्टी बोलत असताना मध्येच काहीतरी आठवण होऊन सुग्रीव उठला आणि गुहेत गेला. येताना त्यानं एक लहानसं गाठोडं आणलं आणि ते रामासमोर ठेवलं.

ते सीतेचं ताम्रवर्णी उत्तरीय रामानं लगेच ओळखलं. तो म्हणाला, ''हे सीतेचं उत्तरीय! ती नाहीशी झाली तेव्हा तिच्या अंगावर हेच होतं. हे इथे कसं?''

सुग्रीव उत्तरला, ''इथून आकाशमार्गानं रावण एका स्त्रीला नेत होता. त्याला पाहाताच घाबरून आम्ही लपलो; पण उंचावरूनही त्या स्त्रीचा आक्रोश ऐकू येत होता, 'रामा, लक्ष्मणा...' अशा हाका ती मारत होती. तिचंच हे वस्त्र खाली पडलं आणि या पर्वताच्या परिसरात हिंडताना माझ्या सेवकांना हे अलंकार सापडले. ते आम्ही या वस्त्रात ठेवलेत.''

रामानं ते गाठोडं उघडलं आणि त्याच्या नेत्रांतून अश्रूंचा महापूर वाहू लागला. भूमीवर ठेवलेल्या त्या वस्त्रानं आपलं मुख झाकून तो रडू लागला. ''लक्ष्मणा, ही सीतेचीच आभूषणं... हे बाहुभूषण तिच्या गौर हातात शोभत असे. ही कुंडलं तिच्या कानांची शोभा वाढवीत आणि ही...''

लक्ष्मण म्हणाला, ''रामा, ही पद्मभूषणं पाहिलीस? ही देवींचीच आहेत. मी ही बाहुभूषणं किंवा कुंडलं ओळखत नाही; पण ही पद्मभूषणं माझ्या नित्य परिचयाची आहेत.''

लक्ष्मणानं त्या पद्मभूषणांवर आपलं मस्तक ठेवून आदरानं वंदन केलं.

हनुमानानंही उठून उत्स्फूर्तपणे त्या पद्मभूषणांना वंदन केलं. राम अजूनही शोकमग्नच होता. त्याला उद्देशून सुग्रीव म्हणाला, "रामा, तुम्ही चिंता करू नका. तुझ्या पत्नीचा शोध लावायला आम्ही साह्य करू. रावणाचा वध आम्ही करू."

त्या आश्वासनामुळे राम सावरला आणि सीतेच्या उत्तरीयानं नेत्र पुसून म्हणाला, "मीही तुला साह्य करीन. यापुढे तुझ्याशी माझी मैत्री निरंतर राहील."

सुग्रीव आनंदाने म्हणाला, "इतका बलाढ्य पुरुष माझा मित्र असल्यावर माझी इच्छा पूर्ण होणारच. रामा, तुम्ही त्या कबंधाचा वध केलात तो कसा?"

रामानं कबंधाची सगळी माहिती सांगितली आणि कबंधामुळेच आपल्याला सुग्रीवाचं नाव कळलं, त्याचं निवासस्थान कळलं हेही सांगितलं.

हनुमानानं विचारलं, "मार्गात तुम्हाला मतंग ऋषींचा आश्रम दिसला का?"

"होय, आम्ही तिथे गेलो, तेव्हा वृद्ध शबरी तिथे तप करत होती. आम्ही येणार आहोत हे तिला ऋषींनी सांगितलं होतं. वर्षानुवर्षं तप करून ती कृश झाली होती; जणू आमच्यासाठीच प्राण धारण करून राहिली होती.'

लक्ष्मण म्हणाला, "पण रामा, तिनं आपलं स्वागत किती उत्तम केलं! किती प्रकारची फळं, फुलं आणली होती! तिनं आपल्याला घातलेल्या या पुष्पमाला बघ ना, अजून कोमेजलेल्या नाहीत."

सुग्रीव म्हणाला, "मतंग ऋषींच्या शिष्यांनी गुरूकरता ओझी वाहून आणली. त्यांनी कष्ट केले आणि ते वन निर्माण झालं. त्या वनाला मतंगवन म्हणतात. शिष्यांनी घाम गाळून तिथे वृक्षवल्ली फुलवल्या; त्यामुळे ती फुलं कोमेजत नाहीत."

"होय, कबंधानं आणि शबरीनंही आम्हाला हेच सांगितलं. मग तिनं ते वन आम्हाला दाखवलं आणि तिनं ब्रह्मसमाधी घेतली. मोठी तपोनिष्ठ स्त्री! केवळ आमच्यासाठीच देह रक्षण करून बसली होती."

सुग्रीव म्हणाला, "आता तुम्ही थकला आहात. विश्रांती घ्या. भोजन करा."

"छे, छे! आम्ही वनात आल्यापासून भोजनापेक्षा वन्य आहारावरच आहोत. ऋषींच्या आश्रमात तेवढं जेवलो."

फलहार उरकल्यावर रात्री सगळे पुन्हा एकत्र जमले. लक्ष्मणानं विचारलं, "सुग्रीवा, तुझी कथा सांग ना... तुझं भावाशी वैर कसं?"

सुग्रीवानं मग सारी कथा सांगितली-

वाली हा सुग्रीवाचा ज्येष्ठ बंधू! पित्याच्या मृत्यूनंतर तो ज्येष्ठ म्हणून किष्किंधेचा राजा झाला. सुग्रीवाचं त्याच्यावर अतिशय प्रेम होतं. वालीचा एक शत्रू होता. त्याचं नाव मायावी!

एकदा रात्री तो किष्किंधेजवळ येऊन गर्जू लागला; तेव्हा वाली त्याच्यावर धावून गेला. सुग्रीवही त्याच्या मागून गेला. त्या दोन भावांना पाहून मायावी असुर पळू लागला. शेवटी तो भूमीतल्या एका मोठ्या विवरात शिरला. तेव्हा वाली म्हणाला, ''सुग्रीवा, तू इथेच थांब. मी या शत्रूचा वध करून येतो.''

सुग्रीवानं त्याला पुष्कळ विरोध केला; पण तो एकटाच त्या विवरात गेला. सुग्रीव तिथेच उभा राहिला. पुष्कळ दिवस झाले तरी वाली बाहेर आला नाही. एक दिवस त्या विवरातून काहीतरी द्रव बाहेर आला. ते रक्त आहे हे सुग्रीवानं ओळखलं. पाठोपाठ असुरांचा आवाज ऐकू आला. त्यांच्या गर्जनांवरून त्यांनी वालीचा वध केला असावा असं दिसत होतं. सुग्रीवाला अतिशय दुःख झालं; पण थोड्याच वेळात त्यानं विवराचं मुख एका प्रचंड शिलेनं बंद केलं आणि भावाचं उत्तरकार्य करून तो किष्किंधेला परत गेला. नंतर वालीच्या मंत्र्यांनी सुग्रीवाला राज्याभिषेक केला; पण काही दिवसांनी वाली परत आला. भावानं आपलं राज्य घेतलेलं पाहून तो संतापला. सुग्रीवाला आणि त्याच्या मंत्र्यांनाही त्यानं बद्ध केलं आणि संतापानं तो त्यांना कठोर बोलू लागला. सुग्रीवानं त्याला विनवून पाहिलं. त्याची समजूत घालण्याचा प्रयत्न केला. त्याला नमस्कार केला; पण काही उपयोग झाला नाही. आपण ठेव म्हणून ठेवून घेतलेलं राज्य परत करतो, असंही सुग्रीवानं सांगितलं. तरी वालीचा राग कमी झाला नाही. मंत्र्यांसमक्ष त्याला अपशब्द बोलून वालीनं भावाला हाकलून दिलं. त्याच्या मंत्र्यांनाही घालवून दिलं.

ही कथा सांगून सुग्रीव म्हणाला, ''रामा, माझं दुःख आहे ते राज्य गेल्याचं नाही. राज्य तर वालीचंच होतं, ते त्याला मी दिलंच असतं; पण त्यानं माझ्या पत्नीलाही माझ्यापासून हिरावून घेतलं. तिला सोडवून आणणं मला शक्य नाही. भावाच्या भीतीनं मी किष्किंधेजवळ जातदेखील नाही. कुठेतरी लपूनछपून दिवस काढतो.''

''आता तसं करावं लागणार नाही.'' राम म्हणाला, ''तुझी भार्या तुला मिळवून देईन मी! तिच्याबरोबरच तुला राज्यप्राप्तीही होईल! आपण दोघेही समदुःखीच आहोत...''

''पण वालीला मारणं सोपं नाही.'' सुग्रीव गंभीरपणे म्हणाला, ''त्यानं आजवर कितीतरीजणांना पराभूत केलंय. दुंदुभीसारख्या महादैत्यालासुद्धा मारलंय... तेव्हा''

''राम त्याला सहज मारील.'' लक्ष्मण हसून म्हणाला, ''वालीची शक्ती तरी किती आहे?''

सुग्रीवानं मग रामाला एक महिषरूपी असुर दाखवला. तो प्रचंड असुर पूर्वी वालीनं मारला होता आणि पायानं त्याचा देह उंच उडवून मतंगवनात फेकला होता. तो असुर तिथे पडताना वनात रक्त सांडलं होतं. ते पाहून मतंग ऋषींनी वालीला शाप दिला होता. जो कुणी वानर माझ्या दृष्टीला पडेल तो शिलावत होऊन पडेल.

हे सांगून सुग्रीव म्हणाला, "या महिषासारख्या भासणाऱ्या दुंदुभीला एका पायानं दोनशे धनुष्य अंतरावर..."

रामानं आपल्या डाव्या पावलावर दुंदुभीचा अस्थिपंजर उचलला आणि अगदी सहज फेकावं त्याप्रमाणे तो फेकला. तो दहा योजने लांब गेला तरी सुग्रीवाचं समाधान झालं नाही. तो म्हणाला, "माझा भाऊ दुंदुभीला जिवंत असताना उचलून फेकायचा. रामानं केवळ अस्थिपंजर फेकला; पण आता सात साल वृक्षांपैकी एक जरी यानं पाडून दाखवला तरी-"

त्याचं बोलणं पुरं व्हायच्या आत रामाचा बाण सूं सूं आवाज करत समोरच्या सात साल वृक्षांमध्ये घुसला होता आणि मोठा आवाज करत ते वृक्ष उन्मळून खाली पडले होते.

सुग्रीवानं अत्यानंदानं रामाला आलिंगन दिलं आणि तो म्हणाला, "रामा, तुझ्या शक्तीविषयी मी अकारण शंका घेतली."

रामाने शांतपणे धनुष्य खाली ठेवलं आणि समोरचे कोसळलेले वृक्ष बाजूला करण्यास प्रारंभ केला. लक्ष्मण, सुग्रीव आणि हनुमान त्याच्या साह्याला गेले; पण त्यानं त्यांना येऊ दिलं नाही. या पराक्रमी पुरुषाविषयी शंका बाळगली याचा सुग्रीवाला खेद झाला. त्यानं मनोमन रामाला जन्मभर साथ द्यायचं ठरवलं आणि त्याचा मित्र हनुमान यानं तर जन्मोजन्मी रामाचं दास्यत्व करायचं असा निश्चय केला.

*

हनुमानाबरोबर राम-लक्ष्मण किष्किंधेजवळ आले तेव्हा वाली आणि सुग्रीव यांचं तुमुलयुद्ध चालू होतं. या दोन भावांचं द्वंद्व चालू असताना तिथे कुणीही उभं नव्हतं. राम-लक्ष्मणांना तिथे सोडून हनुमान नगरीत निघून गेला. राम वनवासात असल्यामुळे त्याला नगरीप्रवेश निषिद्ध होता. तो आणि लक्ष्मण नगरीबाहेरच्या वृक्षांजवळ थांबले.

बऱ्याच वेळानं वाली आणि सुग्रीव झगडतझगडत नगरीबाहेर आले. राम-लक्ष्मण दोघेही चटकन दोन वृक्षांच्या आड गेले. वाली-सुग्रीवाचं द्वंद्व चालूच होतं. त्यांच्या मुष्टिप्रहारांचे चट्चट् आवाज येत होते. राम चक्रावून बघत होता. वाली आणि सुग्रीव हे इतके सारखे होते की, त्यातला वाली कोणता हेच रामाला कळेना. त्यांचे वेष सारखे, त्यांच्या मुद्रा सारख्या, उंची सारखी, देहयष्टी सारखीच आणि आवाजदेखील सारखा! सुग्रीवानं वालीशी द्वंद्व करत त्याला नगरीबाहेर आणायचं आणि मग रामानं वालीवर बाण सोडायचा असं ठरलं होतं; पण आता ही नवीन समस्या उद्भवली होती. राम गोंधळून गेला होता. त्यानं पलीकडे उभ्या असलेल्या लक्ष्मणाकडे पाहिलं; पण त्याचीही तीच अवस्था झाली होती. अखेरीस बाण न

सोडण्याचाच निर्णय रामानं केला आणि तो स्वस्थ राहिला. मग थोड्याच वेळात वाली-सुग्रीव मतंगवनाजवळ आलेले त्याला दिसले. सुग्रीव वनात शिरला; पण शापामुळे वालीला वनात जाता येईना. तो परत किष्किंधेकडे वळला.'

सुग्रीव खाली मान घालून रामाजवळ आला आणि रामाला म्हणाला, ''रामा, तू काय केलंस? मला वालीकडे पाठवलंस. त्याच्याशी युद्ध करायला लावलंस. आणि तू मात्र स्वस्थच राहिलास. मी वालीला मारणार नाही असं आधी म्हणाला असतास तर-''

''सुग्रीवा, असा रागावू नकोस. अरे, तुम्ही दोघे इतके सारखे दिसता की, कुणावर वाली समजून बाण सोडावा, असा मला प्रश्न पडला. घाईनं बाण सोडून तो तुलाच लागला असता तर?... तेव्हा तू स्वतःविषयी काही वेगळी खूण ठेव... लक्ष्मणा, ती नागपुष्पलता तोडून याच्या गळ्यात घाल.''

पिवळ्या फुलांनी बहरलेली नागपुष्पलता लक्ष्मणानं उपटून आणली आणि मालेप्रमाणे ती सुग्रीवाच्या गळ्यात अडकवली. नंतर सगळे पुन्हा किष्किंधेकडे गेले.

नगरीजवळ गेल्यावर रामाच्या सूचनेनुसार सुग्रीवानं एकदा गर्जना केली. त्याबरोबर वाली संतापला आणि तो सुग्रीवावर झडप घालायला निघाला; तेव्हा त्याच्या पत्नीनं त्याला अडवलं. सुग्रीवाला राम-लक्ष्मणासारख्या पराक्रमी वीरांचं साह्य मिळालंय हे तिला अंगदाकडून कळलं होतं; पण वाली तिचं काही ऐकायच्या मनःस्थितीत नव्हता. तो म्हणाला, ''राम पराक्रमी आहे तर मीही काही कमी नाही. तू घाबरू नकोस. राम काही अधर्मानं युद्ध करणारा नाही, तेव्हा सुग्रीवाचा पराभव करणं कठीण नाही.''

वाली आणि सुग्रीव यांचं पुन्हा द्वंद्व सुरू झालं. सुग्रीवापेक्षा वाली शक्तिमान होता. युद्धकुशल होता. त्याला स्वतःच्या सामर्थ्याविषयी विश्वास होता. सुग्रीवाला मात्र स्वतःच्या सामर्थ्याचा विश्वास नव्हता. शक्ती, पराक्रम, कौशल्य या सर्वच विषयांत वाली आपल्यापेक्षा श्रेष्ठ आहे या कल्पनेनंच तो दुर्बल झाला होता. वालीनं हाकलून दिल्यापासून तर त्याचा आत्मविश्वास पुरताच ढळला होता; त्यामुळे द्वंद्वयुद्धात तो हरणार हे स्पष्टच होतं.

अतिशय भयभीत होऊन तो सारखा मागे वळत होता. हे पाहिल्यावर रामानं धनुष्य सज्ज केलं; त्याला सर्पाकार बाण जोडला आणि वालीच्या दिशेनं तो सोडला. बाण नेमका वालीच्या ऊरस्थळी घुसला. वालीनं चमकून सभोवार पाहिलं. रामानं हा बाण मारलाय हे त्याच्या लक्षात आलं. त्याच्या छातीतून रक्त वाहू लागलं. त्याही अवस्थेत तो ताठ उभा होता; पण काही क्षणांतच त्याची शक्ती संपली आणि तो भूमीवर कोसळला; पण तरीही तो जिवंत होता. ते पाहाताच राम-लक्ष्मण त्याच्याजवळ गेले आणि भूमीवर बसले.

वालीनं आपले पीतवर्ण भेदक नेत्र रामाच्या नीलवर्ण मुखावर रोखले. त्या नेत्रांतून जणू अग्नी बाहेर पडत होता. मोठ्या कष्टानं तो रामाशी काहीतरी बोलू लागला; पण ते ऐकू येईना. रामानं आपला कान त्याच्या मुखाजवळ नेला.

वाली हलक्या आवाजात पण कठोर शब्दांत बोलू लागला, "तुझं-माझं वैर नव्हतं. मी सुग्रीवाशी युद्ध करत होतो; पण मला मारलंस मात्र तू! मी तुझ्यासमोर नसताना मला मारून तुझ्या त्या कीर्तीला कलंक लागला ना? तू क्षत्रिय आहेस; पण तू अधर्म युद्ध केलंस. मला असं का मारलंस? लोक तुला हा प्रश्न विचारतील ना? धर्मध्वजा उभारून तू हे अधर्माचरण कसं केलंस? तू माझ्यासमोर आला असतास तर तुला मी जिवंत ठेवलं नसतं."

रामानं त्याचं निंदायुक्त भाषण शांतपणे ऐकून घेतलं. मग तो म्हणाला, "वाली, तुझं हे बोलणं योग्य नाही. तू अधर्माचरण करतोस हे मला कळलं. तू धाकट्या भावाची पत्नीच हिरावून घेतलीस... तेव्हा इक्ष्वाकु कुलाचा प्रतिनिधी म्हणून तुला शिक्षा देणं हे माझं कर्तव्यच होतं. कारण या पृथ्वीचं सार्वभौम राज्य इक्ष्वाकु वंशाकडे आहे. तू केलेल्या पापाला योग्य असंच शासन मी केलंय. मी तुला आडून मारलं म्हणून तू मला दोष देतोस; पण वन्य पशूंची मृगया समोरून किंवा आडूनही करतात. धर्मनिष्ठ राजर्षीही अशीच मृगया करतात. तू शाखामृग आहेस; म्हणून तुला आडून मारण्यात काहीच दोष लागत नाही."

वालीनं हात जोडून म्हटलं, "हे मला मान्य आहे. तुम्ही न्यायी आहात, सत्यनिष्ठ आहात; तेव्हा तुम्ही केलंत ते योग्यच असणार. आता माझी एकच विनंती..."

रामानं त्याचे हात हातात घेत म्हटलं, "सांग, तू म्हणशील ते देतो-"

"माझं राज्य सुग्रीवाला द्या; पण माझा पुत्र अंगद लहान आहे. त्याचंही कल्याण करा. सुग्रीवासारखाच तोही तुमचाच आहे असं समजा... सुग्रीवा, तू किष्किंधेचं राज्य कर. माझ्या अंगदाला सांभाळ."

सुग्रीवानं भावाला अभिवचन दिलं. रामानं लगेच सुग्रीवाला राज्याभिषेक करायची व्यवस्था केली. वालीला बाण लागून तो खाली पडला होता; पण अजून तो जिवंत होता. त्याचं मुख प्रफुल्ल होतं. आपल्या मृत्यूचं कारण त्याला माहीत होतं. त्यानं सुग्रीवाला जवळ बोलावलं आणि सांगितलं, "माझ्या गळ्यातली ही कांचनमाला आहे ना? ती इंद्रानं दिलेली आहे. ही गळ्यात असेपर्यंत मी मरणार नाही; पण आता अशा अवस्थेत मी जिवंत राहूनही काही उपयोग नाही, तेव्हा ही माळ काढ आणि तुझ्या गळ्यात घाल."

भावाची ती आज्ञा पाळावी तर त्याचं प्राणोत्क्रमण होणार, न पाळावी तर त्याचे क्लेश पाहावे लागणार, अशा कात्रीत सुग्रीव सापडला. सुग्रीवाची अडचण जाणून वालीनंच आपलं मस्तक वर उचललं आणि आपल्या गळ्यातली इंद्रदत्त माला

काढली आणि ती सुग्रीवाच्या गळ्यात घातली.

काही क्षणांतच वालीचं मुख निस्तेज झालं आणि त्याचा मंद श्वासोच्छ्वासही थांबला. सगळे किष्किंधावासी प्रजाजन शोकसागरात बुडाले. त्यातल्या त्यात हनुमानच थोडा भानावर होता. रामानं त्याला बाजूला बोलावलं आणि सांगितलं, ''वालीचा अंत्यसंस्कार योग्य रीतीनं झाला पाहिजे; नंतर सुग्रीवाला किष्किंधेत राज्याभिषेक करा. आम्ही चौदा वर्षं कोणत्याही नगरीत येऊ शकत नाही. आता आम्ही प्रस्त्रपण पर्वतावर जातो. सुग्रीवाला सांग, वर्षाकालानंतर आम्ही तिकडे येऊन भेटू.''

हनुमानानं मान डोलवली. राम-लक्ष्मण हळूहळू चालू लागले. हनुमान रामाच्या आज्ञेप्रमाणे अंत्यसंस्काराची सिद्धता करू लागला. आपलं उत्तरदायित्व पार पाडून त्याला प्रस्त्रवण पर्वताकडे जायचं होतं.

*

गुहेच्या द्वाराशी येऊन राम निसर्गाचं तांडवनृत्य बघत होता. त्याच्या शेजारीच लक्ष्मण उभा होता. घनदाट मेघांमधून आलेला वारा कर्पूरदलासारखा अतिशीतल होता. त्या वाऱ्याबरोबर केतकीचा गंध येत होता. रामानं तो गंध आपल्या नासिकेत भरून घेतला. शीतल वाऱ्यामुळे त्याची कृशकाया थरथरली. तेव्हा लक्ष्मणानं चटकन आत जाऊन एक वल्कल आणलं आणि ते रामाच्या अंगावर घातलं. राम सुखावला. लक्ष्मणानं त्याच्यासाठीच गुहेच्या द्वाराशी पण आतल्या बाजूला ठेवलेल्या शिळेवर तो विसावला आणि म्हणाला, ''लक्ष्मणा, वर्षाऋतू संपत आला... आता सुग्रीव येईल. निदान त्याचा दूत येईल. मग आपण सीतेच्या शोधाला लागू.''

''होय, रामा या चार महिन्यांत सुग्रीवानं आपली विचारपूसही केली नाही; तेव्हा तो येईल की नाही याची शंका वाटते.''

''अरे, या वर्षाकालामुळे तो आला नसेल. हा सतत कोसळणारा इथला पाऊस पाहिलास ना? कधीकधी आपणदेखील चार चार दिवस गुहेबाहेर पडू शकलो नव्हतो.''

''ते खरं, पण सतत चार मास काही तसा पाऊस नव्हता. प्रारंभीच्या काळात तर किती उत्तम हवा होती इथे... ''

''अरे, किष्किंधेतही लगेच पाऊस सुरू झाला असेल. पर्वतावर जितका वेगवान वर्षाव झाला त्यापेक्षा किंचित सौम्य असेल इतकंच! शिवाय सग्रीवाला किती दिवसांनी पत्नी भेटलीय... पण काही म्हण लक्ष्मणा, आपण इथे राहिलो; त्यामुळे या मौल्यवान पर्वतावरची पर्जन्यशोभा बघायला तर मिळाली ना?''

लक्ष्मणाला ते मान्यच होतं. तो म्हणाला, ''रामा, इथे आल्यापासून अनेकदा देवींची स्मृती आली; पण ती पुष्कळच सुसह्य होती. वर्षाकालाचे चार महिने आपण

काही करू शकणार नव्हतो हे त्याचं एक कारण होतं. शिवाय आता शरद ऋतूत आपल्याला सुग्रीवाचं साह्य मिळणार यातही शंका नव्हती; म्हणून आपण किंचित निश्चिंत झालो होतो.''

राम मंद हसला. लक्ष्मणाच्या बोलण्यात किंचित तथ्य होतं; पण या वर्षाकाळामुळेच तर त्याला स्वतःला सीतेचं अधिक तीव्रतर स्मरण झालं होतं. या प्रस्त्रवण पर्वतावर आल्यापासून त्याच्या मनात एकच विचार होता, *'सीता असती तर ही शोभा पाहून नाचली असती. मग आपण तिला सगळ्या निसर्गशोभेचं वर्णन करून सांगितलं असतं.'*

लक्ष्मण बोलतच होता, ''रामा, तू कवी आहेस हे मला इथे आल्यावरच कळलं हं! या निसर्गाचं वर्णन करताना किती काव्यमय वृत्ती होते तुझी... केशरी वर्णाच्या मेघांनी भरलेलं आकाश तुला कामातुर पुरुषासारखं भासलं. हे सगळे पर्वत तुला मेघरूप कृष्णाजिन पांघरलेले आणि पर्जन्यरूप यज्ञोपवीत धारण करणारे विद्यार्थी वाटले. पर्जन्यधारा म्हणजे मौक्तिकमाला वाटल्या. विद्युल्लेखेच्या सुवर्णप्रतोदांनी ताडित झालेलं आकाश तुला अश्वासारखं भासलं तर कृष्णमेघांचा सोपान चढून सूर्याला अर्जुनपुष्पांची माळ घालावी असंही तू म्हणालास... भृंगांचा आवाज तंतूवाद्यासारखा वाटला आणि मंडुकांना तर तू गायकच करून टाकलंस...''

राम पुन्हा मंद हसला, ''अरे लक्ष्मणा, या पर्वतावर आपण पुन्हा येणार नाही; त्यामुळे इथल्या निसर्गाचं रूप मी नेत्रांत साठवलं. आपल्या प्रिय व्यक्तींना हे रूप सांगता यावं म्हणूनच मी त्याचं वर्णन तुझ्याजवळ केलं; पण खरं सांगू... या काव्यात मन रमत नव्हतं रे! केव्हा एकदा हा वर्षाऋतू संपतोय असं झालं होतं. एकेक दिवस ढकलला... मग जीवन किंचित सुसह्य होण्यासाठी काव्यात्म कल्पना काढल्या... अरे, काही काळ तर संततधार पावसामुळे सूर्य उगवलेला आणि मावळलेलाही कळत नव्हता. पक्षी कोटरांकडे परतू लागले आणि कमळं मिटू लागली की सूर्यास्त झाला असं आपण समजत होतो.''

लक्ष्मणानं दुजोरा दिला. वर्षाकाळामुळे दोघेही बंधू प्रस्त्रवण पर्वतावर जखडल्यासारखे राहिले होते. पाऊस नसेल तेव्हा ते त्या पर्वतावर हिंडले होते. त्या पर्वतावरून वाहाणाऱ्या पूर्ववाहिनी नद्यांची, तिथल्या विविध वृक्षांची आणि तिथल्या धातूरूप शिलांची माहिती रामानं लक्ष्मणाला दिली होती. अनेक सुगंधित फुलांचे विपुल वृक्ष या पर्वतावर असल्यामुळे त्याला *मौल्यवान* म्हणतात हेही त्यानं सांगितलं होतं; पण ही सारी माहिती त्यानं अगदी त्रयस्थपणे दिली होती. या पर्वतावर चार महिनेच आपण राहाणार हा विचार सतत त्याच्या मनात होता. शिवाय मध्येच तो सीतेच्या आठवणींनी अस्वस्थ व्हायचा.

मग लक्ष्मण म्हणायचा, ''रामा, असं दुःख करून काय उपयोग? यापेक्षा समाधियोगानं तू आपलं मन शांत कर. कर्मानुष्ठान कर आणि मन प्रसन्न ठेव. धैर्य

सोडू नकोस. सीता तुझ्याखेरीज कुणालाही वश होणार नाही.''

''खरं आहे, कर्मयोगाचं अनुष्ठानच केलं पाहिजे. कर्माच्या फलाची अपेक्षा धरली की दुःख होतं; पण लक्ष्मणा, हा वर्षाकाल कठीणच... आता लवकरच हा पर्जन्यकाल संपेल. पर्जन्य वर्षावानं पृथ्वी तृप्त होईल. नवधान्य निर्माण होईल. सगळीकडचं जल स्वच्छ, शुद्ध होईल. सगळीकडे आनंद आणि उत्साह भरून राहील. मग सुग्रीव इकडे येईल.''

रामाच्या त्या बोलण्यानं लक्ष्मणही सुखवायचा. वर्षाकाल संपेपर्यंत निष्क्रिय बसण्यापेक्षा अशा गोष्टी काढून आणि भविष्यकालाची चित्रं रंगवून वेळ घालवणं त्याला आवडायचं.

वर्षाऋतू संपण्याची वाट पाहाण्यात एकेक दिवस उलटत होता आणि विरहकाल कमी होत असल्याचा आनंद मिळत होता. वर्षाकाल संपल्यावर काय काय करायचं याचे बेत रोज ठरत होते.

पण वर्षाऋतू संपला तरी सुग्रीव आला नव्हता. शरदऋतू सुरू झाल्याची चिन्हं निसर्गात दिसू लागली तेव्हापासूनच रामाचा अस्वस्थपणा वाढला होता. निरभ्र आकाश, स्वच्छ चांदणं, कमलपुष्पांनी आणि चक्रवाक हंसांनी भरलेले जलाशय, आकाशात उडणारी तृप्त सारसमाला या कशातही रामाचं मन रमत नव्हतं. सुग्रीवाची प्रतीक्षा करण्यात अर्धा शरदऋतू उलटला.

अखेरीस राम म्हणाला, ''लक्ष्मणा, सुग्रीव आपल्याला विसरला. त्याच्या आशेवर आपण चार महिने घालवले. त्याला राज्य मिळवून दिलं. पत्नी मिळवून दिली; पण तो कृतज्ञ राहिला नाही, तेव्हा आता तू त्याच्याकडे जा. त्याला सांग की, मान्य केलेली गोष्ट पार पाडतो तोच खरा वीर! स्वतः कृतार्थ झाल्यावर मित्रकार्य विसरणाऱ्याला राक्षस फाडून खातात... त्याला आणखी एक सांग की, वाली ज्या मार्गानं गेला तो मार्ग अद्याप संकोच पावलेला नाही.''

लक्ष्मणानं हा संदेश नीट ऐकून घेतला. मग रामाला वंदन करून तो किष्किंधेकडे जायला पर्वत उतरू लागला. रामानं एक क्षण त्याच्या पाठमोऱ्या आकृतीकडे पाहिलं. मग तो समाधियोगात मग्न झाला.

*

लक्ष्मण किष्किंधेत गेला त्याच्या दुसऱ्याच दिवशी प्रस्रवण पर्वताजवळ प्रचंड वानरसेना जमू लागली. अस्तागिरीवरचे, हिमालयातले, कैलास पर्वतावरचे, विंध्याद्री परिसरातले, तमालवनातले, आम्रवनातले- सगळे वानरसैनिक जमले. अब्जावधी सेना जमली. प्रस्रवण पर्वतावरून चहूकडे पाहात बसलेल्या रामानं ही सेना बघितली, तेव्हा त्याला आनंद झाला. थोड्याच वेळात सुग्रीव आणि लक्ष्मण

रत्नखचित शिबिकेतून आले. रामापासून बऱ्याच अंतरावर शिबिका थांबली. सुग्रीव उतरला आणि लक्ष्मणाची वाटही न पाहता तो रामाकडे धावला.

रामाच्या जवळ जाऊन त्यानं त्याचे पाय धरले. रामानं त्याला प्रेमानं जवळ घेतलं तेव्हा तो म्हणाला, "रामा, तुमच्यामुळे मला राज्य मिळालं. संपत्ती मिळाली. म्हणून तुमच्या उपकाराची फेड करण्यासाठी मी साऱ्या पृथ्वीवरचं वानरसैन्य जमवलं. अंगदाचा मातामह, रुमेचा पिता, हनुमानाचा पिता, अग्नीपुत्र नील, जांबवान, सुहोत्र, शरारी, नल... सगळे आपापलं सैन्य घेऊन आले आहेत."

रामानं सगळीकडे दृष्टिक्षेप टाकून विचारलं, "आणि अंगद कुठे आहे? हनुमान का आला नाही?"

"सगळ्या सैन्यांची व्यवस्था लावून ते येताहेत. रामा, तू लक्ष्मणाला पाठवलंस; त्यामुळे आम्ही सगळे भयग्रस्त झालो. लक्ष्मण संतप्त होऊन आला होता. त्याला पाहूनच वानरगण इतस्ततः धावू लागले."

राम म्हणाला, "वर्षाकाल संपला तरी तू आला नाहीस म्हणून लक्ष्मणाला पाठवलं."

लक्ष्मण संतापून येतो आहे हे कळल्यावर त्याचा राग शांत करण्यासाठी सुग्रीवानं तारेला त्याच्या स्वागतासाठी पाठवलं होतं. परस्त्रीकडे बघण्याचंसुद्धा पाप लक्ष्मणानं कधी केलं नव्हतं; त्यामुळे तारेच्या चरणांवर दृष्टी खिळवूनच त्यानं आपल्या येण्याचं कारण सांगितलं होतं.

तारा म्हणाली होती, "सुग्रीवाला तुमच्यामुळे हे राज्य मिळालंय हे तो विसरला नव्हता; पण वर्षाऋतूमुळे तो काही करू शकत नव्हता. शिवाय इतक्या वर्षांच्या विरहानंतर आमची भेट झाली... तरीही सुग्रीव केवळ सुखोपभोगातच मग्न होता असं समजू नकोस. त्यानं ठिकठिकाणी दूत पाठवून वानरसेना जमवली. आता तू त्याला भेटायला चल."

तारेच्या बोलण्यामुळे लक्ष्मणाचा राग शांत झाला होता. मग सुग्रीवाला आणि इतरांना घेऊन तो लगेच प्रस्त्रवण पर्वताकडे निघाला होता.

राम सुग्रीवाला म्हणाला, "तुझ्यासारखा मित्र मला लाभला हे भाग्यच! वर्षाकालातही तू केवळ सुखविलासात मग्न राहिला नव्हतास, सैन्याची जुळवाजुळव केलीस... मित्रा, तुझ्या साह्यानंच मी रावणाचा वध करू शकेन आणि सीतेची मुक्तता करीन."

सुग्रीव हात जोडून म्हणाला, "मग आता या सैन्याला आज्ञा कर. हे सारं सैन्य तुझ्या आज्ञेची वाट पाहातंय."

"नाही. सैन्याला आदेश तूच द्यायचे. माझी इच्छा, माझं कार्य तुला माहीत आहे तेव्हा तूच काय ते कर. तू आमचा मित्र, आप्त, हितरक्षक- सारं काही आहेस."

सुग्रीवानं मग भराभर आदेश दिले, "विनता, तू पूर्वेकडे जा... तुझं सैन्य बरोबर

ने. भागीरथी, शरयू, कौशिकी, यमुना, सरस्वती, शोण, मही या सगळ्या नद्यांकाठच्या प्रदेशात सीतेचा शोध घे. सुषेण, तुम्ही पश्चिमेला जा. शतबला, तू जा उत्तरेकडे आणि नील, हनुमान, जांबवान, सुहोत्र, शरारी, अंगद हे सर्वजण दक्षिणेकडे जातील.''

लक्ष्मणानं नवलानं विचारलं, ''इतके सगळे?''

सुग्रीव म्हणाला, ''हो, आणखी हे शरगुल्म, गज, गवाक्ष, गवय, सुषम, मैंद हेही दक्षिणेला जातील. रावणाची लंका दक्षिणेला आहे ना? तिथे सीता सापडण्याची शक्यता अधिक आहे, तेव्हा बरेचजण तिकडे जाऊ देत. महिन्याच्या आत वृत्त आणा. नाहीतर...''

सगळेजण जायला निघाले; पण हनुमान मात्र थांबला. रामाच्या जवळ जाऊन त्याचे पाय धरत तो म्हणाला, ''सीतादेवींना द्यायला काहीतरी द्या. मला त्या भेटतील असा आशीर्वाद द्या.''

रामाऐवजी सुग्रीवच म्हणाला, ''हनुमंता, मी तुला हेतुतःच दक्षिणेकडे पाठवतोय. सीता बहुधा लंकेत सापडेल. तू पराक्रमी आहेस, बुद्धिमान आहेस. तेजस्वी आहेस, तुला यश येईल.''

रामानं प्रेमानं हनुमानाला निरोप दिला. आपल्या बोटातली मुद्रिका काढून त्यानं ती हनुमानाच्या हाती देत म्हटलं, ''सीतेचा शोध लागला तर ही मुद्रिका तिला दे. म्हणजे तू माझा दूत आहेस यावर तिचा विश्वास बसेल. लवकरच येऊन मी तुझी मुक्तता करतो असं तू तिला सांग.''

ती मुद्रिका कपाळाला लावून हनुमंतानं ती आपल्या उत्तरीयात बांधली. मग पुन्हा रामाला वंदन करून तो निघाला. त्याच्याबरोबर दक्षिणेकडे जाणारे वानर आधीच पर्वत उतरू लागले होते. हनुमान हळूहळू त्यांच्या दिशेनं जायला निघाला.

*

विंध्य पर्वताच्या शिखरावर आल्यावर सर्वांनी चहूकडे दृष्टी टाकली. सगळे वृक्ष कोमल पल्लवांनी बहरले होते. आम्रवृक्षाला लहानलहान फळं लागली होती. आकाश निरभ्र होतं. वातावरणातली शीतलता जाऊन किंचित उष्णता वाढली होती. हा बदल पाहून अंगद म्हणाला, ''अरे दोन मास उलटून गेलेले दिसतात. शरद ऋतूच्या अखेरीस आपण निघालो. आता वसंताची चिन्हं दिसताहेत...''

नल म्हणाला, ''होय, सीतादेवी महिन्यात सापडल्या पाहिजेत, असं सुग्रीवानं सांगितलं होतं.''

''आपण त्या विवरात किती रमलो... मी घाई केली म्हणून, नाहीतर तुम्ही आणखी राहिला असता.''

अंगद म्हणाला, "सुहोत्रा, तुझं म्हणणं खरं आहे. तुझ्या घाईमुळेच लवकर बाहेर आलो; पण आता वाटतं, नसतो आलो तर..."

सुहोत्र उपहासानं उद्गारला, "ही पश्चातबुद्धी काय कामाची... तहान लागली म्हणून वनात हिंडत असताना जलाशय शोधण्याऐवजी तुमचं लक्ष त्या विवराकडे गेलं आणि म्हणूनच-"

अंगद काही बोलला नाही; पण त्याचं म्हणणं खरं होतं. सीतेचा शोध घेत हिंडत असताना सगळे वानर तृषेनं व्याकुळ झाले. इतक्यात एका विवरातून हंससारस बाहेर आले. त्यांचे पंख भिजलेले होते. त्यावरून त्या विवरात स्वच्छ जलाशय असावा हे सगळ्यांनी ओळखलं. त्यांनी त्या विवरात जायची सिद्धता केली. सुहोत्राला मात्र हे मान्य नव्हतं. विवरात जलाशय असला तरी अंधारात उडी घेण्यासारखंच होतं ते! त्यापेक्षा उघड्या वनात जलाशय शोधावा असं त्याचं मत होतं; पण जवळच पाणी आहे हे दिसत असताना शोधाशोध करायला जाणं वानरांच्या जिवावर आलं. विवरात एखादं संकट असण्याची शक्यता आहे, अंधारातून वाट चाचपडावी लागेल, कालापव्यय होईल, या सुहोत्राच्या सूचनांकडे त्यांनी दुर्लक्ष केलं आणि सगळे वानर विवरात शिरले. निरुपायानं सुहोत्रही त्यांच्या मागे गेला. त्या विवरात अंधारातून चाचपडत सगळे पाण्याच्या आशेनं चालत राहिले. पुष्कळ वेळ चालल्यावर ते एका उपवनात येऊन पोहोचले. त्यांची तृषा शांत झाली.

मग त्या उपवनात हिंडत असताना त्यांना एक तापसी दिसली. ती मेरूसावणीची कन्या होती. तिच्याच साह्यानं सगळेजण विवराबाहेर आले; पण मध्यंतरी पुष्कळ दिवस गेले होते. सुग्रीवानं घातलेली कालमर्यादा संपली होती. आपल्या मूर्खपणामुळे इतके दिवस निष्फळ गेले याची सगळ्यांना खंत वाटू लागली.

अंगद म्हणाला, "आपण सुग्रीवांच्या आज्ञेचा भंग केला. आता ते आपल्याला जिवंत ठेवणार नाहीत. सीतेचा शोध लावला नाही म्हणून रामही आपल्याला क्षमा करणार नाही; तेव्हा इथेच प्रायोपवेशनं करावं असं मी ठरवलंय."

त्याचं बोलणं सगळ्या वानरांना पटलं. त्यांनीही तिथेच प्रायोपवेशन करायचं ठरवलं. अंगदानं तिथेच दर्भ टाकले. त्यावर बसून त्यानं श्वासावरोध केला आणि खाली वाकून मुख भूमीला टेकवलं. इतर वानरांनीही त्याचं अनुकरण केलं. कितीतरी वेळ अशाच अवस्थेत गेला. सगळीकडे शांतता होती. सूर्यास्त होऊन बराच अवधी लोटला. वनातले निशाचर प्राणी हळूहळू बाहेर येऊ लागले; पण या *वानरांना* कशाचीच जाणीव उरली नव्हती.

अंगद आणि हनुमान एका बाजूला होते. त्यांना जवळ कुणाचा तरी आवाज ऐकू येत होता; पण त्यांनी नेत्र उघडले नाहीत. इतक्यात तो प्राणी म्हणाला, "उत्तम, उत्तम! परमेश्वरानं माझ्यासाठीच ही व्यवस्था केलीय. आता हे वानर

मरणार... मग मी यांचं मांस खाणार... अनायासे भक्ष्य मिळालं.''

अंगदानं आणि हनुमानानं नेत्र उघडून पाहिलं. समोर एक प्रचंड गृध्र उभा होता.

हनुमान म्हणाला, ''हा गृध्र जटायूसारखा दिसतोय.''

''हो, पण नुसता दिसतोय... वृत्तीनं त्याच्यासारखा नाही. आपण सीतेसाठी मरत असताना हा आपल्या मरणाची वाट बघतोय. कुठे जटायू अन् कुठे हा! जटायूनं सीतेसाठी प्राण दिले.''

ते ऐकताच तो गृध्र चमकला. त्याच्या नेत्रांत दुःख दाटून आलं. खिन्न स्वरात तो म्हणाला, ''जटायू मेला? तुम्हाला कसं कळलं... सांगा, सांगा. अरे, मी त्याचा भाऊ आहे रे... माझं नाव संपाती.''

मग अंगदानं त्याला सगळी कथा सांगितली. रावणानं सीतेला पळवून नेलं तेव्हा जटायूनं त्याला कसा प्रतिकार केला आणि तो कसा मेला... पण मरतामरता त्यानं रामाला कसं साह्य केलं ते सारं सांगितलं. मग सुग्रीवाची कथा सांगितली आणि आता आपण सीतेचा शोध लावण्यात अयशस्वी झालोय म्हणून प्रायोपवेशन करतोय हेही सांगितलं.

जटायूच्या मरणाचं वृत्त ऐकून संपातीला अतिशय दुःख झालं; पण थोड्याच वेळात सावरून तो म्हणाला, ''माझा भाऊ महापुण्यवान... त्या साध्वीची सेवा करताना मेला आणि मरतामरता रामाच्याही उपयोगी पडला; पण अंगदा, तुम्ही सीतेसाठी मरू नका. मी तुम्हाला सीतेविषयी सांगतो. आम्हा गृध्रांना परमेश्वरानं दीर्घदृष्टी दिली आहे; त्यामुळे मला सीता स्पष्ट दिसतेय. लंकेत रावणानं तिला अशोकवनात ठेवलंय. तिथे ती राक्षसींच्या वेढ्यात आहे.''

हनुमान म्हणाला, ''संपाती, पण तू इथे कसा?''

''पूर्वी मला आणि जटायूला वेगाविषयी गर्व झाला होता. सूर्याशी स्पर्धा करण्यासाठी आम्ही हिमालयावरून आकाशात उड्डाण केलं; पण मग जटायू घाबरला आणि जनस्थानात पडला आणि मी पंख जळून इथे विंध्य पर्वतात पडलो. क्षुधेनं त्रस्त झालो. पंखात त्राण नसल्यामुळे हालचाल करता येईना, तेव्हा मी प्राणत्याग करायचा विचार केला. इतक्यात एक ऋषी आले. माझी माहिती कळल्यावर म्हणाले, 'प्राणत्याग करू नकोस. तू पुढे रामाचं कार्य करशील. मग तुझ्या पंखात पुन्हा शक्ती येईल... तोपर्यंत कसातरी चरितार्थ चालव.' ''

संपातीची कथा ऐकून सगळ्या वानरांना नवल वाटलं. संपाती पुढे म्हणाला, ''त्या दिवसापासून मी इथे राहिलोय. माझा पुत्र भक्ष्य आणून देतो. काही दिवसांपूर्वी रावण आकाशमार्गानं एका स्त्रीला नेत होता, ती सीताच होती; कारण ती 'रामा, रामा' असा आक्रोश करत होती. रावणानं तिला लंकेत नेऊन अशोकवनात ठेवलंय.''

सुहोत्र म्हणाला, ''पण शंभर योजने समुद्र ओलांडून लंकेत जायचं कसं?

आणि सीतेला शोधायचं कसं?''

"प्रयत्न केला की सारं काही जमतं. बरं, आता मी येतो... रामाच्या कार्याला साह्य केल्यावर माझ्या पंखात शक्ती येऊ लागलीय... तुम्ही लंकेत जा.''

संपाती एका पर्वतशिखरावर जाऊन बसला आणि अंगद, हनुमान आपल्या सहकाऱ्यांसह आनंद व उत्साहानं सागराजवळ आले; पण सागराचं भयंकर स्वरूप पाहिल्यावर आणि सागरातल्या नक्रसर्पांचं दर्शन घडल्यावर त्यांचा उत्साह कमी झाला. सगळेजण अंगदाभोवती जमले.

अंगद म्हणाला, "अरे असे हताश काय होता? आपण प्रयत्न केला की सारं काही जमतं. सांगा बघू, तुम्ही सागरावरून किती योजने दूर उड्डाण कराल?''

गज म्हणाला, "दहा योजने!''

गवयाची उडी तीस योजनांची, गंधमादनाची पन्नासाची, तर सुषेणाला ऐंशी योजने जाण्याची उमेद होती.

जांबवान म्हणाला, "पूर्वी मी तरुण असताना बलीच्या यज्ञाच्या वेळी वामनाला एकवीस वेळा प्रदक्षिणा घातली होती. आता वृद्ध झालोय तरी नव्वद योजने सहज जाईन.''

अंगद म्हणाला, "छे, छे! तुमच्यासारख्या वृद्धांनी असलं साहस करायचं नाही. मी जाईन शंभर योजने.''

जांबवान उत्तरला, "तू सेनानायक आहेस. तुला जाता येणार नाही; पण मला वाटतं, आपण हनुमानाला पाठवावं. हा हनुमान महाशक्तिमान आहे. तो आपल्याला संकटातून सोडवील. याचं सामर्थ्य समुद्राहून महान आहे. तेव्हा...''

सगळेजण हनुमानाकडे बघू लागले. प्रत्येकजण आपापल्या शक्तीविषयी विश्वास व्यक्त करत होता; तेव्हा हनुमान एका बाजूला एकटाच बसला होता. तो स्वतःविषयी काही बोलायचाच नाही कधी! स्वतःहून साहसात पडायचा नाही; पण त्याच्या शक्तीची जाणीव इतरांनी करून दिली की, ईर्षेनं साहस करायचा आणि त्यात यशस्वी व्हायचा. त्याचा हा स्वभाव जांबवनाला माहीत होता. म्हणूनच त्याच्या शक्तीविषयी त्याची स्तुती करून त्यानं त्याच्या मनात ईर्षा निर्माण केली. सुषेणानं आणि सुहोत्रानंही जांबवानाला दुजोरा दिला. वृद्ध वानरांनी केलेली प्रशंसा ऐकताना हनुमानाची रुंद छाती फुगली. पराक्रम करून दाखवण्याच्या इच्छेनं त्याचे हात-पाय स्फुरण पावू लागले. एक बुभुःकार करत तो उभा राहिला. त्याची मुद्रा तेजानं तळपू लागली. इंद्राच्या वज्रप्रहारानं दुभंगलेल्या हनुवटीवरून हात फिरवून त्यानं वृद्ध वानरांना वंदन केलं. उत्तरीयात बांधलेली राममुद्रिका चाचपली आणि तो म्हणाला, "मी समुद्रापलीकडे जाऊन सीतेचा शोध लावून येतो. तुम्ही चिंता करू नका... तुम्ही सगळे इथेच थांबा. त्या समोरच्या पर्वतावरून मी उड्डाण करतो...''

अंगद म्हणाला, ''तू येईपर्यंत आम्ही इथेच एका पायावर उभे राहून तपश्चर्या करू. तू यशस्वी होऊन ये.''

हनुमानानं त्या पर्वतशिखरावरून उड्डाण केलं. त्याचं प्रचंड शरीर वेगानं अंतराळात झेपावलं. पर्वतावरून शिखराचाच भाग आकाशात उडाल्याचा भास झाला. सगळे वानर त्या विलक्षण दृश्याकडे पाहात राहिले. सागराच्या पाण्यावरून जाताना हनुमानाची प्रचंड काया वेगानं पुढे सरकत होती. त्याचं कुठेही लक्ष नव्हतं. सागरात अचानक वर आल्याप्रमाणे डोकावणाऱ्या मैनाक पर्वताकडेही त्याचं लक्ष नव्हतं. त्या पर्वतावर क्षणभर थांबून त्यानं विश्रांती घ्यावी असं मागे राहिलेल्या वानरांना वाटत होतं. ते त्याला हाका मारून सांगतही होते; पण हनुमानाचं कुठेच लक्ष नव्हतं. शक्य तितक्या लवकर लंकेत पोहोचायचं आणि सीतेला शोधायचं एवढाच विचार त्याच्या मनात होता; त्यामुळे त्याचा वेग कशानंही खंडित झाला नाही.

सुंदरकांड

लंकानगरीच्या उत्तर द्वारासमोर येताच हनुमान थबकला. या नगरीत उतरल्यापासून एकच विचार त्याच्या मनात घोळत होता. शंभर योजने समुद्र पार करून वानरसेना इथे येणार कशी? आणि आलीच तरी ही दुर्गम्य नगरी जिंकणार कशी? त्या नगरीभोवतीचे संरक्षक तट, तटाबाहेरचे पाण्यानं भरलेले खोल खंदक, जागोजागी असलेले सशस्त्र संरक्षक आणि आतलं पराक्रमी सुसज्ज सैन्य... हे सारं जिंकणं अवघडच होतं. इतक्यात त्याचं लक्ष उत्तरीयात बांधलेल्या रामाच्या मुद्रिकेकडे गेलं. त्यानं मनातले निराशाजनक विचार बाजूला सारले आणि उत्तर द्वाराजवळच्या एका वृक्षावर चढून तो सूर्यास्ताची वाट पाहू लागला. त्याला एक साधा वानर समजून साऱ्यांनी त्याच्याकडे दुर्लक्ष केलं होतं. सूर्यास्त होताच तो उडी मारून वृक्षावरून उतरला आणि सहजच नगरद्वारातून आत जाऊन उभा राहिला. तिथूनच त्याला आतल्या भव्य प्रासादांची रांग दिसत होती. सुवर्णस्तंभावर सात-आठ स्तरांच्या त्या प्रासादांकडे पाहिल्यावरच नगरीच्या संपन्नतेचं दर्शन घडत होतं. त्या प्रासादांना सुवर्णमाला लावल्या होत्या. प्रासादांच्या भिंती आणि भूमी स्फटिकाची होती. नगरीच्या मार्गावरून मत्त गज हिंडत होते. सायंकाळची शुभ वाद्यं वाजत होती.

अंधार पडला. रात्रीचा पहिला प्रहर उलटला तरी हनुमान तिथेच उभा होता. किती वेळ गेला ते त्याला कळलंच नाही. नगरीतले दीप हळूहळू मंदावू झाले, तरी तो तिथेच होता. त्याला कुणीतरी हलवलं तेव्हा तो भानावर आला. एक अक्राळविक्राळ राक्षसी त्याच्याजवळ उभी होती. गर्जना करत तिनं विचारलं, "काय रे, तू कोण? इथे कसा आलास? या संरक्षित नगरीत तुला प्रवेश कसा मिळाला?"

हनुमानानं उलट तिलाच विचारलं, "मला विचारणारी तू कोण गं?"

"मी या नगरीचं रक्षण करते. या नगरीची रक्षकदेवताच आहे मी! मला न विचारता इथे कुणी येऊ शकत नाही. तू आत गेलास तर मी तुला मारीन."

हनुमान म्हणाला, "मी ही नगरी पाहायला आलोय. ही प्रख्यात नगरी पाहून मी आल्या मार्गानं परत जाईन."

"मला जिंकल्याशिवाय तुला प्रवेश मिळणार नाही."

"अगं, मी नुसता..."

हनुमान काही बोलणार इतक्यात त्या राक्षसीनं गर्जना करून त्याला चपराक मारली. हनुमान संतापानं लाल झाला. डाव्या हाताची मूठ वळून त्यानं तिच्या मुखावर एक सौम्य प्रहार केला; पण त्या सौम्य प्रहारानंही ती भूमीवर पडली आणि रडू लागली. हनुमानाला तिची दया आली. तो काही बोलणार इतक्यात तीच म्हणाली, "वानरश्रेष्ठा, तू माझा पराभव केलास... आता या नगरीचा, रावणाचा आणि सगळ्याच राक्षसांचा अंत जवळ आला आहे. मला हे ब्रह्मदेवानंच सांगितलं होतं."

हनुमान आश्चर्यचकित झाला.

ती पुढे म्हणाली, "ब्रह्मदेव मला म्हणाला होता की, एक वानर तुझा पराभव करील, तेव्हा या नगरीला भय निर्माण झालं आहे; रावणाचा अंतकाल जवळ आला आहे असं तू समज... सीतेच्या निमित्तानं रावणाचा अंत जवळ आलाच आहे... आता तू नगरीत जा. इच्छेप्रमाणे संचार कर. सीतेला शोधून काढ."

हनुमान चकित होऊन तिच्याकडे पाहात राहिला; पण ती अधिक काही न बोलता निघून गेली. हनुमान वृक्षांवरून उड्या मारतच नगरात सर्वत्र संचार करू लागला आणि असं करताकरता अशोकवनात पोहोचला. त्या कृत्रिम वनात कृत्रिम जलाशय आणि सुवर्णरंगी कृत्रिम वृक्ष होते. नदीच्या काठावर एक शिंशिपा वृक्ष होता. त्याच्या पर्णपुष्पात स्वतःला झाकून घेऊन हनुमान बसला आणि त्यानं चोहीकडे दृष्टिक्षेप टाकला.

अचानक त्या वनाच्या प्रवेशद्वाराशी गडबड झाली. हनुमानानं मान उंचावून पाहिलं. एक भव्य पुरुष हळूहळू चालत येत होता. त्याच्यापुढे सुवर्णदीप घेतलेल्या स्त्रिया होत्या. सुवर्णकलश घेतलेल्याही काही स्त्रिया होत्या. एक स्त्री त्याच्या डोक्यावर शुभ्र छत्र धरून चालत होती. त्या पुरुषाच्या अंगावरची राजचिन्हं पाहिल्याबरोबर हा रावण आहे हे हनुमानानं ओळखलं. रावण ज्या दिशेला चालला होता, त्या दिशेला असलेल्या रत्नशालेकडे हनुमानाचं लक्ष गेलं. तिथे अनेक राक्षसांनी वेढलेली एक सुंदर स्त्री होती. मलिन झालेलं पीतवस्त्र नेसलेली, अतिकृश झालेली, राक्षसींच्या दर्शनानं त्रस्त झालेली ती स्त्री दिसताच हनुमानानं तिच्याकडे निरखून

पाहिलं. भूमीवर बसलेल्या त्या स्त्रीची मुद्रा म्लान झाली असली तरी तिची कनककांती लपत नव्हती. तिची सरळ नासिका, मृगशावकासारखे विशाल पाणीदार नेत्र, शंखाकृती कंठ आणि भुजंगासारखी लांब काळीभोर वेणी... हे सारे सौंदर्यविशेष पाहाताच हीच सीता आहे असं हनुमानानं ओळखलं.

रावण येतोय असं दिसताच ती थरथर कापू लागली. पाय पोटाशी घेऊन पायाभोवती हातांची मिठी घालून मुख गुडघ्यात लवून ती बसली. आपल्या शरीराचा संकोच करून, आपलं नखही रावणाच्या दृष्टीला पडू नये या हेतूनं तिनं अंगावर वस्त्रं ओढून घेतलं.

रावण तिच्या समोर आला. त्याच्या आकृती-प्रकृतीला विसंगत अशा कृत्रिम मृदू आवाजात बोलू लागला, "सीते, मला पाहाताच तू देहाचा इतका संकोच केलास? मला भिऊ नकोस. अगं, तू मला अत्यंत प्रिय आहेस. तुला मी दुःख देणार नाही. तुला प्रिय नसेन तर मी तुला स्पर्शही करणार नाही."

सीता काहीच बोलली नाही. तिनं मुखही वर केलं नाही. रावणच पुढे म्हणाला, "तू अनुपम सुंदर आहेस आणि मी महापराक्रमी आहे; तेव्हा तू मला वश हो. रामापासून तुला काय लाभ? त्याला राज्य नाही, तो तपस्वी वनात जिवंत असला तरी तो इथून तुला कधीही सोडवू शकणार नाही."

रावणाचे ते शब्द ऐकून सीतेच्या नेत्रांतून अश्रुधारा वाहू लागल्या. बोलवत नव्हतं तरी ती म्हणाली, "रावणा, परस्त्रीवर मन ठेवणं वाईट! तू माझी आशा धरू नकोस. तुझ्या अशा वागण्यानं तुझं राक्षसकुल आणि हे समृद्ध राष्ट्र नष्ट होईल. मी रामाशिवाय कुणाचा मनानंही विचार करत नाही, तेव्हा तू माझा लोभ सोड. रामाला शरण जा. म्हणजे तुझं कुळ आणि राष्ट्र-"

"पुरे, पुरे..." रावण कडाडला, "तुझं पुष्कळ ऐकून घेतलं. तुझ्या या प्रत्येक शब्दासाठी तुला वधाची शिक्षा देणं योग्य आहे; पण तू मला प्रिय आहेस म्हणून तुला मी शिक्षा देत नाही... नीट ऐक... तुला मी जो अवधी दिला आहे, त्यातले दोन मास उरलेत. या दोन महिन्यांत तू मला वश झाली नाहीस तर माझे सूपकार तुझे तुकडेतुकडे करतील आणि सकाळच्या भोजनात मला खायला देतील..."

सीतेच्या म्लान मुखावर एक तेजोरेखा चमकली. कठोर स्वरात ती म्हणाली, "अरे अधमा, हे तुझे पापी नेत्र गळून कसे पडत नाहीत? मी धर्मनिष्ठ रामाची पत्नी आहे, धर्मनिष्ठ दशरथाची स्नुषा आहे. माझ्याशी असं बोलणारी तुझी ती जिव्हा झडत कशी नाही! तू स्वतःला शूर म्हणवतोस, कुबेराचा भाऊ म्हणवतोस; मग रामाला फसवून का रे आणलंस मला इथे?"

रावण अतिशय क्रुद्ध झाला. त्याचे मदिरेनं लाल झालेले नेत्र अंगार ओकू लागले. सीतेकडे तिरस्कारानं पाहात तो म्हणाला, "त्या वनवासी रामावर लुब्ध

होऊन तू मला असं बोलतेस काय? आत्ताच तुला दाखवतो!''

राक्षसींकडे वळून रावणानं आज्ञा सोडली, ''हिला जर्जर करा, म्हणजे हिचा अभिमान उतरून ही मला वश होईल...''

रावणाच्या मागेच उभ्या असलेल्या धान्यमालिनीनं त्याचा हात धरला आणि त्याला प्रासादाकडे नेलं. जाताना ती म्हणाली, ''महाराज, हिच्या दैवात सुख नाही. ऐश्वर्य नाही. असल्या दुर्दैवी स्त्रीची कशाला इच्छा करता? त्यापेक्षा माझ्या प्रासादात चला.''

रावण आणि त्याचा परिवार निघून गेला; पण रावणाची आज्ञा मानून राक्षसींनी सीतेला त्रस्त करायला प्रारंभ केला होता. सीतेला अनुचित शब्दांनी त्या वाकूताडन करत होत्या. तिच्या दुःखी मनाला आणखी दुःख देत होत्या. ती संत्रस्त झाली की, आणखी त्रास देत होत्या. सीतेच्या नेत्रांतून अश्रूंची संततधार लागली होती; पण त्या राक्षसींना तिची दया येत नव्हती.

त्रासून सीता म्हणाली, ''तुम्ही मला खाऊन टाकलंत तरी चालेल; पण रामाशिवाय मी कुणाचा विचारही करणार नाही. खाल्लंत तर सुटेन या त्रासातून!''

ते ऐकून राक्षसींनी तिला आणखी त्रास द्यायला प्रारंभ केला. विनता म्हणाली, ''मी आताच तुला खाऊन टाकते.''

विप्रभा म्हणाली, ''मी हिचं हृदय खाणार. रावणानं हिला आणलं तेव्हाच मी हे ठरवलं होतं...''

सीता उठली आणि शिंशिपा वृक्षाखाली जाऊन उभी राहिली. राक्षसी तिथेही तिच्याभोवती जमल्या. ती स्वतःशीच बोलत होती, *'या क्रूर राक्षसी मला इतकं छळतात तरी मी जिवंत राहिलेय. माणसाला मृत्यू यायचा तेव्हाच येतो... आता मला राम भेटतील की नाही? त्यांना ही माझी स्थिती माहीत नसावी. नाही तर त्यांनी मला सोडवायचे प्रयत्न केलेच असते किंवा कदाचित माझ्या शोकानं ते देवलोकाला गेले असतील. मग मी तरी कशाला जिवंत राहू? मीही जीव देईन.'*

ते ऐकताच कित्येक राक्षसी हे वृत्त रावणाला सांगायला निघून गेल्या. सीतेजवळ उभी असलेली त्रिजटा राक्षसी म्हणाली, ''अगं, हिला त्रास देऊ नका. उलट हिची क्षमा मागा... मला काल स्वप्न पडलं. स्वप्नात राम-लक्ष्मण चार दातांच्या हत्तीवरून आलेले दिसले. त्यांनी सीतेला उचलून घेतलं. मग तो हत्ती आकाशातून जाऊ लागला. सीतेनं चंद्र-सूर्य हातात घेतलेत असा भास झाला. इतक्यात समोरून रावण पुष्पक विमानातून आला. तो खाली पडला. त्याच्या डोक्याचं मुंडण केलं होतं. अंगाला तेल माखलं होतं. एक काळी भयानक स्त्री त्याला दक्षिणेकडे ओढून नेत होती... म्हणजे राम-लक्ष्मण लंकेत येणार आणि रावणाला मारणार हेच या स्वप्नावरून सूचित होतं. तसं झालं तर सीतेमुळेच आपण जिवंत राहू; तेव्हा तुम्ही

हिला त्रास देऊ नका.''

त्रिजटेचं बोलणं ऐकून सीतेच्या मुखावर आनंद पसरला. बाकीच्या राक्षसी उठून रत्नशालेकडे निघून गेल्या. त्या शिंशिपा वृक्षाखाली एकटी सीताच उरली.

हनुमान हे सारं दृश्य वरून पाहात होता. आता सीतेला भेटायला उत्तम वेळ आहे असं त्याच्या मनात आलं; पण तिला आपला संशय येऊ नये म्हणून काय करावं असा त्याला प्रश्न पडला. मग त्याला अचानक एक उपाय सुचला. त्या वृक्षावर बसूनच हनुमान रामचरित्र गाऊ लागला.

अयोध्येचा इक्ष्वाकु वंश, दशरथ, राम, लक्ष्मण, सीता ही नावं कानावर पडताच सीता चमकली आणि लक्षपूर्वक ऐकू लागली.

*

हनुमानानं रामचरित्र गायन पूर्ण केलं तेव्हा सीता गोंधळून गेली होती. रावणानं आपल्याला पळवून आणल्यापासून राम-लक्ष्मण आपलाच शोध घेत आहेत, त्या शोधातच त्यांची सुग्रीवाशी मैत्री जुळली. वालीचा वध करून त्यांनी सुग्रीवाला राज्य दिलं; मग सुग्रीवानं आपलं सर्व वानरसैन्य रामाच्या साह्याला दिलं, पुष्कळ वानरप्रमुखांना सीतेच्या शोधासाठी पाठवलं, त्यांपैकी हनुमान सागर ओलांडून लंकेत आला, त्याला रामानं वर्णन केलेली सीता सापडली, तो हनुमानच वृक्षावर बसलाय, हे सगळं हनुमानाच्या तोंडचं वर्णन ऐकून सीतेला आश्चर्य वाटलं. तिनं निरखून पाहिलं तेव्हा शिंशिपा वृक्षाच्या पानांतून अशोकपुष्पासारखा एक वानर तिच्याकडे पाहात असलेला तिला दिसला. त्याचे नेत्र सुवर्णासारखे चमकत होते. सीतेची दृष्टी आपल्याकडेच लागलीय हे लक्षात येताच त्यानं हात जोडले. त्या नम्र वानराकडे पाहाताना सीतेला आनंदानं मूर्च्छा आली.

हनुमान खाली उतरला. तिला साष्टांग नमस्कार करून तो म्हणाला, ''देवी, मी रामाचा दूत हनुमान! राम-लक्ष्मणाचं कुशल आहे.''

सीतेला आनंद झाला, ''मी जिवंत राहिले म्हणूनच हा आनंदाचा दिवस आला...''

हनुमान आणखी पुढे आला, तेव्हा मात्र सीता घाबरली. जणू रावणच मायावी रूप घेऊन आलाय अशा शंकेनं ती म्हणाली, ''रावणा, असा त्रास देणं तुला शोभत नाही. पूर्वी संन्याशाचं रूप घेऊन तू मला पळवलंस. आता वानराचं रूप घेतलंस होय? पण मी आता तुझ्याशी बोलणार नाही.''

सीतेनं पुन्हा लोळण घेतली आणि ती गप्प बसली. ते पाहून हनुमानाला दुःख झालं. हात जोडून तो म्हणाला, ''देवी, तुम्ही म्हणता त्यात काही तथ्य नाही. पूर्वी तुम्हाला रावणानं पळवून नेलं, तेव्हा तुम्ही टाकलेले अलंकार मीच गोळा केले होते.

राम भेटले, तेव्हा आम्ही ते त्यांना दाखवले. ते पाहून त्यांनी अतिशय शोक केला. त्या रामाचाच मी दूत आहे हे तुम्हाला पटावं म्हणून रामांनी ही मुद्रिका दिलीय.''

हनुमानानं आपल्याजवळची रामाची मुद्रिका सीतेसमोर टाकली. ती मुद्रिका पाहताच सीतेची चर्या बदलली. तिनं ती उचलून घेतली. तिचे नेत्र आनंदानं चमकू लागले. ती म्हणाली, ''हनुमाना, मी अकारण तुझ्याविषयी शंका घेतली. तू पराक्रमी आहेस म्हणूनच रावणाच्या या संरक्षित नगरीत आलास. सामान्य वानर इथे प्रवेश करणं शक्यच नाही. रामांनाही तुझं असामान्यत्व पटलं असेल म्हणूनच त्यांनी तुला इकडे पाठवलं... पण राम-लक्ष्मण इथे का येत नाहीत? त्यांना रावणाचा संताप कसा येत नाही? वनवासाच्या दुःखामुळे रामाचं माझ्यावरचं प्रेम कमी तर झालं नाही ना? भरत माझ्यासाठी सेना पाठवणार नाही का? लक्ष्मण माझ्यासाठी युद्ध करणार नाही का? या दुष्ट रावणाचा वध झालेला पाहाणं माझ्या दैवात नाही का?''

''देवी, तुम्ही इथे आहात हे रामांना माहीत नाही. आता मी त्यांना तुमचं वृत्त देईन. मग ते तुम्हाला सोडवायला येतील. रामांना रात्रंदिवस तुमच्याशिवाय काही सुचत नाही. भोजन-निद्रा काही सुचत नाही. सुंदर फळ किंवा पुष्प पाहिलं तरी ते तुमच्या आठवणीनं व्याकुळ होतात.''

रामाला सतत आपली आठवण होते हे ऐकून सीतेला आनंद झाला; पण आपल्यामुळे त्याला दुःख होत आहे म्हणून तिला दुःखही वाटलं. ती म्हणाली, ''हनुमाना, तू दिलेलं वृत्त विष कालवलेल्या अमृतासारखं वाटलं. आता तू रामांकडे जा आणि त्यांना सगळं सांग. रावणानं मला वर्षाचा अवधी दिला होता. एवढ्या काळात मी वश झाले नाही तर तो मला मारणार... आता या अवधीपैकी फक्त दोन महिनेच उरले आहेत. रावणाचा बंधू बिभीषण हा अतिशय चांगला आहे. मला रामाकडे पोहोचवावं असं त्यानं रावणाला अनेक वेळा सांगितलं; पण त्यानं ते मान्य केलं नाही. बिभीषणाच्या पत्नीनंच हे वृत्त मला आपल्या ज्येष्ठ कन्येकडून कळवलं... तेव्हा रामांना म्हणावं, दोन महिन्यांत-''

''दोन महिने कशाला? मी आत्ताच तुम्हाला नेतो.'' हनुमान उत्साहानं म्हणाला, ''तुम्ही पाठीवर बसा; एका क्षणात मी तुम्हाला प्रस्त्रवण पर्वतावर नेतो.''

सीता काहीच बोलली नाही, तेव्हा तो पुन्हा म्हणाला, ''मी लहान आहे म्हणून तुम्हाला शंका येते ना?''

''नाही, नाही! तुझं बळ महान आहे. समुद्र उल्लंघून येणारा वानर काही प्राकृत नव्हे; पण तुझ्या पाठीवर बसून जाणं मला योग्य वाटत नाही. कदाचित वायूवेगानं जाताना मी मूर्च्छा येऊन समुद्रात पडेन. रामांशिवाय कुणाचाही स्पर्श माझ्या शरीराला होणं मला योग्य वाटत नाही. रावणाचा स्पर्श झाला; पण तो माझ्या इच्छेनं नव्हे; त्यावेळी माझे रक्षणकर्ते जवळ नव्हते म्हणून माझा निरुपाय झाला; पण आता

परपुरुषाचा स्पर्श मी सहन करणार नाही आणि सर्वांत महत्त्वाची गोष्ट म्हणजे, रामांनी इथे येऊन रावणाला युद्धात जिंकावं नि मला न्यावं; यातच त्यांचा लौकिक आहे. हाच पुरुषार्थ आहे.''

हनुमानालाही हे मान्य झालं. मग तो म्हणाला, ''देवी, आता मला निरोप द्या आणि तुमची खूण म्हणून काहीतरी वस्तू द्या.''

सीतेनं आपल्या वस्त्राच्या टोकाला बांधलेला दिव्य चुडामणी काढला. तो हनुमानाच्या हातात देत ती म्हणाली, ''हा माझ्या मस्तकावरचा चूडामणी तू रामांना दे. म्हणजे त्यांना माझी, त्यांच्या पित्याची आणि माझ्या मातेची आठवण येईल; पण हनुमाना, तू एक दिवस इथेच विश्रांती घे. कंदमुळं खा. तुला पाहून मला माझ्या दुःखाचा विसर पडला; पण तुला घाई असेल तर जा.''

हनुमानानं सांगितलं, ''राम तिकडे वाट पाहात असतील. मी जितक्या लवकर जाईन तितक्या लवकर ते तुम्हाला सोडवायला येतील... आता मी निघतो. जाता जाता या राक्षसांनाही माझा प्रताप दाखवतो.''

सीतेनं हे शेवटचं वाक्य ऐकलं; पण तिला त्याचा अर्थ मात्र कळला नाही. तिनं केवळ मान हलवली; तेव्हा तिची अनुमती आहे असं वाटून हनुमान आपल्या *कार्याला* निघाला.

*

हनुमान अशोकवनातल्या एका वृक्षावर चढून बसला. सीतेच्या शोधाचा मुख्य कार्यभाग उरकला होता; पण या राक्षसांना आपल्या शक्तीचा प्रसाद द्यायचा असं त्यानं ठरवलं होतं. साम-दाम-भेद या तिन्हींचा इथे उपयोग नाही, तेव्हा दंडनीतीचा अवलंब करायचा असं त्यानं ठरवलं. रावणाचं अशोकवन अगदी नंदनवनासारखं होतं. त्या सुंदर वनात त्यानं सीतेला बद्ध केल्यासारखं ठेवलं होतं. म्हणून त्या वनावरच हनुमानानं सूड उगवला. वनातले कृत्रिम सुवर्णाचे उंच वृक्ष पाडले. कडाड् असा आवाज करत भराभर ते वृक्ष कोसळू लागले, तेव्हा सीतेच्या रक्षणासाठी ठेवलेल्या राक्षसी सावध झाल्या. त्यांनी रत्नशाळेतून डोकावून पाहिलं, तेव्हा अशोक वृक्षांचा आणि इतर वृक्षवेलींचा विध्वंस चाललेला त्यांना दिसला. वेगवान वायू नसतानाही हे वृक्ष कसे कोसळत आहेत हे त्या राक्षसींना कळेना. दिङ्मूढ होऊन त्या पाहात असतानाच अशोकवनातला कृत्रिम पर्वत कोसळला. तिथल्या वापींचं जल मार्ग फुटेल तिकडे वाहू लागलं. आता हे वन जलमय होणार अशी भीती राक्षसींना वाटू लागली. इतक्यात त्या राक्षसींना हनुमान दिसला.

त्याला पाहाताच विनता आणि त्रिजटा धावतच रावणाकडे गेल्या आणि त्यांनी अशोकवनातल्या विध्वंसाचं वृत्त त्याला कळवलं.

विनता म्हणाली, ''महाराज, तो वानर आधी त्या सीतेशी बोलला. मग त्यानं अशोकवन उद्ध्वस्त केलं. महाराज, तुमच्या आज्ञेवाचून सीतेशी बोलणाऱ्या त्या उन्मत्ताला जिवंत ठेवणार तुम्ही?''

हे ऐकताच रावण संतापला. त्याचे डोळे संतापानं अग्नीसारखे प्रज्वलित झाले. अशोकवनाची रचना त्यानं विशेष प्रयत्नानं आणि पुष्कळ द्रव्य खर्चून केली होती. त्या वनावर त्याचं विशेष प्रेम होतं. आपल्या आवडत्या जागेचा असा विध्वंस झाल्याचं ऐकून त्याला अतिशय दुःख झालं.

त्यानं आपला सेनापती जम्बुमाली याला आज्ञा केली- ''त्या वानराला पकडून आणायला सेना पाठव.''

मुद्गल, त्रिशूल, रशना आणि इतर साहित्य घेऊन राक्षस धावले; तेव्हा अशोकवन पूर्णपणे उद्ध्वस्त झालं होतं. हनुमान आता रावणाच्या चैत्यप्रासादाच्या तोरणावर येऊन बसला होता. राक्षससेनेला पाहून त्यानं प्रचंड गर्जना केली आणि आपलं पुच्छ आपटलं. त्याच्या गर्जनेमुळे सगळी नगरी हादरली. हनुमानानं तोरणावरचा एक परीघ उचलला आणि त्यानं राक्षसांना झोडपायला प्रारंभ केला. कित्येक राक्षस मेले. उरलेले मागे वळून धावत सुटले. मग स्वतः जम्बुमाली पुढे सरसावला. त्यानं हनुमानावर बाण सोडून त्याला जर्जर केलं; पण हनुमानानं हातातला परीघ वेगानं त्याच्या दिशेनं फेकला. जम्बुमाली तत्काळ गतप्राण झाला. पाठोपाठ त्याचा सारथी आणि अश्वही त्याच मार्गानं गेले.

रावणाच्या सात अमात्यपुत्रांचीही हनुमानानं तशीच अवस्था केली. इतकंच काय रावणाचा पुत्र अक्षय यालाही त्यानं मारलं. अखेरीस रावणाचा ज्येष्ठ पुत्र इंद्रजित आला. त्याला पाहिल्याबरोबर हनुमानानं एक गर्जना केली. त्याबरोबर इंद्रजितानं त्याच्या अंगावर बाणांचा वर्षाव केला. हनुमानानंही त्याला जर्जर केलं. काही झालं तरी हनुमानाची शक्ती प्रचंडच होती. तो अजिंक्य आहे हे जाणून इंद्रजितानं ब्रह्मास्त्राचा प्रयोग केला; त्यामुळे हनुमान निश्चेष्ट होऊन खाली पडला. मग सगळे राक्षस त्याच्या दिशेनं धावले. सगळ्यांनी मिळून त्याला रशनेनं बांधलं आणि त्याच्या शरीरावर मुष्टीप्रहार करत, त्याला ओढत रावणासमोर आणलं.

त्या वानररूपी हनुमानाकडे रावण पाहातच राहिला. हनुमानाचे सुवर्णरंगी नेत्र संतापानं चमकत होते. रावणाकडे तो धीटपणे पाहात होता. त्याची दृष्टी सहन न झाल्यामुळे रावणानं आपली दृष्टी दुसरीकडे वळवली. त्याच्या मनात विचार आला, *'या एवढ्याशा वानरानं लंका उद्ध्वस्त केली? हा खरंच वानर आहे की वानराचं रूप धारण करून आलेला दुसराच कुणी?... हा बहुधा शंकराचा नंदी असावा. पूर्वी कैलासपर्वतावर नंदीनं वानराचं रूप घेतलं होतं, तेव्हा मी त्याला हसलो होतो. त्या वेळी त्यानं मला शाप दिला होता. आता तोच नंदी पुन्हा आला असेल का?... किंवा*

कदाचित हा बाधासुर असेल...'

तो स्वस्थ बसलेला पाहून हनुमान म्हणाला, "रावणा, मी हनुमान! सुग्रीवाच्या आज्ञेनं इथे आलोय. वानरराज सुग्रीवानं तुला कुशल विचारलं आहे आणि सांगितलंय की, तू पुष्कळ तपश्चर्या केली आहेस, तू धर्माधर्म जाणतोस; तरी तू दुसऱ्याच्या स्त्रीला पळवून कसं आणलंस?... रावणा, राम-लक्ष्मणांच्या शरवर्षावापुढे तुझा निभाव लागणार नाही... म्हणून तू सीतादेवीला परत पाठव. जनस्थानात रामांनी खरदूषणांना मारलं. किष्किंधेत वालीला मारलं... इतरही अनेक दुष्टांना त्यांनी मारलं. सुग्रीवासारख्या सत्प्रवृत्ताशी त्यांनी मैत्री केली... या सर्व गोष्टी लक्षात घेऊन आपलं हित जाणून तू काय ते कर..."

रावणानं एकदम गर्जना केली, "इंद्रजिता, याला जिवंत कशाला ठेवलंस? मारून टाक..."

इंद्रजित आसनावरून उठला. इतक्यात बिभीषणानं त्याला अडवलं. तो म्हणाला, "अरे, याला मारू नका. रावणा, हा अवध्य आहे."

रावण गुरगुरला, "शत्रू कधी अवध्य नसतो. धरा त्याला!"

"थांब रावणा, हा शत्रू नव्हे. शत्रूचा दूत आहे. दूताचा वध करू नये असा नीतिनियम आहे. तू स्वतःला धर्मनिष्ठ म्हणवतोस रावणा... मग हे कृत्य कसं चालेल?"

रावण म्हणाला, "ठीक आहे. इंद्रजिता, याला मारू नका; पण याचं पुच्छ जाळून टाका. त्या लांब पुच्छाचा वानरांना अभिमान असतो... आणि यानं तर आपल्या पुच्छानंच पराक्रम गाजवलाय; मग हा विरूप झाला की याला सोडून द्या."

बिभीषण, इंद्रजित आणि इतर सर्वजण हनुमानाकडे पाहू लागले. त्याच्या मुद्रेवर मंद हास्य पसरलं होतं. त्याच्या पीतनेत्रात वेगळीच चमक होती. रावणाच्या सेवकांनी पुष्कळ जीर्ण वस्त्रं आणली. कापसाची ती वस्त्रं त्यांनी हनुमानाच्या शेपटीभोवती गुंडाळली आणि वरून तेल ओतलं. पुच्छाच्या टोकापासून वस्त्रं गुंडाळायला प्रारंभ केला होता; पण कितीही वस्त्रं गुंडाळली तरी शेपटीची लांबी संपेचना. शेपटी लांब करायची अमोघ शक्ती हनुमानाच्या अंगात आहे याविषयी कुणालाही शंका उरली नाही. त्या सेवकांचं हे कार्य चालू असताना हनुमान मात्र शांतपणे बसून राहिला. सेवकांनी शेपटीच्या टोकाच्या वस्त्राला अग्नी लावला आणि त्याला घेऊन सेवक बाहेर आले.

हनुमानानं एक गर्जना केली. अग्नीमुळे त्याला वेदना होत असाव्यात असं साऱ्यांना वाटलं. रावणाचे सेवक क्षणकाल गोंधळले. त्याच क्षणी हनुमानानं आपल्या पुच्छाचा तडाखा देऊन त्यांना पाडलं. हनुमान समोरच्या गवाक्षातून चटकन बाहेर पडला आणि पुन्हा प्रासादाच्या तोरणावर जाऊन बसला. मग त्यानं तिथून

पलीकडच्या प्रासादावर उडी टाकली. त्याचं पुच्छ जळतच होतं. ते लांब पुच्छ प्रासादातल्या ज्वालाग्रही वस्तूंना लागलं की, त्या वस्तू पेटत होत्या. हनुमान एका प्रासादशिखरावरून दुसऱ्या प्रासादावर असा मुक्त संचार करत होता. त्याच्यासमवेत अग्नीचाही मुक्त संचार होऊ लागला होता. थोड्या अवधीतच हनुमानानं अनेक प्रासादांना अग्निप्रसाद देऊन ठेवला. रावणाच्या अनेक अमात्यांचे, सेनाधिकाऱ्यांचे आणि रावणाचेही प्रासाद भराभर पेटले होते. आणखीही पेटत होते.

हा सारा प्रकार अनपेक्षित होता. शिवाय रात्रीची वेळ असल्यामुळे सामान्य प्रजाजनांना बाहेरच्या अग्निप्रलयाची प्रथम कल्पनाच नव्हती. आरडाओरडा सुरू झाल्यावर सगळे आपापल्या निवासातून बाहेर पडले; पण तोपर्यंत अग्नीनं आपलं कर्तव्य पुरं केलं होतं. लोक घाबरून मार्गावर सैरावैरा पळत होते. अग्नीच्या तडाख्यातून स्वतःला वाचवायचा प्रयत्न करत होते आणि मार्गावर झालेल्या प्रचंड गोंधळात सापडून खाली पडत होते. खाली पडलेल्यांकडे कुणाचंच लक्ष जात नव्हतं. कित्येकजण तुडवले जात होते. कित्येकजण चिरडले जात होते. अग्नीनं ग्रासलेल्या प्रासादांची गोपुरं धडाधड कोसळत होती आणि लोक आणखी घाबरून गोंधळ करत होते... हा सारा संहार चालू असताना केवळ हनुमान तेवढा शांत होता. नगरीतल्या सर्वात उंच प्रासादावर बसून तो सगळ्यांची गडबड पाहात होता. आपलं कार्य संपलंय असं मनात आणून तो उठला आणि पुन्हा या प्रासादावरून त्या प्रासादावर उड्या मारत निघाला. खालून लोक ओरडत होते, "अहो, तो बघा आला... अग्नीनंच वानररूप घेतलेलं दिसतंय... शंकरानं त्रिपूर जाळलं ना तसंच वाटतंय... हा शंकरच दिसतोय."

हनुमानाला हे सारं ऐकू येत होतं; पण आता त्याचं कुठेच लक्ष नव्हतं. तो सरळ उड्या मारत नगरीबाहेर पडला आणि वेगानं समुद्राजवळ जाऊन त्यानं आपलं पुच्छ समुद्रजलात बुडवलं. सागरानं अग्नीला शांत केलं. हनुमानानं मागे वळून पाहिलं. लंकेतला अग्नी मात्र अजून शांत झाला नव्हता. मग त्यानं पुन्हा सागर ओलांडायला प्रारंभ केला. आपले सहकारी आपली वाट पाहात असतील आणि राम-लक्ष्मण व सुग्रीवही प्रतीक्षा करत असतील या विचारानं; त्यांच्याकडे लवकर पोहोचण्याच्या हेतूनं हनुमानानं आपला वेग वाढवला.

*

"सुग्रीवा, तुझे सगळे वानर मधुवनात शिरलेत आणि त्यांनी तिथली सगळी फुलं, फळं, मधाची पोळी खाऊन टाकलीत... सगळं वन उद्ध्वस्त केलंय." दधिमुखानं वार्ता दिली.

सुग्रीवानं नवलानं विचारलं, "अस्सं? कोण कोण आहेत ते वानर?"

"अंगद, हनुमान, सुषेण, जाम्बवान, सुहोत्र, शरारी... आणखी कित्येकजण आहेत. मी त्यांना अडवलं; पण ते ऐकेनात. आनंदानं गर्जना करत त्यांनी वनात प्रवेश केला आणि फळं-फुलं तोडायलाही प्रारंभ केला. मी विचारलं, कुणाला विचारून हे सारं तोडताय तर ते म्हणाले की, अंगदानं मान्यता दिलीय. अंगद युवराज असल्यानं मला बोलता येईना. मी तुझा मातुल म्हणून मधुवनाचं संरक्षण करायचं काम तू मला सांगितलंस; पण माझं कुणीच ऐकेना."

सुग्रीव हसला, "तू रागावू नकोस. ज्या अर्थी हे सगळे वानर आनंदानं गर्जना करत मधुवन उद्ध्वस्त करताहेत त्या अर्थी त्यांना सीतेचा शोध लागलाय. कृतकार्य झालेल्यांना असा प्रसंगोपात्त अपराध क्षम्य असतो."

सुग्रीवाचं बोलणं ऐकून दधिमुखाला काही उत्तर देणंही सुचेना. मग सुग्रीव रामाकडे वळून म्हणाला, "रामा, मी म्हणतो ते योग्य आहे ना?"

रामानं हसून मान डोलवली, तेव्हा सुग्रीव म्हणाला, "मातुल, तू पुन्हा मधुवनात जा आणि त्या सगळ्यांना घेऊन ये."

थोड्या अवधीत दधिमुख सगळ्या वानरांना घेऊन परत आला. सगळ्यांनी राम-लक्ष्मणाला आणि सुग्रीवाला वंदन केलं. मग अंगद सांगू लागला, "हनुमानाला सीतादेवींचा शोध लागला. त्या सांप्रत लंकेत अशोकवनात आहेत."

रामानं उत्सुकतेनं हनुमानाकडे पाहिलं. मग हनुमानानं सीताशोधाचा सविस्तर वृत्तान्त कथन केला. जटायू-बंधू संपातीच्या भेटीपासून लंकादहनापर्यंतचा सारा वृत्तान्त रामाला सांगितल्यावर हनुमानानं आपल्या वस्त्रात बांधलेला सीतेचा चुडामणी रामाच्या हातात दिला. तो मणी पाहताच रामाच्या नेत्रांतून अश्रुधारा वाहू लागल्या. थोड्या वेळानं तो म्हणाला, "सुग्रीवा, हा मणी माझ्या श्वशुरांनी सीतेच्या विवाहाच्या वेळी दिला होता. हा सतत तिच्या मस्तकावर असे... हनुमाना, तू पुन्हा एकदा सीतेचा वृत्तान्त सांग."

"सीतादेवी म्हणाल्या की, 'पूर्वी चित्रकूट पर्वतावर असताना एका कावळ्यानं मला त्रास दिला तेव्हा रामांनी ब्रह्मास्त्र सोडून त्याचा डोळा फोडला. मग आता या रावणानं मला पळवून आणलंय तरी ते शांत का? रावणानं वर्षाचा कालावधी दिला होता, त्यातले दोन महिने उरलेत; पण रामांनी महिन्यात मला सोडवलं नाही तर आपण जिवंत राहाणार नाही', असं त्या म्हणाल्या."

सीतेचा तो निर्वाणीचा संदेश ऐकून सगळे चमकले. राम दुःखानं म्हणाला, "एक महिना तरी ती जिवंत राहतेय हेच विशेष... इतक्या कठीण परिस्थितीत हे दुष्करच कर्म आहे. हनुमाना, चल मला तिच्याकडे ने."

राम उठला; पण दुःखातिरेकानं त्याला मूर्च्छा आली. लक्ष्मण, सुग्रीव आणि हनुमान यांनी त्याला सावरलं. थोड्या वेळानं त्यानं विचारलं, "आणखी सांग ना

हनुमाना! त्या राक्षसी तिला छळतात ना?''

''होय, देवी अतिशय त्रस्त झाल्या आहेत. मी त्यांना भेटलो. तुमची मुद्रिका दिली. तुमचं कुशल सांगितलं आणि लवकरच तुम्ही याल असं आश्वासन दिलं; तेव्हा त्यांना आनंद झाला. त्या म्हणाल्या, 'हनुमाना, उद्या तुला राम भेटतील... किती भाग्यवान तू!' मग मी म्हटलं की, मी आत्ताच तुम्हाला रामाकडे नेतो; पण रामांनी येऊनच आपल्याला मुक्त करावं; यात सर्वांचा लौकिक वाढणार आहे, असं त्या म्हणाल्या. मात्र, लवकर या, असंही त्या म्हणाल्या. इतकं वानरसैन्य समुद्र पार करून कसं येणार याची त्यांना चिंता पडली होती.''

रामाच्याही मनात तोच विचार चालला होता. सीतेचा शोध लागला होता. तिथे जाऊन तिला सोडवून आणायला हवं होतं; पण कित्येक योजने सागर ओलांडून एवढी प्रचंड वानरसेना लंकेत जाणार कशी? रामानं हनुमानाकडे वळून म्हटलं, ''तू सीतेचा शोध लावलास. अत्यंत महत्कार्य केलंस. जे केवळ गरुडालाच करता येईल ते तू केलंस... तुझ्या या कार्यासाठी मी तुला काय देऊ? माझ्याजवळ तुला देण्याजोगं काही नाही....''

हनुमान म्हणाला, ''मला वस्तू नको; केवळ तुमचा सहवास, सान्निध्य सदैव मिळावं. तुमची सेवा करायची संधी मिळावी. तुमच्या मनात लहानसं का होईना; पण शाश्वत स्थान मला लाभावं एवढीच माझी इच्छा आहे.''

''तथास्तु! हनुमाना, माझं एवढं कार्य तू केलंस. माझ्या मनात तुला सदैव स्थान राहील. माझ्या सान्निध्यात तुला राहता येईल. सुग्रीवा, आज उत्तराफाल्गुनी नक्षत्र आहे. उत्तम दिवस आहे. सगळे शुभशकुन होताहेत. आताच आपण प्रयाण करू. दोन प्रहर उलटल्यानंतरची वेळ शुभ आहे.''

रामाचा आदेश ऐकताच सुग्रीवानं प्रयाणाची व्यवस्था केली. सारं सैन्य घेऊन नल, नील, सुषेण, वृषभवीर, कुमुद हे वानरनेते पुढे चालू लागले. सगळे गेल्यावर वानरराज सुग्रीव निघाला. हनुमानानं रामाला खांद्यावर घेतलं आणि अंगदानं लक्ष्मणाला घेतलं आणि सगळे सागराकडे निघाले.

आता सेतूबंधनाचं अतर्क्य आणि कल्पनातीत काम साकारणार होतं.

युद्धकांड

सर्व सदस्य जमताच रावण उठला. सभेचा विषय सर्वांना माहीत असला तरीही आता रावण काय बोलणार इकडे सगळ्यांचं लक्ष केंद्रित झालं. सगळे रावणाच्या उंच देहयष्टीकडे आणि त्याच्या उग्र मुद्रेकडे पाहू लागले. रावण गंभीर स्वरात बोलू लागला-

"कालच्या सभेत मी आपल्याला सर्व सांगितलं होतंच; पण आज कुंभकर्ण इथे आलाय म्हणून पुन्हा थोडक्यात सांगतो. रामाचा दूत म्हणून आलेला हनुमान लंकेचा विध्वंस करून निघून गेला. त्यानं सगळी उपवनं उद्ध्वस्त केली. जिकडे-तिकडे आगी लावल्या. अर्धी लंका जाळूनच तो गेला; पण आमचे दूत त्याच्या पाठोपाठ गेले. आमच्या अपेक्षेप्रमाणे हनुमानानं रामाला इकडची माहिती दिल्यानंतर राम वानरसेना घेऊन यायला निघालाय. आता काय करायचं ते तुम्ही आम्हाला सांगा. सगळ्यांशी विचारविनिमय केल्यावर काय ते ठरवू."

प्रहस्त म्हणाला, "महाराज, मी कालच सांगितलं की, आपल्यासारख्या पराक्रमी राजाला भीतीचं काही कारण नाही. आपला पुत्र इंद्रजित यानं तर प्रत्यक्ष इंद्राला बांधून आणलं होतं; तो राम-लक्ष्मणांना जिवंत ठेवणार नाही आणि आम्ही सगळी वानरसेना नष्ट करू. काय वज्रद्रंष्टा?"

"निश्चित! याविषयी शंकाच नको."

रावण कुंभकर्णाकडे वळून म्हणाला, "तुझं काय मत आहे? सहा महिन्यांच्या झोपेतून जागा होऊन तू आला आहेस, तेव्हा तू काय करणार ते सांग. मी सीतेला आणलंय ते तुला माहीतच आहे. आता राम-लक्ष्मणांचा पराभव कसा करायचा

बोल...''

कुंभकर्ण उठला आणि संतापून बोलू लागला, ''राजा, तू हे दुष्टकर्म करण्यापूर्वी आम्हाला काही विचारलं होतंस? अन्यायानं वागणाऱ्यावर पश्चात्ताप करण्याची वेळ येते. तू सीतेला पळवून आणलंस, तेव्हा रामानं तुला मारलं नाही हेच तुझं सुदैव... पण आता ते राहू दे. कुकर्म केल्यावर बोलण्यात काय अर्थ आहे? तू चिंता करू नकोस. मी माझ्या त्रिशूलानं सगळ्यांना मारून टाकीन.''

बिभीषण म्हणाला, ''काय बोलतोस हे कुंभकर्णा? राम धर्मानं वागणारा आहे. तुमच्यासारख्या पापी लोकांचं त्याच्यापुढे काही चालणार नाही. तू निष्कारण वल्गना करू नकोस. महाराज, सर्वांचा नाश टाळायचा असेल तर रामाला त्याची पत्नी देऊन टाकावी...''

हे ऐकून इंद्रजित खवळला, ''हे पितृक काहीतरीच सांगतात... मी एकटाच त्या राम-लक्ष्मणाचा पराभव करायला समर्थ आहे... तुमच्या अंगात शक्ती नसेल तर गप्प बसा. आम्हाला कशाला निरुत्साही करता?''

बिभीषणही संतापून म्हणाला, ''मूर्खा, तू लहान आहेस. सभेत मत व्यक्त करायची योग्यता अजून तुझ्यात आलेली नाही. तू पुत्र नव्हेस; या रावणाचा शत्रूच आहेस. खर, दूषण, मारीच, सुबाहू हे काय कमी पराक्रमी होते? पण त्यांची काय अवस्था झाली? तेव्हा पराक्रमाविषयी व्यर्थ गर्व बाळगू नका. सीतेला रामाकडे परत पाठवा. तिला रत्नं, सुवर्ण द्या. यातच तुमचं कल्याण आहे.''

रावण ओरडला, ''धिक्कार असो तुझा! अरे कुलकलंका, दुष्टा, घातक्या, केवळ बंधू आहेस म्हणूनच मी तुला क्षमा करतो. दुसरा कुणी असता तर त्याचा शिरच्छेदच केला असता... सापासारख्या शत्रूचा सहवास एक वेळ सुसह्य होईल; पण तुझ्यासारख्या ज्ञातिबांधवांचा सहवास असह्य होतो. अरे, तुझा दोष नाही. राक्षसजातीची ही ख्यातीच आहे. एकावर संकट आलं की, दुसऱ्याला आनंद वाटतो. आपल्या मनातले भाव व्यक्त न करणारे तुझ्यासारखे ज्ञातिबांधवच भयंकर असतात. त्यांना हाकलूनच दिलं पाहिजे.''

बिभीषण व्यथित होऊन उठला अन् म्हणाला, ''राजा, तू माझा ज्येष्ठ बंधू, पित्यासमान आहेस; पण तूच धर्म सोडून वागू लागलास तर कसं व्हायचं? गोड बोलणारे लोक पुष्कळ असतात; पण हिताचं अन् कटू बोलणारे थोडे आणि ते ऐकणारे त्याहून थोडे... काळाची छाया पडली म्हणजे माणसाला नीतीचं बोलणं पटत नाही. तू मला हाकलून देण्यापेक्षा मीच निघून जातो. तू सुखात राहा इथे.''

आपली गदा फिरवत बिभीषण त्वेषानं राजसभेतून बाहेर पडला. त्याच्या पाठोपाठ त्याचे चार मित्रही सभागृहाबाहेर पडले. बिभीषण सरळ समुद्रकिनाऱ्यापाशी गेला. ते निघून गेल्यावर रावण गोंधळला. त्याची मुद्रा काळवंडली; पण काही

झालंच नाही असं दाखवून त्यानं सभेचं काम पुढे चालू ठेवलं. रामाचा पराभव करण्यासाठी काय काय उपाय योजायचे यावर जोरदार चर्चा होत होती. आपण देवांना, दैत्यांना आणि पक्ष्यांनाही अवध्य असल्यानं मानव राम आपला पराभव करू शकणार नाही याविषयी रावण निश्चिंत होता. स्वतःच्या आणि इतर राक्षसबांधवांच्या सामर्थ्यावर त्याचा विश्वास होता; पण बिभीषण सभेतून निघून गेल्यापासून आपण निष्प्रभ ठरणार असं त्याला वाटू लागलं होतं. बिभीषणापेक्षाही पराक्रमी असे कुंभकर्ण, इंद्रजित, प्रहस्त, वज्रहनू, वज्रदंष्ट्र आणि आपण स्वतः असतानाही आपण इतके अस्वस्थ का झालोय ते त्याला कळत नव्हतं. त्याच अवस्थेत तो चर्चेत भाग घ्यायचा प्रयत्न करत राहिला.

*

राम-लक्ष्मणांची सायंसंध्या चालू असताना सुग्रीव, हनुमान आणि इतर वानरश्रेष्ठ शांत बसून होते. पश्चिमेकडे मुख वळवून मावळत्या सूर्याला राम अर्घ्य देत होता. हनुमान रामाकडे बघत होता; पण सुग्रीवाची दक्ष दृष्टी मात्र समुद्राच्या दक्षिण प्रदेशाकडे होती. शंभर योजनेपलीकडे रावणाची लंका होती. तिथवर कसं जायचं याविषयी पुष्कळ चर्चा झाली होती; पण इतकी प्रचंड वानरसेना समुद्रापार न्यायचा उपाय काही सुचत नव्हता. किंचित हताश होऊन सुग्रीव त्या सागराकडे पाहात होता. अचानक त्याच्या दक्ष दृष्टीला काही वेगळंच दिसलं. चमकून तो पाहू लागला. सागराच्या पलीकडून कुणीतरी येत होतं. सुग्रीवाचे नेत्र आकुंचित झाले. रामाच्या अर्घ्यदानात व्यत्यय येऊ नये अशा तऱ्हेनं तो हळूच उठला आणि मान उंचावून पाहू लागला. प्रचंड पक्षी किंवा विमान येत असावं असं वाटत होतं. त्याचा आकार वेगळाच होता आणि वेगही विमानाइतका प्रचंड नव्हता. किंचित संथ गतीनं येणाऱ्या त्या आकृतीकडे पाहात सुग्रीव उभा असताना राम त्याच्याजवळ आला. सुग्रीवाच्या दृष्टीच्या दिशेनं तोही पाहू लागला. सगळे वानरप्रमुख भोवती जमले. पलीकडून येणारा प्राणी कोण असावा ते कुणाच्याच लक्षात येत नव्हतं. वानरनेत्यांची त्याविषयी चर्चा चालू होती.

इतक्यात लक्ष्मण म्हणाला, "मला वाटतं की, चार-पाच राक्षस उडत येत असावेत. एक पुढे आहे आणि बाकीचे चार त्याच्या मागे अन् बाजूला आहेत."

राम उद्गारला, "हं, तसंच वाटतंय. हे राक्षस आकाशात सहज संचार करू शकतात. आपल्या सेनेला दक्ष राहायला सांगा."

नल, नील, अंगद, सुहोत्र, जाम्बवान आणि इतर सेनाप्रमुख लगेच आपापल्या सेनेकडे गेले. वानरसैनिकांनीही आकाशातून येणारे राक्षस पाहिले होते. हे राक्षस आपल्यावर चाल करून येत आहेत अशा भीतीनं वानरसैन्यात गोंधळ माजला होता.

सगळे वानरवीर संतापून आरडाओरडा करत होते. आपापल्या सेनाधिकाऱ्यांना पाहिल्यावर मात्र ते शांत झाले आणि आकाशाकडे पाहू लागले. आकाशातून येणाऱ्या त्या राक्षसांच्या अंगावरचे रत्नालंकार चमकत होते. त्यांच्या गदा, खड्ग आणि अन्य आयुधं लांबूनही स्पष्ट दिसत होती.

वानरसेनेपासून थोड्या अंतरावर आकाशातच थांबून त्या राक्षसांचा नेता ओरडला, ‘‘वानरांनो, घाबरू नका. मी रावणाचा भाऊ बिभीषण! पण आता रामाला साह्य करायला आलोय. तुम्ही मला त्वरित त्याच्याकडे न्या. रामाशी वैर करू नको, सीतेला रामाकडे पाठव, रामाला शरण जा, असं मी रावणाला अनेकदा सांगितलं; पण त्यानं ऐकलं नाही. आता मीच रामाला शरण आलोय... रामाला कळवा.’’

बिभीषणाचं हे बोलणं सुग्रीव, राम-लक्ष्मण यांनाही ऐकू आलं. वानरनेत्यांना बिभीषणाविषयी शंका होती तरीही नलानं त्याला खाली उतरायला सांगितलं. मग नल रामाकडे गेला.

राम आणि सुग्रीव याच विषयावर चर्चा करत होते. सुग्रीव म्हणत होता, ‘‘मला वाटतं रामा, या बिभीषणावर विश्वास ठेवू नये. काही केलं तरी राक्षस हे वृत्तीनं दुष्टच! त्यांची मैत्रीही अखेरीस घातकच ठरायची! याला आपल्या सैन्यात घेतलं तर हा आपलाच नाश करील... कावळ्यांमध्ये शिरलेल्या घुबडासारखाच हा वागणार... राक्षस महाक्रूर अन् मायावी असतात.’’

‘‘पण हा मित्रभावानं आलाय. त्याचं स्वागत करायला हवं.’’ राम शांतपणे म्हणाला.

‘‘हा कसला मित्रभाव? सख्ख्या भावाला सोडून शत्रूकडे जाणारा आहे हा! भावाच्या संकटात त्याला साह्य करण्याऐवजी हा शत्रूकडे आलाय. भावाला सोडून येणारा आपल्याशी तरी एकनिष्ठ राहील का?’’

सुग्रीवाचा हा युक्तिवाद कुणालाही मान्य होण्याजोगाच होता. सगळ्यांनी अनुमती दर्शवली; पण राम मात्र गंभीरपणे म्हणाला, ‘‘सुग्रीवा, तुझ्या बोलण्यात पुष्कळ तथ्य आहे; पण हा बिभीषण कसाही असो दुष्ट असो की सुष्ट असो- हा आपली काय हानी करणार? मी एक अंगुली उचलली तरी याचा नाश व्हायला वेळ लागणार नाही; पण तुला कण्वपुत्र कंडुमहर्षींचं वचन सांगतो. महर्षी म्हणतात की, हात जोडून, दीन होऊन शरण आलेल्याला आश्रय द्यावा. मग तो शत्रू असला तरी त्याच्यावर प्रहार करू नये.’’

सगळे वानरप्रमुख रामाचं बोलणं शांतपणे ऐकत होते. सर्वांना ते मान्य होतं असं नव्हे; पण रामाशी प्रतिवाद करायला सुग्रीवाखेरीज कुणीच धजावत नव्हतं. सुग्रीव म्हणाला, ‘‘पण रामा, हा शत्रू आहे... शिवाय राक्षस आहे. काहीही कारण नसताना हा आलाय.’’

राम म्हणाला, "हा शत्रू आहे... पण आपला नव्हे तर रावणाचा... अरे असे चकित होऊन पाहू नका. ज्ञातिबांधव आणि शेजारी हेच खरे शत्रू असतात. संकट आलं की, ज्ञातिबांधव आणि शेजारी पहिला प्रहार करतात... आपण काही रावणाचे बांधव नाही, शेजारीही नाही; तेव्हा बिभीषण रावणाला सोडून आलाय याचा लाभ आपण का घेऊ नये? बिभीषण हा बुद्धिमान दिसतो. राज्याकांक्षी दिसतो... आणि हा शरण आलाय तेव्हा याला आश्रय दिलाच पाहिजे. कंडुमहर्षी म्हणतात त्याप्रमाणे प्रत्यक्ष रावण शरण आला तरी मी त्याला अभय देईन."

रामाचं हे बोलणं मात्र सर्वांनाच मान्य झालं. सुग्रीव बिभीषणाला घेऊन आला. बिभीषणानं रामाच्या पायांवर डोकं ठेवून नम्रपणे त्याला वंदन केलं. मग म्हणाला, "रामा, मी तुम्हाला शरण आलोय. रावणानं माझा अपमान केला म्हणून मी लंकेतून निघून आलोय. आता मी तुमच्या स्वाधीन आहे."

"शरणागताला अभय देणं हा आमचा धर्मच आहे. बिभीषणा, तुला आम्ही आमच्यात सहभागी करून घेतो; पण तू आम्हाला काही माहिती दे... राक्षसांचं बलाबल निश्चित किती आहे?"

बिभीषणानं क्षणभर विचार करून म्हटलं, "रावणाचं सैन्य दहा कोटींचं आहे. रक्तमांस खाणारे आणि इच्छारूप धारण करणारे हे राक्षससैनिक लंकेत राहातात. शिवाय रावणाचा पुत्र इंद्रजित हा अजिंक्य आहे. तो धनुष्यबाण घेऊन अदृश्य होऊ शकतो आणि मग कुणाचाही पराभव करणं त्याला जमतं. रावणाचा आणि माझाही भाऊ कुंभकर्ण हा महापराक्रमी आहे. तो सदैव निद्रामग्न असतो; पण एकदा उठला की, मग त्याला युद्धात जिंकणं अशक्य आहे. कुंभकर्ण इंद्रासारखा पराक्रमी आहे. रावणाचा सेनापती प्रहस्त हाही तसाच... त्यानं पूर्वी कुबेराचा पराभव केला होता."

सुग्रीवानं म्हटलं, "मणिमानाचा ना? ऐकलं होतं ते आम्ही. बिभीषणा, रावण स्वतः अवध्य आहे म्हणतात, ते खरं का?"

"होय, देवदानव, पिशाच्च, पक्षी या सगळ्यांना तो अवध्य आहे. ब्रह्मदेवाचा त्याला वरच आहे तसा! शिवाय त्याचे महोदर, महापार्श्व, अकंपन, अनीकपा हे बलाढ्य लोकपाल आहेत. या सगळ्या सामर्थ्यामुळेच रावण अजिंक्य झाला आहे."

राम त्वरित म्हणाला, "बिभीषणा, रावणाचं हे सामर्थ्य मला माहीत आहे; पण तरी त्याला, इंद्रजिताला, कुंभकर्णाला आणि प्रहस्ताला युद्धात मारून मी तुला लंकेचा राजा करीन, हे निश्चित!"

रामाचं हे अभिवचन ऐकून बिभीषण गहिवरला. भावनेचा उद्रेक तसाच दाबून तो उठला. त्यानं रामाच्या पायांवर मस्तक ठेवलं. "मीही तुम्हाला सर्वतोपरी साह्य करीन. समरांगणात मी राक्षससैन्याशी युद्ध करीन."

रामानं त्याला दोन्ही हातांनी उठवलं आणि प्रेमानं त्याला आलिंगन दिलं. मग

लक्ष्मणाकडे वळून तो म्हणाला, "आताच समुद्राचं जल आण. मी बिभीषणाला लंकेचा राज्याभिषेक करतो."

रामाच्या सूचनेनुसार राज्याभिषेकाची सिद्धता झाली. लक्ष्मणानं सुवर्णकलशातून समुद्रजल आणलं. मग रामानं सर्व वानरांच्या साक्षीनं त्या रात्रीच बिभीषणाला राज्याभिषेक केला. समुद्रापलीकडे शंभर योजने दूर असलेल्या लंकेचं राजपद रामानं बिभीषणाला दिल्याची घोषणा केली, तेव्हा वानरांनी जयघोष केला. चंद्र-नक्षत्रांच्या आणि समुद्राच्या साक्षीनं सागराकाठच्या वालुकामय भूभागावर झालेला तो राज्याभिषेक सोहळा अनुपम होता. राज्याभिषेकानंतर फलाहार झाला आणि नंतर ग्रह-नक्षत्रांनी भरलेल्या आकाशाच्या मंडपात सर्व नेते पुढच्या विचारविनिमयासाठी बसले. समुद्रापलीकडे कसं जायचं आणि लंका कशी जिंकायची याची चर्चा चालू होती. लंका कशी जिंकायची याविषयीच्या क्लृप्त्या काढण्यात नवा लंकाधिपती स्वतःच सहभागी झाला होता; पण समुद्रापलीकडे प्रासादात झोपलेल्या लंकाधीश रावणाला मात्र या गोष्टीची किमपि कल्पना नव्हती.

*

बिभीषणानं सुचवलं, "रामा, तुमच्या इक्ष्वाकु कुलातल्या राजांनी पूर्वी समुद्र उत्पन्न केला. आता या समुद्रावर सेतू बांधणं तुम्हालाच शक्य आहे. सागर तुमच्या सेतूला स्थान देईल. तुम्ही त्याची प्रार्थना करा."

लक्ष्मण म्हणाला, "हा विचार योग्य आहे. सुग्रीवा, तुझं काय मत आहे?"

"होय, मलाही हे मान्य आहे."

नल, नील, जाम्बवान यांनी तसंच इतर वृद्ध नेत्यांनीही या विचाराला मान्यता दिली. मग राम समुद्रस्नान करून आला. त्यानं भूमीवर दर्भ पसरले आणि पूर्वाभिमुख होऊन समुद्राला नमस्कार केला. मग त्या दर्भशय्येवर शयन करून उजवा बाहू मस्तकाखाली घेऊन, चित्त एकाग्र करून तो सागराची प्रार्थना करू लागला.

लक्ष्मण त्याच्या पायाशी बसला. त्याच्या शेजारी हनुमान! बिभीषण डाव्या बाजूला आणि सुग्रीव उजव्या बाजूला बसला. बाकीचे सगळे वानरगण रामाच्या भोवती बसून राहिले. कुणीही कुणाशी काही बोलत नव्हतं. रात्र संपत आली तरी सगळे नुसते तटस्थ बसलेले! सूर्योदयाची वेळ झाली तरी कुणी उठलं नाही किंवा जागेवरून हललं नाही. रामाची तर योगसमाधीच लागली होती. सागराची प्रार्थना करताना त्याच्या ओठांची हालचाल होत होती एवढंच!

सूर्य वरवर सरकत होता; तरी सगळे जागच्या जागीच बसून राहिले. मध्यान्ह उलटल्यावर सुग्रीव, लक्ष्मण आणि हनुमानही सागराची प्रार्थना करू लागले. त्यांनी हात जोडलेले पाहाताच बाकीच्यांनीही हात जोडले. डोळे मिटून घेऊन सगळे

मनातल्या मनात सागराला विनंती करू लागले. कोणतीही हालचाल किंवा आवाज मुळीच होत नव्हता. सारं वातावरण पवित्र झालं होतं. सागराच्या उफाळणाऱ्या जललहरीदेखील सौम्य झाल्या होत्या. सागर जणू या प्रार्थनेनं बद्ध झाला होता. जललहरींच्या सौम्य शब्दांखेरीज कसलाही ध्वनी ऐकू येत नव्हता.

संध्यावंदन न होताच संध्याकाळ मावळली. रात्रीच्या शांत शीतल वेळीही रामाच्या प्रार्थनेत खंड पडला नाही. त्याच रात्री नव्हे तर आणखी दोन रात्री उलटल्या तरी प्रार्थना चालूच होती. तीन दिवस आणि तीन रात्री व्रतस्थ राहून रामानं प्रार्थना केली; पण सागर काही द्रवला नाही. त्यानं रामाला दर्शन दिलं नाही.

सगळे वानरगण हताश होऊन बसले. लक्ष्मणाची गौरमुद्रा निराशेनं झाकोळली. प्रार्थनेतच किती दिवस जाणार असं त्याला वाटू लागलं. सूर्योदयाच्या वेळी रामाला उठवावं आणि दुसरा उपाय योजावा, असं सुग्रीवानं ठरवलं. तिसरी रात्र संपत आली तरी रामाची योगसमाधी भंगली नव्हती. आता थोड्या वेळानं रामाला उठवायचं असं सुग्रीवानं ठरवलं होतं.

पण कुणी काही करण्यापूर्वीच राम उठून बसला. त्याची मुद्रा क्रुद्ध झाली होती. समुद्राकडे पाहात तो म्हणाला, "रात्रंदिवस मी तुझी प्रार्थना करतोय. हे माझे अनुयायीदेखील तुला शरण आलेत; पण तू प्रसन्न होत नाहीस. जलमय असूनही तुझं मन इतकं शुष्क, कठोर झालंय... पण आमच्यापुढे तुझं काही चालणार नाही. सामोपचारानं तू प्रसन्न होत नसशील तर मी तुला दंडनीतीच दाखवीन. तुझ्यासारख्या प्रमत्ताला असाच कठोर उपाय हवा."

हलक्या आवाजात असं बोलतच राम उठला. त्याच्या पाठोपाठ सुग्रीव आणि लक्ष्मणही उठले; पण त्यांना तिथेच थांबण्याची खूण करून रामानं धनुष्य उचललं आणि तो समुद्राच्या दिशेनं चालू लागला. लक्ष्मण, सुग्रीव आणि हनुमान त्याच्याकडे पाहातच राहिले. लक्ष्मणानं पुन्हा रामाला अडविण्याचा प्रयत्न केला; पण तो निष्फळ ठरला. बाकीचे वानर निद्रामग्न होते; त्यामुळे राम उठून समुद्राजवळ गेला हे त्यांना कळलंच नाही.

समुद्राच्या कडेला जाऊन रामानं धनुष्याला प्रत्यंचा लावून टणत्कार केला. मग एक बाण काढून तो काही क्षण निश्चल उभा राहिला. रामाच्या पाठमोऱ्या आकृतीकडे बघत बसलेल्या लक्ष्मणानं सुग्रीवाला हळूच सांगितलं, "अस्त्राचा प्रयोग..."

रामानं ब्रह्मास्त्रानं बाण अभिमंत्रित केला आणि तो आणखी पुढे गेला. आता त्याची आकृती मागे बसलेल्या त्याच्या सहकाऱ्यांना दिसत नव्हती. समुद्राच्या पातळीपासून ते किंचित खाली होते. शिवाय अद्याप अंधकार होता. मात्र, राम कोणत्यातरी प्रचंड आणि प्रलयकारी अस्त्राचा प्रयोग करणार हे त्या तिघांनीही ओळखलं. पुढच्या प्रलयाच्या कल्पनेनं ते गोंधळून गेले. डोळे मिटून, कान घट्ट

झाकून आणि खाली मान घालून ते बसून राहिले.

किती वेळ गेला कुणाला कळलंच नाही. अचानक सागराच्या बाजूला आकाशात विद्युल्लेखा चमकल्याचं तिघांच्याही मिटल्या नेत्रांना जाणवलं. आकाशात मेघ नसताना ही विद्युल्लेखा कशी चमकली हा विचार मनात आला; पण कुणीच काही बोललं नाही. कुणी नेत्र उघडून पाहिलं नाही की कानावरचे हात दूर केले नाहीत. कितीतरी क्षण अशा अवस्थेत गेले. अचानक रामानं बाण सोडल्याचा आवाज आला; पण दक्षिणेकडे असलेल्या सागरावर बाण सोडण्याऐवजी तो रामानं उत्तरेकडे सोडलाय याचं मात्र लक्ष्मणाला आश्चर्य वाटलं.

त्यानं नेत्र उघडले आणि चटकन उठून तो रामाकडे धावत गेला. सुग्रीव, हनुमान आणि इतर नेतेही मागोमाग आले.

समुद्राजवळ उभं राहून राम किंचित गंभीरपणे विचार करत होता. लक्ष्मण आणि इतर मंडळी जवळ येऊन उभी राहिली तरी प्रथम त्याचं तिकडे लक्षच गेलं नाही. लक्ष्मणानंच त्याला विचारलं, "काय झालं रामा? उत्तरेकडे का अस्त्र सोडलंस?"

राम गंभीरपणे उत्तरला, "सागराच्या विनंतीवरून... या उन्मत्त सागरावरच ब्रह्मास्त्र सोडणार होतो."

कुणाला काही प्रश्न विचारायला सुचेना. राम क्षणभर थांबला. मग म्हणाला, "प्रार्थनेनं हा प्रसन्न होईना. मग दंडाचा उपाय करावा असं मी योजलं. ब्रह्मास्त्रानं बाण अभिमंत्रून तो धनुष्याला जोडला... आणि क्षणात समुद्र प्रसन्न झाला. त्या तिथे समुद्राच्या मध्यावर एक तेजस्वी प्रकाशरेखा चमकली. तिथे एक दिव्य आकृती मला दिसली आणि माझ्या मनात आलं की, सागर म्हणजे पंचमहाभूतांचा एक भाग! परमेश्वराच्या इच्छेनं हा निर्माण झाला आणि परमेश्वराच्या इच्छेनुसारच हा वागणार. स्वाभाविक नैसर्गिक गुणांनी हा बद्ध झालाय. मी त्याला त्याचा स्वभाव टाकायला कसा लावणार? त्यापेक्षा याच्यावर सेतू बांधावा- याच्या नैसर्गिक स्वरूपातच याच्या देहावर भूमीसारखा मार्ग करावा..."

राम क्षणभर थांबला. मग म्हणाला, "आपला हा नल आहे ना? तो विश्वकर्म्याचा पुत्र आहे. तो सेतू बांधील- आपण सारे त्याला साह्य करू."

लक्ष्मणानं नवलानं विचारलं, "मग ते ब्रह्मास्त्र कुठे टाकलंस? ते सिद्ध केल्यावर त्याचा उपयोग-"

"ते उत्तरेला द्रुमकुल्य सागरावर सोडलं. नाहीतरी तिथे दस्यूंचा त्रास होतो. कुणी राहू शकत नाही. तिथल्या सागराचा भाग मागे हटवून टाकायला काही प्रत्यवाय नाही... त्या भागात लोक राहू शकतील."

सुग्रीवानं विचारलं, "रामा, तुला कसं कळलं हा नल विश्वकर्म्याचा पुत्र आहे

ते? हे तर मलाही माहीत नव्हतं.''

राम उत्तरला, ''मलाही माहीत नव्हतं; पण त्या तिथे सागरात जी प्रकाशरेखा चमकली ना तिनंच मला हे गुपित सांगितलं- म्हणजे तसं माझ्या मनात आलं. त्या विद्युल्लेखेनं सेतूची दिशाही ठरवून दिली. मी उभा आहे ना इथूनच सागरावर सेतू बांधायचा. काय नला?''

नल चटकन हात जोडून पुढे आला आणि म्हणाला, ''सागरानंच हा मार्ग दाखवलाय, तेव्हा सेतू बांधायला मी सिद्ध आहे. माझ्या पित्यानं ही सेतूबंधनाची विद्या मला दिली; पण मी माझ्याच तोंडानं ते कसं सांगणार? आता तुम्ही चिंता करू नका. आपण सर्वजण मिळून सेतू बांधू या... रामा, सगळ्यांनी वृक्ष, लता, पाषाण आणले तर...''

रामानं आज्ञा देताच सगळे वानरसैनिक दशदिशांना धावले. राम सागराकडे पाहात उभा राहिला. मग शेजारी उभ्या असलेल्या लक्ष्मणाकडे वळून म्हणाला, ''सागरानं आज आपल्याला दोन गोष्टी शिकवल्या. माणसानं आपला क्रोध पंचमहाभुतांवर उगवू नये. प्रार्थना करण्यापेक्षा आणि अकारण संतापण्यापेक्षा कुणालाही प्रेमानं, प्रयत्नानं जिंकावं असं या सागरानं मला शिकवलं. हा सागर स्वतःच्या उदरात किती नद्यांना सामावून घेतो. रत्नांबरोबरच तो नक्रांसारख्या भीषण प्राण्यांना आश्रय देतो... आणि आपल्यासारख्यांचा सेतूही अंगावर धारण करू शकतो... खरंच! लक्ष्मणा, आपणही या सागराची विशालता खऱ्या अर्थानं आपल्या स्वभावात निर्माण करायला हवी... या सागरानं सेतूबंधनाचा उपाय सुचवला तसाच मैत्रीच्या *सेतूबंधनाचा* मार्ग रावणाला सुचेल का?''

बिभीषण चटकन उद्गारला, ''अशक्य! सागराची आणि रावणाची तुलना केवळ आकाराच्या विशालतेत होईल! नक्रमीनांसारख्या भयानक प्रवृत्तींच्या संदर्भात होईल; पण स्वभावाची विशालता... रामा, रावणाविषयी चर्चा कशाला करायची? त्यापेक्षा सेतूची योजना आखू या.''

''रामा, तू ब्रह्मास्त्र सोडलंस त्याचे दुष्परिणाम...'' लक्ष्मणानं विचारलं.

''नाही, दुष्परिणाम मुळीच होणार नाहीत. उलट मरूकांतारात पडलेल्या त्या अस्त्रामुळे तिथले आभीर आणि इतर दस्यू नष्ट होतील. ती भूमी संपन्न होईल. तिथे फळा-फुलांनी भरलेले वृक्ष रुजतील... औषधी वनस्पती, सुगंधी वनस्पती, गोधन आणि विपुल स्निग्धता निर्माण होईल... तिथे राहाणारे लोक सुखी होतील.''

सुग्रीव म्हणाला, ''म्हणजे सेतूबंधनाचाच हा एक प्रकार; जिथे पूर्वी कुणीही राहात नव्हतं तिथे आता संपन्न लोक राहातील. रामा, हे सारं तुझ्यामुळे होतंय. तू वनवासात आल्यापासून अशी कितीतरी सत्कृत्यं केलीस... राक्षसांना मारलंस.''

''सुग्रीवा, धर्माचं रक्षण आणि खलनिर्दालन हे क्षत्रियांचं कर्तव्यच असतं. मी

वनात असलो तरी माझं कर्तव्य मी विसरू शकत नाही आणि सेतूबंधन किंवा मरूकांतार... या गोष्टी माझ्यामुळे घडत नाहीत तर त्या सीतेमुळे होताहेत... आपण लंकेत जातोय ते सीतेमुळेच!''

सीतेसाठी आपण लंकेत जातोय असं न म्हणता सीतेमुळे जातोय असं रामानं का म्हटलं ते कुणाच्याच लक्षात आलं नाही. त्याविषयी सुग्रीव काहीतरी विचारणार होता इतक्यात कित्येक वानरसैनिक सेतूबंधनाचं साहित्य घेऊन आलेले दिसले. पहिला प्रचंड साल वृक्ष अंगदानं आणला. पाठोपाठ आणखी कित्येक वृक्ष येऊन पडू लागले. प्रचंड शिलाखंड, प्रदीर्घ वल्लरी, तृण, काष्ठ, शाखामुळांसह वृक्ष... या साऱ्या सेतूसाहित्याचा एक लहानसा पर्वतच तयार झाला.

राम म्हणाला, ''आज उत्तम दिवस आहे, तेव्हा सूर्योदयालाच सेतूबंधन सुरू करा. काही सैनिक नलाला साह्य करतील. बाकीचे साहित्य आणत राहातील. सुग्रीवा, तू सैन्याची योग्य विभागणी कर.''

सूर्योदयाला थोडाच अवधी होता. नलानं रामाच्या सांगण्यावरून शुचिर्भूत होऊन सेतूबंधनास प्रारंभ केला. पहिली प्रचंड शिला त्यानं सागराच्या पाण्यात ढकलली तेव्हा पूर्वक्षितिजावरून सूर्यबिंबाची एक लहानशी कड वर आली होती. सूर्यबिंब पुरतं वर येईपर्यंत वानरांनी आणखी कित्येक शिला पाण्यात ढकलल्या होत्या. शिला पाण्यात टाकण्याचं कार्य अविरत सुरू होतं. प्रत्येक शिला पडली की सागराचं पाणी उंच उसळत होतं. सूर्यवंशी रामानं सुरू केलेलं ते महान कार्य पाहाण्यासाठी सूर्य उत्सुकतेनं तळपू लागला होता; पण वानरसेनेला त्याच्या तापाची जाणीव नव्हती. सूर्यास्तानंतरही त्यांना अविरत कार्य करायचं होतं. सूर्याकडे लक्ष द्यायला त्यांना वेळच नव्हता.

*

मध्यरात्र उलटली तरी रावण आपल्या प्रासादात एकटाच बसला होता. मनातून तो अत्यंत अस्वस्थ झाला होता; पण त्यानं शांतपणे सेवकाला सांगितलं, ''शुक्राला बोलावून आण... इंद्रजित, प्रहस्त अमात्यांना बोलाव...''

सगळेजण त्याच्या आज्ञेनुसार आल्यावर त्यानं सेवकाला मंदिराची द्वारं बंद करायला सांगितलं; तेव्हा कुंभकर्ण म्हणाला, ''काहीतरी महत्त्वाचं वृत्त आलेलं दिसतंय. रावणा, तू अस्वस्थ दिसतोस... काय झालं?''

''वानरसेना घेऊन राम इकडे येतोय.'' रावण हलक्या स्वरात सांगू लागला.

''पण तो येणार कसा?'' प्रहस्त म्हणाला, ''वानरसेना सागरातून इथे येणं अशक्य आहे.''

''नाही, इच्छाशक्ती प्रबल असली की काहीही अशक्य असत नाही. रामानं

सागरावर सेतू बांधायला प्रारंभ केलाय... आज सकाळीच नलानं सेतूचा शुभारंभ केला... आणि माझा हेर आला तेव्हा चौदा योजने सेतू बांधून पूर्ण झाला होता.''

इंद्रजितानं नवलानं विचारलं, ''काय? एका दिवसात चौदा योजने? त्यांच्याजवळ काही मंत्र-तंत्र आहे की काय?''

''मंत्र-तंत्र-यंत्र सारं काही आहे. ऐक्याचा मंत्र आहे. कार्यकुशलतेचं तंत्र आहे आणि ते वानरसैनिक म्हणजे यंत्रच आहेत. प्रचंड शिलाखंड, काष्ठं, वृक्ष वल्लरी सारं काही अल्पावधीत जमवलं त्यांनी! काही सैनिक सेतूबंधनात साह्य करताहेत तर काही साहित्य आणून देण्याचं कार्य करताहेत...''

रावणाचे सहाय्यक आणि अमात्य चक्रावून गेले. प्रहस्तानं विचारलं, ''महाराज, आता काय करायचं? राक्षसांपुढे वानर टिकणार नाहीत हे खरं; पण आपणही दक्ष राहायला हवं.''

वज्रदंष्ट्र म्हणाला, ''त्यांचा सेतू पाडून टाकायचा का? म्हणजे त्यांना-''

''काही उपयोग नाही.'' रावण उद्गारला, ''तुम्ही सेतू पाडलात तरी ते पुन्हा बांधतील. तो नल कुशल शिल्पी आहे. इथे सामदामदंडाचा उपयोग नाही. त्यापेक्षा भेदनीतीच उपयुक्त ठरेल. तीच योजना मी ठरवली आहे. मी शुकाला पाठवायचं ठरवलंय. अशा कार्याला तोच योग्य आहे.''

शुक राक्षस नावाप्रमाणे शुक प्रवृत्तीचा होता. रावणानं सांगितलेलं कार्य उत्तमरीत्या पार पाडायचं एवढंच त्याला जमत असे. शिकवल्याप्रमाणे तो व्यवस्थित वागायचा. म्हणूनच रावणाला दूत म्हणून तो प्रिय होता. तो मायावी राक्षस कोणतंही रूप धारण करत असे.

इंद्रजितानं विचारलं, ''पण शुक तिकडे जाणार कसा? त्याला *शुकाच्याच* रूपानं जायला हवं.''

ही कल्पना रावणाला मान्य झाली. शुकानं लगेच जायची सिद्धता केली. सूर्योदयापूर्वीच त्यानं उड्डाण केलं. तो वानरसेनेच्या जवळ पोहोचला तेव्हा सेतू बांधायचं काम वेगात चालू होतं.

आकाशात भ्रमण करत राहिलेल्या शुकाकडे प्रथम कुणाचंच लक्ष गेलं नाही. वानरसैनिक आपापल्या कामात मग्न होते; पण बिभीषणाचं आणि त्याच्या चार सहाय्यकांचं मात्र अचानक शुकाकडे लक्ष गेलं.

बिभीषण म्हणाला, ''या दिवसांत शुक दिसत नाहीत. मग हा एकच शुक अचानक कुठून आला?''

सुग्रीव म्हणाला, ''एखादा मार्ग चुकून आला असेल.''

बिभीषण मान हलवून म्हणाला, ''नाही, मला या शुकाचा रंग वेगळाच दिसतो... मायावी वाटतो. लंकेच्या दिशेनं हा आलाय. तेव्हा...''

सुग्रीव म्हणाला, ''म्हणजे राक्षस शुकाचं रूप घेऊन आलाय म्हणतोस? पूर्वी जसा नैषधराजकन्या दमयंतीनं हंसरूपानं आपला दूत नलराजाकडे पाठवला होता तसा हा सीतेचा दूत असेल... राक्षस नसेल.''

आकाशातून हास्याचा आवाज आला, तेव्हा चमकून सगळेजण वर पाहू लागले. शुकच मोठमोठ्यानं हसत होता. एवढ्याशा शुकाचं इतकं प्रचंड राक्षसी हास्य ऐकून बिभीषणाचं म्हणणं सत्य आहे हे सुग्रीवाला पटलं.

बिभीषण म्हणाला, ''शुका, का हसतोस? तुझं हे मायावी रूप ओळखलं म्हणून?''

शुक आकाशातून ओरडला, ''नाही. शत्रूच्या दूताची तुलना प्रेमदूताशी केली म्हणून हसलो...''

इतका वेळ गप्प बसलेला राम म्हणाला, ''रावणाचा दूत म्हणून आलास तर आकाशातच का भ्रमण करत राहिलास? इथे खाली ये. अंगदा, त्या शुकाला काही खाद्य-''

रामाच्या आतिथ्याकडे दुर्लक्ष करून शुक वरूनच म्हणाला, ''मी तुमच्या स्वागताचा स्वीकार करायला आलो नाही... सुग्रीवाला रावणाचा संदेश द्यायला आलोय.''

सगळे चकित झाले. ते शुकाच्या लक्षातही आलं नाही. रावणानं सांगितलेला संदेश त्यानं दिला, ''सुग्रीवा, रावणानं तुला सांगितलंय की, रामानं वालीचा वध करून किष्किंधेचं राज्य तुला दिलं म्हणून तू त्याच्याशी कृतज्ञ राहिलास, हे योग्य होतं. तू इतके दिवस रामाला साह्य केलंस; पण आता राम लंकेवर चालून येत असताना तू त्याला साह्य का करतोस? रावणानं तुझी काय हानी केलीय? तुलाच काय पण रामालाही लंका जिंकता येणार नाही, तेव्हा तू किष्किंधेला परत जा. देवांना आणि गंधर्वांना जे साध्य झालं नाही ते वानरांना होणार आहे का?''

शुकाचं बोलणं चालू असतानाच सुग्रीव संतापून त्याच्याकडे पाहात होता. अंगद, हनुमान, जाम्बवान यांच्या हाताच्या मुष्टी संतापानं वळल्या होत्या. शुकाचं बोलणं पुरं होताच कित्येक वानरांनी त्याच्यावर झडप घातली. शुक दक्ष नसल्यामुळे वानरांच्या हाती सापडला. त्यांनी त्या पक्षीरूपी राक्षसाला जर्जर केलं. त्याचे पंख निस्त्राण झाले. मुष्टिप्रहारांनी तो व्याकुळ झाला.

दुःख असह्य होऊन तो रामाला म्हणाला, ''दूतांचा कुणी वध करत नाहीत, हे तुला माहीत आहे, तेव्हा तू या वानरांचं निवारण कर. मी माझ्या राजाच्या आज्ञेनुसार संदेश दिला. त्यात स्वतःचं काही मिळवलं नाही... पण तुझे हे वानरसैनिक मला त्रस्त करताहेत.''

शुकाचा विलाप ऐकून रामानं वानरांना आवरलं. वानरांनी त्या शुकाला सोडलं,

तेव्हा आकाशात भ्रमण करत त्यानं सुग्रीवाला विचारलं, ''रावणाला काय सांगू? त्याच्या संदेशाला काय उत्तर द्यायचं?''

सुग्रीव म्हणाला, ''मी काही रावणाचा मित्र नाही. तो माझा मित्र नाही, तेव्हा त्याच्यावर मी का दया करावी? रामासारखा तो मला प्रिय नाही. उपकारकर्ताही नाही, तेव्हा माझ्या उपकारकर्त्याचा शत्रू तो माझाही शत्रूच! याच न्यायानं रावण वध्य आहे, असं मला वाटतं. म्हणून मी रामालाच साह्य करणार. या वानरांचं सामर्थ्य रावणाला माहीत नाही; पण हे सगळे मिळून लंकेचं भस्म करू शकतील.''

एक क्षणभर थांबून सुग्रीव म्हणाला, ''शुका, रावणाला सांग की, तू रामाच्या हातून सुटणार नाहीस. इंद्रानं जरी रावणाचं रक्षण केलं किंवा शंकरानं त्याला आश्रय दिला तरी रामापुढे कुणाचं काही चालणार नाही. रावणानं वृद्ध जटायूचा वध केला, राम-लक्ष्मण नसताना सीतेला पळवून नेलं यातच त्याचा पराक्रम कळला. त्याला म्हणावं, तुला रामाचं सामर्थ्य माहीत नाही. युद्धात राम तुला जिवंत ठेवणार नाही हे विसरू नकोस.''

सुग्रीवाच्या भविष्यवाणीनंतर सगळ्या वानरांनी टाळ्या वाजवून आणि जयघोष करून आपल्या भावना व्यक्त केल्या. त्या निनादानं सारं वातावरण दुमदुमून गेलं. आकाशस्थ शुकाच्या शरीरावर भयाचे रोमांच उभे राहिले.

इतक्यात अंगद सुग्रीवाला म्हणाला, ''पितृक, मला वाटतं की, हा दूत नसून हेर असावा. यानं आपल्या सैन्याची गणना केली असावी; तेव्हा आता याला लंकेत जाऊ देता कामा नये.''

सुग्रीवानं संमती दिल्यावर वानरांनी त्या शुकाला धरून आणलं आणि बद्ध केलं.

*

शुक रावणाच्या प्रासादात परत आला; पण त्याच्या देहात त्राण उरलं नव्हतं. कसातरी तो रावणाच्या शय्या कक्षापर्यंत पोहोचला. रावणानं प्रथम त्याला ओळखलंच नाही. शुकाच्या पायात शक्ती उरली नव्हती. त्याचे पंख उपटल्यासारखे दिसत होते.

रावण हसतहसत म्हणाला, ''काय शुका, वानरांच्या हातात सापडलास वाटतं? काय ही तुझी अवस्था? अरे, तुझे पंख कुणी बांधले होते की काय?''

''जिवंत दिसतोय हेच भाग्य!'' शुक क्षीणपणे उत्तरला, ''महाराज, मी मृदू भाषणानं रामाचं मन जिंकलं आणि सुग्रीवाला तुमचा संदेश सांगितला; पण माझं बोलणं ऐकून वानर क्रुद्ध झाले. त्यांनी माझ्या अंगावर मुष्टिप्रहार केले... माझे पंख उपटले.''

रावणानं विचारलं, ''पण तू इतके दिवस होतास कुठे? आज सहा दिवस

झाले...''

''त्या वानरांनी मला बद्ध करून ठेवलं होतं. आज सकाळीच मुक्त केलं. रामच म्हणाला की, 'या शुकाला मुक्त करा...' म्हणून माझी सुटका झाली. महाराज, राम अतिशय मृदुभाषी, शांत, उदार आणि प्रेमळ आहे. वनवासात कष्टात राहिला असला तरी महातेजस्वी आहे.''

रावण रागानं म्हणाला, ''रामाची प्रशंसा करतोस? मी तुला तिकडे पाठवला ते काही त्याची प्रशंसा करायला नव्हे!''

शुक म्हणाला, ''प्रशंसा करण्याजोगाच आहे तो! मी शत्रूचा हेर, दूत होतो तरी त्यानं मला सन्मानानं वागवलं. तो महापराक्रमी आहे. पाच दिवसांत सेतू बांधून सगळ्या सेनेसह समुद्र ओलांडून तो लंकेत आलाय; हे कृत्य काही सामान्य नव्हे.''

रावण आश्चर्यानं ताडकन उठला, ''काय म्हणालास? सगळ्या सेनेसह राम समुद्र ओलांडून आला? त्यानं खरंच सेतू बांधला? त्याची वानरसेना आली?''

''होय, राम आला आहे. त्यानं आपल्या सेनेचा पुरुषव्यूह रचलाय आणि महाराज, त्याच्या वानरसेनेची उपेक्षा करू नका. तुम्हाला वाटतं त्याप्रमाणे सुग्रीव तुमच्या पक्षात तर आला नाहीच; पण त्याची वानरसेनाही रामाची बाजू सोडणं शक्य नाही. वानराचं आणि राक्षसाचं सख्य कधीही होणार नाही... काय तो पुरुषव्यूह रचलाय. खरोखर रामाचं युद्धरचनाकौशल्य अप्रतिम आहे.''

शत्रूची स्तुती पुनःपुन्हा कानावर पडत राहिल्यानं रावण संतापला. उठून मंदिरात येरझारा घालू लागला. तो संतापलाय हे लक्षात आल्यावर शुक शांतपणे बसून राहिला; पण त्याच्या नेत्रांपुढे वानरसेनेची ती पुरुषाकृती रचना दिसत होती. रामानं पुरुषव्यूहाच्या वक्षस्थली नील आणि अंगदाची योजना केली होती. ऋषभ राक्षस सेनेसह उजव्या बाजूला तर गंधमादन आपल्या सेनेसह डाव्या बाजूला उभा राहिला. जाम्बवान, सुषेण आणि वेगदर्शी हे तिघे बलाढ्य नेते पुरुषव्यूहाच्या उदरस्थली उभे राहिले तर सुग्रीवाला वानरसेनेच्या मागच्या बाजूला उभं राहायला सांगितलं. मग स्वतः राम आणि लक्ष्मण धनुष्यबाण घेऊन पुरुषव्यूहाच्या शिरोभागी उभे राहिले. वानरांनी प्रचंड शिलाखंड आणि वृक्ष शस्त्रांप्रमाणे धारण केले होते. विविध अवयव स्पष्ट करणारी पुरुषव्यूहरचना पूर्ण झाल्यावर राम समाधानानं सुग्रीवाकडे वळला आणि म्हणाला, ''सेनेची रचना तर व्यवस्थित झाली आहे, तेव्हा आता या शुकदूताला सोडून द्या.''

रामानं शुकाची मुक्तता केल्यावर शुक रावणाच्या प्रासादाकडे आला होता आणि पाठोपाठ रामाची सेना वेगानं लंकेच्या दिशेनं येऊ लागली होती. रामाचं सामर्थ्य आणि त्याचं तेज पाहिल्यापासून रावणाला विजयाची आशा मुळीच नाही हे शुकानं जाणलं होतं. त्यानं मनाचा धीर करून रावणाला हाक मारली, ''महाराज...''

रावण अजून रागातच होता. काहीच न बोलता तो मागे वळला आणि शुकाकडे क्रुद्ध दृष्टीनं पाहू लागला. शुक पुन्हा धाडसानं म्हणाला, "रामानं जनस्थानात कित्येक राक्षसांना मारलंय. तो महापराक्रमी आहे. अस्त्रवेत्ता आहे. तेजस्वी, शक्तिमान आहे आणि नीतिधर्मानं वागणारा आहे, तेव्हा त्याच्याशी युद्ध करायचं की सीता त्याला देऊन टाकून युद्ध टाळायचं ते ठरवा."

रावणाचे लाल नेत्र संतापानं आणखी लाल झाले. हाताच्या मुठी वळून त्वेषपूर्ण स्वरात तो म्हणाला, "काहीही झालं तरी सीतेला मी सोडणार नाही. देवदानव युद्ध करायला येवोत किंवा राक्षसप्रजा नष्ट होवो. माझा निर्धार बदलणार नाही. माझ्या वेगवान तीक्ष्ण बाणांनी रामाचं शरीर भाजून निघेल. माझ्या प्रचंड सेनेपुढे रामाची वानरसेना लुप्त होऊन जाईल. माझा वेग सागरासारखा अमर्याद आहे आणि माझं सामर्थ्य वायूसारखं केवळ युद्धात जाणवणारं आहे, हे रामाला माहीत नाही; म्हणून तो माझ्याशी युद्ध करायला येतोय. इंद्र, यम किंवा प्रत्यक्ष माझा महापराक्रमी श्रेष्ठ बंधू कुबेर आला तरी मी घाबरणार नाही."

रावणाच्या या भाष्यावर शुक काहीच बोलला नाही. त्याचं मौन म्हणजे आपल्या सामर्थ्याच्या वल्गनेला मूक अनुमतीच आहे असं गृहीत धरून रावण म्हणाला, "शुका, आता तू वानररूप धारण कर. सारणालाही बोलावतो. त्यालाही वानररूप घेऊ दे. तुम्ही दोघेही रामाच्या सेनेत जाऊन त्यांचं सामर्थ्य किती आहे, त्यांची आयुधं कशी आहेत आणि त्यांचे प्रमुख शूर नेते कोण आहेत ते पाहून या."

शुक लटपटू लागला. हात जोडून त्यानं रावणाकडे पाहिलं; पण रावणाच्या आज्ञेचा भंग करण्याचं सामर्थ्य त्याच्या अंगात नव्हतं. आज्ञाभंग म्हणजे देहान्त हे त्याला माहीत होतं; पण रामाच्या सेनेत पुन्हा जायचं म्हणजेही पुन्हा मरणाच्या दाढेत जाण्यासारखंच होतं. रामाच्या कृपेनं एकदा वानराच्या हातून तो जिवंत मुक्त झाला होता; पण पुन्हा जायचं म्हणजे प्राणाची आशा सोडूनच जायला हवं होतं. रावणाची आज्ञा मानली तरी मृत्यू आणि न मानली तरी मृत्यूच! मरायचंच तर रावणासारख्याच्या हातून नको, रामाच्या आज्ञेनं तरी मरावं असा विचार करून शुक व सारण वानररूपानं निघाले. आता शुकाच्या मनातली भीती पार संपली होती.

वानररूपानं शुक व सारण वानरसेनेत शिरले आणि ते वानरसैनिकांची गणना करू लागले. लक्ष, दशलक्ष-कोटी-अब्ज-परार्ध... राक्षसांना मोजण्यासाठी अशक्य अशा संख्येनं वानरसैनिक लंकेजवळ येत होते. पर्वतशिखरांवर, निर्झरांत, गुहांमध्ये, सेतूवर, सागरतीरावर... जिकडे दृष्टिक्षेप टाकावा तिकडे असंख्य, अपरिमित वानरसैनिक होते. त्या वानरसेनेची गणना करताकरता शुक व सारण थकले.

एका वृक्षावर बसून ते परस्परांशी बोलू लागले, "काय रे शुका, हे सैनिक आहेत तरी किती? इतकं मोठं सैन्य मी कधीच पाहिलं नव्हतं."

"साऱ्या पृथ्वीतलावरचे वानर रामासाठी एकत्र आलेत. आणखीही येताहेत. मी रावणमहाराजांना आधीच सांगितलं होतं की, ही सेना प्रचंड आहे."

"शुक् शुक्... अरे गप्प बस. तो बिभीषण बघतोय... त्याला काहीतरी संशय आलेला दिसतोय."

या दोघांच्या हालचाली बिभीषणाच्या तीक्ष्ण दृष्टीतून सुटल्या नव्हत्या. पलीकडेच वृक्षाखाली बसलेल्या रामाला आणि सुग्रीवाला हे सांगावं म्हणून तो निघाला. जाण्यापूर्वी तो या दोघांना म्हणाला, "मी तुम्हाला ओळखलंय, तेव्हा शांतपणे रामाकडे चला."

शुक व सारण त्याच्याबरोबर रामाकडे गेले. बिभीषण म्हणाला, "रामा, हे दोघे रावणाचे मंत्री आहेत. हा शुक आणि तो सारण... वानररूपानं आपल्या सैन्यात हेरगिरी करण्यासाठी आले आहेत..."

शुक व सारण अतिशय भयभीत झाले. शुकानं तर हात जोडून रामाच्या पायावर लोळणच घेतली. सारणानंही त्याचं अनुकरण केलं. शुक म्हणाला, "रामा, आम्ही तुमचा महान अपराध केलाय; पण रावणाच्या आज्ञेवरून तसं करावं लागलं. तुमचं सैन्य पाहाण्यासाठी रावणानं आम्हाला पाठवलं होतं."

बिभीषण रागानं म्हणाला, "हे दोघेही वध्य आहेत. रामा, तुम्ही आज्ञा द्या. मी यांना-"

"मी आज्ञा देतो की, यांना जीवदान दे." राम हसत म्हणाला, "शुका, पाहिलंत तुम्ही आमचं सैन्य? आमचे लोक किती दक्ष आहेत हे तुमच्या लक्षात आलं ना? अजून काही पाहायचं राहिलंय का? असेल तर सांगा, हा बिभीषण तुम्हाला सारं दाखवील."

रामाच्या शांत स्वरात उपहास भरलाय अशी सारणाला भीती वाटली. हात जोडून तो म्हणाला, "आम्ही रावणाच्या आज्ञेनुसार वागत होतो..."

"अरे भिऊ नका. शत्रूचे दूत निःशस्त्र असले तरी ते अवध्य असतात. बिभीषणा, या दोघांना सोडून दे. लंकेत गेल्यावर तुम्ही रावणाला माझा निरोप द्या. म्हणावं, तू ज्या बलानं सीतेचा अपहार केलास ते बल आता दाखव. उद्या सकाळी लंकानगरीच्या उंच संरक्षक भिंती आणि खंदक माझ्या हातून नष्ट होणार आहेत. तुझा आणि तुझ्या सेनेचा मी नाश करणार आहे."

शुक व सारण उत्स्फूर्तपणे ओरडले, "जय राजाधिराज राम... राघवा, तुझाच विजय होणार!"

शुक व सारणांनी उत्स्फूर्तपणे केलेला जयजयकार आणि अभिनंदन अगदी मनापासून केलेलं होतं. रामाच्या सौम्य, शांत स्वभावामुळे आणि त्याच्या युद्धविषयक सिद्धतेमुळे रामाविषयी त्यांना आदर वाटू लागला होता.

रावणाकडे परतल्यावर त्यांनी रामाचा निरोप त्याला सांगितला, तेव्हाही त्यांच्या मनातला रामाविषयीचा आदरभाव स्पष्ट दिसत होता. सारण म्हणाला, "महाराज, राम अतिशय पराक्रमी आहे. अतुल तेजस्वी आहे आणि नीतिधर्मानं वागणारा आहे. बिभीषणानं आम्हाला मारण्यासाठी धरलं; पण रामानं क्षमा करून सोडलं... अशा धर्मनिष्ठ पुरुषाचाच विजय होतो. त्याचं सैन्य तर प्रचंड आहेच; पण तो स्वतःच इतका पराक्रमी आहे आणि त्याच्या जवळची आयुधं अशी आहेत की, तो एकटाच सारी लंका उद्ध्वस्त करील."

"सारणा," रावण म्हणाला, "इतकं वानरसैन्य एकत्र पाहिल्यामुळे तुझ्या मनावर परिणाम झालेला दिसतो. अरे किती केलं तरी ते वानरच-"

"नाही. वानर नगण्य आहेत असं समजू नका आणि वानर हे केवळ सहाय्यक आहेत. स्वतः राम महापराक्रमी आहे... त्याच्याशी सख्य करावं. सीतेला त्याच्याकडे परत पाठवून द्यावं यातच आपलं सर्वांचं कल्याण आहे."

रावण रागानं ओरडला, "ते होणार नाही. देव, दानव आणि गंधर्व जरी माझ्याशी युद्ध करायला आले तरी मी सीतेची मुक्तता करणार नाही. वानरांनी तुला अतिशय पीडलेलं दिसतंय; पण माझं सामर्थ्य तुला माहीत नाही का? रामाच्या सैन्यात मुख्य योद्धे कोण आहेत ते तरी तू मला दाखव... चल, आपण प्रासादाच्या प्राकारावर चढू..."

हिमश्वेत प्रासादाच्या अत्युच्च प्राकारावर चढून गेल्यावर सारण वानरसेनेतील प्रमुख योद्ध्यांची माहिती रावणाला देऊ लागला. पुरुषव्यूहाच्या विविध अवयवांच्या जागी उभी असलेली वानरसेना आणि त्या त्या विभागाचा प्रमुख यांची माहिती सारणानं रावणाला दिली. ताम्रवर्णी, पीतवर्णी, श्वेतवर्णी, मिश्रवर्णी आणि कृष्णवर्णी अशा त्या वानरांच्या समूहांकडे पाहाताना शुक व सारण पुन्हा एकदा भारावून गेले. रामाच्या सेनेची आणि रामाच्या पराक्रमाची ते पुन्हा प्रशंसा करू लागले.

आता मात्र रावणाचा संताप अनावर झाला. तो म्हणाला, "तुम्ही माझे मंत्री, आणि स्तुती मात्र शत्रूंची करता? तुम्ही राजनीती जाणत नाही असंच दिसतंय. तुमच्यासारखे मूर्ख, अज्ञ मंत्री असतानाही मी हा राज्यभार सांभाळतोय हे विशेषच म्हणायचं. तुमचं जीवित माझ्या स्वाधीन असताना तुम्ही माझ्याशी कठोर बोलता! जिवाचं भय कसं उरलं नाही तुम्हाला? अरे कृतघ्नांनो, खरोखर तुमचा वधच केला पाहिजे; पण मी तुमच्यासारखा कृतघ्न नाही. तुम्ही आजवर माझी सेवा केलीत, ती मी विसरलो नाही- आता तुम्ही चालते व्हा. पुन्हा माझ्या प्रासादात येऊ नका. कृतघ्नांनो, मी तुमचा धिक्कार करतो-"

रावणाच्या कठोर शब्दांनी शुक व सारण लज्जित झाले आणि नित्याच्या सवयीनं रावणाचा जयजयकार करून जायला निघाले; पण रावणाचं त्यांच्याकडे

लक्षच नव्हतं. वानरसेनेतून वृत्तान्त आणण्यासाठी आता कुणाला पाठवावं या विचारात तो मग्न झाला होता.

*

वानरसेनेसह राम लंकेत आला त्याला तीन दिवस उलटले होते; तरी प्रत्यक्ष राम-रावण युद्धाला आज सकाळीच प्रारंभ झाला होता. राम आपल्यापासून अगदी थोड्या अंतरावर आहे या कल्पनेनंही प्रथम सीता सुखावली होती. सरमा आणि त्रिजटा या दोघी तिला राम-सैन्याच्या वार्ता सांगत होत्या. राक्षसी असल्या तरी त्या मृदू स्वभावाच्या होत्या. सीतेविषयी त्यांना सहानुभूती होती. सीतेच्या वर्तनानं आणि सौंदर्यानं त्या भारावून गेल्या होत्या. कोणत्याही वेळी तिला साह्य करायला त्या सिद्ध असत; त्यामुळे अशोकवनातला दुःसह बंदिवासही सीतेला किंचित सह्य होत असे. त्या दोघी सीतेला साह्य करत असल्या तरी राक्षसींवर अधिक विश्वास ठेवणं योग्य नव्हतं. म्हणून सीता त्यांच्यासमोर मन मोकळं करायची नाही; पण त्याच तिला धीर द्यायच्या. राजप्रासादातल्या वार्ता कळवायच्या.

रामाचं आणि वानरराज सुग्रीवाचं सख्य आहे आणि वानरसेनेच्या साह्यानं लंका जिंकण्याची रामाची योजना आहे हे सीतेला हनुमानाकडूनच कळलं होतं. नलानं सागरावर कसा सेतू बांधला, प्रचंड वानरसेनेसह राम कसा लंकेत आला, रावणानं आपले हेर दोन-चार वेळा वानरसेनेत कसे पाठवले, प्रत्येक वेळी रामानं त्या शत्रूच्या हेरांना जिवंत परत पाठवलं. रावणाकडे परत आलेल्या त्या हेरांनी रामाच्या सामर्थ्याचं वर्णन रावणाजवळ केलं आणि युद्ध टाळायला कसं सुचवलं हे सर्व वर्णन त्या त्या वेळी सरमेनं केलं होतं. रामाच्या सामर्थ्याची भीती रावणाला वाटत नव्हती आणि कुणाचीही विनंती मानायला तो सिद्ध नव्हता; त्यामुळे युद्ध अटळ आहे हेही सीतेला सरमेच्या बोलण्यावरून कळत होतं. रामाच्या सामर्थ्याविषयी विश्वास असला तरीही युद्धाच्या परिणामाविषयी तिला कधीकधी शंका वाटायची. मग ती उदास होऊन एकटीच शिंशिपा वृक्षाखाली जाऊन बसायची. त्या वृक्षाजवळच तिला हनुमान भेटला होता. त्यानं रामाची मुद्रिका तिला इथेच दिली होती. राम तिला सोडवून नेईल असं आश्वासन इथेच त्यानं दिलं होतं; त्यामुळे या वृक्षाविषयी तिच्या मनात विशेष प्रेम उत्पन्न झालं होतं. दिवसाचा पुष्कळ काळ ती या वृक्षाखालीच काढायची. मन उदास झालं की, ती आवर्जून तिथे जायची. सरमेसारख्या राक्षसीच्याही हे ध्यानात आलं होतं. सीता त्या वृक्षाखाली गेली की सरमा तिच्यापासून दूर थांबायची... सीतेच्या भावसमाधीचा ती भंग करायची नाही.

आज राम-रावण युद्धाला प्रारंभ झाल्याचं ऐकल्यापासून सीता एकटीच तिथे विचार करत बसली होती. सकाळीच युद्ध सुरू झाल्याचं कळलं असल्यानं आता

संध्याकाळपर्यंत युद्धक्षेत्रावरची काही वार्ता कळणार नाही हे सीतेला माहीत होतं.

पण अशोकवनाच्या द्वाराशी अचानक गडबड झाली. सरमा चटकन उठली आणि सीतेला घेऊन रत्नशाळेत गेली. पाठोपाठ रावण आलाच. सीता सर्वांगाचा संकोच करून भूमीवर बसली होती. रावणाकडे तिनं पाहिलंही नाही.

रावण तुच्छतेनं म्हणाला, ''आता किती दिवस तुझा हा दुराग्रह चालणार आहे? आज नाही तर उद्या तू मला वश होशील... माझ्या संपत्तीची आणि हृदयाची स्वामिनी होशील.''

सीता त्वेषानं ओरडली, ''अशक्य... आज नाही, उद्या नाही- मी तुला कधीच वश होणार नाही. राक्षसाधमा, आता तुझा अंत जवळ आलाय. रामाच्या रूपानं तुझा मृत्यू अगदी द्वाराशी...''

रावण मोठ्यानं हसला आणि उन्मत्तपणे म्हणाला, ''त्या माझ्या मृत्यूचा मृत्यू झालाय... ज्याच्या आधारावर तू माझा अपमान केलास तो रणांगणात पडला... आता त्याचा विचार सोडून दे. माझाच विचार कर...''

सीतेनं कानावर हात ठेवले आणि ती ओरडली, ''शक्य नाही, रामाचा वध होणं अशक्य आहे. राम दीर्घायुषी आहे. अवध्य आहे. पराक्रमी आहे.''

''त्या दीर्घायुषी रामाचं आयुष्य मी आज संपवलंय. त्या अवध्य रामाचा मी आज वध केलाय. त्या पराक्रमी रामाचा पराक्रम आज माझ्यापुढे कमी पडला.''

तरीही सीतेचा विश्वास बसेना. ती मान हलवत राहिली. तोंडातून शब्द फुटत नव्हता; पण तिच्या दृष्टीत मात्र अविश्वास होता.

रावण पुन्हा म्हणाला, ''काल रात्री राम आणि त्याची सेना निद्रिस्त असताना माझा सेनापती प्रहस्त सेनेसह तिथे गेला. माझ्या राक्षससेनेनं त्या वानरसेनेला कापून काढलं. प्रहस्तानं एका मोठ्या खड्गानं रामाचं मस्तक तोडलं. राम निद्रिस्त होता... आता तो चिरनिद्रा घेतो आहे. बिभीषण उठून चालायला लागला; त्यालाही पकडलंय. लक्ष्मण पळून गेला. सुग्रीवाची ग्रीवा आणि हनुमानाची हनू तोडली; त्यामुळे ते मरण पावलेत. जाम्बवानाचे गुडघे तोडले. पनसाचे खड्गानं तुकडे केले. दरीमुख दरीत कोसळला. अंगद, कुमुद, सुषेण, सुहोत्र- सगळे मेले. आता रणक्षेत्रात केवळ गोंधळ माजलाय.''

रामाला आणि त्याच्या सैन्याला रात्री निद्रेतच मारलं हे ऐकून सीतेला काही सुचेना. निद्रिस्त सैन्याला कापून काढणं धर्मयुद्धाच्या नियमात बसत नाही हे सीतेला माहीत होतं; पण हा अधर्माचरणी पापनिष्ठ राक्षसराज नियमानुसार युद्ध करील हे संभवतच नव्हतं. झोपेत प्रहस्तानं रामाचं मस्तक तोडलं असेल तर रामाचा पराक्रम व्यर्थ गेला असंच म्हणायला हवं होतं; पण नेहमी अतिदक्ष असलेला राम युद्धाभिमुख असताना इतका गाढ कसा झोपला याचं तिला आश्चर्य वाटत होतं. अजूनही तिचा

विश्वास बसत नाही हे पाहून रावण म्हणाला, ''सरमे, जा... विद्युज्जिव्हाला घेऊन ये.''

सरमा विद्युज्जिव्ह राक्षसाला घेऊन आली. सीता गुडघ्यात तोंड लपवून बसली होती. विद्युज्जिव्ह येताच रावण त्याला म्हणाला, ''तू कापून आणलंस ते रामाचं मस्तक तिला दाखव.''

विद्युज्जिव्हानं आपल्याजवळच्या वस्त्रात झाकलेलं एक मस्तक बाहेर काढलं आणि ते सीतेच्या पायाशी ठेवलं. ते पवित्र प्रिय रक्तलांच्छित मस्तक रामाचंच आहे हे एका दृष्टिक्षेपातच सीतेच्या लक्षात आलं. घनदाट कृष्णवर्णी केसांनी आच्छादलेलं ते मस्तक धुळीनं माखलं होतं. आपल्या उत्तरीयाच्या टोकानं सीतेनं त्या मस्तकावरची धूळ पुसायचा प्रयत्न केला. ते पाहून रावण हसू लागला आणि सीता उन्मळून कोसळली.

ते मस्तक उचलून घेऊन ती आक्रोश करू लागली, ''अहो राघवा, काय झालं हे? तुमचं दर्शन अशा अवस्थेत होणार असं कळलं असतं तर मी जिवंतच राहिले नसते... रामा, तुमचं प्रसन्नवदन पुन्हा दिसावं म्हणून मी जगले; पण माझ्या अभागिनीच्या दैवात हे होतं... आज कैकेयीचे मनोरथ पूर्ण झाले... वल्कलं नेसवून तिनं रामांना वनात पाठवलं. त्या रामांचाच वध झाला... आता इक्ष्वाकु कुलाचाही उच्छेद होईल...''

शोकावेग अनावर होऊन सीता काहीतरी असंबद्ध बोलू लागली आणि अखेरीस तिची शुद्ध हरपली. थरथर कापत ती भूमीवर कोसळली... मुहूर्तभरानं ती सावध झाली आणि समोर पडलेलं ते मस्तक पाहून तिचा शोक पुन्हा उचंबळून आला. तिनं पुन्हा निरखून त्या मस्तकाकडे पाहिलं. तेजःपुंज सावळं वदन, मिटलेले असले तरी विशालता जाणवणारे कमलनयन, अश्वत्थ वृक्षाचं क्षीर लावून वळवलेल्या केसांच्या जटा, रुंद कपाळ, मृदू कोमल कपील, द्रोणसदृश किंचित आत वळलेले कान, अर्धस्फुट ओठांआडून चमकणारी मौक्तिकांसारखी दंतपंक्ती... रामाच्या वदनाची ती सारी वैशिष्ट्यं सीतेला चिरपरिचित होती.

त्या मस्तकाकडे पाहताना तिला पुन्हा शोकाचा अनिवार उमाळा आला. ती विलाप करू लागली, ''रामा, संकट टाळण्याचे उपाय तुम्हाला माहीत होते तरी या शत्रूच्या हाती कसे सापडलात? नीतिशास्त्र, धर्मशास्त्र जाणणाऱ्याला असा अकस्मात मृत्यू कसा आला? परिश्रमांमुळे गाढ झोप लागली का? पण ते तरी कसं शक्य आहे? कितीही गाढ झोपेत माझा शब्द तुम्हाला ऐकू येणारच. लहान वयात तुम्ही पण जिंकून मला वरलंत, तेव्हापासून मी तुम्हाला प्रिय होते. मग आताच तुम्ही माझ्याकडे का पाहात नाही? तुम्ही खरंच का मला सोडून गेलात? रामा, एकदाच माझ्याकडे प्रेमानं पाहा. एकदाच माझ्याशी बोला ना... रामा, राघवा...''

सीतेला पुढे बोलवेना. तिच्या नेत्रांतून ओघळणारे अश्रू त्या मस्तकाला अभिषेक घालू लागले, तेव्हा कसल्याशा भीतीनं रावणानं तिचं लक्ष इतरत्र वेधण्यासाठी प्रचंड धनुष्य तिच्यासमोर ठेवलं. ते सुवर्णचर्चित भव्य धनुष्य ओळखून सीता आणखी आक्रोश करू लागली, "रामा, तुमच्या या धनुष्याला आजवर तुमच्या-माझ्याशिवाय कुणी स्पर्श करू शकलं नव्हतं. मी रोज या धनुष्याची गंधपुष्पांनी पूजा करत होते- ते हे धनुष्य अखेरीस तुमचे प्राण वाचवू शकलं नाही... तुमचं हे प्रिय धनुष्य आज मला अप्रिय झालंय... रामा, तुमच्या देहाला आजवर कधी श्वापदांचा स्पर्श झाला नव्हता; पण आता मात्र तुमचा देह मांसभक्षक प्राण्यांनी ओढून नेला असेल... तुमच्या देहाला अग्निसंस्कार झालाच नसेल... रामा, तुम्ही निद्रिस्त असताना तुमचा वध झाल्याचं आणि मी राक्षसगृहात असल्याचं कळल्यावर कौसल्यामाता तरी जिवंत कशी राहील... माझ्यासाठी समुद्र ओलांडायचं दुष्कर कर्म केलंत... पण मीच हतभागिनी... रामा, तुम्हाला मी दुःख दिलं. माझ्यासाठी इतके कष्ट केलेत आणि अखेरीस मृत्यूनं झोपेत तुमच्यावर झडप घातली."

मस्तकाकडे आणि धनुष्याकडे पाहून रामाचे गुण आठवत सीता कितीतरी वेळ आक्रोश करत राहिली. तिच्याभोवती असलेल्या दुष्ट प्रवृत्तीच्या राक्षसींनाही तिच्याविषयी सहानुभूती वाटू लागली; पण रावण मात्र आनंदात हसत उभा होता. पुष्कळ विलाप केल्यावर रावणाकडे वळून सीता म्हणाली, "लंकाधीशा, एक कृपा कर... मी तुला विनंती करते."

रावणाच्या मनात आशा निर्माण झाली. तो म्हणाला, "विनंती नव्हे, आज्ञा कर तू! सांग तुला काय देऊ... अलंकार, वस्त्रं, प्रासाद..."

"मला मृत्यू हवाय... पतीच्या मार्गानं मला पाठव... तुझं ते खड्ग माझ्या मानेवर चालव."

मान खाली वाकवून सीता विलाप करत राहिली. इतक्यात रावणाचा एक सेवक आला आणि त्यानं सांगितलं, "महाराज, क्षमा करा; महत्त्वाचा निरोप आहे म्हणून आलोय. सारे अमात्य आणि प्रहस्त आपल्याला भेटायला आलेत. महत्त्वाचं कार्य आहे."

रावण त्वरेनं निघून गेला. तो जाताच सीतेभोवती जमलेल्या राक्षसी पांगल्या. सीता कितीतरी वेळ तिथेच रत्नशाळेत बसून राहिली. मग उठली आणि तिनं चहूकडे दृष्टिक्षेप टाकला. रावण जाताच ते मस्तक आणि धनुष्य नाहीसं झालं होतं. रावणानं ते उचलून नेलं असणार अशा समजुतीनं सीता उदास झाली आणि शिंशिपा वृक्षाखाली जाऊन बसली. तिच्या पाठोपाठ सरमाही आली.

सीतेला वृक्षाखाली बसवून ती हलक्या सुरात बोलू लागली, "सीते, तू मुळीच चिंता करू नकोस. राम जिवंत आहेत यात शंका नाही. त्यांचा मृत्यू असा घडेल

यावर तुझा विश्वास बसलाच कसा?''

सीता हळूहळू बोलू लागली, ''आधी बसलाच नाही विश्वास! पण त्यानं रामांचं मस्तक आणि रामाचं धनुष्य दाखवल्यावर...''

सरमा हसू लागली, ''सीते, अगं, तूही संमोहित झालीस ना? ते मायावी मस्तक आणि मायावी धनुष्य तुला ओळखता आलं नाही? अगं, तो विद्युज्जिव्ह महामायावी आहे. कोणतीही वस्तू तो निर्माण करतो. रावण आणि विद्युज्जिव्ह निघून गेल्यावर ते मायावी मस्तक आणि धनुष्यही नाहीसं झालं...''

सीतेच्या म्लान मुखावर स्मितरेखा चमकली. तिचे विशाल नेत्र आनंदानं आणखी विशाल झाले. आपल्या मलिन मुखावरून उत्तरीयाचं टोक फिरवून तिनं अश्रू पुसून घेतले. गौर हातातली रामाची मुद्रिका चाचपत ती सरमेला म्हणाली, ''खरोखर तो विद्युज्जिव्ह कुशल कलाकार आहे हं! सरमे, त्यानं रामांचं मस्तक अगदी खरं वाटावं असंच केलं होतं हं! त्याचं निरीक्षण किती सूक्ष्म... मी हनुमानाबरोबर पाठवलेल्या चुडामणीसारखा मणी त्यानं रामाच्या मस्तकावर बसवला. रामांचा वर्ण, त्यांची सरळ नासिका, त्यांचे कमलनेत्र, त्यांची शुभ्र रेखीव दंतपंक्ती... त्यांच्या मस्तकावरचा जटाजूट, इतकंच नव्हे तर त्यांच्या मुद्रेवरचा कोमल, मृदू भाव- सारं अगदी जसंच्या तस्सं! आणि त्यांच्या धनुष्यासारखंच ते धनुष्य... बरं का सरमे, रामांनी माझी मुक्तता केली ना की, या विद्युज्जिव्हाविषयी मी त्यांना सांगेन. तो राक्षस असला तरी त्याच्या कलेला पारितोषिक द्यायलाच हवं...''

सरमेला सीतेच्या ऋजुतेचं कौतुक वाटलं. ती म्हणाली, ''सीते, तुझा राम सैन्यासह लंकेसमीप आला आहे. आता लवकरच तुझं दुःख संपेल... बरं, आता मी जरा जाऊन येते. रावणाला प्रहस्तानं इतक्या घाईनं का बोलावलंय ते पाहून येते.''

सरमा जायला उठली. इतक्यात दुंदुभीचा प्रचंड ध्वनी कानावर आला. अनेक दुंदुभी एकदम वाजू लागल्या. साऱ्या नगरीत तिचे पडसाद घुमू लागले. सरमा सीतेजवळ बसत म्हणाली, ''युद्धाच्या सिद्धतेचा हा आदेश आहे... रावणानं दुंदुभी वाजवायची आज्ञा दिली असणार. यासाठीच तो इथून घाईनं गेला असावा. आता लवकरच युद्ध सुरू होईल. अश्व, गज आणि पदाती सैनिक सिद्ध होऊन ठिकठिकाणी जमतील. सारे राजमार्ग सैनिकांनी फुलून जातील. ती बघ, राक्षससैन्याची गडबड ऐकू येतेय. सगळे राक्षस भीतिग्रस्त झालेले दिसताहेत.''

सीता लक्षपूर्वक सैन्याच्या हालचाली ऐकत होती. अशोकवनातून बाह्य भागातलं काही दिसत नव्हतं; पण आवाजावरून आणि सरमेच्या निवेदनावरून सीतेच्या दृष्टीसमोर स्पष्ट चित्र उभं राहात होतं.

सरमा म्हणत होती, ''सीते, सखी तुझं नष्टचर्य संपलं. आता तुला राजलक्ष्मी

प्राप्त होईल. राम युद्धात रावणाचा वध करील. मग तुझी मुक्तता होईल. मग तू रामाच्या जवळ बसशील... रामाची भेट होताच तुझ्या नेत्रांतून आनंदाश्रू येतील. कित्येक महिन्यांपासून तू घालून ठेवलेली ही तुझी वेणी राम स्वतः सोडील. रामाला पाहून तू सुखावशील... सारं दुःख विसरशील.''

सरमेनं वर्तवलेलं ते भविष्य ऐकून सीतेला आनंद होत होता. तिचं कमलवदन प्रफुल्लित झालं होतं. सरमेचा हात आपल्या हातात घेऊन ती म्हणाली, ''सरमे, रामाच्या सहवासात दुःख विसरेन, त्रास विसरेन, रावणाचा छळ विसरेन; पण तुला आणि त्रिजटेला मात्र कधीही विसरणार नाही. तुम्हा दोघींमुळेच हा त्रास मला किंचित सुसह्य झाला. नाहीतर आजचा हा दिवस दिसलाच नसता.''

सरमा म्हणाली, ''सीते, तुझं दुःख मला कळतं. तुझं प्रिय करावं असं सतत वाटतं. आत्तासुद्धा तुझ्यासाठी रामाकडे जावं आणि तुझं कुशल गुप्तपणे त्याला सांगावं असं मला वाटतंय. मला आकाशगमन करणं शक्य आहे.''

सीता मृदू शब्दांत म्हणाली, ''सरमे, आकाशातच काय तू पाताळात रसातळापर्यंतही जाशील हे मला माहीत आहे; पण रामाकडे जाण्याऐवजी तू रावणाकडे जा आणि रावण काय करतोय ते पाहून ये.''

सरमा सूक्ष्मरूपानं राज्यसभेत गेली. राजप्रासादात गेली. रावणाची मंत्र्यांशी चाललेली चर्चा तिनं ऐकली आणि ती त्वरेनं परत आली. सीता तिची वाट पाहात शिंशिपा वृक्षाखालीच बसली होती. सरमेनं तिला सारा वृत्तान्त कथन केला, ''तुला सोडून द्यावं असं रावणाला त्याच्या मातेनं सांगितलंय. एका वृद्ध मंत्र्यानंही तसंच सांगितलंय. वृद्ध मंत्री म्हणाले की, जनस्थानात रामाच्या अद्‌भुत पराक्रमाच्या ज्या घटना घडल्या त्या आपण ऐकल्यात. रामानं इतक्या पराक्रमी राक्षसांना एकट्यानं मारलं... आणि आता तर त्याच्या साह्याला सुग्रीव, हनुमान, अंगद या वानरवीरांची सेना आहे. एकटा हनुमानच इथे येऊन केवढा पराक्रम करून गेला... तेव्हा सत्कार करून सीतेला रामाकडे पाठवण्यातच तुझं हित आहे. रावणाचा मातामह माल्यवान यानंही याप्रमाणेच उपदेश केला.''

सीतेनं उत्सुकतेनं विचारलं, ''मग रावण काय म्हणाला?''

''मंत्र्यांच्या उपदेशाचा त्याच्यावर काहीही परिणाम झाला नाही. त्यानं आपल्या मातामहांनाच दूषणं दिली. पित्यानं हाकलून दिलेला राम पराक्रमी कसा असेल असं त्यानं विचारलं. राम जिवंत परत जाणार नाही असंही तो म्हणाला. सीते, तो तुला सोडणार नाही; पण रामाच्या रूपानं त्याचा मृत्यू जवळ आलाय. युद्धात राम त्याला मारील आणि मग तुझी मुक्तता होईल.''

सीता म्हणाली, ''रावणाचा वध रामांच्याच हातून व्हायचा असं विधिलिखित असेल तर ते टाळता कसं येणार? सरमे, रामांनी माझ्यासाठी युद्धात रावणाला

मारावं हे योग्यच आहे. पराक्रमी पुरुषाचं कर्तव्यच आहे ते!''

सीतेचं बोलणं चालू असतानाच वानरसेनेतून शंख-दुंदुभींचा आवाज ऐकू आला. त्या प्रचंड आवाजानं सारी लंका कंपित झाली. वानरसेनेच्या गर्जना आणि रणवाद्यांचा घोष ऐकून सीतेला आनंद झाला. युद्धाचा वृत्तान्त आणायला सरमा निघून गेली. सीता एकटीच शिंशिपा वृक्षाखाली बसून राहिली.

*

सुवेल पर्वताच्या शिखरावर गेल्यावर राम चोहीकडे दृष्टिक्षेप टाकत स्वस्थ उभा राहिला. लक्ष्मण, हनुमान, सुग्रीव आणि बिभीषण हेही त्याच्या पाठोपाठ आलेच. नगरीच्या समीप आल्यानंतर नगरीत दृष्टिक्षेप टाकण्याची इच्छा सर्वांनीच व्यक्त केली; पण नगरीभोवतीचे उंच संरक्षक तट आणि त्या तटाभोवतीचे खोल खंदक यामुळे नगरीत प्रवेश करून पाहाणं अशक्यच होतं. बिभीषणानं सुचवलं, सुवेल पर्वतावरून नगरीचं दर्शन घेता येईल. म्हणून रात्र पडल्यावर सर्व नेते सुवेल पर्वतावर गेले होते.

पौर्णिमेच्या स्वच्छ धवल चांदण्यात लंकानगरीतले भव्य शुभ्र प्रासाद अधिकच शुभ्र वाटत होते. त्या भव्य प्रासादांच्या प्राकारावर कृष्णवर्णी राक्षस उभे असल्यामुळे आणखी एक कृष्णवर्णी प्राकारच निर्माण झाला होता.

बिभीषण म्हणाला, ''कुबेर हा आमचा बंधूच आहे ना? तेव्हा त्याच्या नगरीशी साधर्म्य असणारच आणि त्रिकुटाचलाच्या शिखरावर नगरी वसलीय ना म्हणून ती इतकी उंच वाटते... बरं का रामा, या नगरीमध्ये चंपक, अशोक, बकुल, साल, ताल, तमाल, पनस, आम्र... असे कितीतरी वृक्ष आहेत. सांतवण, तिलक, कदंब, कर्णिकार फुलले की, नगरी सुगंधित होते. उद्यानांमध्ये नीलवर्णी आणि हरितवर्णी कोमल तृण आहेत. त्यातच चित्रविचित्र पुष्पं फुलतात. पुष्पवाटिकांजवळच लहान-मोठे कृत्रिम जलाशय आहेत. उद्यानं आणि उपवनं सदैव टिट्टिभ, बक, मयूर, कोकिल, चक्रवाक यांनी गजबजलेली असतात. भृंगांचा गुंजारव आणि रानटी पक्ष्यांचं कूजनही चालू असतं... नगरीतले महामार्ग सदैव राक्षस आणि वाहनांनी भरलेले असतात... आत्तासुद्धा रात्र असूनही मार्गावर वाहनांची ये-जा चालूच आहे.''

बिभीषणाचं वर्णन चालू असताना वानरमंडळी स्तिमित होऊन पाहात होती. राम आणि लक्ष्मण मात्र स्तिमित झाले नव्हते.

लक्ष्मण म्हणाला, ''बिभीषणा, तुझं हे वर्णन ऐकल्यावर आणि या नगरीचं दुरून दर्शन घेतल्यावर मला अयोध्येची आठवण होऊ लागली. अयोध्याही अशीच भव्य आहे. तिथले प्राकारयुक्त भव्य प्रासाद असेच शुभ्र आहेत. तिथेही माणसांची अन् वाहनांची मध्यरात्रीपर्यंत अशीच गजबज चालते... उद्यानं, उपवनं, वृक्ष, सारं

असंच आहे...''

राम हसला आणि म्हणाला, ''पण लक्ष्मणा, एक मूलभूत भेद आहे. त्या नगरीचा राजा भरत सांप्रत नगरीबाहेर राहून राज्यशकट चालवतोय. तो राजा संन्यस्त वृत्तीनं राहातोय, तर इथे हा रावण राजलक्ष्मीचा अविरत उपभोग घेतोय.''

बिभीषण उद्गारला, ''अयोध्येचा राजा नगरीत नसला तरी तो धर्मनिष्ठ आहे; तिथली प्रजा धर्मनिष्ठ आहे. इथे मात्र अधर्म-अनीतीशिवाय काही दिसत नाही.''

बोलतबोलत सर्वजण लंकानगरीच्या उत्तरद्वाराच्या बाजूला आले. बिभीषण एकदम थबकला. प्रवेशद्वाराच्या उंच प्राकारावर श्वेतवर्ण चामरं आणि छत्र पाहून त्याला नवल वाटलं. निरखून पाहात तो म्हणाला, ''तो बघा रावण... त्याचं ते पांढरं छत्र आणि त्याच्या अंगावरचं सुवर्णतारांकित रक्तवर्णी वस्त्र इथूनही दिसतंय.''

शुभ्र छत्राखाली रक्तवस्त्रधारी रावण उभा होता. त्याच्या घननीलमेघ कांतीवर आरक्तवर्णी चंदनाची उटी होती. त्याच्या हातातली रक्तवर्णी रत्नभूषणं दीपप्रकाशात चमकत होती. त्याच्या शुभ्र उत्तरीयावरही मोठ्या रक्तवर्णी रत्नांची माला होती. मस्तकावरच्या शुभ्र शिरोभूषणालाही रक्तवर्णी रत्नं जडवली होती. मद्यप्राशनामुळे आरक्त झालेले नेत्र चोहीकडे फिरवत तो वानरसेनेचं निरीक्षण करत होता. त्याच्या मुद्रेवरची तुच्छता आणि त्याच्या हालचालींतला उन्मत्तपणा इतक्या दुरूनही दृग्गोचर होत होता. त्या बलोन्मत्त, गर्विष्ठ राजाकडे बघताना सुग्रीव अचानक उठला आणि इतरांच्या लक्षातही येण्याच्या आधी त्यानं त्वेषानं उड्डाण केलं. दुसऱ्याच क्षणी तो रावणाजवळ जाऊन पोहोचला. राम-लक्ष्मण, हनुमान आणि बिभीषण आश्चर्यानं बघत राहिले.

रावणाजवळ पोहोचताच सुग्रीवानं गर्जना केली, ''ए राक्षसाधमा, मी रामाचा सखा, दास सुग्रीव... आज तू माझ्या हातात सापडलास.''

क्षणार्धात सुग्रीवानं रावणाच्या मस्तकावर उड्डाण केलं आणि त्याचा मुकुट काढून भूमीवर फेकला.

रावण संतापानं ओरडला, ''ए वानरा, तुझा कंठ कापून तुला हीनग्रीव करतो...''

सुग्रीव मोठ्यानं हसू लागला, तेव्हा रावणानं त्याला उचलून भूमीवर आपटलं; त्याच क्षणी सुग्रीव कंदुकासारखा उसळी घेऊन उडाला आणि त्यानं रावणाला भूमीवर आपटलं. या वानराच्या अंगातली शक्ती पाहून रावणाचे सेवक चकित झाले होते. रावण आणि सुग्रीव त्वेषानं परस्परांवर तुटून पडले होते. उभयतांच्या शरीरातून घामाचे आणि रक्ताचे ओघळ वाहात होते; तरीही त्यांचं द्वंद्वयुद्ध चालूच होतं. मोठ्या हत्तीवर लहान हत्तीनं प्रहार करावेत तसं ते दृश्य होतं. परस्परांना भिडून, परस्परांची शरीरं आवळून ते भूमीवर पाडत होते; मग पुन्हा उठून परस्परांना भिडत होते.

हस्तप्रहार, पादप्रहार आणि कठोर शब्द यांनी ते एकमेकांना त्रस्त करत होते. युद्धशास्त्रात दोघेही तज्ज्ञ होते. दोघांचीही स्वाभाविक शक्ती प्रचंड होती. एकमेकांचे प्रहार चुकवत ते मंडलाकार फिरत होते. मधूनच परस्परांना सम्मुख उभे राहात होते. मग वक्रगतीनं, तिर्यग्गतीनं, मंदमंद चालत, थांबतथांबत प्रहार करत होते आणि परस्परांचा प्रहार चुकवायचा प्रयत्न करत होते. हे युद्ध कल्पान्तापर्यंत चालू राहाणार असं पाहाणाऱ्याला वाटावं इतकी उभयतांची अतुलनीय शक्ती होती.

द्वंद्व चालू असताना अचानक रावण अदृश्य झाला, तेव्हा त्याचा कुटिल हेतू जाणून सुग्रीव क्षणभर विचारात गढला. मग एक गर्जना करून त्यानं उड्डाण केलं. रावण मायाजाल टाकणार इतक्यात सुग्रीव रामाजवळ पोहोचलाही! आपली माया निष्फळ ठरली हे पाहून हताश झालेला रावण धापा टाकत उभा राहिला.

रावणाला जर्जर करून परतलेला सुग्रीव अभिमानानं रामाकडे पाहू लागला. जाम्बवान, सुहोत्र, सुषेण, अंगद, नल, नील, हनुमान हे सारे वानरश्रेष्ठ सुग्रीवाच्या साहसाविषयी प्रशंसा करू लागले. लक्ष्मणानं आणि बिभीषणानंही त्याची प्रशंसा केली. सुग्रीवाच्या या युद्धकौशल्यामुळे वानरसेनेचा उत्साह वृद्धिंगत झाला होता. राम मात्र काहीच बोलत नव्हता.

सुग्रीवानं विचारलं, "रामा, तुम्ही बोलत का नाही? रागावलात? मी रावणाचा वध न करता आलो म्हणून?"

राम हसला, "तसं नव्हे मित्रा! रावणाचा वध मी स्वतःच करीन; पण मी रागावलोय तुझ्या साहसावर! तुझ्यासारख्या राजानं अविचारानं असं साहस करणं योग्य नव्हे. आम्हा सर्वांना चिंता निर्माण करून तू अचानक उड्डाण करून एकटाच गेलास. मी आणि बिभीषण चिंतेनं व्याकुळ झालो होतो. सुग्रीवा, पुन्हा असं करू नकोस. अरे, तुला काही झालं असतं तर? तुला अपाय होऊन मला सीतेची किंवा त्रैलोक्याच्या राज्याचीही प्राप्ती सुखावह होणार नाही. तुला काही झालं तर लक्ष्मणाला किंवा शत्रुघ्नाला अपाय झाल्याइतकं दुःख मला होईल... तू समोर दिसेपर्यंत मी अस्वस्थ होतो. तुझं कुशल कळलं नसतं तर मी रावणाचा वध करून बिभीषणाला लंकेचं राज्य दिलं असतं आणि स्वतः देहत्याग केला असता."

रामाचं आपल्यावरचं प्रेम पाहून सुग्रीवाच्या नेत्रांत आनंदाश्रू उभे राहिले. तो म्हणाला, "रामा, तुमच्या पत्नीला पळवून नेणारा समोर दिसल्यावर मला स्वस्थ बसवेना. त्या अपराध्याला दंड केलाच पाहिजे असं वाटलं आणि माझं देहभान हरपलं. मी उड्डाण केलं. मग जे काही घडलं ते- ते अगदी स्वाभाविक होतं रामा! रावणाच्या हातून मी मरणार नाही एवढा विश्वास मला होता."

"तो विश्वास मलाही आहे रे! पण तुझ्या अंगावर हे किती व्रण पडलेत. अकारण आपली शक्ती घालवलीस... सुषेण, याला औषध लावा आणि सुग्रीवा,

पुन्हा असा अविचार करू नकोस.''

सगळेजण सुवेल पर्वतावरून खाली उतरू लागले. उतरताना राम पुढची योजना ठरवत होता, ''लक्ष्मणा, आपण आता सर्व सैन्यासह या नगरीवर चालून जाऊ. प्रथम सैन्याचे योग्य विभाग करू आणि लंकानगरीला वेढा घालू. स्वरशास्त्राच्या अनुरोधानं पाहिलं तर आता युद्धाला योग्य समय आहे, तेव्हा आपण दोघे पुढे आणि पाठोपाठ बाकीचे सगळे येतील.''

रामाची योजना सर्वांना मान्य झाली. मग राम अंगदाला म्हणाला, ''आपण नगरीच्या प्रवेशद्वाराशी पोहोचल्यावर तू नगरीत जा आणि रावणाला युद्धसज्ज व्हायला सांग. त्याला सांग की, माझ्या बाणांनी तुझा लवकरच वध होईल. तू कुठेही लपून बसलास तरी माझ्या हातूनच तुला मरण येईल; तेव्हा तुला काही दानधर्म करायचा असेल, काही सत्कृत्यं करायची असतील तर ती करून घे. तुझी सुंदर लंकानगरी उद्‌ध्वस्त होण्यापूर्वीच या लंकेचं एकवार दर्शन घे आणि मग नगरीच्या बाहेर येऊन आमच्याशी युद्ध कर... अंगदा, एवढा निरोप तू त्या दुष्टाला दे.''

अंगदानं रामाला वंदन केलं आणि लंकेत उड्डाण करून रावणाच्या प्रासादात प्रवेश केला. तो रावणासमोर पोहोचला, तेव्हा रावण आपल्या अमात्यांशी युद्धासंबंधीच विचारविनिमय करत होता. अंगदाला पाहून सगळेच चमकले.

थोड्या वेळापूर्वीच सुग्रीवानं रावणाची दुर्दशा केली होती आणि आता हा दुसरा वानर आला होता. सगळे भीतीनं अंगदाकडे पाहू लागले. रावणाचे संरक्षक दक्षतेनं पुढे आले; पण अंगदानं शांतपणे बोलण्यास प्रारंभ केला. त्यानं रामाचा निरोप सांगितल्यावर रावण संतप्त झाला आणि आपल्या संरक्षकांना म्हणाला, ''धरा या वानराला आणि मारून टाका.''

चार राक्षसांनी पुढे होऊन अंगदाला धरलं. अंगदानं प्रथम काहीच प्रतिकार केला नाही; पण नंतर त्यानं एकदम उड्डाण केलं. त्याला धरून ठेवणारे चौघेही राक्षस त्याच्याबरोबरच उडाले. अंगदानं प्रासादाच्या शिखरावर झेप घेतली आणि झेप घेताना आपल्याला चिकटलेल्या राक्षसांना हिसडलं; त्यामुळे ते बलाढ्य राक्षस रावणासमोर भूमीवर कोसळले. प्रासादाचं शिखर भेदणारी गर्जना करत अंगद वानरसैन्यात परतला.

रावणानं गवाक्षातून बाहेर दृष्टिक्षेप टाकला आणि तो चमकला. लंकेभोवतालच्या संरक्षक तटाजवळ प्रचंड वानरसेना जमली होती. संरक्षक तट आणि खंदकावरही वानरसैनिक होते. वृक्षवल्ली, तट, भूमी, पर्वत... सर्वच भाग वानरांनी व्यापला होता. दृष्टी पोहोचत होती तिथपर्यंत वानरसेना दिसत होती. रावणाच्या प्रासादाच्या गवाक्षातून नेहमी सागराचं दर्शन व्हायचं; पण वानरसेनेच्या सागरामुळे तो समुद्रही दिसेनासा झाला होता. वानरांचं प्रचंड सैन्य पाहून रावण चकित झाला. आपला

विनाशकाल समीप आल्याचं त्याच्या अंतर्मनाला जाणवलं; पण अजूनही मनाचा दुराग्रह संपत नव्हता. सुस्कारा सोडून तो युद्धाची सज्जता करू लागला. सर्व सैनिकांना त्यानं नगराबाहेर पडण्याचा आदेश दिला.

*

सूर्योदयापासूनच युद्धाला प्रारंभ झाला. वानरांनी कितीतरी राक्षसांना जर्जर केलं. सूर्योदयापासून सूर्यास्तापर्यंत वानरांनी राक्षसांना हतबल करावं, सूर्यास्तानंतर मात्र आक्रमक धोरणाऐवजी संरक्षक पवित्रा घ्यावा असं बिभीषणानं सुचवलं होतं. रात्रीच्या वेळी राक्षसांची शक्ती प्रखर होते हे त्याला माहीत होतं. त्याच्या सूचनेप्रमाणे सुग्रीवानं आपल्या सैन्याला आदेश दिले होते. ते राजादेश वानरांनी तंतोतंत पाळले. वानरांनी जर्जर केल्यामुळे राक्षस रात्र पडण्याची वाटच पाहात होते.

अंधार पडल्यावर निशाचर राक्षसांनी वानरांना मारून भक्षण करायला प्रारंभ केला, तेव्हा वानरही संतापून राक्षसांच्या अश्वांवर तुटून पडले. राक्षस-योद्ध्यांच्या रथांची त्यांनी दुर्दशा केली. शंखभेरींचे आवाज आणि रथचक्रांचा घोष त्या युद्धभूमीत निनादत होता. कर्णबधिर करणाऱ्या त्या प्रचंड घोषात मधूनच वानरांच्या आणि राक्षसांच्या गर्जना-प्रतिगर्जना उमटत होत्या. अश्वगजांच्या आर्त आरोळ्याही त्यातच मिसळत होत्या.

अंधारात कुणी कुणाला ओळखू शकत नव्हतं. वानर आणि राक्षस गतप्राण होऊन भराभर रणक्षेत्रात कोसळत होते.

अग्निकेतू, रश्मिकेतू, मित्रघ्न, यज्ञकोप या राक्षसांनी तर रामावरच शरवर्षाव केला. त्यांनी रामाला चहूबाजूंनी वेढलं; पण रामानं भराभर चार बाण सोडले. अग्निज्वालेसारखे ते बाण चारी राक्षसांच्या कंठस्थानी वेगानं घुसले. चारी राक्षस क्षणार्धात खाली कोसळले. चौघांचीही मस्तकं धडावेगळी होऊन चार बाजूंना पडली. लक्ष्मणानं विरूपाक्षाचा आणि हनुमानानं जंबुमालीचा भेद केला. प्रतापन राक्षसाशी नलाचं घनघोर युद्ध झालं; पण त्या राक्षसानं आपल्या हस्तलाघवाच्या प्रतापानं नलाचं शरीर छिन्नभिन्न केलं.

आपल्या नेत्याची अशी अवस्था पाहिल्यावर मैंद, द्विविद, सुषेण, संपाती आणि इतर प्रमुख वानरनेते हाती सापडतील ती शस्त्रं घेऊन राक्षससेनेवर तुटून पडले. वज्रमुष्टी, अशनिप्रभ, विद्युन्माली, प्रजंघ असे कितीतरी राक्षस त्या तुमुल युद्धात कोसळले. ते पाहून इंद्रजिताला त्वेष चढला. तो गदा घेऊन अंगदाच्या दिशेनं धावला. अनेक राक्षसांची दुर्दशा करणाऱ्या अंगदावर आणि आपल्या पित्याला हतप्रभ करणाऱ्या सुग्रीवावर त्याचा राग होताच.

तो अंगदाच्या दिशेनं येतोय असं दिसताच इतका वेळ शांत असलेला बिभीषण

ओरडला, "अंगदा, सावध! इंद्रजित मोठा मायावी आहे..."

पण अंगदही काही कमी नव्हता. त्यानंही आपल्या गदेच्या प्रहारानं इंद्रजिताच्या सारथ्याला आणि अश्वांना पाडलं. मग तो रथावरच गदाप्रहार करत सुटला. काही क्षणांतच तो सुवर्णासारखा पीतवर्णी रथ कोसळला. इंद्रजित विरथ होऊन शत्रूला प्रत्यक्षच भिडला.

यज्ञशत्रू आणि महापार्श्व तोपर्यंत रामाकडे वळले होते. महोदर आणि वज्रद्रंष्टही मागून रामावर चालून गेले. पुढच्या बाजूनं शुक व सारण आले. त्या सहा राक्षसांनी गर्जना करत रामाला वेढलं. नीलवर्णी सुकोमल रामाला वेढणारे ते भव्य कृष्णकभिन्न राक्षस पाहून नीलकमलावर भ्रमर झेपावेत तसं वाटत होतं; पण क्षणार्धात रामाचे बाण लागून ते घायाळ झाले आणि युद्धभूमीतून निघून गेले. राम भराभर शरवर्षाव करत होता आणि कितीतरी राक्षस कोसळून पडत होते. काही राक्षस युद्ध करता करता अचानक अदृश्य होत होते; पण राम आणि लक्ष्मण आपल्या सर्पतुल्य बाणांनी त्या राक्षसांना भराभर टिपत होते. राक्षस त्रस्त झाले होते. अंगदानंही इंद्रजिताला त्रस्त केलं होतं.

त्रिकुटाचल पर्वतच त्या भीषण युद्धानं हादरून गेला. तुमुल युद्धाचा आवाज इतका प्रचंड होता की, कित्येक योजनं तो ऐकायला जात होता. अंगदानं इंद्रजिताला विरथ केल्यापासून दोघांचं द्वंद्वयुद्ध चालू होतं. युद्धभूमीवर राक्षस आणि प्रमुख वानरवीरही भराभर कोसळत होते; पण अंगद आणि इंद्रजित या दोघांचंही तिकडे लक्ष नव्हतं. अंगद क्षणात मागून तर क्षणात पुढून इंद्रजिताच्या अंगावर धावून जात होता. तो स्वतः केवळ हातांनी युद्ध करत होता. त्याच्या हस्तप्रहारांचा आणि पादप्रहारांचा चट्‌चट्‌ असा आवाज येत होता. त्यानं जर्जर केल्यामुळे इंद्रजित अखेरीस मायाजालाचा आश्रय घेऊन गुप्त झाला.

अंगदानं इंद्रजितासारख्या अजिंक्य वीराचा पराभव केला हे पाहून बिभीषण ओरडला, "उत्तम, उत्तम! अंगदा, तू अतिशय महान पराक्रम गाजवलास. इंद्रजिताचा पराभव करणं ही काही सामान्य गोष्ट नाही."

बिभीषणाचं बोलणं ऐकून सुग्रीव अंगदाजवळ गेला आणि त्याला प्रेमानं जवळ घेऊन म्हणाला, "पुत्रा, तू अगदी तुझ्या पित्याची प्रतिकृती आहेस. त्याच्यासारखाच पराक्रमी... तुझ्या पराक्रमानं मी संतुष्ट झालोय."

राम जवळ येत म्हणाला, "मीसुद्धा संतुष्ट झालोय."

नंतर सगळेच वानरवीर एकत्र जमले. सगळेजण अंगदाची प्रशंसा करू लागले.

इतक्यात राम म्हणाला, "पण पराभूत झाल्यावर इंद्रजित गुप्त झाला आहे; त्यानं मायेचा अवलंब केलेला दिसतो. तो कोणत्याही क्षणी येईल."

बिभीषणही म्हणाला, "होय. कोणत्याही क्षणी तो येईल किंवा अदृश्य राहूनच

युद्ध करील. त्याला ब्रह्मदेवाकडून वर मिळालाय.''

''कसला वर?'' सुग्रीवानं विचारलं.

''ती एक कथाच आहे. नंतर सांगता येईल ती! पण आता तुम्ही सावध राहा. इंद्रजिताच्या मायाजालात अडकलात की कोणताही उपाय चालायचा नाही.''

अचानक बाणांचा वर्षाव सुरू झाला. सगळे चमकून बघू लागले. चहूबाजूंनी बाण येत होते; पण बाण मारणारी व्यक्ती दिसत नव्हती.

बिभीषण म्हणाला, ''हे इंद्रजिताचंच काम.''

रामानं आदेश दिला, ''इंद्रजिताला शोधून काढा.''

सगळेजण उत्साहानं इंद्रजिताला शोधायला निघाले; पण त्या रणभूमीत इंद्रजित सापडणं कठीण होतं. रात्रीच्या कभिन्न अंधारात कज्जलकृष्ण कांतीचा इंद्रजित दिसणं शक्य नव्हतं; त्यामुळेच त्याला अदृश्य राहाता येत होतं. तरी वानर हातात वृक्ष घेऊन त्याचा शोध घेत राहिले.

*

सर्व वानरगण इंद्रजिताला शोधायला इतस्ततः पांगल्यावर इंद्रजिताचा हेतू साध्यच झाला. मग राम-लक्ष्मण हेच मुख्य लक्ष्य करून त्यांच्याच दिशेनं तो शरवर्षाव करू लागला. अदृश्यपणे तो बाण सोडत असल्यामुळे ते बाण कोणत्या दिशेनं येताहेत हे कळत नव्हतं; त्यामुळे राम-लक्ष्मणांना बाण चुकवणं अशक्य होतं आणि त्या बाणांना प्रत्युत्तर देणंही अशक्य होत होतं. इंद्रजिताला शोधायला उड्डाण केलेल्या वानरांवरही अदृश्य राहून तो बाणवर्षाव करत होता. इंद्रजिताच्या नाराच बाणांनी कित्येक वानर खाली पडले.

इंद्रजितानं राम-लक्ष्मणांवर नागपाश सोडले. त्यानं अभिमंत्रित करून सोडलेले बाण नागासारखे सळसळत राम-लक्ष्मणांच्या देहात शिरत होते. दोघांच्याही अंगाला क्षतं पडली आणि रक्तस्रावामुळे ते दोघेही प्रफुल्लित पलाश वृक्षाप्रमाणे दिसू लागले. त्याही अवस्थेत ते क्रुद्ध होऊन इंद्रजिताचा प्रतिकार करत होते; पण रात्रीच्या अंधारात आणि मायेच्या मोहामुळे राम-लक्ष्मणांना इंद्रजित दिसत नव्हता. त्यांचे बाण निष्फळ ठरत होते. ते पाहून इंद्रजित मोठ्यानं हसला. त्या क्षणीच राम-लक्ष्मणांनी हास्याच्या दिशेनं बाण सोडले, तेव्हा नेमका विरुद्ध दिशेनं हास्यकल्लोळ ऐकू आला. त्या हास्यानं दशदिशा भरून गेल्या. राम-लक्ष्मण संभ्रमित होऊन पाहू लागले.

आकाशातून आवाज आला, ''मी अदृश्य राहून युद्ध करायला लागलो की, इंद्राच्याही दृष्टीस पडणार नाही. मग तुम्हा क्षुद्र मानवांचं माझ्यापुढे काय चालणार? तुम्हाला यमलोकी पाठवल्यावाचून राहाणार नाही मी!''

राम-लक्ष्मण इंद्रजिताच्या शरजालात अडकल्यासारखे उभे राहिले होते. इंद्रजित अदृश्यपणेच आनंदानं गर्जना करत होता आणि राम-लक्ष्मण हतबुद्ध होऊन उभे होते. इंद्रजितानं प्रथम नाराच बाण सोडले. मग अंजलिक बाणांचा प्रयोग केला. नंतर सिंहदृष्ट बाण सोडले. पाठोपाठ क्षुरबाण सोडले. त्या बाणांमुळे रामाच्या शरीराला अनेक क्षतं पडली; त्यातून रक्त वाहू लागलं. त्याच्या हातापायांत त्राण उरलं नाही. त्याच्या धनुष्याच्या मुष्टीला छेद गेला. धनुष्य किंचित भंगून तीन ठिकाणी वाकलं. त्याची प्रत्यंचा तुटली आणि रामाच्या हातातून ते धनुष्य गळून पडलं. ते प्रख्यात सुवर्णभूषित रामधनुष्य त्याच्या हातातून कधीही असं गळून पडलं नव्हतं; त्यामुळे लक्ष्मण घाबरला आणि रामाजवळ गेला. रामाला बाणांमुळे मूर्च्छा आली होती आणि तो खाली कोसळला. युद्धभूमीवर राम कोसळताच वानरसेनेत हाहाकार उडाला. लक्ष्मण तर रामाजवळ बसून शोक करू लागला. स्वतः लक्ष्मणही बाणांनी व्यग्र झालेला होता. त्या बाणांमुळे आणि शोकामुळे तोही कोसळला. इंद्रजितानं नागपाश बाण अभिमंत्रित करून सोडले होते. त्यांचाही राम-लक्ष्मणाभोवती नागासारखाच पाश पडला होता.

आपले नेते युद्धभूमीवर बाणांनी बद्ध झाल्याचं पाहून वानरही संतप्त झाले. सुग्रीव, बिभीषण, नील, अंगद, सुषेण, हनुमान, द्विविज, मंद, कुमुद हे सारे राम-लक्ष्मणांजवळ जमले. राम-लक्ष्मण निश्चेष्ट होऊन पडले होते. त्यांचा श्वासही अतिमंद झाला होता. शरीरात रुतलेल्या बाणांमुळे त्यांना कसलीही हालचाल करता येत नव्हती. बाणांच्या शय्येवर ते विसावले होते.

त्यांची ती अवस्था पाहून वानरश्रेष्ठांच्या दुःखाला सीमा उरली नाही. त्या वानरश्रेष्ठांना इंद्रजितानं विद्ध केलंच होतं. वानरांच्या आक्रोशानं सारी युद्धभूमी व्यापली.

राम-लक्ष्मण निश्चेष्ट पडल्यावर ते मेले आहेत असं वाटून इंद्रजित आनंदानं गर्जना करत लंकेत गेला होता. त्याच्या मागोमाग त्याचं सैन्यही गेलं होतं; त्यामुळे युद्धभूमीवर आता वानरसेनाच उरली होती.

बिभीषणानं आपल्या दुःखाला आवर घातला. सुग्रीवाजवळ जाऊन तो म्हणाला, ''सुग्रीवा, असा हताश होऊ नकोस. अरे युद्धात असंच चालतं. त्यात जयापजय अनिश्चित असतो. आपलं पुण्य सरलं नसेल तर राम-लक्ष्मण सावध होतील; पण अशा वेळी तू रडत बसणं योग्य नव्हे. तू या वानरसेनेचं नेतृत्व कर; रामाची चिंता करू नकोस. आता मी आपल्या वानरसेनेला धीर देऊन येतो.''

*

युद्धाला प्रारंभ झाल्यापासून सीता उद्विग्न झाली होती. मध्यरात्रीपर्यंत ती

शिंशिपा वृक्षाखाली बसून राहिली होती. अचानक नगरात राक्षससैन्याच्या गर्जना ऐकू आल्या; त्यामुळे ती चमकली. आनंदाच्या गर्जना करत राक्षस मार्गामार्गांवरून हिंडत होते. मध्यरात्र उलटली तरी मार्गांवरचे आणि सर्व प्रासादांमधले दीप प्रज्वलितच होते. राक्षससेनेत आनंदोत्सव चाललेला ऐकून त्रिजटा आणि सरमा अशोकवनाच्या प्रवेशद्वाराकडे धावल्या होत्या. कितीतरी वेळ झाला तरी त्या परत आल्या नव्हत्या. रावणाच्या बोलण्यावरून इतर राक्षसी प्रासादाकडे गेल्या होत्या. काय झालं ते कळायला काही मार्गच नव्हता.

इतक्यात दोन राक्षसी धावत आल्या आणि ओरडल्या, "ए सीते, चल ऊठ, ऊठ लवकर."

सीता मुकाट्यानं उठून त्यांच्याबरोबर चालू लागली. त्या तिला ओढत, फरफटत नेऊ लागल्या.

सीतेनं विचारलं, "कुठे नेताय मला?"

"तुझ्या पतीकडे! त्याला अखेरचं पाहून घे."

"अखेरचं?" सीतेच्या मस्तकावर वज्राघातच झाला होता. तरी तिनं विचारलं, "म्हणजे काय?"

"दिसेल लवकरच. चल लवकर. तुझ्यासाठी पुष्पकविमान आणलंय."

पुष्पकविमान सज्जच होतं. राक्षसींनी सीतेला त्या विमानात बसवलं. पाठोपाठ त्रिजटा चढली.

त्याच क्षणी एकजण मोठ्यानं ओरडत आला, "राक्षसहो... ऐका, युवराज इंद्रजितांनी राम-लक्ष्मणाचा युद्धात वध केलाय..."

सीतेनं कानावर हात ठेवून ते शब्द ऐकू न येतील असा प्रयत्न केला; पण ते शब्द कानावर आलेच. सीता आणि त्रिजटा विमानात बसताच ते दिव्य विमान भूमीवरून अलगद वर उचललं गेलं आणि संथ गतीनं उंच उंच जाऊ लागलं. नगरीतल्या पुष्पमाला, ध्वज आणि पताका विमानातून दिसत होत्या; पण सीतेचं तिकडे लक्षच नव्हतं.

तिनं धीर करून त्रिजटेला विचारलं, "त्रिजटे, ते वृत्त खरंय का गं..."

त्रिजटा काहीच बोलली नाही; तेव्हा ते वृत्त खरंच असणार असं समजून सीता आक्रोश करू लागली. इतक्यात ते विमान युद्धक्षेत्रावरून जाऊ लागलं. एके ठिकाणी पोहोचताच विमान तिथेच भ्रमण करत राहिलं. मग ते युद्धभूमीपासून बरंच खाली आलं. सीतेनं धीर करून डोकावून पाहिलं. तर राम-लक्ष्मण शरशय्येवर पडलेले तिला दिसले. बाणांनी विद्ध झालेले, शरीरातून बराच रक्तस्राव झाल्यामुळे अशक्त झालेले, वनवासामुळे आणि युद्धामुळे कृश झालेले, बाणांनी बद्ध होऊन निश्चेष्ट पडलेले ते दोघे बंधू दिसताच सीतेच्या शोकाला पारावार उरला नाही. ती

म्हणू लागली, "त्रिजटे, असं कसं झालं गं? मला लोकांनी पुत्रवती होशील, अविधवा राहाशील असे आशीर्वाद दिले होते, ते निष्फळच ठरले की गं! राम अश्वमेध करील, तू पट्टाभिषिक्त राणी होशील असं भविष्य सांगणारे खोटे ठरले. माझ्या सर्वांगावर सगळी शुभलक्षणं आहेत, मग हे कसं घडलं? या वीरांचा पराक्रम कसा कमी पडला?"

त्रिजटा म्हणाली, "इंद्रजितानं यांच्यावर मायाजाल टाकलंय; अदृश्य राहून यांच्यावर त्यानं शरवर्षाव केलाय."

"अरेरे, या वीरांनी किती शस्त्रास्त्रं संपादन केली होती! वारुणास्त्र, आग्नेयास्त्र, ऐंद्रास्त्र, वायव्यास्त्र, ब्रह्मशिरास्त्र ही सारी अस्त्रं केवळ या मायाजालापुढे निष्फळ ठरली. त्रिजटे... यांनी माझ्यासाठी इतके कष्ट घेतले. सागर पार केला आणि आता केवळ..."

सीतेला बोलवेना. ती मोठमोठ्यानं रडू लागली. त्रिजटेला तिची समजूत घालता येईना. ती नुसतीच सीतेच्या पाठीवरून हात फिरवत राहिली.

रडतरडत सीता बोलू लागली, "त्रिजटे, शत्रू कितीही बलाढ्य असला तरी रामाच्या हातून तो जिवंत सुटायचा नाही; पण हे राम-लक्ष्मण दोघेही रणक्षेत्रात पडले कसे? आता मी काय करू? कौसल्यामातेला हे समजलं तर ती जिवंत राहायची नाही. केवळ रामासाठी ती जगली असेल. इतर कुणासाठी नाही. मातेसाठी तरी रामांनी जिवंत राहायला हवं होतं."

सीता विलाप करत असताना त्रिजटेनं विमानातून खाली डोकावून पाहिलं. ती सीतेला म्हणाली, "तू मुळीच शोक करू नकोस. राम जिवंतच आहे."

"खरंच? कशावरून म्हणतेस?"

"राम-लक्ष्मणांकडे नीट निरखून पाहा. मृत माणसांच्या मुखावर कसलेही भाव दिसत नाहीत; पण राम-लक्ष्मणांच्या मुखावर हर्ष, खेद, क्रोध हे सारे भाव दिसतात. आपलं विमान इथून जाताना तुझा आवाज ऐकून त्यांना हर्ष झाल्याचं मला स्पष्ट जाणवलं. तू बद्ध आहेस याचा क्रोध आणि आपण स्वतः रणांगणात पडलोय याचा खेद त्यांना झाल्याचं मी पाहिलं."

सीता आनंदानं म्हणाली, "खरंच का? त्रिजटे, धन्य तुझी! तू इतकं निरीक्षण केलंस?"

"होय, आणखी हे दिव्य पुष्पकविमान म्हणजे अमंगलाची उपेक्षा करणारं असं आहे. तुला वैधव्य प्राप्त झालं असतं तर त्या विमानानं तुझ्यासह उड्डाण केलंच नसतं. आणखी एक गोष्ट ध्यानात घे. हे वानरसैनिक कसे दिसतात बघ?"

"रणभूमीवरचे वानर उत्साही, आनंदी दिसतात आणि राम-लक्ष्मणांभोवतीचे वानर दक्षतेनं उभे राहिलेले दिसतात."

त्रिजटा म्हणाली, ''तेच सांगतेय मी! अगं, यांचा नेता मेला असता तर हे सैनिक असे आनंदी, उत्साही दिसले असते का? आणि हे रामाभोवतीचे सैनिक मृतदेहाचं रक्षण करताना इतके दक्ष कशाला राहिले असते? या रणभूमीवरचं वातावरण पाहिल्यावर नेता मृत झाल्यासारखं वाटत नाही.''

सीतेनं आनंदानं त्रिजटेला आलिंगन दिलं.

त्रिजटा पुन्हा म्हणाली, ''राम-लक्ष्मणांची कांती तेजस्वी आहे. बाण लागल्यावरही ते तेजस्वी दिसतात याचा अर्थ काय? राम-लक्ष्मणांची चिंता करू नकोस... आता परत जायचं का? तुझ्या इच्छेनुसार विमानाचं भ्रमण चालेल.''

सीतेनं अनुमती दिल्यावर विमान लंकानगरीकडे वळलं. अशोकवनात परत आल्यावर सीतेला तिथे ठेवून त्रिजटा प्रासादात वार्ता आणायला गेली. ती गेल्यानंतर थोड्याच वेळानं राक्षससेनेत झालेली गडबड ऐकू येऊ लागली. राम जिवंत असल्यावाचून राक्षसांची गडबड उडणं शक्यच नव्हतं.

*

रावण अस्वस्थ होऊन प्रासादाच्या गवाक्षाजवळ उभा होता. किती वेळ झाला तरी युद्धक्षेत्रावरून दूत आला नव्हता. अखेरीस रावण उठला आणि प्रासादाच्या शिखरावर जायला निघाला. इतक्यात यूपाक्ष घाईघाईनं आला. द्वारातून येत असतानाच रावणानं विचारलं, ''काय झालं? सगळ्यांचा वध झाला ना? राम-लक्ष्मण, सुग्रीव-हनुमान आणि बिभीषण?''

यूपाक्ष म्हणाला, ''वध झाला; पण या सर्वांचा नव्हे... आपल्याच वीरांचा! महाराज, ते वानरसैनिक असामान्य आहेत. अंगद, सुग्रीव, नल, नील, हनुमान सारेच महायोद्धे आहेत.''

शत्रूच्या वीरांची प्रशंसा रावणाला सहन झाली नाही. तो ओरडला, ''शत्रूची स्तुती नकोय मला... आपल्या वीरांविषयी सांग.''

यूपाक्ष म्हणाला, ''तेच सांगतोय... आपल्या वीरांनी पुष्कळ वानर मारले; पण वानरश्रेष्ठांपुढे कुणाचंच चाललं नाही. धूम्राक्षाला हनुमानानं मारलं. वज्रदंष्ट्राचा वध अंगदानं केला. अकंपनाचा वेध तर हनुमानानं केवळ एका वृक्षानं घेतला... सामान्य अश्वकर्ण वृक्षानं हनुमानानं त्या वीराचा बळी घेतला. नीलानं प्रहस्ताला मारलं.''

रावण ओरडला, ''तू केवळ शत्रूनं आपल्या वीरांना कसं मारलं तेच सांगतोस? आपल्या वीरांनी काही पराक्रम गाजवलाय नाही की काय? तू वानरांना वश झालेला दिसतोस?''

''महाराज, आपल्या वीरांनी पराक्रम केला; पण शत्रूच्या एकाही वीराला ते मारू शकले नाहीत. शत्रूचे पुष्कळ सैनिक मेले; पण महावीर मात्र-''

“आपले बाकीचे वीर कुठे गेले?”

“नरांतकाला द्विविद नावाच्या सामान्य वानरानं पर्वतशिखरानं मारलं. दुर्मुख नावाच्या दुसऱ्या वानरानं समुन्नताला वृक्षानं मारलं. जाम्बवानानं एका शिलेनं महानादाचं वक्षस्थल फोडलं. चार वानरांनी वृक्षांनी कुंभहनूचा वेध घेतला.”

रावण चकित झाला, “ते वीर काय केवळ वृक्षांनी आणि शिलाखंडांनी आपल्या वीरांना मारताहेत? आपल्या सुसज्ज सेनेजवळची सारी शस्त्रास्त्रं निष्प्रभ ठरली की काय? आपले बाण, प्रचंड गदा, पट्टे, कूटमुद्गर, परिघ, शूल या कशाचाही उपयोग नाही?”

“नाही महाराज! केवळ इच्छाशक्तीच्या बळावर युद्ध जिंकणारे लोक दिसतात ते!”

रावणानं कुतूहलानं विचारलं, “आणि ते राम-लक्ष्मण? ते इंद्रजिताच्या नागपाशातून कसे मुक्त झाले?”

“युद्धक्षेत्रातून पुष्पक विमान परत आल्यावर प्रथम राम सावध झाला. मला वाटतं, सीतेच्या रडण्याचा आवाज ऐकून तो शुद्धीवर आला; पण लक्ष्मण मृतप्राय झालेला पाहून तो शोक करू लागला. म्हणाला की, सीतेसारखी स्त्री या जगात पुन्हा मिळेल; पण लक्ष्मणासारखा भ्राता मात्र मिळणार नाही. रामानं लक्ष्मणासाठी पुष्कळ शोक केला. मग त्याला पुन्हा मूर्च्छा आली. इतक्यात समुद्राच्या दिशेनं गरुड आला. त्या गरुडानं राम-लक्ष्मणाच्या अंगावरून, मुखावरून आपला हात फिरवला. त्याच क्षणी त्या वीरांच्या अंगात रुतलेले नागपाश आपोआप गळून पडले. दोघेही सावध होऊन उठले आणि काय चमत्कार महाराज! त्यांच्या अंगावर व्रण-क्षत काही उरलंच नाही. निद्रेतून उठावं त्याप्रमाणे ते उठले. त्यांनी गरुडाला वंदन केलं, तेव्हा तो गरुड म्हणाला की, रामा, तू रावणाचा वध करशील.”

रावण त्वेषानं म्हणाला, “अशक्य... मी अवध्य आहे. ब्रह्मदेवानं मला वर दिला आहे. देव, दानव, पक्षी, यक्ष, राक्षस... कुणीच मला मारू शकणार नाही.”

“राम मानव आहे.” यूपाक्ष चटकन बोलून गेला.

“जे कृत्य देवदानवांना करता येणार नाही ते यःकश्चित मानवाला जमेल होय? मी स्वतःच त्या मानवावर चालून जातो.”

युद्धसज्ज होऊन आणि रथावर आरूढ होऊन रावण युद्धक्षेत्रात आला. त्याच्यासमवेत इंद्रजित, अतिकाय, महोदर, पिशाच, त्रिशिरा, कुंभ आणि इतर राक्षसवीर होते.

बिभीषणानं रामाला प्रत्येक राक्षसवीराची माहिती दिली; तेव्हा राम म्हणाला, “बिभीषणा, तुझा ज्येष्ठ बंधू रावण किती तेजस्वी आहे! याचं दिव्य तेज सूर्यासारखंच... याच्या भोवती असलेल्या राक्षसगणांच्या समुदायांमुळे हा राक्षसराज मला यमराजासारखा भासतो.”

भूतगणांनी वेढलेल्या यमासारखाच रावण आपल्या दिव्य रथातून येत होता. सूक्ष्म शलाका असलेलं त्याचं श्वेतछत्र पूर्ण चंद्रासारखं वाटत होतं. विंध्य पर्वतासारखा त्याचा देह धिप्पाड होता. त्याच्या अंगावरचं सुवर्णकवच झळाळत होतं. कर्णकुंडलं रथाच्या वेगानं डुलत होती. संतापानं नेत्र रक्तवर्ण झाले होते. रुंद ओष्ठद्वय स्फुरण पावत होते.

रावणानं आपल्या सचिवांना लंकानगरीचं रक्षण करायला सांगितलं आणि तो स्वतः पुढे आला, तेव्हा रामानं आपलं धनुष्य हातात घेतलं. रावण वानरसेनेतून रथ पुढे आणत होता. इतक्यात सुग्रीवानं एक मोठा शिलाखंड त्याच्या दिशेनं फेकला. वृक्षांसहित आलेल्या त्या शिलाखंडावर रावणानं सुवर्णपिच्छयुक्त बाण सोडले आणि मार्गातच त्याचे तुकडे करून टाकले. मग त्यानं प्रचंड सर्पाकृती बाणानं सुग्रीवाला वेधलं; त्यामुळे सुग्रीव मूर्च्छित होऊन भूमीवर कोसळला. रावणानं आणखी बाणांचा वर्षाव करून वानरसेनेला ग्रासून टाकलं. ते पाहून राम स्वतःच रावणावर चालून जायला निघाला; पण लक्ष्मणानं त्याला अडवलं आणि रामाला वंदन करून स्वतः रावणाकडे वळला.

मात्र, त्याला रावणाजवळ जावं लागलं नाही. हनुमानानं मार्गातच रावणाला अडवलं होतं. तो मोठ्यानं गर्जना करत होता, ''रावणा देव, दानव, यक्ष, गंधर्व आणि राक्षस यांना तू अवध्य असशील; पण वानराला तू अवध्य नाहीस, तेव्हा आज तू माझ्या हातून मरणार.''

रावण संतापून ओरडला, ''वानरा, तू माझ्यावर केवळ प्रहार करू शकलास तरी तुला अक्षय्य कीर्ती मिळेल!''

''माझ्या पराक्रमाची आठवण विसरलास वाटतं? नुसत्या तुझ्या अक्ष नावाच्या पुत्राची-''

अक्षाचं नाव काढताच रावणानं आपल्या हातानं हनुमानाच्या वक्षःस्थलावर प्रहार केला. हनुमानाला तो आघात असह्य झाला. तरीही सामर्थ्य एकवटून तो उभा राहिला आणि त्यानं हाताच्याच आघातानं रावणाच्या मस्तकावर प्रहार केला. त्या प्रचंड आघातानं रावण कोलमडला. भूकंपामुळे पर्वतशिखर कोसळावं तसा त्याचा भव्य देह भूमीवर पडला; पण काही क्षणांतच तो सावध झाला आणि संतापून हनुमानाच्या अंगावर प्रहार करू लागला. हनुमानाला उठायलाही अवसर मिळेना. ते पाहून नील एक पर्वतशिखर घेऊन रावणाच्या दिशेनं धावला आणि त्यानं तो शिलाखंड रावणाकडे फेकला; पण रावणानं भराभर सात बाण सोडून ती पर्वतप्राय शिला भेदून टाकली.

ते पाहून नीलानं भराभर वृक्ष उपटून रावणाच्या दिशेनं फेकले. रावणानं बाणांनी ते वृक्ष भेदून टाकले आणि नीलवर बाणवृष्टी केली. आता नीलानं वेगळाच पवित्रा

घेतला. त्यानं आपलं महाशरीर आकुंचित केलं हातपाय आणि पुच्छ पोटाशी एकत्रित केलं आणि क्षणार्धात तो कंदुकासारखा उडाला. कुणाच्याही लक्षात येण्यापूर्वी तो रावणाच्या ध्वजाच्या अग्रावर जाऊन बसला. ते पाहून रावण संतापला; पण त्याच्याऐवजी नीलच गर्जना करू लागला; त्यामुळे सगळ्यांचं लक्ष त्याच्याकडेच वेधलं गेलं. सगळे चकित होऊन पाहू लागले. नील उड्या मारत रावणाच्या ध्वजावरून रथाच्या शिखरावर गेला. मग एकाच झेपेत रावणाच्या धनुष्यावर जाऊन बसला आणि नंतर रावणाच्या किरिटावर बसला.

त्याचं ते अद्‌भुत कृत्य पाहून राम म्हणाला, "अरे, या नीलानं हे काय चालवलंय? रावणानं याला पकडलं तर?"

हनुमान म्हणाला, "रावणाच्या हातून तो निसटून येईल; पण नीलाचा हा युद्धपवित्रा अद्‌भुत आहे. रावणही गोंधळून गेलाय!"

नीलाच्या लाघवामुळे आणि चपलतेमुळे रावण संभ्रमित झाला होता. बाण सोडायलाही त्याला सुचेना. त्याची ती अवस्था पाहून वानरसैनिक आनंदानं गर्जना करू लागले आणि वानरश्रेष्ठ हसू लागले; त्यामुळे संतापून रावणानं धनुष्यबाण हाती घेतला आणि तो नीलाला म्हणाला, "ए वानरा, तुझं चापल्य आणि कपट अभिनंदनीय आहे; पण आता माझ्या या बाणानं मी तुझं चापल्य संपवून टाकतो. या अग्नेयास्त्रानं तुला..."

अग्नेयास्त्रानं अभिमंत्रित केलेल्या त्या बाणानं आपलं कार्य व्यवस्थित केलं. नील खाली कोसळला आणि त्याच्या देहाचा दाह होऊ लागला. तो गडाबडा लोळू लागला. तो मूर्च्छित झाल्याचं पाहून रावणानं रथ लक्ष्मणाकडे वळवला. मेघासारखी गर्जना करत तो रथ लक्ष्मणासमोर आला. रावणानं धनुष्याचा टणत्कार करताच लक्ष्मणानंही टणत्कारानंच प्रत्युत्तर दिलं.

रावण संतापून ओरडला, "लक्ष्मणा, माझ्या बाणांनी तू आज यमलोकी जाणार. माझा पराक्रम तुला माहीत नाही म्हणूनच तू पुढे आलास."

लक्ष्मण शांतपणे म्हणाला, "अरे पाप्या, सामर्थ्यवान लोक आत्मप्रशंसा करत नसतात. तुझं बल, सामर्थ्य सारं मला माहीत आहे. म्हणूनच मी धनुष्यबाण घेऊन इथे उभा आहे. चल ये... युद्ध कर."

रावणानं संतापून भराभर सुवर्णपिच्छयुक्त तीक्ष्ण बाण सोडले. लक्ष्मणानंही ते बाण आपल्या बाणांनी अडवले. रावणाचे क्षुरप्रभ, अर्धचंद्र, उत्तमकर्ण, मल्ल असे कित्येक बाण लक्ष्मणानं तोडले. आपले बाण व्यर्थ ठरत असल्याचं पाहून रावण चकित झाला. त्यानं एक ब्रह्मदत्त बाण लक्ष्मणाकडे सोडला. तो लक्ष्मणाच्या ललाटप्रदेशात घुसला; त्यामुळे लक्ष्मण आपल्या स्थानापासून किंचित हलला; पण क्षणार्धात स्वतःला सावरून त्यानं धनुष्य घट्ट धरलं आणि त्वेषानं एकच बाण सोडून

रावणाच्या धनुष्याचा भंग केला. मग भराभर तीन बाण सोडून रावणाला जर्जर केलं. रावण क्षणभर मूर्च्छित झाला; पण लगेच सावध होऊन त्यानं ब्रह्मदेवाकडून मिळालेली शक्ती हाती घेतली. लक्ष्मणाच्या बाणांनी रावणाचं शरीर रक्तमय झालं होतं. त्यानं हातात घेतलेली धूमयुक्त अग्नीसारखी प्रज्वलित शक्ती वेगानं लक्ष्मणाकडे सोडली. लक्ष्मण भूमीवर कोसळताच रावण धावत त्याच्याजवळ गेला व दोन्ही हातांनी त्याला उचलू लागला; पण लक्ष्मणाचा देह उचलणं त्याला जमेना.

रावण लक्ष्मणाला उचलायचा प्रयत्न करतोय हे लक्षात येताच राम त्याच्या दिशेनं धावला; पण त्यापूर्वीच हनुमान तिथे पोहोचला आणि त्यानं आपल्या वज्रमुष्टीनं रावणावर प्रहार केला. अचानक झालेल्या त्या प्रहारामुळे रावण भूमीवर पडला आणि मूर्च्छित झाला. त्याच्या नाकातून, कानातून आणि मुखातून रक्तस्राव सुरू झाला. विव्हल होऊन तो उठला आणि हळूहळू रथाकडे गेला. रथात बसताच त्याला पुन्हा मूर्च्छा आली.

रावण पराभूत होताच हनुमानानं लक्ष्मणाला उचलून रामाजवळ आणलं. रामाचा प्रेमळ स्पर्श होताच लक्ष्मण सावध झाला. त्याच क्षणी त्याला लागलेली ब्राह्मी शक्ती रावणाच्या रथाकडे परत गेली.

लक्ष्मण सावध होताच राम धनुष्य घेऊन उठला आणि रावणाच्या दिशेनं धावला. पाठोपाठ हनुमान गेला. रामाजवळ जाऊन म्हणाला, ''तुम्ही माझ्या खांद्यावर बसून युद्ध करा.''

राम हनुमानाच्या खांद्यावर बसला आणि त्यानं धनुष्याचा टणत्कार केला. सगळे सैनिक घाबरून त्याच्याकडे पाहू लागले. गरुडावर आरूढ झालेल्या विष्णूप्रमाणे हनुमानावर आरूढ झालेला राम दिसत होता. रामानं भराभर वेगवान तीक्ष्ण बाण सोडण्यास प्रारंभ केला. बाणांच्या वर्षावामुळे रावण गोंधळला. त्याच्या किरिटाचे तुकडेतुकडे झाले. धनुष्य मोडून पडलं. अश्व आणि सारथीही गतप्राण होऊन खाली कोसळले. या प्रकारामुळे रावण अधिकच गोंधळला. त्याची कृष्णमुद्रा विवर्ण झाली. त्याचा स्वतःच्या सामर्थ्यावरचा विश्वास ढळला आणि निष्प्रभ झाल्यामुळे तो हताश झाला. रामाच्या बाणांचा वर्षाव चालूच होता. तो वर्षाव झेलणं असह्य झाल्यानं रावण पराभूत होऊन मागे वळला आणि लंकेच्या दिशेनं चालू लागला. त्याचे उन्नत स्कंध खाली झुकले होते. गर्वानं सदैव ताठ असलेलं त्याचं मस्तकही झुकलं होतं. गलितगात्र अवस्थेत तो एकटाच लंकेत परतला. आपण केलेली उग्र तपश्चर्या एका मानवापुढे निष्प्रभ ठरल्याचं त्याला दुःख झालं. त्यानं अमरत्वाचा वर मागितल्यावर ब्रह्मदेवानं तो नाकारला होता याचं स्मरण त्याला झालं. आपण देव-दानवांना, यक्ष-गंधर्वांना अवध्य व्हावं हा त्यानं मागितलेला वर मात्र ब्रह्मदेवानं दिला होता; पण त्याच वेळी ब्रह्मदेव म्हणाला होता, 'तुला मानवापासून भय आहे हे विसरू नकोस.'

हे ब्रह्मदेवाचे शब्द रावणाला आता आठवले. वेदवतीवर रावणानं बलात्कार केला तेव्हा तिनंही त्याला शाप दिला होता. इक्ष्वाकु कुलातल्या अनरण्यानंही शाप दिला होता. या सर्वांच्या शापवचनांची रावणाला आठवण झाली; पण आता ते शब्द आठवून उपयोग नव्हता. युद्धात माघार घेणं आता शक्य नव्हतं.

*

लंकानगरीतून अचानक शंख, दुंदुभी, मृदंग, पणव आणि इतर वाद्यं वाजू लागली. पुष्कळजणांनी एकत्र जमून एखाद्याला ताडन करावं असा ध्वनी त्यात मिसळू लागला. त्या प्रचंड ध्वनीनं लंकानगरीच नव्हे तर वनं आणि पर्वतही दुमदुमून गेले. रावण पराभूत होऊन गेल्यानंतर नगरीत जी शांतता पसरली होती, ती अशा तऱ्हेनं का भंग पावावी हे वानरश्रेष्ठांना कळत नव्हतं. राम-लक्ष्मणही चकित झाले होते. शेवटी रामानं बिभीषणाला विचारलं, "हा काय प्रकार आहे?"

बिभीषण उत्तरला, "कुंभकर्णाला उठवण्याचे प्रयत्न चालू आहेत. आधी वाद्यघोष करून, मोठमोठे आवाज करूनही कुंभकर्णाला जाग आली नसेल; म्हणून मग राक्षस त्याच्या देहावर मुद्‌गल, मुष्टी, भृशुंडी, मुसळं आणि गदांचे प्रहार करून त्याला उठवत असतील. पुष्कळ प्रयास केल्यावर कुंभकर्ण जागा होईल. मग आळस झाडून तो थोडा वेळ जांभया देत बसेल. त्याच्या त्या जांभयाही भयानक असतात. पूर्ण जागा झाल्यावर त्याला खाद्यपदार्थ दिले जातील. खाद्यपदार्थ सिद्ध करून ठेवलेच असतील. मृग, महिष आणि वराह यांचे प्रचंड ढीग सिद्धच असतात. शिवाय शिजवलेल्या अन्नाची रासही सिद्ध असेल. तो तृप्त झाला की, त्याच्याशी बोलायला धजावतील."

सुग्रीव म्हणाला, "आश्चर्यच आहे! इतकं मोठं युद्ध चाललंय तरी त्याला झोप लागते कशी?"

"त्याला ते वरदानच आहे!" बिभीषण उत्तरला, "ब्रह्मदेवानंच त्याच्या इच्छेप्रमाणे निद्रेचा वर दिलाय. प्रदीर्घ कालपर्यंत तो झोपतो. सहा महिने झोप झाली की, एखादा दिवस उठतो. मग पुन्हा झोपतो तो सहा महिने! मध्ये त्याला उठवावं लागलं तर हे असे महाप्रयास पडतात... पण एकदा उठला की, त्याच्यासारखा पराक्रमी तोच! दिसायला रावणासारखाच भव्य, रंगानं माझ्यासारखा कज्जलवर्णी आणि पराक्रमानं इंद्रजितासारखा आहे तो! रावणानं कुणाला न सांगता सीतेला पळवून आणलंय, हे त्याला आवडलं नव्हतं; पण तो रावणाला साह्य करणारा आहे. आता येईल तेव्हा त्याचा पराक्रम पाहालच तुम्ही!

बिभीषणाच्या बोलण्यात अतिशयोक्ती मुळीच नव्हती. पर्वतासारखा प्रचंड दिसणारा, सुवर्णालंकारांनी भूषित झालेला, किरीट-धनुष्य घेतलेला काळाकभिन्न

कुंभकर्ण दृष्टीस पडताच वानरसेना घाबरली. कित्येक वानर पळत सुटले, तेव्हा अंगदानं सगळ्यांना उपदेश करून थोपवलं. अंगदाच्या चेतावणीमुळे सगळे वानरश्रेष्ठ मोठमोठे वृक्ष आणि मोठ्या शिला घेऊन कुंभकर्णाकडे धावले; पण कुंभकर्णानं त्यांना एका तडाख्यात लोळवलं. मग सापडतील ते वानरसैनिक उचलून त्यानं त्यांचं भक्षण करायला प्रारंभ केला. कुंभकर्णानं द्विविदाला जर्जर केलं. हनुमानालाही विव्हल केलं. ऋषभ, शरभ, नील, गवाक्ष, गंधमादन यांनाही त्यानं लोळवलं. ते पाहून अनेक वानर त्याच्यावर धावून गेले, तेव्हा कुंभकर्ण त्यांना खाऊ लागला.

वानरसेनेचा संहार पाहून अंगद संतापला आणि कुंभकर्णाच्या अंगावर धावला; पण त्यालाही कुंभकर्णानं खाली पाडलं. नंतर आलेल्या सुग्रीवालाही त्यानं एका प्रहारातच भूमीवर पाडलं. मग त्यानं सुग्रीवाकडे एक लोखंडी शूल फेकला; पण हनुमानानं तो उडी मारून पकडला आणि तोडून टाकला. कुंभकर्णाच्या प्रहारानं सुग्रीव मूर्च्छित झाला, तेव्हा त्याला उचलून खांद्यावर घेऊन कुंभकर्ण लंकेत जाऊ निघाला. विजयी कुंभकर्णाच्या अंगावर लंकेतले राक्षस पुष्पवृष्टी करू लागले. नगरीत वाजत असलेल्या मंगलवाद्यांच्या आवाजानं सुग्रीव भानावर आला. वस्तुस्थिती लक्षात येताच त्याच्या मनात आलं, 'या राक्षसानं तर मला घट्ट पकडलंय. याचा प्रतिकार करून सुटण्यावाचून गत्यंतर नाही.'

सुग्रीवाच्या मुखाजवळ कुंभकर्णाचा कान होता. सुग्रीवानं प्रथम त्या कानाला चावा घेतला आणि आपल्या तीक्ष्ण दातांनी तो कानच तोडला. मग त्यानं मुख वळवून कुंभकर्णाचं नाकही तोडलं आणि नंतर आणखी बलानं त्याचा दुसरा कानही तोडला. कुंभकर्णाचं मुख रक्तानं भरलं. त्यानं रागानं सुग्रीवाला भूमीवर आपटलं. त्याच क्षणी सुग्रीवानं उड्डाण केलं आणि तो रामाजवळ येऊन उभा राहिला.

राम म्हणाला, "सुग्रीवा, उत्तम! राक्षसाचे कान आणि नाक तोडलंस ना? पण आता काळजी घे. तो बघ आला-"

सगळ्यांनी वळून पाहिलं तेव्हा कुंभकर्ण वेगानं येत होता. त्याच्या नाका-कानातून अजून रक्तस्त्राव होत होता. आता तो लक्ष्मणाकडे वळला. लक्ष्मणानं त्याच्या अंगावर सोडलेले पुष्कळ बाण निष्फल होऊ लागले, तेव्हा गर्वानं तो म्हणाला, "लक्ष्मणा, तू बालक आहेस. तरीही माझ्याशी निर्भयपणे युद्ध केलंस हीच प्रशंसेची गोष्ट आहे. तुझ्या पराक्रमानं मी संतुष्ट झालोय; पण मला रामाशी युद्ध करायचंय."

त्याचं हे बोलणं ऐकून पलीकडेच उभा असलेला राम म्हणाला, "मी दाशरथी राम..."

कुंभकर्ण त्याच्या अंगावर धावला, तेव्हा पर्वतासारखा निश्चल उभा राहून राम भराभर बाण सोडू लागला. त्यानं रौद्रास्त्र अभिमंत्रून कुंभकर्णाच्या दिशेनं तीन बाण

सोडले. त्या बाणांनी कुंभकर्ण विद्ध झाला आणि सर्वत्र धावू लागला. रामाचे सुवर्णपिच्छांकित बाण त्याच्या वक्षःस्थलात घुसले होते. असह्य वेदनांमुळे त्याला स्वतःचा तोल राखता येईना. त्याच्या उजव्या हातातली गदा गळून पडली; पण ते त्याच्या लक्षातही आलं नाही. क्रुद्ध आणि विद्ध होऊन धावताना त्याच्या डाव्या हातातला मुद्गलही गळून पडला. हातातून पाठीवर लटकवलेलं धनुष्य आणि पाठीला लावलेला बाणांचा भाता सावरणं अशक्य झालं. तरी त्याचं थैमान चालूच होतं. कान-नाक तुटल्यामुळे आणि बाणांच्या क्षतांमुळे त्याचा देह रक्तमय झाला होता. पळतापळता तो हाती लागतील ती वानरं मारत होता. मध्येच एखादा राक्षस दिसला तर त्यालाही मारत होता.

ते पाहून लक्ष्मण म्हणाला, "रामा, हा राक्षस तर स्वकीयांनाही मारतोय. याला आपलं-परकं कळेनासं झालंय, तेव्हा वानरसेनेनं त्याच्यावर आक्रमण करावं."

चहूबाजूंनी वानरसेनेचं आक्रमण शिवाय रामाचा शरवर्षाव यामुळे कुंभकर्ण त्रस्त झाला. राम ओरडून त्याला म्हणाला, "राक्षसा, आता एका मुहूर्तातच तू मरशील. मी साऱ्याच राक्षसांचा नाश करणार आहे."

मग रामानं वायव्यास्त्र अभिमंत्रून एका बाणातच कुंभकर्णाचा उजवा हात तोडला; तरी तो एका हातानं युद्ध करत राहिला; पण रामानं ऐंद्रास्त्रानं तोही हात तोडला. तरीही कुंभकर्ण रणभूमीवर उभाच होता. मग रामानं दोन तीक्ष्ण अर्धचंद्र बाण घेतले आणि कुंभकर्णाचे दोन्ही पाय तोडले. कुंभकर्णाच्या मुखातून एक गर्जना बाहेर पडली आणि मुखाचा आ वासून राहिला. रामानं भराभर बाण सोडून ते मुख भरलं, तेव्हा कुंभकर्ण भूमीवर कोसळला. मग रामानं एक सुवर्ण-हिरे जडवलेला तीक्ष्ण ऐंद्रबाण त्याच्यावर सोडला आणि त्याची हालचाल पूर्ण बंद केली.

कुंभकर्णाचा प्रचंड देह लंकानगरीच्या प्रवेशद्वारासमोर पडला. ते पाहून वानरसेना आनंदानं गर्जना करू लागली.

*

कुंभकर्णाच्या वधानंतर देवांतक, नरांतक, अतिकाय, महाकाय, त्रिशिर हेही राक्षस भराभर रणभूमीवर मरून पडले, तेव्हा रावण हतबल झाला; पण इंद्रजितानं त्याला धीर दिला. तो म्हणाला, "तात, आपण खिन्न होऊ नका. आपला पुत्र जिवंत आहे. आज तुम्ही राम-लक्ष्मणांच्या मृत्यूचं वृत्त ऐकाल..."

आपल्या अतुल पराक्रमी आणि दैवी सामर्थ्य असलेल्या पुत्रावर रावणाचा विश्वास होता. इंद्रजित रणभूमीवर गेला आणि त्यानं तिथे अग्नी प्रज्वलित केला. मग त्यात यथाविधी गंध, पुष्प, लाह्या यांचं हवन केलं. शस्त्र, भल्लातक फलांच्या समिधा, रक्तवर्ण वस्त्र, दांड्यांचं लोहपात्र अशा साहित्यानं हवन पूर्ण झालं. मग

एक कृष्णवर्ण अज त्या अग्नीला अर्पण केला. अग्नीनं त्या सर्व द्रव्याचा स्वीकार करून प्रचंड सुवर्णवर्णी ज्वालांनी इंद्रजिताला आशीर्वाद दिले. मग इंद्रजितानं ब्रह्मास्त्र मंत्रून वानरसेनेवर सोडलं.

बिभीषण रामाला म्हणाला, ''हा रणयज्ञ पूर्ण झाला. आता हा इंद्रजित मायावी विद्येनं अदृश्य राहून युद्ध करील. ब्रह्मास्त्र सोडील.''

इंद्रजिताच्या अभिमंत्रित अस्त्रामुळे वानरसेनेवर बाणांचा, प्रासांचा आणि शूलांचा वर्षाव होऊ लागला. हनुमान, सुग्रीव, गवय, अंगद, जाम्बवान, सुषेण, कुमुद, सारेच वानरश्रेष्ठ त्या शस्त्रवर्षावामुळे विद्ध झाले. मग राम-लक्ष्मणावरही शस्त्रांचा वर्षाव होऊ लागला.

तेव्हा राम म्हणाला, ''लक्ष्मणा, हा मायावी राक्षस अतिउन्मत्त आहे. याला ब्रह्मदेवाचा वर आहे; त्यामुळे अदृश्य राहून हा युद्ध करतो... याला आपण प्रतिकार करू शकणार नाही; तेव्हा सावध राहून त्याच्या बाणांचा वर्षाव सहन करावा. ब्रह्मास्त्राचा मान राखणं हा एकच उपाय आहे... आपण मूर्च्छित झालो, असं पाहिलं की, हा लंकानगरीत परत जाईल.''

थोड्याच वेळानं राम-लक्ष्मणही शस्त्रांच्या वर्षावानं मूर्च्छित झाले आणि निश्चेष्ट पडले तेव्हा इंद्रजित आनंदानं परतला. वानरसेनेत एकटा बिभीषणच सावध होता. तो सर्वत्र हिंडून वानरसैनिकांना धीर देऊ लागला.

''अरे कुणीही खिन्न होऊ नका. इंद्रजिताच्या मायाजालात अडकण्यापेक्षा ब्रह्मास्त्राचा मान राखणं हेच योग्य होतं. राम-लक्ष्मणांनी आणि वानरश्रेष्ठांनी तेच केलंय.''

मग हातात एक दीपिका घेऊन बिभीषण रणभूमीवर सर्वत्र हिंडू लागला. हनुमानही लवकरच सावध झाला आणि त्याच्याबरोबर हिंडू लागला. सुग्रीव, अंगद, नल, नील, शरभ, सुषेण सारेच मृतप्राय होऊन पडलेले दिसत होते. हनुमान-बिभीषण जाम्बवानाजवळ गेले, तेव्हा तो काहीतरी सांगू लागला. बिभीषणानं आपला कान त्याच्या मुखाजवळ नेला. विझत चाललेल्या अग्नीसारखा त्या अवस्थेतही किंचित प्रज्वलित होऊन तो वृद्ध क्षीण स्वरात म्हणाला, ''बिभीषणा, मला काही दिसत नाही; पण तुझा आवाज मी ओळखला. हनुमान कुठे आहे?''

''हा इथेच आहे; पण राम-लक्ष्मणाऐवजी तू हनुमानाची विचारणा का करतोस?''

''कारण याच्यामुळे बाकीचे मृतप्राय झालेले श्रेष्ठ वीर जिवंत राहातील. हनुमाना...''

''सांगा, काय करू?'' हनुमान हात जोडून म्हणाला.

''हिमालयावर जा आणि तिथे चार औषधी आहेत त्या आण... ऋषभ आणि कैलासशिखराच्या मध्ये औषधीपर्वत आहे. त्यावर मृतसंजीवनी, विशल्यकर्णी,

सुवर्णकर्णी आणि संधानी अशा चार महौषधी आहेत. त्या त्वरित घेऊन ये.''

हनुमानानं लगेच उड्डाण केलं. त्याच्या उड्डाणवेगामुळे भूकंप झाल्याप्रमाणे त्रिकूटाचल हलला. लंकेला हादरा बसला. प्रचंड वेगानं हनुमान काही क्षणांतच हिमालयावर पोहोचला. तिथे कैलासशिखर आणि ऋषभ यांच्या मध्ये असलेला औषधीपर्वत त्याला दिसला. मग जाम्बवानानं सांगितलेल्या दिव्यौषधींच्या शोधार्थ तो संचार करू लागला; पण त्या औषधी त्याला सापडेनात, तेव्हा तो संतप्त झाला आणि ओरडला, ''हिमालया, तू स्वतःला पर्वतराज म्हणवतोस आणि रामाविषयी तुझ्या मनात दया नाही? रामाच्या कार्यात साह्य करत नाहीस; पण मी असा निराश होणार नाही. मी तुलाच उखडतो...''

हनुमानानं त्या पर्वताच्या शिखराचा मोठा भाग उपटला आणि प्रचंड शिखर हातात घेऊन त्यानं वेगानं लंकेच्या दिशेनं उड्डाण केलं. हनुमानाचं ते अद्‌भुत कृत्य पाहून सूर्यही स्तिमित झाला. आकाशाच्या मध्यावर काही क्षण स्थिरावून तो हनुमानाकडे पाहात राहिला. मध्यान्हीच्या सूर्याच्या त्या तळपत्या प्रखर प्रकाशात वेगानं चाललेला तेजःपुंज हनुमान प्रतिसूर्यच्च भारात होता.

हातात प्रचंड पर्वतशिखर घेऊन हनुमान रणभूमीवर उतरला, तेव्हा वानरांनी आनंदघोष केला. त्या पर्वतशिखरावरच्या दिव्यौषधींच्या वासामुळेच सगळे मृतप्राय झालेले वानरश्रेष्ठ सावध झाले. राम-लक्ष्मणही उठले.

हनुमानाच्या त्या अद्‌भुत पराक्रमामुळे सगळे भारावून गेले होते. राम म्हणाला, ''हनुमाना, तू वायूपुत्र शोभतोस हं- अगदी मनोवेगानं जाऊन परत आलास की! तुझ्यामुळे हे सारे सैनिक जिवंत झाले.''

हनुमान नम्रपणे उत्तरला, ''रामा, तुमची सेवा करणं हा माझ्या जीवनातला सर्वोच्च आनंद आहे. जाम्बवानानं ही अपूर्व संधी मला दिली...''

''पण जाम्बवाना, या औषधींमुळे राक्षसही जिवंत होतील.'' सुग्रीवानं शंका उपस्थित केली.

बिभीषण हसला, ''ती चिंता नको. राक्षसांचे मृतदेह समुद्रात टाकायची व्यवस्था रावणानं आधीच केलीय. मरण पावलेल्या राक्षसांची संख्या शत्रूला कळू नये हा त्याचा उद्देश आहे!''

''स्तुत्य उद्देश आहे.'' लक्ष्मण म्हणाला, ''कारण तो आपल्याला लाभदायक आहे. किती राक्षस मेले याचं गणित करायची आम्हाला आवश्यकताच नाही.''

सुग्रीव म्हणाला, ''आता लंकेत शिरून इंद्रजितानं आनंदोत्सवाला प्रारंभ केला असेल; तेव्हा आपण सूर्यास्तानंतर दिवट्या घेऊन लंकेवर चालून जावं आणि लंका पेटवून द्यावी.''

ही युद्धयोजना सर्वांनाच मान्य झाली.

*

लंकानगरी जळू लागताच प्रमुख राक्षस बाहेर पडू लागले; पण वानरप्रमुखांनी कुंभ-निकुंभ-शोणिताक्ष-मकराक्ष असे कितीतरी राक्षसश्रेष्ठ युद्धात मारले. लंका जळतच होती. त्या प्रज्वलित झालेल्या दिव्य नगरीचं प्रतिबिंब सागरात पडलं; त्यामुळे सागराचं पाणी अग्नीमुळे प्रज्वलित झाल्याचा भास होऊ लागला; तेव्हा रावणानं इंद्रजिताला पुन्हा युद्धभूमीवर पाठवलं. युद्धभूमीवर येताच त्यानं प्रथम होम केला. पुन्हा त्याच्या विजयाची सूचक चिन्हं दिसताच तो रथात सज्ज झाला. सुवर्णांकित असा तो रथ चंद्र-सूर्याच्या आणि मृग-गजांच्या आकृत्यांनी सुशोभित केला होता. ध्वजाच्या टोकाला लावलेले वैडूर्यमणी उन्हात चमकत होते. निर्ऋती देवतेच्या मंत्रांनी हवन पूर्ण करून निघताना त्याला स्वतःच्या यशाविषयी विश्वास वाटत होता.

स्वतः गुप्त राहून इंद्रजित युद्ध करत होता. त्याचा आकाशगामी रथ कुणालाही दिसत नव्हता; पण त्याचे बाण मात्र चहूबाजूंनी कोसळत होते. राम-लक्ष्मणांनीही दिव्य अस्त्रांच्या साह्यानं आकाश व्यापून टाकलं; पण इंद्रजितानं मायेनं धूम्र निर्माण केला. त्या घनदाट धूम्रामुळे दिशा अंधारून आल्या. काहीच कळेनासं झालं. दिवस असूनही रात्र झाल्यासारखं वाटू लागलं.

राम-लक्ष्मणांनी सुवर्णपिच्छांनी युक्त असे कित्येक तीक्ष्ण बाण सोडले. त्या बाणांनी इंद्रजिताचा वेध घेतला; पण तरी इंद्रजिताचं वर्चस्व संपुष्टात येईना. कित्येक वानर गतप्राण झाले; तेव्हा लक्ष्मण म्हणाला, ''आता सगळ्या राक्षसांवर ब्रह्मास्त्र सोडतो.''

''नको लक्ष्मणा, एका उन्मत्त राक्षसासाठी जगातल्या सगळ्या राक्षसांचा वध करणं योग्य नव्हे. युद्ध न करणारे, दडून राहिलेले कित्येक राक्षस अकारण मरतील; तेव्हा मीच इंद्रजिताकडे बघतो. हा इंद्रजित भूमीवर, रसातळात, आकाशात किंवा स्वर्गात कुठेही असला तरी माझ्या अस्त्रानं तो गतप्राण होऊन पडेल...''

रामाचा निर्धार इंद्रजिताच्या कानावर गेला, तेव्हा तो घाईघाईनं नगरीत गेला आणि काही वेळातच परत आला; तेव्हा त्याच्या रथावर सीताही आरूढ झाली होती. ती मोठमोठ्यानं आक्रोश करत होती. नगरीच्या प्रवेशद्वारातून रथ बाहेर पडला, तेव्हा रामानं दुरूनच प्रवेशद्वाराच्या दिशेनं भराभर बाण सोडले. त्या बाणांमुळे कैलास पर्वतासारखं भव्य आणि शुभ्र प्रवेशद्वार कोसळलं. राम दूर असल्यामुळे सीतेचा आक्रोश रामाच्या कानावर आला नव्हता; पण नगरद्वारापाशी उभ्या असलेल्या हनुमानाला मात्र सीतेचा आक्रोश ऐकवत नव्हता. दुःखमग्न झालेली मलिनवस्त्रधारिणी सीता दीन होऊन आक्रोश करत होती. तिचा केशकलाप मुक्त होता. अशोकवनात पाहिलेली असल्यानं हनुमानानं तिला लगेच ओळखलं.

इंद्रजितानं तिचे मुक्त केस डाव्या हातात धरले. मग तो तिच्याशी काहीतरी बोलला, तेव्हा हा काय करतोय याची हनुमानाला चिंता वाटली. सीता एकदम ओरडली, 'रामा, रामा'...

तिच्या त्या हाका ऐकल्यावर इंद्रजितानं तिच्या केसांवर उजव्या हातानं प्रहार केला. ते पाहून हनुमानाला अत्यंत दुःख झालं.

"अरे दुष्टा," तो रागानं ओरडला. "यांच्या केसांना तू स्पर्श केलास? आता तुझा हात जागेवर राहाणार नाही. तुला मी जिवंत ठेवणार नाही... अरे त्यांनी तुझा काय अपराध केलाय? स्त्रीवध करू नकोस."

हनुमान इंद्रजिताच्या अंगावर धावून गेला; पण राक्षसांनी त्याला अडवलं. इंद्रजित म्हणाला, "स्त्रियांचा घात करू नये म्हणतोस; पण वानरा, शत्रूला त्रास होईल असं काहीही करावं हे माहीत आहे ना तुला? मी शत्रूला ताप देण्यासाठीच या सीतेचा वध करतोय."

इंद्रजितानं मोठ्या खड्‌गानं सीतेचं सुंदर मस्तक कापून टाकलं आणि तो आनंदानं गर्जना करू लागला. इंद्रजिताची गर्जना ऐकून वानरसेना घाबरली, तेव्हा त्या सेनेला घेऊन हनुमान रामाजवळ आला.

हनुमानाचं खिन्न वदन, गोंधळलेलं मन आणि रागानं थरथरणारी काया पाहून रामानं विचारलं, "काय झालं रे?"

"दुःखद वृत्त आहे रामा... इंद्रजितानं सीतादेवींचं मस्तक खड्‌गानं उडवलेलं मी पाहिलं. रामा, देवी रडत होत्या तरी त्या दुष्टानं..."

राम अतिशय दुःखव्याकुल होऊन भूमीवर कोसळला. सगळे वानरश्रेष्ठ त्याच्याभोवती जमले. कुणी कमलजल आणलं तर कुणी चंदनजलाचा शिडकावा केला. लक्ष्मणानं आपल्या शीतल, स्नेहल मृदू हातांनी रामाला आलिंगन दिलं आणि तो त्याची समजूत घालू लागला, "रामा, तू धर्मनिष्ठ आहेस. जितेंद्रिय आहेस. तरीही तो धर्म अनर्थापासून तुझं रक्षण करत नाही. त्या अर्थी धर्म निरर्थक आहे. धर्म हे काही सुखाचं साधन नव्हे; तेव्हा धर्म नाहीच असं मला वाटतं. धर्मपालन न करताही पशु-पक्षी आणि वृक्ष सुखातच असतात. रामा, हा धर्म अदृश्य पण सत्कर्माचं फल देतो तर तुलाच का दुःख प्राप्त व्हावं आणि या दुष्टांना का सुख मिळावं? धर्म दुर्बल आहे; पण पुरुषांनी मात्र सबल प्रयत्नशील असावं अशी धर्माची अपेक्षा आहे. म्हणून मला वाटतं की, या दुर्बल धर्मानुसार वागूच नये. पुरुषप्रयत्न मुख्य आहे आणि धर्म गौण आहे; तेव्हा धर्म सोडून पुरुषप्रयत्नाचाच अवलंब कर... इंद्रजितानं आज आपल्याला दुःख दिलंय, त्याचा प्रतिकार मी पुरुषार्थानंच करीन. मी लंकेचा निःपात करीन."

लक्ष्मणाचं बोलणं चालू असताना बिभीषण तिथे आला. लक्ष्मणाच्या मांडीवर

रामाचं मस्तक पाहून तो घाबरला; तेव्हा लक्ष्मण म्हणाला, "इंद्रजितानं सीतेचा वध केला... हनुमानानं सांगितलं."

"हे शक्यच नाही!" बिभीषण एकदम म्हणाला, "रावणाचा स्वभाव मी ओळखून आहे. तो कधीही सीतेचा घात करणार नाही आणि कुणाला करू देणार नाही. सीतेला सोडून दे असं मी कितीतरी वेळा त्याला सांगितलं; पण त्यानं ते ऐकलं नाही. रामा, तुम्ही चिंता करू नका. सीता अशोकवनात सुखरूप आहे. काहीही उपायानं सीता कुणाच्या दृष्टीसही पडणं शक्य नाही. मग ती इंद्रजिताच्या हाती कशी लागेल?"

हनुमान म्हणाला, "पण मी प्रत्यक्ष पाहिलं. अशोकवनात मला भेटली तीच ती सीता होती. रामा-रामा म्हणून आक्रोश करत होती. मलिनवस्त्र नेसलेली, मुक्तकेशा, दुःखी अशी ती सीता मी लगेच ओळखली."

बिभीषण हसला, "तरीही ती मायावी सीता होती हे निश्चित... वानरांना मोह पाडून तो इंद्रजित चालता झाला. त्यानंतर ते रणभूमीवर पडलेलं सीतेचं मस्तक कुठे गेलं? तेही अदृश्य झालं असणार... मायावीच ते! मायाजालाचा उपयोग करून त्यानं वानरांच्या पराक्रमात अडथळा आणला. राम शोकाकुल झाला की, वानरसेना विस्कळित होईल अशीच त्याची कल्पना आहे. तेव्हा रामा, आता पुढची योजना आखा."

बिभीषणाचं हे बोलणं ऐकून सगळेच सावरले. राम सावध होऊन उठून बसला. बिभीषण म्हणाला, "इंद्रजिताला मारायचा उपाय मी सांगतो. आता तो निकुंभीला देवालयात जाऊन होम करील. तो होम पूर्ण होता कामा नये. एकदा तो होम पुरा झाला की, मग इंद्राचंदेखील त्याच्यापुढं काही चालायचं नाही."

राम म्हणाला, "मग मीच जातो."

"छे, छे! तू शोकाकुल झाला आहेस. तू इथेच थांब. आम्ही सगळे जातो. लक्ष्मण आमच्यासह येईल. लक्ष्मणानं शरवर्षाव केला की, मग इंद्रजित आपला होम सोडून येईल आणि नंतर त्याला मारता येईल. आता विलंब नको."

रामाच्या आज्ञेवरून लक्ष्मण सैन्यासह इंद्रजिताकडे निघाला. निघण्यापूर्वी त्यानं रामाला आणि इतर ज्येष्ठांना वंदन केलं. मग वानरसेना राक्षससेनेवर तुटून पडली. बिभीषणाच्या सूचनेनुसार वानरसेनेनं राक्षसांना झोडपायला प्रारंभ केला. वृक्ष, शिलाखंड या साधनांनी ते युद्ध करत होते; त्यामुळे राक्षससेना जर्जर झाली.

निकुंभीला देवालयात जाऊन एका राक्षसानं इंद्रजिताला हे वृत्त सांगितलं. त्या वेळी हवनकर्म अर्धच झालं होतं; पण वानरांनी राक्षससेनेचा संहार चालवलाय हे कळताच इंद्रजित ते कर्म अपुरं टाकूनच उठला. असं उठण्यामुळे आपला घात होईल, हवनकर्माचं फल मिळणार नाही या साऱ्या गोष्टींचं त्याला विस्मरण झालं.

रागानं गर्जना करत तो बाहेर आला, तेव्हा आपली योजना साध्य झाल्याचं बिभीषणाच्या लक्षात आलं. इंद्रजित रथात चढला आणि त्यानं आपलं धनुष्य हातात घेतलं. समोर दृष्टिक्षेप टाकताच त्याला हनुमान एका वृक्षानं राक्षसांना झोडपत असलेला दिसला. राक्षस त्याच्या वृक्षाचा प्रतिकार शस्त्रांनी करत होते; पण खड्ग, तोमर, परिघ, मुद्गल, परशू, भिंदिपाल, शूल या कशाचाही हनुमानापुढे उपयोग होत नव्हता. इंद्रजित सारथ्याला म्हणाला, "या वानराजवळ रथ ने. याची उपेक्षा केली तर राक्षससेना संपुष्टात येईल."

इंद्रजितानं हनुमानावर अनेक शस्त्रांचा वर्षाव केला. तरीही हनुमानावर कसलाच परिणाम होईना. हनुमान हसत म्हणाला, "इंद्रजिता, शूर असशील तर द्वंद्वयुद्ध कर... माझा वेग तुला सहन होतो का बघू या."

धनुष्य खाली ठेवून इंद्रजित रथाखाली उतरला. इतक्यात बिभीषण लक्ष्मणाला म्हणाला, "लक्ष्मणा, या दुष्ट राक्षसाला मारायची हीच वेळ आहे."

इंद्रजितानं आधी केलेल्या होमाजवळ जाऊन पुन्हा हवनाला प्रारंभ केला. त्याच्या पाठोपाठ लक्ष्मण आणि बिभीषण गेले. तिथला प्रचंड वटवृक्ष लक्ष्मणाला दाखवून बिभीषण म्हणाला, "या ठिकाणी भूतांना बली देऊन इंद्रजित युद्धाला प्रारंभ करतो. नंतर तो अदृश्य होतो आणि अजिक्य ठरतो; तेव्हा तो त्या वटवृक्षाजवळ गेला नाही तोपर्यंत तू त्याला मार. त्याचे अश्व, सारथी साऱ्यांचा तू नाश कर."

लक्ष्मण जवळ आला आहे हे कळताच इंद्रजित अग्निवर्णी रथात बसला. कवच आणि खड्ग धारण केल्यामुळे तेजस्वी दिसू लागला. मग लक्ष्मणानं त्याला युद्धाचं आव्हान दिलं.

त्याच्या मागेच उभ्या असलेल्या बिभीषणाकडे दृष्टी जाताच इंद्रजित संतापला आणि म्हणाला, "हा माझा पितृत्व दुसऱ्यांचा दास बनलाय. स्वतःच्या भावाशी, ज्ञातीशी द्रोह करून हा परक्यांना जाऊन मिळालाय. शत्रूच्या आश्रयाला जाण्यासारखं नीच कर्म करणारा सर्वांच्या निंदेचा विषय होतो... आणि स्वपक्षाचा त्याग करणाऱ्याचा वध परपक्षीयांकडूनच होतो. पितृव्या, तुझा निर्दयपणा सर्वांना कळलाय."

बिभीषण शांतपणे म्हणाला, "तू कशाला आत्मप्रशंसा करतोस? मी राक्षसांच्या कुळात जन्मलो असलो तरी मानवांप्रमाणे मी सत्वगुणयुक्त आहे. अधर्माचरण किंवा क्रूरकर्म मी कधीच करत नाही... आणि इंद्रजिता, तुझा पिता माझ्याशी कसा वागला, त्यानं मला कसं हाकलून दिलं ते विसरलास का?"

इंद्रजित काहीच बोलला नाही. बिभीषणच पुढे म्हणाला, "परद्रव्याचा अपहार करणाऱ्याचा आणि परस्त्रीला स्पर्श करणाऱ्याचा त्याग करावा. परद्रव्य, परस्त्री यांची अभिलाषा आणि सुहृदांवर अत्यंत अविश्वास या तीन कारणांमुळे जातींचा नाश होतो. याच दोषांसाठी मी तुझ्या पित्याचा त्याग केला. तुझ्या आणि रावणाच्या

दोषांमुळेच तुमचा अंतकाळ जवळ आलाय. आता तुला त्या वटवृक्षाजवळ जाता येणार नाही. रामाचा अपराध करून तू जिवंत राहाणं शक्य नाही... लक्ष्मणा-''

लक्ष्मणानं धनुष्य सिद्ध केलं, तेव्हा रथातून गर्जना करत इंद्रजित पुढे आला. आत्मप्रशंसा करत आणि पूर्वपराक्रमाचं वारंवार स्मरण देत तो युद्ध करू लागला.

लक्ष्मण शांतपणे म्हणाला, ''राक्षसा, वल्गना कशाला करतोस? पूर्वी युद्धात तू जे केलंस ते वीर्यकर्म नव्हतं तर चौर्यकर्म होतं. मी तुझ्या बाणांच्या कक्षेत उभा आहे. चल, दाखव तुझं तेज... उगाच आत्मप्रशंसा नको.''

इंद्रजितानं तीन विषयुक्त बाण सोडले. त्या बाणांमुळे लक्ष्मणाच्या शरीरातून रक्तस्राव होऊ लागला. इंद्रजित म्हणाला, ''आता तुला जिवंत सोडत नाही. आता गृध्र-कोल्हे तुझा देह खातील.''

लक्ष्मणानं काहीही न बोलता शांतपणे इंद्रजितावर पाच नाराच बाण सोडले. उत्तम पिसांमुळे ते बाण अतिशय वेगानं इंद्रजिताच्या शरीरात घुसले. पाठोपाठ लक्ष्मणानं आणखीही पुष्कळ बाण सोडले. इंद्रजितही तितकाच पराक्रमी होता. त्यानंही लक्ष्मणावर भराभर बाण सोडले. दोघांचं तुमुल युद्ध चालू असताना बिभीषण लक्ष्मणाला प्रोत्साहन देत समीपच उभा होता.

युद्ध करताकरता लक्ष्मणानं एकदम धनुष्याचा टणत्कार केला. त्या प्रचंड आवाजामुळे इंद्रजित खिन्न झाला. त्याची मुद्रा निस्तेज झाली. ते पाहून बिभीषण म्हणाला, ''लक्ष्मणा, आता या राक्षसाचा अंत जवळ आलाय. याची मुद्रा निस्तेज झालीय. यावरून आपला पराभव होणार असं याला वाटतंय. याच्या मुद्रेवरची ही दुश्चिन्हं म्हणजे आपल्या दृष्टीनं सुचिन्हंच आहेत; तेव्हा तू मुळीच हात थांबवू नकोस...''

लक्ष्मणानं सर्पाकृती महाविषारी बाण इंद्रजितावर सोडले. त्या बाणांनी इंद्रजित विद्ध झाला. त्याची सारी इंद्रियं क्षुब्ध झाली आणि एक मुहूर्तभर तो मूर्च्छित झाला; पण नंतर लगेच लक्ष्मणाच्या दिशेनं धावला. त्यानं लक्ष्मणाच्या दिशेनं सात बाण सोडले आणि हनुमानावर दहा बाण सोडले. मग तो बिभीषणाकडे वळला आणि त्याच्या अंगावर कित्येक बाण सोडू लागला; पण त्याच्या बाणांनी कुणीच विद्ध झालं नाही, तेव्हा लक्ष्मण हसू लागला, ''अरे इंद्रजिता, किती दुर्बल बाण सोडतोस! हे हलके बाण मला काहीच पीडा देत नाहीत. उलट सुखावह वाटतात. अरे, असं युद्ध करू लागलास तर तू जिंकणार कसा? हे बघ मी दाखवतो तुला... युद्ध कसं करायचं ते शिकवतो.''

बोलताबोलता लक्ष्मणानं आपले महावेगवान तीक्ष्ण बाण इंद्रजिताच्या अंगावर सोडले. त्या शरवर्षावामुळे इंद्रजिताचं सुवर्णकवच भंग पावलं आणि गळून रथात पडलं. आता लक्ष्मणाचे बाण सरळ इंद्रजिताच्या देहातच घुसू लागले. असह्य वेदना

होत असतानाही इंद्रजितानं बाणांचा वर्षाव केला; त्यामुळे लक्ष्मणाच्याही दिव्य कवचाचा भंग झाला. दोघांच्या शरीरातून रक्तस्त्राव होऊ लागला. तरी इंद्रजित रथातून सर्वत्र संचार करतच होता. लक्ष्मणानं मग एका बाणात इंद्रजिताच्या सारथ्याचा वध केला.

आता मात्र इंद्रजिताचा युद्धोत्साह संपला. तो खिन्न झाल्याचं दिसताच वानरप्रमुख आनंदानं गर्जना करू लागले. प्रमाथी, रभस, शरभ आणि गंधमादन हे वानरश्रेष्ठ तर इंद्रजिताच्या अश्वांवरच तुटून पडले. त्यांनी अश्वांना ओरबाडून जर्जर केलं. छिन्नभिन्न होऊन चारी अश्व भूमीवर मरून पडले. आता इंद्रजिताला रथातून उतरणं भाग पडलं. मग तो त्वरेनं लंकेत जाऊन दुसरा रथ घेऊन आला.

पुन्हा लक्ष्मणाचं आणि त्याचं तुमुल युद्ध झालं. लक्ष्मणानं इंद्रजिताच्या कुंडलयुक्त मुखावर पाच बाण सोडले. त्याच्या सारथ्याचा वध केला. इंद्रजितानं मग बिभीषणावर शरवर्षाव केला; पण बिभीषणानं त्याच्या अश्वांवर गदाप्रहार केला. विरथ होऊन इंद्रजित रणभूमीवर उतरला, तेव्हा लक्ष्मणानं एक श्रेष्ठ बाण धनुष्याला जोडला. सुवर्णाकृतींनी सुशोभित केलेला तो बाण दृढ होता. त्याची तीक्ष्णता आणि वेग असह्य होता.

तो बाण धनुष्याला जोडल्यावर लक्ष्मण क्षणभर स्तब्ध राहिला. मग म्हणाला, ''राम जर खरंच धर्मात्मा, सत्यवचनी आणि अनुपम पराक्रमी असेल तर हा बाण रावणपुत्राच्या वधाला कारणीभूत होईल.''

ऐंद्रस्त्रानं अभिमंत्रित करून लक्ष्मणानं तो दिव्य बाण सोडला. वेगानं गेलेल्या त्या बाणानं लक्ष्मणाचे शब्द खरे केले. इंद्रजिताचं शिरस्त्राण घातलेलं कुंडलयुक्त मस्तक क्षणार्धात धडावेगळं झालं आणि पाठोपाठ मस्तकविरहित भव्य देहही भूमीवर कोसळला. त्या महापराक्रमी राक्षसवीराच्या वधामुळे वानरसेनेनं लक्ष्मणाचा जयजयकार केला आणि राक्षससेना सैरावैरा मार्ग दिसेल तिकडे धावू लागली.

पुत्रवधाची वार्ता ऐकून रावणाला पराकाष्ठेचं दुःख झालं. युद्धाचा एवढा मोठा पसारा ज्याच्या आधारावर मांडला, तो इंद्रापेक्षाही महापराक्रमी पुत्र युद्धात मरण पावल्यामुळे रावण निराश झाला. त्या निराशेच्या भरातच तो सीतेचा वध करायला अशोकवनाकडे धावला. हातात खड्ग घेऊन रावण आलेला पाहाताच राम-लक्ष्मणांचा युद्धात वध झाला असावा असं सीतेला वाटलं. नगरीत राक्षसांचा आरडाओरडा चालू होता. तो आनंदोत्सवाचाच भाग असावा असं तिला वाटलं. आपण वश झालो नाही; त्यामुळे रावण आपला वध करायला उद्युक्त झाला आहे असं तिच्या मनात आलं, पण रावणाच्या अमात्यांनी त्याला अडवलं.

सुपार्श्व नावाचा त्याचा अमात्य म्हणाला, ''महाराज, स्त्रीवध कशासाठी करता? इंद्रजितासाठी निराश होऊन अधर्म करू नका. तपश्चर्या करून तुम्ही जी

विद्या मिळवलीत ती निष्फल होईल. असं करू नका. त्यापेक्षा राम-लक्ष्मणांच्या वधाची प्रतिज्ञा करा... आज चतुर्दशी... उद्या अमावास्येच्या मुहूर्तावर विजयासाठी निघा. राम-लक्ष्मणांचा वध करून निर्वेधपणे सीतेचा उपभोग घ्या."

सुपार्श्वाचं बोलणं रावणाला पटलं. सीतेच्याही ते कानावर गेल्यानं ती निश्चिंत झाली.

रावण म्हणाला, "सुपार्श्वा, आपलं उर्वरित सर्व सैन्य घेऊन, रथ, अश्व, गज, शस्त्रं, आयुधं सारं काही घेऊन तुम्ही सगळे आताच नगरीबाहेर पडा. महोदर आणि महापार्श्व सेनेबरोबर जातील. हे सर्व सैन्य नष्ट करणं रामाला किंवा कुणालाच शक्य होणार नाही."

पण रावणाचा तो विश्वास अनाठायी ठरला. रामानं एकट्यानंच राक्षससैन्यावर बाणवर्षाव सुरू केला आणि राक्षस हतबुद्ध होऊन गेले. रामाच्या गांधर्वास्त्रापुढे त्या राक्षसांच्या शस्त्रांचा निभाव लागेना. त्यांचे रथ मोडून पडू लागले. सारथी आणि अश्व कोसळू लागले. अत्यंत चपलतेनं हालचाली करत राम राक्षससेनेवर चालून जात होता; त्यामुळे क्षणात इथे, तर क्षणात तिथे असा सर्वत्र तो दिसत होता. राक्षस घाबरून गेले. मनाच्या गोंधळामुळे त्यांना स्वकीय-परकीय कळेनात. जळीस्थळी, काष्ठी-पाषाणी रामच दिसू लागला. गांधर्वास्त्रानं राक्षस मोहित झाले. हातात दिव्य धनुष्य घेतलेला तेजःपुंज राम वेगानं रणभूमीवर फिरत असताना एखाद्या कालरूप चक्रासारखा भासत होता. त्या चतुर्दशीच्या संध्यासमयी केवळ चार घटकांत रामानं राक्षससैन्याचा पुरता विध्वंस केला. रणभूमीवर गज, पदाती आणि अश्व यांच्या मृतदेहांचा ढीग पडला; त्यामुळे क्रुद्ध झालेल्या रुद्राची ती क्रीडाभूमीच असल्यासारखं वाटू लागलं.

रामाच्या संहारास्त्रातून सुटलेले राक्षसही अवयव तुटल्यामुळे युद्धाला निरुपयोगी झाले होते. लंकेत घरोघरी दुःखाकुल राक्षसस्त्रियांचा विलाप चालू होता. त्या रावणाला दूषणं देत रडत होत्या. वानरसेनेत मात्र आनंदीआनंद पसरला होता. सगळे वानर रामाची प्रशंसा करत होते.

जाम्बवानानं विचारलं, "रामा, हे कोणतं अस्त्र?"

राम उत्तरला, "हे महाभयंकर गांधर्वास्त्र आहे. ते केवळ माझ्याजवळ आणि प्रत्यक्ष शंकराजवळ आहे. हे अस्त्र जवळ ठेवणं इतर कुणालाच शक्य नाही."

थोड्या वेळात राम-रावणाचं युद्ध पुन्हा सुरू झालं. आता रावणानं नाराच बाणांची एक मालिकाच रामाच्या दिशेनं सोडली; पण रामाला त्यापासून काहीच व्यथा झाली नाही. त्यानं रौद्रास्त्राचा प्रयोग केला; पण रावणाचं कवच अभेद्यच राहिलं; तेव्हा रामानं आणखी महास्त्र सोडून रावणाच्या कपाळाचा भेद केला. रावण क्रुद्ध झाला आणि त्यानं रामावर असुरास्त्र सोडलं. या अस्त्रातल्या बाणांची तोंडं

पशु-पक्ष्यांसारखी होती. व्याघ्र, सिंह, कोल्हा, गर्दभ, शूकर, गृध्र, काक, कंक, श्येन... असे कितीतरी मुखाकार आ वासून आले. तेव्हा रामानं अग्नेयास्त्र सोडलं. त्याचे बाण अग्नीशिखेसारखे देदीप्यमान, सूर्यासारखे प्रज्वलित, विद्युल्लतेसारखे चंचल तर काही होमाग्नीसारखे ज्वालासंपन्न होते आणि काही ग्रहनक्षत्रांसारखे सौम्य होते. रामाच्या बाणांनी रावणाचं असुरास्त्र आकाशातच अडवलं; तरीही कित्येक वानर मरून पडले.

आता रावणानं सौरास्त्र सोडलं. त्याच्या धनुष्यापासून प्रचंड आणि देदीप्यमान चक्रं निघू लागली. सर्वत्र देदीप्यमान सूर्यच पसरलेत असा भास होऊ लागला; पण रामानं ती चक्रं आपल्या अस्त्रसामर्थ्यानं नष्ट केली, तेव्हा संतापून रावणानं रामावर दहा मर्मघाती बाण सोडले. इतक्यात लक्ष्मणानं रावणाच्या मनुष्यमस्तकयुक्त ध्वजाचे तुकडेतुकडे केले. त्याच्या सारथ्याचं मस्तकही उडवलं. बिभीषणानं गदेनं रावणाचे नीलवर्णी भव्य अश्व मारले, तेव्हा रावणानं रथातून उडी टाकून बिभीषणावर एक शक्ती टाकली. ती विद्युल्लेखेसारखी देदीप्यमान शक्ती बिभीषणाजवळ येण्यापूर्वीच लक्ष्मणानं तीन बाण सोडून तिचे तुकडेतुकडे केले. रावणानं त्वेषानं दुसरी शक्ती घेतली- आठ घटांनी युक्त असलेली! ती शक्ती वेगानं लक्ष्मणाच्या दिशेनं आली, तेव्हा प्रचंड घंटानाद करत अग्नीच लक्ष्मणावर झेपावत येत असल्याचा भास झाला. त्या शक्तीनं लक्ष्मणाच्या वक्षस्थलाचा वेध घेतला. लक्ष्मण मूर्च्छित होऊन भूमीवर पडला. रामाला अतिशय दुःख झालं; पण तो रावणावर चालून गेला आणि त्याला जर्जर केल्यावर मग लक्ष्मणाकडे येऊन रामानं त्याच्या वक्षःस्थलात रुतलेली शक्ती उपसून काढली. मग पुन्हा घोर युद्ध करून त्यानं रावणाला पराभूत केलं. रावण भीतीनं पळून गेला.

आता रामाला लक्ष्मणाजवळ यायला वेळ मिळाला. सगळे वानरश्रेष्ठ लक्ष्मणाभोवती जमले होते. पुष्कळ रक्तस्राव झाल्यामुळे लक्ष्मण मृतप्राय झाला होता. रामानं सुषेणाला विचारलं, "हा अजून सावध कसा झाला नाही? याच्या चिंतेनं मी व्याकुळ झालोय. मला युद्ध करायला सुचत नाही. मूर्च्छा येणार असं वाटू लागलंय... लक्ष्मणा, बोल की रे! वनात माझ्या मागोमाग आलास. माझ्या बरोबरीनं दुःखं भोगलीस. मग आजच मला टाकून कसा गेलास? आता मी सुमित्रामातेला काय सांगू? भरताला काय सांगू? माझ्याकडे एकदा तरी बघ रे... लक्ष्मणा, तू नसताना मला राज्य मिळालं तरी त्याचा काय उपयोग?..."

रामाचा विलाप चालूच होता. शेवटी सुषेण म्हणाला, "हे काय रामा? लक्ष्मण काही मरण पावला नाही. याचं मुख बघ बरं कसं तेजस्वी आहे! याचे नेत्र कमलासारखे प्रसन्न आहेत. याच्या हृदयाचं स्पंदनही चालू आहे."

मग सुषेण हनुमानाला म्हणाला, "पूर्वी तू ज्या पर्वतावरून महौषधी आणल्यास

तिथे जा आणि विशल्यकर्णी, सावण्यकर्णी, संजीवकर्णी आणि संधानी या वनस्पती घेऊन ये.''

हनुमान पुन्हा पूर्वीसारखाच मनोवेगानं हिमालय पर्वतावर पोहोचला आणि पूर्वीप्रमाणेच त्यानं त्या पर्वताचं शिखर औषधी वनस्पतींसह उपटून आणलं. हनुमानानं तसा पराक्रम पूर्वी केला असला तरी त्यानं पर्वतशिखर उपटून आणलेलं पाहून वानर विस्मयचकित झाले. त्या महौषधी हुंगल्यामुळे लक्ष्मणाला संजीवन मिळालं. तो उठून बसला; तेव्हा राम आनंदानं म्हणाला, ''लक्ष्मणा, तुझा पुनर्जन्मच झाला. तू नसलास तर या जगात मला स्वारस्य वाटणार नाही. तुझ्यापुढे सीता, राज्य, युद्धातला जय इतकंच नव्हे तर माझं जीवितही तुच्छ वाटतं मला.''

लक्ष्मण म्हणाला, ''रामा, असं निराश होणं तुला शोभत नाही. रावणाला मारायची प्रतिज्ञा केलीस, ती पूर्ण व्हायला हवी. नाहीतर तुझ्या नावाला कलंक लागेल. या दुरात्म्याचा वध आज सूर्यास्तापूर्वीच व्हायला हवा. तेव्हा तू-''

''होय लक्ष्मणा!'' राम उत्तरला. ''आज अस्तंगत होणाऱ्या सूर्याचं दर्शन रावणाला होणार नाही. त्यापूर्वीच माझ्या हातून त्याचा वध झालेला तुम्ही पाहाल.''

सगळ्या वानरांनी टाळ्या वाजवून आनंद प्रदर्शित केला. त्यांच्या टाळ्यांचा कडकडाट संपतो न संपतो तोच आकाशमार्गानं गडगडाट ऐकू आला. काही क्षणांतच दुरून येत असलेला एक दिव्य रथ सर्वांना दिसला.

बालसूर्याप्रमाणे सौम्य पण तेजस्वी असा तो दिव्य रथ रणभूमीवर येऊन रामासमोर थांबला, तेव्हा सगळेच चकित झाले. रथाला जोडलेले अश्व सुवर्णजालांनी विभूषित आणि उत्कृष्ट होते. रथावरही सुवर्णांच्या विविध आकृती होत्या. त्याच्या दांड्या वैडूर्यरत्नांनी मढवलेल्या होत्या. रथावर चहूबाजूंनी लहान लहान सुवर्णघंटिका होत्या. रथावर फडकणाऱ्या ध्वजाचा दंड सुवर्णाचा होता. त्या रथाचा सारथी हातात प्रतोद घेऊन खाली उतरला.

रामानं त्वरित सारथ्याला ओळखलं. विस्मयानं तो म्हणाला, ''हा तर मातली! इंद्राचा सारथी!''

मातली हात जोडून रामाजवळ आला आणि नम्रपणे म्हणाला, ''मला इंद्रानं पाठवलंय. तुझ्यासाठी हा रथ दिलाय. शिवाय हे प्रचंड धनुष्य, हे अग्नीसारखं देदीप्यमान कवच, बाण आणि शक्तीही तुला इंद्रानं दिलीय. मी तुझं सारथ्य करीन; तू या रथात आरूढ हो.''

रामानं रथाला प्रदक्षिणा केली. वंदन केलं आणि तो रथावर चढला. इतक्यात रावणही दुसऱ्या रथातून आला. रामाचा रथ पाहून त्याला नवल वाटलं. प्रत्यक्ष इंद्राचा तो रथ त्यानं ओळखला. असूयेची एक चमक त्याच्या मनात उठली; पण ती दाबून त्यानं रामावर गांधर्वास्त्र सोडलं. रामानं गांधर्वास्त्रानंच त्या गांधर्वास्त्राचा

नाश केला. रावणानं दैवास्त्र सोडलं; पण त्याचा नाश करण्यासाठी रामानंही दैवास्त्र सोडलं. आपल्या दोन उत्तम अस्त्रांचा नाश झालेला पाहून रावण संतापला आणि त्यानं अतिशय घोर असं राक्षसास्त्र रामाकडे सोडलं. त्या अस्त्राद्वारे मोठमोठे सर्पतुल्य बाणच रामाच्या दिशेनं जात असल्याचा भास बघणाऱ्यांना झाला. त्या विषयुक्त सर्पाकृती बाणांनी साऱ्या दिशा व्यापून टाकल्या.

त्या बाणांचा अवरोध करण्यासाठी रामानं गरुडास्त्र सोडलं. रामाचे सुवर्णपिच्छयुक्त बाण सुवर्णवर्णी गरुडाप्रमाणे आकाशात संचार करू लागले. त्यांनी रावणाच्या बाणांचा नाश केला. रावणांनी आणखी संतापून रामावर शरवर्षाव केला आणि रामाला व्यापून टाकलं. रावणानं एक शूल उगारला; पण रामानं त्याचा वेध घेतला.

अतिशय क्रुद्ध होऊन राम म्हणाला, ''राक्षसा, माझ्या नकळत तू माझ्या पत्नीला पळवलंस त्यावरूनच तुझा पराक्रम समजला. तू स्वतःला पराक्रमी समजत असलास तरी तू निर्लज्ज, चोर आहेस; म्हणून तुला मी आज मारणार आहे. तुझं कुंडलयुक्त मस्तक धुळीत पडेल आणि क्रूर श्वापदं ते ओढून नेतील.''

बोलताबोलता रामानं भराभर बाण सोडले; तेव्हा रावण मूर्च्छित झाला. रामानं बाण सोडणं थांबवलं; पण त्यापूर्वीच रावणाच्या सारथ्यानं रथ तिथून दूर नेला.

सावध झाल्यावर रावण सारथ्यावर संतापला, ''मूढा, मी भित्रा, धैर्यहीन, पराक्रमहीन आहे असं समजलास की काय? मी युद्धप्रिय असून, तू मला भ्यांड ठरवलंस? माझा रथ रणांगणातून दूर का आणलास? कुणी आज्ञा दिली ही? माझं शौर्य, पराक्रम सारं तू धुळीला मिळवलास, त्या अर्थी शत्रूनं तुला वश केलेलं दिसतंय.''

''महाराज, भावासारखं माझं तुमच्यावर प्रेम आहे; म्हणूनच योग्य वेळी मी रथ बाजूला नेला. मी सारथ्याचं कर्तव्यच केलं. तुम्ही आज्ञा करा तसं मी वागतो.''

''मग आता हा रथ रामाजवळ ने. राम कुणाशी तरी बोलतोय... अरे हे तर अगस्ती मुनी दिसतात...''

राम-रावणाचं अद्‌भुत युद्ध पाहायला अगस्ती मुनी आले होते. त्यांना पाहाताच राम-लक्ष्मणांनी त्यांना साष्टांग प्रणिपात केला, तेव्हा संतुष्ट होऊन अगस्ती म्हणाले, ''रामा, आदित्य ही शक्तीची देवता म्हणून यशासाठी तू आदित्यस्तोत्र म्हण. या सूर्याची प्रार्थना कर. तीन वेळा हे स्तोत्र म्हटलंस की, तुला विजय प्राप्त होईल.''

अगस्तींनी सांगितलेलं आदित्यस्तोत्र रामानं नीट ऐकलं. मग अगस्ती निघून गेल्यावर त्यानं सूर्याकडं पाहात तीन वेळा त्या स्तोत्राचं पठण केलं. नंतर तीन वेळा आचमन करून धनुष्य हाती घेतलं. मनात पुन्हा एकदा ईश्वराचं स्मरण केलं. आपल्या मनात आणि शरीरात अननुभूत तेजाचा संचार झाल्याची जाणीव त्याला

झाली. मुखावरही तेज दाटलं. रावणासमोर येताच रामानं मातलीला खूण केली. रथ वेगात दौडत निघाला. रावणाच्या रथाजवळ गृध्र आणि अस्वलं अमंगल आवाजात ओरडत होते. एकदम धूळ उडाल्यामुळे रावणाला काही दिसेना. रामाला मात्र अत्यंत प्रसन्न वाटत होतं. त्यानं रावणावर बाण सोडायला प्रारंभ केला.

राम आणि रावणाचं युद्ध चालू असताना वानर आणि राक्षससेना हातात आयुधं घेऊन ते अपूर्व युद्ध पाहात राहिली. रावणानं रामाच्या रथाच्या ध्वजावर बाण सोडले; पण ते रथापर्यंत पोहोचलेच नाहीत. मात्र, रामाच्या बाणांनी रावणाच्या ध्वजाचा वेध घेतला. ध्वज भूमीवर पडताच रावण क्रुद्ध झाला. त्यानं रामाच्या अश्वांवर बाण सोडले; पण ते निष्फळ ठरले. मग रावणानं मायावी शस्त्रवर्षाव केला. कित्येक बाण सोडले; पण काहीच उपयोग झाला नाही. राम-रावणांच्या शरवर्षावामुळे आकाश झाकून गेलं. एक मुहूर्तभर इतकं तुमुल युद्ध झालं की, त्याला दुसरी कसली उपमाच देता येणार नाही.

हे युद्ध असंच अखंड चालू राहाणार का अशी मातलीला भीती वाटली, तेव्हा तो म्हणाला, ''रामा, अरे असं समजत नसल्यासारखं काय करतोस? पैतामहास्त्राचा प्रयोग कर आणि याचा वध कर.''

रामाला स्मरण झालं. अगस्ती ऋषींनी पूर्वी दिलेला एक बाण त्यानं घेतला. वज्रतुल्य अशा त्या उत्कृष्ट, वेगवान आणि तीक्ष्ण बाणावर त्यानं वेदोक्त विधीनं अस्त्राचं अभिमंत्रण केलं आणि तो बाण रावणावर सोडला. त्या बाणानं रावणाच्या वक्षःस्थलाचा वेध घेतला. रावणाचं हृदय फोडून तो बाण भूमीत घुसला. क्षणार्धात गतप्राण होऊन रावण भूमीवर कोसळला. त्याबरोबर वानरसेनेनं उत्स्फूर्तपणे एकमुखानं रामाचा त्रिवार जयजयकार केला आणि टाळ्यांचा गजर केला. त्यानंतर कुणीही न सांगता सौम्य नौबती वाजू लागल्या. इतका वेळ बाणांनी व्यापून राहिलेल्या दशदिशा मुक्त झाल्या. अस्ताचलाला चाललेला सूर्य क्षणभर आकाशात थबकला. मंद, शीतल वायू वाहू लागला आणि रावणाच्या वधाची आणि रामाच्या विजयाची वार्ता तो दशदिशांत पसरवू लागला.

रावणाचा रणात वध झाल्याचं कळताच मंदोदरीसह त्याच्या सर्व राण्या धावत आल्या. अतिशय शोकाकुल होऊन त्या मोठ्यानं विलाप करू लागल्या. मंदोदरीचा विलाप तर पाषाणालाही पाझर फोडणारा होता. बिभीषण तर आधीपासून शोकमग्न होताच; आता मंदोदरीच्या विलापामुळे त्यालाही भावाचे गुण आठवू लागले. तो तिची समजूत घालत म्हणाला, ''हा कुबेरबंधू महापराक्रमी आणि सामर्थ्यवान होता. विद्यावेत्ता, धर्मवेत्ता आणि शास्त्रज्ञ म्हणून प्रख्यात होता; पण देवी, हा मद आणि मोह यांच्या आहारी गेला. यानं परस्त्रीला पळवून आणलं आणि तिला मुक्त कर, या माझ्या सूचनेकडे दुर्लक्ष केलं. याचे अमात्यही असेच अहंमन्य... यामुळे हे सारं

घडलं; पण हा पराक्रमी राजा दुर्बल होऊन मेला नाही. मृत्यूची पर्वा न करता हा युद्धात पराक्रम गाजवून मेला. यानं इंद्रासह सगळ्यांना त्रस्त केलं होतं. याला युद्धात पराभव माहीत नव्हता; पण रामा, युद्धात तुझ्यापुढे त्याचं तेज कमी पडलं; त्यामुळे याला मृत्यू आला...''

राम म्हणाला, ''बिभीषणा, संग्रामात मरण पावलेल्या क्षत्रियाविषयी असा शोक करणं योग्य नाही. क्षात्रधर्म पाळणारा हा राजा धर्मनिष्ठ होता; पण युद्धात जय-पराजय काही निश्चित नसतात... तेव्हा तू शांत हो आणि पुढचं कर्तव्य पार पाड.''

बिभीषण म्हणाला, ''माझा हा भाऊ दातृत्वशील होता. महातपस्वी होता. यानं उपनिषदांचा अभ्यास केला होता. अग्निहोत्राचं अनुष्ठान करणाऱ्यांत हा प्रमुख होता; तेव्हा याचं और्ध्वदेहिक योग्य प्रकारे व्हावं...''

राम उत्तरला, ''होय. वैऱ्याच्या मृत्यूबरोबर वैर संपतं, तेव्हा याची उत्तरक्रिया यथासांग कर. आता तुझा हा भाऊ माझाही भाऊ झालाय.''

''पण रामा, हा असत्यवचनी होता. क्रूर होता. दुष्ट होता. यानं परस्त्रीवर हात टाकला; मग मी याची पूजा कशी करू? ज्येष्ठ बंधू असला तरी मी याच्यावर अंत्यसंस्कार केले तर मलाच दोष लागेल.''

''नाही बिभीषणा! रावण महात्मा होता. बलाढ्य होता. याचा विधीपूर्वक अंत्यसंस्कार होणं तुला आणि मलाही इष्ट आहे. तसं केलं तरच आपली कीर्ती वाढणार आहे.''

बिभीषणानं मग लंकेतून रावणाचं अग्निहोत्र आणलं. शकट, काष्ठपानं, अग्नी, चंदन काष्ठ, अगरू, सुवासिक द्रव्यं आणि हिरे-मोती, पोवळी सर्व आणलं. मग रावणाचा देह सुवर्णाच्या शिबिकेमध्ये ठेवला आणि सर्वजण दक्षिणेकडे जायला निघाले.

रावणाचे अंत्यसंस्कार यथाविधी पार पडल्यानंतर रामानं मातलीचा सत्कार केला आणि इंद्राचा दिव्य रथ परत नेण्यास त्याला अनुज्ञा दिली. मग तो लक्ष्मणाला म्हणाला, ''तुम्ही सगळेजण लंकेत जा आणि बिभीषणाला राज्याभिषेक करा.''

लक्ष्मणानं वानरांना सांगून सुवर्णघटातून समुद्रजल आणवलं आणि बिभीषणाला राज्याभिषेक केला. नंतर बिभीषणानं रामाजवळ जाऊन त्याला वंदन केलं.

राम बिभीषणाला म्हणाला, ''आता हनुमानाला सीतेकडे पाठव. तिला कुशल कळव.''

हनुमानानं सीतेला रामाचा निरोप सांगितला. रावणाचा वध झाल्याचं आणि राम-लक्ष्मण कुशल असल्याचं वृत्त सांगितलं; पण सीता आनंदानं काहीच बोलू शकली नाही, तेव्हा हनुमान म्हणाला, ''देवी, तुम्ही बोलत का नाही? कसला विचार करताय?''

सद्गदित कंठानं सीता म्हणाली, "रामांच्या विजयाच्या वार्तेनं मन आनंदानं उचंबळलं. बोलायला सुचेना... हनुमाना, मला अत्यंत प्रिय अशी वार्ता तू आणलीस; पण तुला द्यायला माझ्याजवळ काही नाही. त्रैलोक्याचं राज्य दिलं तरी पुरेसं वाटणार नाही."

हनुमान हसला, "देवी, त्रैलोक्याचं राज्य मला काय करायचंय? त्यापेक्षा आजन्म रामाची सेवा करायला मिळेल, असा आशीर्वाद द्या."

"तथास्तु..."

"आणि देवी, परमपवित्र अशा तुम्हाला या राक्षसींनी छळलं, तेव्हा यांना काय शासन करू?"

"छे, छे! अरे, या राक्षसींनी राजाच्या आज्ञेवरून मला त्रास दिला. त्यांच्यावर राग कशाला धरायचा?"

"बरं! रामांना काही निरोप..."

"त्यांच्या दर्शनाची मला इच्छा आहे."

"राम लवकरच तुम्हाला भेटतील."

सीतेचा निरोप ऐकल्यावर रामानं बिभीषणाला सांगितलं, "सीतेला सांग की, शिरस्नात होऊन, दिव्य उटी लावून, वस्त्रालंकार घालून ये."

थोड्याच वेळात बिभीषण राक्षसांकडून सीतेला शिबिकेतून घेऊन आला, तेव्हा राम म्हणाला, "हे काय, हे सैनिक वानरांना बाजूला का करत आहेत? माझ्या या सैनिकांना कोणीही बोलू नका... आणि सीतेला म्हणावं की, शिबिकेतून उतरून पायीच ये. संकटात, युद्धात, स्वयंवरात, विवाहात आणि यज्ञात स्त्रियांनी इतरांच्या दृष्टीस पडण्यास काही प्रत्यवाय नाही. शिबिकेसारखे राजसत्कार स्त्रीला कशाला?"

सीता शिबिकेतून खाली उतरली, तेव्हा सर्वत्र शांतता पसरली. सीतेच्या पायातल्या नूपुरांचा आणि कटीवरच्या मेखलेचा छमूछम् आवाज त्या शांत वातावरणात घुमत होता. सर्वांचे नेत्र आपल्यावर खिळले आहेत, या जाणिवेनं सीतेला लज्जेनं घेरलं. अवनत मुखानं ती मंदगतीनं रामाच्या दिशेनं चालत राहिली. तिच्या सुकुमार गौरपावलांची चिन्हं रणभूमीवरच्या धुळीत उमटू लागली. रामापाशी गेल्यावर सीतेनं मान वर उचलून रामाकडे पाहिलं. एक क्षण चार नेत्र एकमेकांत मिसळले; पण दुसऱ्याच क्षणी रामानं दृष्टी वळवून लक्ष्मणाकडे पाहिलं. सीता मात्र रामाकडे पाहात राहिली. तिच्या मुखावर सारे कोमल ऋजुभाव एकवटले. कमलनेत्र प्रेमवर्षाव करू लागले. वर्षभराच्या विरहाचं दुःख एका क्षणात मिटलं. रामाच्या सुंदर नीलवर्ण मुखाकडे पाहाताना सीतेला वेगळीच शंका आली. तिची गौरवर्ण मुद्रा विवर्ण झाली. उजव्या हाताच्या लालसर लांब बोटांनी डाव्या अनामिकेतली राममुद्रिका चाचपत ती संभ्रमित होऊन रामाच्या डाव्या बाजूला येऊन उभी राहिली. तिच्या सौंदर्यानं सारेजण

अवाक् झाले होते. तिचा काळाकुरळा आर्द्र केशकलाप मस्तकावर रेखीव केशरचनेत बद्ध झाला होता. त्यावर घातलेली सुवर्णाची हिरेजडित फुलं चमकत होती. सीतेच्या गौरललाटावर काही मुक्त केश विसावले होते; त्यामुळे तिचा रुंद भालप्रदेश किंचित अरुंद वाटत होता. तिच्या सरळ नासिकेच्या पातळ लाल नाकपुड्या फुलाच्या पाकळीसारख्या थरथरत होत्या. रक्तवर्ण ओठ रेखीव लहान दंतपंक्तीखाली दबला गेला होता. कर्णाग्रावरची मौक्तिक कर्णफुलंही थरथरत होती. अंगावरच्या हरितवर्णी उत्तरीयावर हिरेजडित माला शोभत होती. कमरेच्या कटिबंधातले आणि मेखलेतले हिरेही त्या उत्तरीयानं उठून दिसत होते. तिच्या पीतवर्णी वस्त्रांमधून पावलांवरचा रक्तिमा अधिकच उठून दिसत होता. पायाच्या आणि हातांच्या वर्तुळाकार नखांचा फुगीरपणा कमी झाला नव्हता. तिच्या या सौंदर्यविशेषांचं विशेषत्व बंदीवासानंही उणावलं नव्हतं.

पण रामाचं तिच्या सौंदर्यलक्षणाकडे लक्ष नव्हतं. त्याची मुद्रा पुन्हा कर्तव्यकठोर झाली होती. तो सीतेकडे न पाहाताच बोलू लागला, "सीते, पुरुष म्हणून जे काही करायला हवं ते मी केलं. युद्धात शत्रूचा पराजय करून मी तुला जिंकून आणलंय. रावणानं केलेल्या अपमानाचं शल्य मी दूर केलंय; पण हे युद्ध, ही प्रतिज्ञा, हे यश काही तुझ्यासाठी नव्हतं; तुझ्यामुळे घडलेल्या या गोष्टी वंशाच्या उज्ज्वल कीर्तीला लागलेला कलंक दूर करण्यासाठी होत्या. या युद्धात या वानरांनी पराक्रम गाजवला. त्याचं सार्थक झालं. बिभीषण आपल्या भावाचा त्याग करून माझ्या पक्षात आला; त्याचंही सार्थक झालं."

राम पुढे म्हणाला, "तू आता कुठेही जा. मी तुला अनुज्ञा देतो."

तप्त लोहरस कानात ओतावा तशी सीतेची अवस्था झाली. दुःखावेग, निराशा, संताप यामुळे ती थरथरू लागली. इतर मंडळी अवाक् होऊन पाहात राहिली.

तिच्याकडे न पाहाता राम म्हणाला, "तुझ्या वर्तनाविषयी माझ्या मनात शंका असल्यामुळे मला तुझ्याशी काही कर्तव्य नाही. तू पुष्कळ दिवस माझ्यावर प्रेम करत असलीस तरी रावणाच्या शरीराचा तुला स्पर्श झालाय. रावणानं दोषदृष्टीनं तुला पाहिलंय; तेव्हा माझ्यासारखा कुलीन पुरुष तुझा स्वीकार कसा करील? तुझ्याविषयी माझ्या मनात आसक्ती नाही. आता तुला हवं तर तू लक्ष्मणाजवळ राहा किंवा भरताजवळही राहा. नाहीतर सुग्रीव, बिभीषण किंवा आणखी कुणीही-"

रामाच्या मुखातून बाहेर पडणारे ते शब्द सीतेला वज्राघातासारखे वाटत होते. तिचं मन उन्मळून पडलं. नेत्रांतून अश्रूधारा वाहू लागल्या. इतक्या लोकांसमक्ष रामानं असं बोलावं हे तिला रुचलं नाही.

ती म्हणाली, "महाराज, आपण समजता तशी मी नाही. सामान्य पुरुष क्षुद्र स्त्रीला उद्देशून बोलतो तसं आपण बोललात; पण पातिव्रत्याची शपथ घेऊन सांगते

की, मी शुद्ध आहे. मला परपुरुषाचा स्पर्श झाला; पण तो माझ्या इच्छेनं नव्हे. आपण माझी हीच का परीक्षा केलीत?... हा मिथ्यापवाद घेऊन मी कशी जगू?... लक्ष्मणा, माझ्यासाठी काष्ठं आण आणि चिता रचून दे. पतीनं सर्व समाजात शंका व्यक्त केल्यावर अग्नीत प्रवेश करण्यावाचून मार्गच नाही.''

लक्ष्मणाला रामाचा संताप आला होता. त्यानं क्रुद्ध दृष्टीनं रामाकडे पाहिलं; पण रामाची मुद्रा निर्विकार होती. रामाचं मन वळवणं शक्य नव्हतं आणि सीतेची आज्ञा पाळण्यावाचून मार्ग नव्हता. लक्ष्मणानं क्षुब्ध मनानं अग्नी प्रज्वलित केला... आता सीता शांत झाली होती. तिनं रामाला प्रदक्षिणा करून वंदन केलं. मग वानरश्रेष्ठांना वंदन केलं. मनोमन देवतांना नमस्कार करून, हात जोडून ती अग्नीजवळ गेली आणि मोठ्यानं म्हणाली, ''मी वर्तनानं शुद्ध असूनही राम माझ्याविषयी शंका घेत आहे. रामाच्या शंकेत तथ्य आहे की नाही हे अग्नीनंच ठरवावं.''

तप्त सुवर्णासारखी दिसणारी सीता अग्नीच्या स्वाधीन झाली. यज्ञात पूर्णाहुती पडावी तशीच ही सुवर्णपुतळी अग्नीत प्रविष्ट झाली. प्रज्वलित अग्नीच्या प्रचंड ज्वाला वर उसळल्या आणि जमलेले सर्व आबालवृद्ध, राक्षस, वानर आश्चर्यचकित झाले. रामाचे नेत्रही अश्रूंनी भरले.

इतक्यात आकाशातून गर्जना झाली, ''रामा, सीतेची उपेक्षा कशी करतोस? अरे ती असामान्य आहे. तूही सामान्य पुरुष नाहीस.''

सगळे चमकून वर पाहू लागले. आकाशात एक विमान स्थिर झालं होतं. त्यातून ब्रह्मदेव प्रकट झाले. रामानं त्यांना दुरूनच वंदन केलं.

ब्रह्मदेव म्हणाला, ''रामा, तू इंद्रियदमन करणारा पुरुषोत्तम आहेस. तू ब्रह्म आहेस, तू प्रत्यक्ष धर्म आहेस, तू अपराजित सामर्थ्यवान आहेस, वेदात्मा आहेस. अग्नी हाच तुझा क्रोध आहे, तेव्हा सीता शुद्ध आहे की नाही हे त्या क्रोधाग्नीनं ठरवलं असतं. कारण सीताही तुझ्यासारखी असामान्य आहे. तू मानवरूपी विष्णू आहेस तर ती मानवरूपधारिणी लक्ष्मी आहे. ती अग्नीनं रक्षण केलेली सीता तिथे उभी आहे. तिचा स्वीकार कर...''

चितेमध्ये उभी असलेली सीताही हे ऐकत होती. प्रत्यक्ष ब्रह्मदेवानंच तिला शुद्ध ठरवलं होतं; त्यामुळे अग्नीनं तिला रामाच्या समीप सुखरूप आणलं. सीता आता अधिकच उत्फुल्ल आणि प्रसन्न वाटत होती.

रामानं तिचा हात धरून अग्नीपासून तिला बाजूला ओढलं. मग हात जोडून तो अग्नीला म्हणाला, ''सीता शुद्ध आहे हे मला माहीत होतं; पण सर्वांसमक्ष तिच्या शुद्धतेची साक्ष प्रत्यक्ष अग्नीनं देण्यात काही विशेष अर्थ होता. मी हिला तशीच स्वीकारली असती तर विषयलंपटतेचा लोकापवाद माझ्यावर आला असता. सीतेचं चित्त माझ्याशिवाय इतरत्र नाही, परपुरुषापासून स्वसंरक्षण करायचं सामर्थ्य तिच्या

अंगी आहे हे मला माहीत होतं; पण इतरांना हे पटावं म्हणून हा खटाटोप केला.''

ब्रह्मदेव संतुष्ट होऊन म्हणाला, ''रामा, तुला वर द्यावा अशी माझी इच्छा आहे.''

राम उत्तरला, ''माझ्यासाठी या युद्धात असंख्य वानर मेलेत; त्यांना जिवंत करा.''

''हा वर कठीण आहे, पण मी देतो. तथास्तु!''

लोकपालाचं विमान दिसेनासं झाल्यावर राम म्हणाला, ''बिभीषणा, आता आम्हाला अयोध्येला जायला हवं.''

बिभीषण हात जोडून म्हणाला, ''आजची रात्र विश्रांती घ्या. उद्या यथाविधी स्नान झाल्यावर-''

''छे, छे!'' राम उत्तरला, ''स्नान, पूजा, भोजन हे सत्कार मी स्वीकारू शकत नाही. मी वनवासी आहे. सुग्रीवाचा आणि इतर श्रेष्ठांचा सत्कार कर; पण मला मात्र भरत भेटल्यावाचून स्नान, भोजन वर्ज्य आहे. आता आम्हाला त्वरित अयोध्येला जायला हवं.''

''पण तुमचं पूजन, सत्कार करावा अशी माझी इच्छा आहे.''

''बिभीषणा, तुझ्या प्रेमानं तू माझी पूजाच केली आहेस. युद्धात आणि एरवी तू आम्हाला ज्या सूचना दिल्यास, योजना आखल्यास त्याद्वारे आमचा सत्कारच झाला. आता षोडशोपचारांनी पूजा करणं हा केवळ उपचार आहे. तोही मी मान्य केला असता; पण आता वनवासाची चौदा वर्षं संपत आली आहेत. ती संपताच मी भेटलो नाही तर भरत अग्निप्रवेश करील. भरत तिकडे अयोध्येजवळ माझी प्रतीक्षा करत असेल. माझ्या दुःखी माता माझ्या प्रतीक्षेत असतील, तेव्हा आता माझ्याऐवजी तू या सर्व वानरांचा सत्कार कर.''

ते मान्य करत बिभीषण म्हणाला, ''कुबेराचं पुष्पकविमान लंकेत आहे. ते इच्छागामी विमान उद्या मी तुम्हाला देतो. तुम्ही सूर्यास्तापूर्वी अयोध्येत पोहोचाल. आता रात्री विश्रांती घ्या.''

रामानं ती विनंती मान्य केली. सूर्योदयानंतर पुष्पकविमान आलं. ते भव्य विमान पाहिल्यावर सुग्रीव म्हणाला, ''या विमानातून सगळ्या वानरांना अयोध्येला न्यावं अशी माझी इच्छा आहे. आम्ही सर्व तुझा राज्याभिषेक पाहू. तुझ्या मातांचं दर्शन घेऊ... आणि...''

रामानं अनुज्ञा दिली, तेव्हा बिभीषणही अयोध्येला जाण्यासाठी त्या दिव्य विमानात बसला. मग रामानं अनुज्ञा दिल्यावर विमान अयोध्येकडे जायला निघालं.

*

त्या पर्वततुल्य विमानात बसल्यावर सगळेजण विस्मयचकित झाले. सुवर्णाच्या चित्रविचित्र आकृती असलेल्या त्या विमानातली आसनं मृदू, मौल्यवान आस्तरणांनी युक्त होती. त्या आसनांना वैडूर्यरत्नं लावली होती. आत जागोजागी सुवर्णकमलं आणि सुवर्णघंटिका होत्या. पाय ठेवण्यासाठी जी जागा होती, ती स्फटिकमण्यांनी सजवलेली होती. गवाक्ष-द्वारांवर रुप्याच्या क्षुद्रघंटिका होत्या. महाघोष करत ते विमान उडू लागलं तेव्हा रामाचं शरीर सुखानं रोमांचित झालं.

त्यानं गवाक्षातून पाहिलं तेव्हा खाली सागर दिसत होता. सीतेकडे वळून तो म्हणाला, "खाली हा जो सेतू दिसतोय तो या सगळ्या वानरांनी उभारला आहे. तो मागे बसलेला नल आहे ना तो महान शिल्पी आहे."

किष्किंधानगरीजवळ विमान येताच सीता म्हणाली, "तारेला आणि इतर वानरस्त्रियांनाही अयोध्येला नेऊ या."

रामानं लगेच विमान खाली उतरवून वानरस्त्रियांना विमानात घेतलं. मग ऋष्यमूक पर्वत, जनस्थान, जटायूचा मृत्यू झाला तो वटवृक्ष, गोदावरीकाठची पर्णकुटी, शरभंग मुनींचा आश्रम, चित्रकूट, भरद्वाज मुनींचा आश्रम, गुहांचं शुंगवेरपूर अशी सारी पूर्वपरिचित स्थळं विमानातून सीतेला रामानं पुन्हा दाखवली. त्या त्या स्थलांजवळून विमान जात असताना उभयतांच्या मनात पुन्हा सुख-दुःखांच्या स्मृती चाळवल्या गेल्या.

अयोध्येजवळ विमान येताच राम म्हणाला, "सीते, ही आपली अयोध्या आली..."

सीतेनं त्या नगरीला प्रणाम केला. इतरांनीही प्रणाम केला. उंच उंच भव्य श्वेतप्रासाद, लांब-रुंद मार्ग, त्या मार्गावरून जाणारे गज-अश्व, रथ आणि पादचारी यांनी गजबजलेली वनं-उपवनं-उद्यानं आणि वैभवाच्या विविध लक्षणांनी युक्त अशी ती नगरी पाहून सर्व वानर चकित झाले.

रामानं पुष्पकविमान भरद्वाज मुनींच्या आश्रमाजवळ उतरवलं. तेव्हा भरद्वाजांनी सर्वांचं स्वागत केलं. ते म्हणाले, "रामा, तुझा युद्धातला पराक्रम, ब्रह्मदेवानं तुला दिलेला वर, तुझ्यावर आलेली संकटं या साऱ्याचा वृत्तान्त तपश्चर्येनं मला कळला. लोकवार्ता आणणाऱ्या माझ्या शिष्यांनीही हा वृत्तान्त सांगितला. आता आजचा दिवस तुम्ही सगळे इथे राहा आणि उद्या अयोध्येला जा. आज पंचमी आहे. उद्या पुष्यनक्षत्रावर तू भरताला भेट."

रामानं मान्यता दिली. मग तो हनुमानाला म्हणाला, "तू शृंगवेरपुरात जा आणि निषादराज गुहाला माझं कुशल सांग. रावणानं सीतेचं हरण कसं केलं तिथपासून सीतेच्या मुक्ततेपर्यंतचा सर्व वृत्तान्त सांग. राक्षसराज बिभीषण, वानरराज सुग्रीव आणि इतर बलाढ्य मित्रांबरोबर मी अयोध्येत येतो आहे हेही सांग. हे सर्व ऐकताना

भरताची मुद्रा कशी होतेय याकडे तू लक्ष ठेव. तो काय उत्तर देतोय, त्याची पुढची योजना काय आहे, त्याची एकूण प्रतिक्रिया काय आहे, ते तू मला येऊन सांग...''

"ते कशासाठी?'' लक्ष्मणानं विचारलं.

"अश्व, रथ, गज यांनी गजबजलेल्या आणि अतिशय समृद्ध अशा राज्याचा भरताला लोभ उत्पन्न होणं स्वाभाविक आहे. हे राज्य त्याला हवं असेल तर त्यालाच ते घेऊ दे; पण त्याची प्रतिक्रिया कळायला हवी.''

रामाच्या आज्ञेवरून हनुमानानं वेगानं अयोध्येकडे उड्डाण केलं. मार्गात शृंगवेरपुरात जाऊन त्यानं गुहाला सर्व वृत्तान्त सांगितला. मग नंदीग्रामनजीक तपस्व्याप्रमाणे राहून रामाची प्रतीक्षा करत बसलेल्या भरताला तो भेटला. वल्कलं आणि कृष्णाजिन नेसलेला आश्रमवासी भरत पाहिल्यावर हनुमानाला आनंद झाला. कृश देहाचा, जटाजूट धारण केलेला, मलिन असा भरत एखाद्या महर्षीसारखा भासला. हनुमान त्याच्याजवळ गेला, तेव्हा भरताजवळ अमात्य, पुरोहित आणि सेनाधिपतीही जमले होते. मानवदेहधारी धर्मच भासणाऱ्या भरताला नमस्कार करून हनुमानानं आपलं नाव सांगितलं आणि तो म्हणाला, "राम कुशल आहे म्हणून तुला सांगायला आलोय. राम इकडेच यायला निघालेत.''

भरत अतिशय आनंदित झाला. त्याला क्षणभर काही बोलायला सुचेना; पण चटकन उठून तो हनुमानाजवळ गेला आणि अत्यंत प्रेमानं त्याला आलिंगन देऊन म्हणाला, "तू देव आहेस की मनुष्य? कुणी का असेनास; मला अत्यंत प्रिय असं वृत्त आणलंस. तुला मी काय देऊ? सुमंत्रा, याला एक लक्ष गायी दे, शंभर उत्कृष्ट नगरं दे आणि सालंकृत अशा सोळा कन्या भार्या म्हणून दे...''

हनुमान हसत म्हणाला, "यांपैकी मला काहीही नको. तुझी भेट झाली. राम येतोय हे कळल्यावर तुला आनंद झाला, हेच माझं पारितोषिक...''

हनुमानानं मग भरताला सर्व वृत्तान्त सांगितला.

भरत म्हणाला, "रामावर पुष्कळ संकटं आली; पण त्यातून तो सुखरूप पार पडला. त्यानं अतिशय मोठा पराक्रम केला. आता त्याला केव्हा भेटतो असं मला झालंय. शत्रुघ्ना, तू आणि सुमंत्र बाकीच्या परिवारासह या. मी या हनुमानाबरोबर पुढे जातो. रामाला भेटून त्याचं राज्य त्याच्या हाती दिल्यावर मी कृतार्थ होईन.''

"भरता,'' हनुमान म्हणाला, "आज पंचमीची रात्र, राम वनात भरद्वाज मुनींच्या आश्रमात राहाणार आहे. उद्या पुष्यनक्षत्रावर राम तुला भेटेल.''

भरतानं मग रामाच्या स्वागताची आणि सत्काराची सिद्धता करण्यासाठी शत्रुघ्नाला आदेश दिले. नंदिग्रामपासून अयोध्येपर्यंतचा भाग शृंगारला आणि परिवारासह भरत रामाच्या स्वागताला निघाला. मार्गात सर्व वृक्ष अवेळी फळा-फुलांनी बहरलेले दिसले, तेव्हा भरताला नवल वाटलं.

पण हनुमान म्हणाला, ''भरद्वाज मुनींच्या आश्रमात काल आल्यावर रामानं त्यांना वनवासाचा सर्व वृत्तान्त कथन केला, तेव्हा भरद्वाजांनी आपण होऊन त्याला वर दिला. राम म्हणाला की, अयोध्येच्या मार्गावरचे सर्व वृक्ष सदैव फळा-फुलांनी भरलेले राहातील असा वर द्या... भरद्वाजांच्या कृपेनं सर्व वानरांना अवेळीही सर्व फळं खायला मिळावीत म्हणून हा वर रामानं मागितला. म्हणूनच या सर्व वृक्षांवर तुम्हाला असंख्य वानर दिसतील.''

इतक्यात समोरून पुष्पकविमान येताना दिसलं. ते भव्य, दिव्य, आकाशगामी विमान पाहून अयोध्यावासी जन चकित झाले. राम-लक्ष्मण-सीतेला घेऊन येणारं ते विमान दुरून दिसल्यावर अयोध्येतले लोक अश्व, ध्वज, रथ यावरून उतरून स्वागतासाठी पायी चालू लागले.

भरतानं पुढे होऊन भूमीवरूनच रामाला वंदन केलं. मग ते विमान खाली उतरलं आणि भरत विमानात चढला. त्यानं रामाला वंदन केलं. रामानं आनंदानं भरताला आलिंगन दिलं आणि त्याच्या मस्तकाचं अवघ्राण केलं. मग भरतानं सीतेला आणि लक्ष्मणालाही वंदन केलं. वानरश्रेष्ठांचा आणि बिभीषणाचा परिचय झाल्यावर भरतानं त्यांचाही यथोचित सत्कार केला आणि सर्वजण विमानातून नंदीग्रामकडे गेले. रामानं तिथे जमलेल्या पुरोहितांना वंदन केलं. नंतर रामाच्या आज्ञेनुसार विमान कुबेराकडे परत गेलं.

किंचित स्वस्थता मिळाल्यावर भरत रामाला म्हणाला, ''मातेच्या इच्छेनुसार तू मला दिलेलं राज्य आता मी तुला परत करतो आहे. प्रजापालन करणं हेच तुझं कर्तव्य आहे. उद्याच तुला राज्याभिषेक होईल.''

रामानं मान्यता दिली.

*

राज्याभिषेकासाठी देशोदेशींचे राजे जमले. लोकपालांचे प्रतिनिधीही उत्तम मूल्यवान उपायानं घेऊन आले. रामानंही सर्वांची पूजा केली आणि सर्वांना यथोचित उपायानं, दानं दिली. सीतेला त्यानं चंद्रकिरणासारखी दिव्य कांतीची मौक्तिकमाला दिली. उत्कृष्ट वस्त्र आणि मंगल आभूषणं दिली. सुग्रीवाला सुवर्णात गुंफलेली रत्नमाला तर अंगदाला वैडूर्यरत्नांची बाहुभूषणं आणि इतर वानरांनाही आभूषणं दिली. हनुमानाला काय द्यावं असा विचार तो करत असताना सीतेनं आपल्या गळ्यातली माला काढली.

ती पाहून राम म्हणाला, ''सीते, तू ज्याच्यावर संतुष्ट आहेस, त्याला ही माला दे.''

सीता उत्तरली, ''हनुमानानं माझ्यावर केलेले उपकार...''

''नाही देवी, उपकार काहीच नव्हते. उपकाराचं पारितोषिक म्हणून मला काही नको. तुमचा प्रसाद म्हणून ही माला द्या. रामा, तुमच्यावर माझी भक्ती आणि प्रेम अविचल राहावं आणि या पृथ्वीवर रामकथा सुरू असेतो माझ्या देहात प्राण राहावेत, तुमचं चरित्र ऐकून मी जगावं...''

''तुझ्या इच्छेप्रमाणे होईल.'' रामानं त्याला जवळ घेत म्हटलं.

हनुमानाच्या कंठावर ती दिव्य माला रुळू लागली. प्रत्येकाला काही ना काही दिल्यावर राम लक्ष्मणाला म्हणाला, ''तू छायेसारखा सदैव माझ्यामागे असतोस म्हणून मी तुला यौवराज्याभिषेक...''

लक्ष्मण चटकन उत्तरला, ''नको नको, मी केवळ तुझी सेवा करणार. इतर कोणतंही कार्य मला नको.''

भरतानं आग्रह केल्यावरही लक्ष्मणानं यौवराज्याभिषेक करून घ्यायला नकार दिला.

वसिष्ठ मुनींनी आणि इतरांनी रामाला राज्याभिषेक केला. मनूच्या वंशातल्या राजांनी मस्तकावर धारण केलेला रत्नमय किरीट वसिष्ठांनी रामाच्या मस्तकावर ठेवला. मग त्याचा हात धरून त्याला विधिपूर्वक रत्नजडित सिंहासनावर बसवलं. ऋत्विजांनी त्याला अलंकार घातले. शत्रुघ्नानं त्याच्या मस्तकावर शुभ्रवर्णी शुभ छत्र धरलं. सुग्रीव आणि बिभीषण चामर घेऊन शेजारी उभे राहिले.

वसिष्ठ म्हणाले, ''रामा, तू वर्षानुवर्षं राज्य करशील. उत्तमोत्तम श्रेष्ठ यज्ञ करशील. तुझ्या राज्यात प्रजा सदैव सुखी, समृद्ध राहील. दुःख, दैन्य काहीही दृष्टीस पडणार नाही. अकाली मृत्यू, रोग, आजार येणार नाहीत... या पृथ्वीवर सदैव रामराज्याचा आदर्श राहील. व्यक्तिगत सुखाकडे न पाहाता तू केवळ राज्याचा आणि प्रजेचा विचार करशील.''

त्या दिव्य मुनींच्या मुखातून बाहेर पडणारी भविष्यवाणी ऐकून रामाला आनंद झाला. वसिष्ठांनी दिलेल्या आशीर्वादाप्रमाणे आपलं राज्य राहील याची दक्षता सदैव घ्यायची असा त्यानं मनाशी निर्धार केला. व्यक्तिगत सुखापेक्षा सदैव प्रजा आणि राज्य श्रेष्ठ मानायचं असा त्यानं निश्चय केला.

उत्तरकांड

भोजनानंतर राम विश्रांती घेत होता. इतक्यात द्वारपालानं येऊन सांगितलं, ''महाराज, अगस्ती, कण्व-कौशिक आणि इतर मुनी आले आहेत.

राम आपल्या प्रासादातून बाहेर आला. त्यानं सर्वांना साष्टांग प्रणिपात केला. सर्वांनी आशीर्वाद दिले, मग रामानं आपल्या बंधूच्या साह्यानं सर्व मुनींची पूजा केली. सर्वजण स्वस्थपणे बसल्यावर सर्वांच्या वतीनं अगस्तींनी कुशल विचारलं. राम त्यांच्या प्रश्नांची उत्तरं देत होता; पण अचानक इतके मुनिजन कशाला आले आहेत ते त्याला कळत नव्हतं.

धौम्य ऋषींनी त्याची शंका जाणली. ते म्हणाले, ''आमचं कुशल आहे. आम्ही तुझं अभिनंदन करायला आलो आहोत.''

''होय,'' कण्व म्हणाले, ''रावणाचा आणि कुंभकर्णाचा तू पराभव केलास... आणि विशेष म्हणजे इंद्रजिताचा वध...''

''तेच अधिक महत्त्वाचं होतं!'' अगस्ती म्हणाले, ''इंद्रजिताचा वध रामानं केला म्हणून आपण त्याचं अभिनंदन केलं पाहिजे. कारण रामानं इंद्रजिताच्या वधाद्वारे आपल्याला अभयदक्षिणा दिली आहे.''

रामानं विचारलं, ''म्हणजे काय? रावण-कुंभकर्ण, प्रहस्त, महोदर, कुंभ-निकुंभ हे सारे राक्षस कमी महत्त्वाचे होते का? इंद्रजितालाच तुम्ही इतकं महत्त्व का देत आहात?''

''त्या रावणपुत्रानं पूर्वी युद्धात इंद्रावर शरवर्षाव केला आणि मायाजाल पसरवत स्वतः अदृश्य होऊन युद्ध करत राहिला. अखेरीस त्यानं इंद्राला जिंकलं. मग

रावणानं इंद्राला बद्ध केलं आणि आपल्या प्रासादात नेलं; तेव्हा ब्रह्मदेव त्याच्याकडे गेला आणि म्हणाला, 'तुझ्या पुत्राच्या पराक्रमानं मी संतुष्ट झालोय. हा बलाढ्य पुत्र यापुढे इंद्रजित म्हणून ख्यात होईल; पण तू महेंद्राला मुक्त कर. त्याच्या मुक्ततेसाठी काय हवं ते माग.' त्यावर इंद्रजित म्हणाला, 'मला अमरत्व द्या.' ब्रह्मदेव उत्तरला की, ते शक्य नाही. मग इंद्रजित म्हणाला की, 'शत्रूच्या पराजयाची इच्छा धरून मी अग्निपूजा करतो तेव्हा मला अग्नीचा अश्वयुक्त रथ द्या आणि मी त्या रथावर असेपर्यंत मला कुणी मारू शकणार नाही, असा वर द्या. मी अग्निपूजा, जप, होम पूर्ण न करता युद्ध करायला गेलो तर माझा वध व्हावा... मी हे अमरत्व पराक्रमानं प्राप्त केलंय.' ''

राम-लक्ष्मण एकदमच उद्गारले, ''अद्‌भुत!''

भरताला राम-रावण युद्धाचा सविस्तर वृत्तान्त कळलाच होता. त्यानं विचारलं, ''मुनिवर्य, राक्षस कुलातील असूनही रावणाला, कुंभकर्णाला आणि इंद्रजितालाही इतकं तपःसामर्थ्य कसं लाभलं? आणि तरीही ते क्रूर कसे?''

अगस्ती म्हणाले, ''रावण, बिभीषण आणि कुंभकर्ण हे तिघेही विश्रवामुनींचे पुत्र! विश्रवा हा ब्रह्मदेवाचा नातू! म्हणून विश्रव्याच्या सगळ्या पुत्रांमध्ये तपःसामर्थ्य आलं; पण हे तिघे केकसी नावाच्या राक्षसीला विश्रवा मुनींपासून झाले. म्हणून तिघे राक्षस तापसवृत्तीचे! आणि यांचा सापत्न बंधू कुबेर हा ऋषिकन्येला विश्रव्यापासून झाला म्हणून तो सात्विक! धनाध्यक्ष लोकपाल झाला आणि रावण लंकाधिपती झाला.''

रामानं विचारलं, ''पण या तिघांना तपश्चर्येचं बल कसं मिळालं?''

कण्व म्हणाले, ''रावण, कुंभकर्ण आणि बिभीषण यांनी वर्षानुवर्षं उग्र तप केलं आणि ब्रह्मदेवाला प्रसन्न करून घेतलं. ब्रह्मदेवानं तिघांना वर दिले, तेव्हा रावणानं सांगितलं की, देव-दानव, नाग-यक्ष, राक्षस, पक्षी या सर्वांना आपण अवध्य असावं. मानवाचं बल राक्षसापेक्षा कमी म्हणून त्यानं मानवाची उपेक्षा केली आणि नेमकं तेच नडलं. बिभीषणानं ब्रह्मदेवाला सांगितलं की, पराकाष्ठेच्या विपत्तीतही आपली धर्मनिष्ठा ढळू नये, कोणत्याही आश्रमात योग्य धर्मापासून आपण च्युत होऊ नये.''

रामानं प्रशंसायुक्त दृष्टीनं बिभीषणाकडे पाहात म्हटलं, ''योग्य वर मागितलास; धर्मनिष्ठाला दुर्लभ असं काहीच नसतं.''

बिभीषण विनयानं हसला. कण्व पुढे म्हणाले, ''कुंभकर्णानं ब्रह्मदेवाला सांगितलं, आपल्याला वर्षानुवर्षं निद्रा लागावी. रामा, रावणाला आणि इंद्रजिताला मिळालेल्या वरांमुळे ते उन्मत्त झाले. त्यांनी सर्व देवांना, लोकपालांना जिंकलं आणि सर्व वरिष्ठांना अवध्य झाल्यामुळे त्यांनी कित्येक दुष्कृत्यं केली. लंका वास्तविक

कुबेराची! पण रावणामुळे त्याला तिथून निघून जावं लागलं.''

रामानं विचारलं, ''रावणानं सीतेला पळवून नेलं; पण तिला वश करण्यासाठी त्यानं बलाचा उपयोग का केला नाही?''

''त्याचं कारणही त्याचा उन्मत्तपणाच! एकदा रावणानं कुबेराच्या कैलासपर्वतावर वास्तव्य केलं, तेव्हा सायंकालच्या समयी दिव्य वस्त्राभरणं ल्यायलेली, उत्कृष्ट केशभूषा केलेली, अप्रतिम लावण्यवती रंभा त्याला दिसली. विषयासक्त होऊन त्यानं तिला धरलं आणि तिला आपलं नाव सांगितलं, तेव्हा ती म्हणाली, 'मी कुबेराची स्नुषा म्हणजे तुझीही स्नुषाच आहे; तेव्हा मला कुबेरपुत्र नलकुबराकडे जाऊ दे.' पण रावणाची विषयवृत्तीची आशा आप्तसंबंधानं कमी होणारी नव्हती. त्यानं तिथेच रंभेवर बलात्कार केला, तेव्हा अतिशय खिन्न होऊन ती नलकुबराकडे गेली. तिनं सांगितलेला वृत्तान्त ऐकून नलकुबरानं रावणाला शाप दिला, 'कोणत्याही निरिच्छ स्त्रीवर तू पुन्हा असा बलात्कार केलास तर तुझं मस्तक फुटेल.'

हा वृत्तान्त ऐकल्यावर सगळेजण गंभीर झाले. भरत म्हणाला, ''मुनिवर्य, दुर्गुणाचा अतिरेक असाच नाशाला कारणीभूत होतो, नाही का?''

कण्व म्हणाले, ''दुर्गुणांचा अतिरेक तर नाशाला कारणीभूत होतोच; पण सद्‌गुणांचा अतिरेकही चांगला नव्हे. कुणीच सर्वगुणसंपन्न असत नाही म्हणा...''

''का बरं? राम नाही का सर्वगुणसंपन्न?'' भरतानं प्रतिवाद केला.

''राम हा मनुष्यरूपधारी देवच आहे; पण भरता, रामाच्या सद्‌गुणांच्या अतिरेकानंच त्याला वनात जावं लागलं. पित्याच्या आज्ञेचं पालन करतानाच...''

राम मध्येच म्हणाला, ''मुनिवर्य, आपण परीक्षा पाहाताय माझी! पण पित्याची आज्ञा पाळण्यात अतिरेक कसला? आणि अतिरेकच म्हणाल तर भरतानं केलाय, लक्ष्मणानंही केलाय... कर्तव्यपालनाच्या अतिरेकाचा दोष आम्हा सर्वांना लागेल.''

अगस्ती म्हणाले, ''अतिरेकाचा दोष नव्हे रामा! पण अतिरेकी विचारामुळे तुम्हाला त्रास झाला... असो, आता यापुढे तरी...''

राम गंभीरपणे म्हणाला, ''आता तर मी राजा आहे. राजकर्तव्य पाळताना मी व्यक्तिगत सुखाचा विचारही करत नाही. माझ्या कर्तव्याच्या आड कुणीही आलं तरी मी त्याची गय करणार नाही. या विषयात माझ्या प्राणप्रिय बंधूंना, प्रियतम पत्नीला इतकंच काय देवतारूप असलेल्या माझ्या मातांनाही क्षमा नाही... त्यांचा दोष असेल तर त्यांना शासन होणारच...''

अगस्ती म्हणाले, ''कर्तव्यकठोर राजा म्हणून तुझी कीर्ती होईल; पण स्वजनांना शासन केल्यावर अपकीर्तीही होईल.''

''कर्तव्यच्युत राजा म्हणवून घेण्यापेक्षा स्वजनांना शासन देणारा म्हणवून घ्यायला आवडेल मला!''

रामाच्या तोंडून जणू नियतीच बोलत होती हे द्रष्ट्या मुनींना कळत होतं; पण तशी जाणीव न देता सगळे जायला उठले.

*

कैकेयीनं हाक मारली, "सीते, आता कामं पुरेत. आमची कामं करायला सेवक आहेत आणि या तिघी सुना आहेत. तू विश्रांती घे... कौसल्ये, तू हिला काही सांगत नाहीस?"

कौसल्या उत्तरली, "सांगते ना! पण ही ऐकतच नाही. ज्येष्ठांची सेवा स्वतःच करायची असा हिचा हट्टच..."

ऊर्मिला म्हणाली, "अलीकडे ती आम्हालाही काही काम करू देत नाही. अयोध्येची पट्टराज्ञी राजप्रासादात अशी कामं करते हे पाहून लोक काय म्हणतील?"

सीता हसली, "माझ्या घरातली कामं मी करतेय. त्याच्याशी लोकांचा काय संबंध?"

सुमित्रा म्हणाली, "पण सीते, तुला इतके कष्ट झाले आहेत. आता राजप्रासादात तरी तू कष्ट करू नकोस..."

सीतेच्या वनवासाचा उल्लेख सुमित्रेनं अप्रत्यक्षरीत्या केला; पण श्रुतकीर्तीला तेवढी पोच राहिली नाही. ती बोलून गेली, "तर काय वनवासातही कष्ट, संकटं, दुःख आणि प्रासादातही तेच..."

सीता तिला जवळ ओढत म्हणाली, "श्रुतकीर्ती, पतीच्या सहवासात असताना मला कसलंही दुःख होत नाही. त्या दृष्टीनं दुःख भोगलं ऊर्मिलेनं आणि मांडवीनं... काही कारण नसताना लक्ष्मण वनात आला तर भरत नगरीत राहून व्रतस्थ राहिला... मला वर्षभर पतिविरह झाला. या दोघींना चौदा वर्षं झाला..."

ऊर्मिला चटकन म्हणाली, "सीते, बालपणापासूनच तू अशी संभाषणचतुर हं! मूळचा विषय हळूच दूर सारून दुसऱ्या विषयात शिरायचं आणि इतरांची स्तुती करून-"

"मी बोलते ते खोटं आहे का?"

"खोटं नव्हे गं! पण मूळ विषय होता, तू विश्रांती घेण्याचा! कैकेयीदेवींनी तुला विश्रांती घ्यायला सांगितलंय ना! ज्येष्ठांची आज्ञा पाळावी. तू उद्यापासून ही सेवेची कामं करू नकोस..."

"ऊर्मिले, सेवा म्हणजे तरी काय करतेय गं मी? फुलं आणायची, माला गुंफायच्या, भोजनाची व्यवस्था बघायची आणि शय्या व्यवस्थित आहे की नाही ते पाहायचं. यात मला काही कष्ट वाटत नाहीत आणि ज्येष्ठांची सेवा करणं हा कनिष्ठांचा धर्मच नाही का? स्वतः महाराज याविषयी किती दक्ष असतात ते पाहाता

ना तुम्ही?''

इतका वेळ गप्प बसलेली कौसल्या म्हणाली, ''सीते, कैकेयीनं तुला विश्रांती घ्यायला सांगितलं ते केवळ तुझ्यावरच्या प्रेमानं नव्हे; तुझ्या या अवस्थेत तू असे कष्ट करणं...''

सीता गर्भवती असल्यामुळे तिनं विशेष धावपळ करू नये असंच सगळ्या ज्येष्ठ स्त्रियांना वाटायचं; पण सीता सर्व कामं स्वतः करायची. कैकेयीविषयी कटू भावना न बाळगता तिचीही ती उत्तम सेवा करायची. कैकेयीही तिच्याशी अत्यंत प्रेमानं वागायची. म्हणूनच गर्भवती असताना तरी सीतेनं विश्रांती घ्यावी असा कैकेयीचाच विशेष आग्रह होता; इतर विषयांत ज्येष्ठांची आज्ञा पाळणारी सीता याविषयी मात्र आज्ञाभंग करत होती. आताही कौसल्येचं बोलणं ऐकून ती म्हणाली, ''पण देवी, मला कष्ट करावेसे वाटतात; आणखी असंही वाटतं...''

गर्भवती स्नुषेची इच्छा ऐकायला कौसल्या अतिशय उत्सुक होती. ती म्हणाली, ''सांग, सांग, काय हवंय? काही खाद्यपेयं... वस्त्राभूषणं... काय हवंसं वाटतंय?''

सीता उत्तरली, ''यांपैकी काहीच नको. आपण सर्व हसाल; पण मला वनात राहावंसं वाटतंय. ऋषींच्या पवित्र आश्रमाजवळ एक रात्र तरी राहावं. कंदमुळं भक्षण करावीत, वेदपठण ऐकावं, वनात वृक्षाखाली बसावं, निसर्गाच्या सान्निध्यात राहावं...''

सीतेची ती चमत्कारिक इच्छा ऐकून सगळ्याजणी गप्प बसल्या. चौदा वर्षं वनात राहिल्यामुळे सीतेला त्याच मुक्त जीवनाची ओढ लागली असावी. राजप्रासादातलं आखीव, कालबद्ध जीवन तिला रुचत नसावं. मुख्य म्हणजे सदैव पतिसहवासाची सवय लागल्यामुळे राजप्रासादात तिला निर्वेध पतिसौख्य मिळत नसावं आणि म्हणून तिला वनात जावंसं वाटत असावं हे कौसल्येनं जाणलं. तरी ती समजूत घालण्यासाठी म्हणाली, ''सीते, अयोध्येच्या सम्राज्ञीला वनात कसं राहाता येईल? तू आणि राम वृद्ध झालात की, तुमच्या मुलांकडे राज्य सोपवून तुम्ही वानप्रस्थाश्रमात जाऊन राहा. आता वनात जायचं तर आम्ही तिघी वृद्ध स्त्रियांनी...''

वनाचा विषय वाढू नये म्हणून सुमित्रा म्हणाली, ''कौसल्ये, आता राम येईल. त्याच्यासमोर हा विषय कशाला?''

सकाळचं आन्हिक उरकल्यानंतर राजसभेत जाण्यापूर्वी तिन्ही मातांच्या मंदिरात जाऊन त्यांना वंदन करायचं, त्यांचं कुशल विचारायचं आणि मगच आपल्या राजकर्तव्यात मग्न व्हायचं असा रामाचा रिवाज होता. दुपारच्या भोजनासाठीही तो मातांच्या मंदिरात यायचा; पण त्या वेळी बोलत बसायला वेळ नसायचा. म्हणून सकाळची ही वेळ त्यानं मातांसाठी निश्चित केलेली होती. त्याच्या समवेत त्याचे तीन बंधूही यायचे. ही भेट बहुधा कौसल्येच्या मंदिरात व्हायची. कैकेयी आणि सुमित्राही तिथेच यायच्या. या वेळी रामाला आणि इतरांना गोरस देण्यासाठी सीता

तिथेच असायची.

रामाची येण्याची वेळ झाल्याचा उल्लेख सुमित्रेनं करताच सीता गडबडीनं उठली आणि गोरसाची सुवर्णपात्रं आणायला गेली. बाकीच्या तिघी सुनाही तिच्या पाठोपाठ गेल्या. आता कामाच्या गडबडीत वनात जायचा विषय सीतेच्या मनातून जाईल आणि तिची ती चमत्कारिक इच्छा रामाच्या कानावर जाणार नाही अशी कौसल्येला आशा वाटली.

पण कौसल्येनं अप्रिय विषय टाळला तरी जे अटळ होतं ते टाळणं तिच्या किंवा कुणाच्याच हातात नव्हतं.

संध्याकाळी सीता रामाला सहज म्हणाली, "महाराज, माझी एक इच्छा आहे."

तिच्याकडे एक क्षणभर पाहून राम म्हणाला, "सांग ना? गर्भवतीची इच्छा पूर्ण केलीच पाहिजे."

"मला वनात जावंसं वाटतंय. तापसांच्या आश्रमाजवळ एक रात्र तरी राहावं, कंदमुळं खावीत, वेदपठण ऐकावं..."

राम हसला, "उत्तम इच्छा आहे. सुखोपभोग असतानाही अशी विरक्तीची इच्छा का होतेय तुला? म्हणजे आपलं अपत्य सुखोपभोगात मग्न राहाणार नाही असं दिसतंय."

"सुखोपभोगात मग्न राहायची काकुत्स्य कुलाची रीतच नाही. कुलरीतीप्रमाणेच आपलं अपत्य वागेल."

राम संतुष्टपणे हसला आणि म्हणाला, "उद्याच तुझी इच्छा पूर्ण करतो; पण मला मात्र तुझ्यासमवेत येता येणार नाही हं!"

"तसा माझा आग्रह नाही. मी एकटीच वनात जाईन. ऋषीपत्नींच्या सहवासात राहीन..."

राम काही बोलणार इतक्यात सुमंत्र आला. त्याच्या मुद्रेवरून काहीतरी गंभीर प्रकार असावा हे रामानं ओळखलं. तो चटकन उठून बाजूच्या कक्षात गेला. पाठोपाठ सुमंत्र आणि सात-आठ दूत आले. या कक्षातलं बोलणं बाहेर ऐकू जायचं नाही. गुप्त योजना किंवा विचारविनिमय करण्यासाठी राम या कक्षात यायचा. कक्षात जाताच सुमंत्र म्हणाला, "महाराज, या भद्रानं महत्त्वाची वार्ता आणलीय."

नगरीत गुप्तपणे हिंडून वार्ता आणण्यासाठी नेमलेल्या दूतांपैकी तो एक दूत होता. रामानं विचारलं, "काय वार्ता? लोक आमच्याबद्दल काय बोलतात? भद्रा, तू जे ऐकलं असशील ते निर्भयपणे सांग..."

"महाराज, रावणाच्या वधामुळे तुम्हाला प्राप्त झालेल्या विजयाची नगरीत प्रशंसा चालू असते. तुमच्या राज्यकारभाराविषयी लोक संतुष्ट आहेत. माता आणि बंधू यांच्यावरच्या तुमच्या प्रेमाविषयी तर सर्वत्र स्तुतिस्तोत्रं चालू आहेत... पण-"

"काहीही न वगळता सांग- अगदी निंदासुद्धा!"

भद्रानं हात जोडून म्हटलं, "लोकांच्या मनात एकच शंका आहे... सेतूबंधनाचं दुष्कर कृत्य करणाऱ्या आणि रावणाचा वध करणाऱ्या रामानं सीतेला मुक्त केलं हे योग्य आहे; पण त्यानं तिला जवळ कसं केलं? रावणाच्या शरीराचा स्पर्श झालेल्या सीतेला रामानं आपल्या निवासस्थानी कसं ठेवलं? आता इतरांनाही स्त्रियांचं वर्तन असंच सहन करावं लागेल."

दंतवक्त्राकडे बघून रामानं विचारलं, "तू काय ऐकलंस?"

"अशाच स्वरूपाची चर्चा राज्यात बहुतेक ठिकाणी चालू आहे. राजा जसा वागतो तशीच प्रजा वागते..."

विजय, मधुमत्त, काश्यप, मंगल, कुल, सुराजी आणि सुमागध यांनीही या वृत्ताला दुजोरा दिला. ते ऐकून राम अतिशय कष्टी झाला. त्यानं दूतांना निरोप दिला आणि भरत-लक्ष्मण व शत्रुघ्नाला बोलावून घेतलं. तिघे येताच रामानं नागरिकांच्या चर्चेचा वृत्तान्त सांगितला आणि कष्टी मुद्रेनं दुःखित स्वरात तो म्हणाला, "सीतेला अयोध्येत नेता येईल की नाही ही शंका मला तेव्हाच आली होती; पण सीता शुद्ध असल्याची साक्ष अग्नीनं आणि लोकपालांनी दिली. लक्ष्मण होताच तिथे! म्हणून मी तिला इथे घेऊन आलो; पण आता ही निंदा..."

लक्ष्मण काहीतरी बोलायचा प्रयत्न करत होता; पण राम त्याला अडवून म्हणाला, "हा लोकापवाद मी सहन करणार नाही. कारण अपकीर्ती होणं देवांनाही सहन होत नाही. कीर्ती मिळवण्यासाठीच तर आपण आयुष्यभर खटपट करतो... लक्ष्मणा, लोकापवादाच्या भीतीनं मी राज्याचा, मातेचा किंवा प्राणाहून प्रिय असलेल्या तुम्हा तिघांचाही त्याग करीन. सीतेचा लोभ तर मुळीच बाळगणार नाही. म्हणून लक्ष्मणा, तू उद्या रथातून सीतेला देशाच्या सीमेपार सोडून ये... सुमंत्रा, तू स्वतः सारथ्य कर. तिला निर्जन प्रदेशात नेऊन सोडा..."

लक्ष्मण म्हणाला, "पण रामा, सीता गर्भवती आहे."

"असेना का! कशानंही माझ्या निर्णयात बदल होणार नाही... लक्ष्मणा, कसलीही चर्चा, वाद न करता ही आज्ञा पाळ. तमसा नदीच्या तीरावर वाल्मीकींचा आश्रम आहे, सीतेला तिथे नेऊन सोड... वनात जाऊन राहायची तिची इच्छा आहे असं थोड्या वेळापूर्वीच ती म्हणाली..."

रामाचे नेत्र अश्रूंनी भरून आले; पण ते उत्तरीयानं कोरडे करून तो उठला आणि आपल्या कक्षात निघून गेला. त्याचे बंधू आणि सुमंत्रही निघून गेले. आपल्या कक्षात गेल्यावर राम अंधारातच बसून राहिला. दुःखाचे कढ आतल्या आत दाबताना त्याला त्रास होता; पण भोजनाची वेळ होताच तो उठून भोजनगृहात गेला. सीता नेहमीप्रमाणे हसतमुखानं वाढत होती. राम नेहमीप्रमाणे शांतपणे भोजन करत होता. जेवताना

बोलायची त्याची पद्धत नव्हती. भोजन उरकल्यावर तो स्वतःच्या शयनगृहाकडे गेला. राज्यकारभाराचं काम किंवा कसला अभ्यास करायचा असला की राम आपल्या शयनगृहात जाऊन मध्यरात्र उलटेपर्यंत कार्यमग्न होऊन राहायचा; त्यामुळे त्याच्या वर्तनाविषयी सीतेला काही वाटलं नाही. व्यक्तिगत सुखाचा विचार न करता केवळ राज्याचा आणि प्रजेचाच विचार करणाऱ्या राजाची आपण सम्राज्ञी आहोत याची जाणीव सीतेला सतत होती; त्यामुळे रामाच्या सतत सहवासाची तिला अपेक्षा ठेवता येत नव्हती. उद्या सकाळी वनात जायचं होतं; त्याची सिद्धता करायला तीही आपल्या मंदिरात निघून गेली.

*

भागीरथी नदीचं दर्शन घडताच लक्ष्मणाच्या मनाचा बांध फुटला आणि तो हुंदके देऊन विलाप करू लागला. सुमंत्राची मुद्राही दुःखानं झाकोळली. सीता मात्र अत्यंत आनंदात होती. लक्ष्मणाचा विलाप ऐकताच मात्र ती चमकली. म्हणाली, "लक्ष्मणा, हे काय? इतकं दुःख कशाचं होतंय? किती दिवसांनी आपण इथे आलो आहोत आणि मला इतका आनंद झालाय तर तू का रडतोस? या ठिकाणी पूर्वी आपण आलो होतो, तेव्हाचं दुःख आठवलं का तुला?... की रामांची आठवण झाली? अरे, मलासुद्धा प्राणांपेक्षा राम प्रिय आहेत; पण मी शोक करतेय का? दोन रात्री रामांवाचून काढल्यास तर इतकं दुःख? मग मी वर्षभर त्यांच्यावाचून कशी राहिली असेन?"

सीतेचं बोलणं ऐकल्यावर लक्ष्मणाला आणखी रडू फुटलं, तेव्हा पुन्हा सीता म्हणाली, "आता गंगेच्या पलीकडे जाऊन मी ऋषीपत्नींना वस्त्राभूषणं देईन. ऋषींना वंदन करीन. मग आजची रात्र आपण आश्रमात राहून वनवासाचं स्मरण करू आणि उद्या अयोध्येला परत जाऊ..."

लक्ष्मणानं मन घट्ट करून नेत्र कोरडे केले आणि रथातून उतरून तो सुमंत्राला म्हणाला, "तू इथेच रथाजवळ थांब. मी देवींना पोहोचवून येतो."

लक्ष्मणाचं बोलणं सीतेनं ऐकलं; पण त्याचा अर्थ तिला कळला नाही. गंगेच्या तीरावर आधीच सज्ज असलेल्या प्रचंड नौकेत त्यानं प्रथम सीतेला चढवलं. मग स्वतः चढला. पलीकडच्या तीरावर सीतेच्या मागोमाग लक्ष्मण नावेतून उतरला. मग दोन्ही हात जोडून त्यानं खाली वाकून सीतेला वंदन केलं आणि रडतरडत तो म्हणाला, "देवी, रामानं हे कार्य माझ्यावर सोपवलं; त्यामुळे मला अत्यंत दुःख होतंय. या कार्यासाठी लोक माझी निंदा करतील. तरी तुम्ही मला दोष देऊ नका. रामाच्या आज्ञेचं पालन करण्यानं लोकापवादाचा दोष लागला तरी मी तो सहन करीन; पण तुमची निंदा मात्र..."

"लक्ष्मणा, हे काय बोलतोस? तू काय सांगतोस ते मला कळत नाही. राजाचं क्षेम आहे ना? तुला इतका कसला त्रास होतोय? नीट सांग. माझी आज्ञा आहे."

"देवी, देशात आणि नगरात तुमच्यासंबंधानं अतिभयंकर निंदा चालू आहे. हे ऐकल्यावर राम क्षुब्ध झाला आणि हे काम त्यानं माझ्यावर सोपवलं... देवी लोकापवादाची रामाला भीती वाटते."

"पण लोकापवाद आहे तरी कोणता?"

"तुमच्यासमोर मी त्याचा उच्चार करू शकत नाही. वास्तविक सर्वांसमक्ष अग्नीनं तुम्हाला निर्दोष ठरवलंय; पण लोकापवादाला भिऊन रामानं तुमचा त्याग करायचं..."

त्याग हा शब्द कानावर पडताच वज्राघात झाल्याप्रमाणे सीता भूमीवर कोसळली आणि क्षणकाल मूर्च्छित झाली. लक्ष्मण गोंधळला; पण तिच्याकडे न पाहाता म्हणाला, "देवी, तुम्हाला वाल्मीकींच्या आश्रमात सोडायची मला आज्ञा आहे. वाल्मीकी मुनी आमच्या पित्याचे मित्र आहेत; तेव्हा त्यांच्या आश्रमात तुम्ही राहावं. पतिव्रतेला योग्य असं तुम्ही वागावं. मनात सतत रामाचं स्मरण ठेवावं. लोकापवाद टाळण्यासाठी रामानं ही व्यवस्था केलीय."

"लक्ष्मणा, तुझा, रामांचा किंवा कुणाचाच दोष नाही. दुःखासाठीच माझा जन्म असावा. माझ्या हातून काहीतरी पाप घडलं असेल म्हणून मी निर्दोष असताना रामांनी माझा त्याग केलाय. पूर्वी रामाच्या सहवासात मी वनातही सुखी होते; पण इथे आश्रमात रामांशिवाय एकटी कशी राहू? माझं दुःख कुणाला सांगू? मुनींनी विचारलं तर त्यांना काय सांगू?... लक्ष्मणा, मला या गंगेच्या जलात प्राणत्याग करावासा वाटतो; पण माझ्या गर्भात रामाचा अंश वाढतोय. त्याचा त्याग कसा करू?"

लक्ष्मण काहीच न बोलता रडत उभा राहिला. सीता म्हणाली, "महाराजांच्या आज्ञेप्रमाणे वागलं पाहिजे, तेव्हा तू आता जा. माझ्यासाठी मातांना वंदन कर. महाराजांनाही माझं कुशल कळव. त्यांना सांग की, लोकापवादानं तुमची निंदा झाली तर मला सहन होणार नाही. त्या निंदेचा परिहार मीच केला पाहिजे. कारण पती हेच माझं दैवत आहे... लक्ष्मणा, महाराजांना सांग की, नागरिकांना बंधुवत समजा, लोकांशी धर्मानं वागणं हाच राजाचा खरा धर्म आहे. माझ्याविषयी चिंता करू नका. लोकापवाद टळेल असंच वागा. पतीची आज्ञा पाळणं हे माझं कर्तव्य आहे... लक्ष्मणा, एवढा निरोप तू सांग..."

लक्ष्मणानं वाकून तिच्या पायावर डोकं ठेवलं आणि काही न बोलता तो जायला वळला, तेव्हा सीता म्हणाली, "लक्ष्मणा, मी गर्भवती आहे. निर्दोष आहे, हे समक्ष माझ्याकडे पाहून सांग."

लक्ष्मण खिन्न झाला आणि रडत म्हणाला, "देवी, तुम्ही निष्पाप आहात हे

सर्वश्रुत आहे; पण आजवर मी तुमच्या मुखाकडे पाहिलेलं नाही. तुमच्या चरणांचंच दर्शन मी घेत आलोय. मग आता राम नसताना मी तुमच्या मुखाकडे कसं पाहू!''

लक्ष्मणानं तिला पुन्हा वंदन केलं. मग तो वळून चालू लागला. तो नौकेत बसून पलीकडे जाईपर्यंत सीता शांत बसली होती; पण नौकेतून उतरताच लक्ष्मणानं एकवार मागे वळून पाहिलं तर सीता मूर्च्छित होऊन पडली होती. लक्ष्मणाला शोकावेग आवरेना. त्यालाही मूर्च्छा आली. तो खाली भूमीवर पडत असताना जवळ आलेल्या सुमंत्रानं त्याला सावरलं आणि रथात बसवून रथ वेगाने सोडला.

मूर्च्छेतून सावध झाल्यावर सीतेनं समोर पाहिलं, तेव्हा लक्ष्मण आणि सुमंत्र वेगानं रथातून अयोध्येकडे चाललेले दिसले. त्या रथातून लक्ष्मण वारंवार तिच्याकडे वळून पाहात होता. रथ दिसेनासा झाल्यावर मात्र सीतेनं टाहो फोडला. तिच्या रुदनस्वरानं ते वन दुमदुमलं. सारे पशु-पक्षी एकदम शांत झाले. वायूही थबकला.

तमसेच्या तीरावरून रथ वेगानं निघाला; पण लक्ष्मणाची समजूत घालणं सुमंत्राला शक्य होईना.

तो म्हणाला, ''सुमंत्रा, जरा थांब. देवींना एकटं सोडून जाववत नाही... आपण थोडा वेळ थांबू.''

सुमंत्रानं रथ थांबवला. दोघेही खाली उतरले. सीतेचा आक्रोश इतक्या दूरवरही ऐकू येत होता. लक्ष्मणाला अश्रू आवरेनात. कितीतरी वेळ हुंदक्यांनी त्याचं शरीर गदगदत होतं. सुमंत्रानंच त्याला हलवून सांगितलं, ''लक्ष्मणा, चल, असा शोक करून काय लाभ? राजाची आज्ञा पाळायचं आपलं कर्तव्य आपण पार पाडलं. आता चल...''

लक्ष्मण जायला निघाला इतक्यात पलीकडच्या तीरावर असलेल्या सीतेकडे त्याची दृष्टी गेली. तो थबकून म्हणाला, ''सुमंत्रा, वाल्मीकी मुनी दिसतात... देवींशी काहीतरी बोलताहेत.''

वाल्मीकी सीतेशी काहीतरी बोलत होते. त्यांचं बोलणं संपल्यावर सीतेनं त्यांना आदरानं वंदन केलं. मग ती त्यांच्या मागून चालू लागली. निघताना तिनं नदीपलीकडे पाहिलं; पण लक्ष्मण, सुमंत्र किंवा रथ तिला दिसला नाही. अयोध्येच्या दिशेनं हात जोडून ती चालू लागली.

सुमंत्र म्हणाला, ''लक्ष्मणा, आता चिंतेचं कारण नाही. मुनिवर्यांनी स्वतःच देवींना नेलंय. आता मुनिपत्नी देवींचं स्वागत करतील. त्यांना प्रेमानं ठेवून घेतील... रामाच्या अपत्याचा जन्म मुनींच्या आश्रमात होईल.''

सुमंत्राच्या प्रेमळ बोलण्यानं लक्ष्मण किंचित सावरला. दोघेही रथात बसून निघाले. लक्ष्मण अजूनही खिन्नच होता. सुमंत्रानं विचारलं, ''लक्ष्मणा, किती चिंता करशील? देवी आता सुखरूप-''

"सुमंत्रा, देवीची चिंता वाटत नाही रे. आता मला रामाची चिंता वाटते. एवढा मोठा पराक्रमी सम्राट; पण त्याला हे असलं दुःख... सीतादेवी शुद्ध असूनही लोकापवादामुळे त्यांचा त्याग करावा लागला, हे किती विचित्र दुःख... एवढा पराक्रमी, धर्मनिष्ठ राजा; पण त्यालाही दैवाच्या गतीवर अवलंबून राहावं लागतंय... पित्याच्या इच्छेनुसार रामानं चौदा वर्षं वनवास भोगला आणि आता नागरिकांच्या भाषणावर विश्वास ठेवून सम्राज्ञीचा त्याग- सुमंत्रा, नागरिकांवर विश्वास ठेवून रामानं हे कृत्य केलं. त्याला कोणतं पुण्य लाभलं रे?"

"लक्ष्मणा, रामाला दूषणं देऊ नकोस. अरे, हे व्हायचंच होतं. मला हे माहीतच होतं."

लक्ष्मणानं चमकून विचारलं, "माहीत होतं? ते कसं काय?"

सुमंत्र गोंधळला. आपण भलतंच बोलून गेलो हे त्याच्या ध्यानात आलं; पण आता पश्चात्तापाचा उपयोग नव्हता. बोललेले शब्द परत घेता येणार नव्हते. तो म्हणाला, "लक्ष्मणा, तुला म्हणून सांगतो; पण दुसऱ्या कुणाला सांगू नकोस... पूर्वी दुर्वास मुनी आले होते, तेव्हा त्यांनी तुझ्या पित्याला भविष्य सांगितलं होतं, 'राम महापराक्रमी होईल; पण रामाला सौख्य नाही, दुःखच आहे. त्याला वारंवार प्रियजनांचा वियोग सहन करावा लागेल... लक्ष्मणा, तो धर्मात्मा तुझा आणि भरत-शत्रुघ्नाचाही त्याग करील...' पण हे कुणाला सांगू नकोस."

"तुला कसं कळलं?"

"दुर्वास मुनींनी माझ्या समक्षच हे तुझ्या पित्याला सांगितलं होतं, तेव्हा दशरथानं मला सांगितलं की, हे कुणाजवळ बोलू नकोस."

लक्ष्मण गंभीर झाला. म्हणाला, "आणखी काय सांगितलं दुर्वास मुनींनी?"

"त्यांनी रामाच्या पूर्वजन्माची कथा सांगितली... एकदा देवांचं आणि दैत्यांचं युद्ध चालू असताना देव दैत्यांची निंदा करू लागले, तेव्हा दैत्यांनी भृगूच्या पत्नीचा आश्रय घेतला. भृगूपत्नीनं दैत्यांचं रक्षण केल्याचं पाहून विष्णू संतप्त झाला. त्यानं तिचं मस्तक उडवलं; त्यामुळे भृगू ऋषी संतापले आणि त्यांनी विष्णूला शाप दिला, 'तू मनुष्यलोकामध्ये जन्माला येशील आणि तिथे तुला कित्येक वर्षं पत्नीचा वियोग होईल.' "

लक्ष्मणानं विचारलं, "तोच राम होय ना?"

"होय; पण भृगूंनी विष्णूला शाप दिल्यावर भृगू मुनींना दुःख झालं. त्यांनी त्या देवाची पूजा केली, तेव्हा विष्णू म्हणाला की, 'लोककल्याणासाठी हा शाप मला घ्यायला हवा.' म्हणून रामाचं चरित्र अलौकिक आहे... दुर्वास आणखी म्हणाले की, 'राम दीर्घकालपर्यंत अयोध्येचा राजा होईल. त्याच्या मतानं वागणारे सुखी होतील. रामाला दोन पुत्र होतील. त्या पुत्रांना अयोध्येव्यतिरिक्त इतरत्र राज्याभिषेक करील...'

हे सारं त्या भूतभविष्यवेत्त्या मुनींनी सांगितलंय, तेव्हा आता तू शांत राहा.''

लक्ष्मणाचं मन किंचित शांत झालं. आता यापुढे रामाचं मन जास्तीतजास्त राज्यकारभारात गुंतवायचं, त्याच्यासमोर कुणाला सीतेचा विषय काढू द्यायचा नाही असं त्यानं ठरवलं. अर्थात सीतेचा विषय कुणी काढला नाही म्हणून तो कुणाच्या मनात येणं थोडंच थांबणार होतं.

*

राम प्रतीक्षालयात गेला, तेव्हा नित्याप्रमाणे तिथे कुणीच नव्हतं. रोज सकाळी आन्हिक उरकल्यावर प्रथम प्रतीक्षालयात जाऊन कुणाच्या काही अडचणी, संकटं, गाऱ्हाणी असतील त्यावर विचार करून त्यांच्या निवारणार्थ योग्य ते करायचं, असा रामाचा परिपाठ होता. सीतेचा त्याग केल्यापासून कर्तव्यनिष्ठ, प्रजेसंबंधी दक्ष आणि राज्यकारभारकुशल राजा म्हणून त्यानं लौकिक मिळवला होता. इक्ष्वाकूंच्या राज्यात संकटग्रस्त, दरिद्री, रोगी असे प्रजाजन नव्हतेच. सर्वच वस्तूंची सदैव विपुलता असल्यानं कुणाला कशाची उणीव नव्हती. चोऱ्यामाऱ्या, भांडणं या कशालाच वाव नव्हता. प्रजा सुखी, समृद्ध असल्यानं प्रतीक्षालयात यायचं कुणाला कारणच पडायचं नाही; तरीही रोज सकाळी तिथे येऊन बसायची त्याची पद्धत होती. राजाच्या दर्शनासाठी येणारे प्रजाजन आणि भेटीसाठी येणारे परकीय यांना तिथेच यावं लागे.

राम प्रतीक्षालयात येऊन बसल्यावर सुमंत्र आला आणि म्हणाला, ''च्यवनभार्गव आणि इतर तपस्वी आलेत.''

''आत आणा त्या सगळ्यांना! पूजेची, सत्काराची व्यवस्था करा.''

यमुनातीरावरचे ते महर्षी आत आल्यावर रामानं त्यांना वंदन करून आसनं दिली. त्या महर्षींनी तीर्थोदकानं भरलेले कित्येक कलश आणि विपुल फलंमुळं रामाला दिली. त्याचा स्वीकार करून रामानं नम्रपणे विचारलं, ''मुनिवर्य, आपलं कोणतं कार्य मी करू? आपल्यासाठी काहीही करायला मी सिद्ध आहे. माझं राज्य, मी स्वतः आणि माझे बंधू आपल्यासाठीच आहेत.''

च्यवनभार्गव संतुष्ट होऊन उद्गारले, ''उत्तम! रामा असं आश्वासन देणारा जगात तुझ्यावाचून कुणीच नाही. कार्याचं महत्त्व समजल्यावर वचन देणारे राजे अनेक असतात; पण तू तर आधीच आश्वासन दिलंस; तेव्हा आम्हाला असलेल्या भयापासून तू आमचं रक्षण-''

''कसलं भय?''

''मधुदैत्याचा पुत्र लवण हा अतिउन्मत्त होऊन आम्हाला त्रास देतो आहे-''

''त्याच्या वधाची व्यवस्था मी करतो; पण मुनिवर्य हा लवणासुर इतका उन्मत्त कसा झाला?''

च्यवनभार्गव सांगू लागले, "मधुदैत्य अतिशय धार्मिक आणि बुद्धिमान होता. कृतयुगात तो होता. दैत्य असूनही तो दयाळू, ब्राह्मणभक्त आणि विचारी होता; त्यामुळे त्याची देवांशीही मैत्री होती. एकदा रुद्रानं त्याचा बहुमान केला आणि आपल्या शूलासारखाच शक्तिमान, तेजस्वी शूल त्याला दिला; पण तो देताना रुद्रानं त्याला सांगितलं की, जोपर्यंत तू देव-ब्राह्मणांशी वैर करत नाहीस, तोपर्यंतच हा शूल तुझ्याजवळ राहील. तू सर्वांशी मैत्रीनं वागत असताना कुणी तुझ्याशी युद्ध करायला आलं तर त्याचा वध करून हा शूल तुझ्याकडे परत येईल."

ही कथा ऐकल्यावर रामाला नवल वाटलं. त्यानं विचारलं, "मग पुढे काय झालं?"

"मग मधू म्हणाला की, हा शूल माझ्या वंशात कायम राहावा... यावर रुद्र म्हणाला की, तसं होणार नाही. हा शूल तुझ्या एका पुत्राजवळ राहील आणि जोपर्यंत तो त्याच्या हातात असेल तोपर्यंत तो तुझा पुत्र इतरांना अवध्य होईल. त्या मधूचाच हा लवणपुत्र! अतिपराक्रमी आहे- पण उद्धट आणि उन्मत्त..."

राम म्हणाला, "काहीही तप न करता शक्ती प्राप्त झाली की, उन्मत्तपणा यायचाच! पण मधुदैत्य त्याला काही बोलत नाही?"

"पुत्र इतका उन्मत्त आणि पापी झाल्याचं पाहिल्यावर मधू वरुणलोकी निघून गेला; पण जाताना त्यानं शूल लवणाला दिला आणि वराची कथाही सांगितली. आता या अवध्य लवणासुरापासून तूच आमचं रक्षण कर."

"मुनिवर्य, आपण मुळीच घाबरू नका. लवणाचा मी वध करीन."

मग रामानं आपल्या तिन्ही भावांना बोलावून त्यांना लवणाची कथा सांगितली. मुनींना आपण दिलेल्या आश्वासनाची माहिती दिली आणि भावांना उद्देशून त्यानं विचारलं, "कोण जाणार लवणाचा वध करायला? भरत जातोय की शत्रुघ्न?"

भरत चटकन म्हणाला, "मी जातो."

पण शत्रुघ्न सुवर्णासनावरून उठून रामाजवळ आला आणि त्याला वंदन करून म्हणाला, "भरत महापराक्रमी आहे; तेव्हा तो लवणासुराचा निश्चित वध करील; पण महाराज, पूर्वी भरतानं चौदा वर्षं तपश्चर्या करून तुमची प्रतीक्षा करत नगरीचं रक्षण केलं. त्या वेळी त्यानं इथे पुष्कळ दुःखं भोगलीत. आता मी असताना याला दुःख, क्लेश सहन करावे लागू नयेत."

राम हसला. लक्ष्मणाचं जसं आपल्यावर प्रेम आहे, तसंच शत्रुघ्नाचं भरतावर आहे हे त्याला ज्ञात होतं. लक्ष्मण आपल्यापासून कधीही दूर होणार नाही तर शत्रुघ्न भरताला कधीच संकटात जाऊ देणार नाही; त्यासाठी तो एकटाच जाईल हे त्याला माहीत होतं. तो म्हणाला, "उत्तम! शत्रुघ्ना, भरताची चिंता वाटतेय तर तूच मधूच्या नगरीत जा. लवणाचा वध कर आणि धर्मानं तिथेच राज्य कर... लक्ष्मणा, याच्या

राज्याभिषेकाची सिद्धता-''

''ज्येष्ठ भ्राते असताना कनिष्ठाला राज्याभिषेक?'' त्या कल्पनेनंच शत्रुघ्न लज्जित झाला.

''होय, ही माझी आज्ञा आहे.''

शत्रुघ्नाचं मुख खिन्न झालं. तो म्हणाला, ''ज्येष्ठ बंधूनं लवणाच्या वधाचं आश्वासन दिलं असताना मी काही बोलणं इष्ट नव्हतं, तरी मी बोललो; हे योग्य नव्हे. या माझ्या दुष्कर्माचं फल म्हणून राज्याभिषेकाची शिक्षा झालीय. आता ज्येष्ठ बंधूची अवज्ञा करण्याचं पाप मी करत नाही.''

राम हसून म्हणाला, ''आता राज्याभिषेक झाला की, तू सैन्यासह जा. हा माझा अमोघ दिव्य बाण तू घे. याच्या साह्यानं तू लवणाचा वध करशील. या बाणानं पूर्वी मधूकैटभाचा आणि इतर राक्षसांचा वध केलाय. हा बाण मी तुला देतो. आणखी एक गोष्ट ध्यानात ठेव. लवणाला रुद्राचा जो शूल मधुदैत्याकडूनच मिळाला आहे, तो घरी ठेवून लवण त्याची पूजा करतो. युद्धाकरता कुणी आव्हान दिलं तर शूलाच्या साह्यानं तो युद्ध करतो; तेव्हा त्याच्याजवळ शूल नसताना तू त्याचा वध कर. शूल न घेता तो बाहेर जातो. असाच तो नगरात परत यायच्या आधी तू त्याच्या द्वाराशी उभा राहा आणि तो निवासात शिरण्यापूर्वीच त्याला युद्धाचं आव्हान दे. त्याला शूल घ्यायला अवधी दिलास तर मात्र तुझा निभाव लागणार नाही.''

*

राज्याभिषेकानंतर मातांना, बंधूंना आणि इतर ज्येष्ठांना वंदन करून शत्रुघ्नानं सैन्याला पुढे पाठवलं. ग्रीष्मऋतू असतानाच गंगानदी पार करून सैन्य पुढे चालू लागलं. नंतर शत्रुघ्न एकटाच निघाला.

तिसऱ्या रात्री तो वाल्मीकींच्या आश्रमाजवळ पोहोचला. वाल्मीकी एकटेच आश्रमाच्या बाहेर बसले होते.

शत्रुघ्नाला पाहाताच ते उठले. त्यानं वंदन केल्यावर आशीर्वाद देत म्हणाले, ''शत्रुघ्ना, हा आश्रम तुझाच आहे. निःशंकपणे इथे राहा. तुझा पिता माझा मित्र होता. तू कोणत्या कार्यासाठी निघालास ते मला कळलंय.''

शत्रुघ्नानं त्या रात्री फलमूलांचा आहार घेतला. त्या साध्या भोजनानं तो राजा तृप्त झाला. नंतर शेजारच्या पर्णशालेत वाल्मीकींनी त्याला नेलं. पर्णशालेत दोघेही पुष्कळ वेळ बोलत होते. अयोध्येतल्या गोष्टी सांगतासांगता केव्हा मध्यरात्र झाली ते दोघांनाही कळलं नाही.

त्यांचं बोलणं चालू असताना मुनिकुमार आले. वाल्मीकींचं त्याच्याकडे लक्ष जाताच त्यांनी विचारलं, ''काय रे सुहोत्रा? काय झालं?''

"दोन मुलगे झालेत. त्यांची नावं काय ठेवायची, असं पितामहींनी विचारलंय."

"नावं? सांगतो हं!"

वाल्मीकींनी पलीकडचे मूठभर कुश लवासह उचलले. मग ते अभिमंत्रित करून म्हणाले, "हे बघ, ज्याचा जन्म आधी झालाय त्याच्या अंगावरून हे कुश फिरवा आणि त्याचं नाव कुश ठेवा असं पितामहींना सांग. ही लवमुष्टी धाकट्याच्या अंगावरून फिरवून त्याचं नाव लव ठेवा... या काय पितामही आल्याच. त्यांच्याकडे हे देतो... चला, मीही येतो- शत्रुघ्ना, तू झोप आता."

पलीकडेच चालू असलेला नामकरणविधी शत्रुघ्न शांतपणे ऐकत होता. प्रसूती कोणाची आहे हे त्यानं विचारलं नव्हतं आणि वाल्मीकींनीही त्याला काही सांगितलं नव्हतं; पण रामाच्या नावाचा, स्वकुल गोत्राचा उच्चार मात्र ऐकला. इक्ष्वाकु कुलाचा उल्लेख ऐकला आणि त्याच्या अंगावर रोमांच उठले. सीतेचं वास्तव्य वाल्मीकींच्या आश्रमात आहे हे त्याला माहीत नव्हतं. आता ते कळलं. सीतेला जुळी मुलं झालीत हेही समजलं. त्याचं मन अतिशय आनंदित झालं. आपल्या शत्रुवधाच्या कार्याला हा शुभशकुनच आहे असं त्याला वाटलं. त्यानं बसल्याबसल्याच सीतेच्या दिशेनं हात जोडले आणि तो स्वतःशीच म्हणाला, 'माते, हे अतिउत्तम झालं!'

दुसऱ्या दिवशी सकाळी उठून शत्रुघ्न वाल्मीकींचा आशीर्वाद घेऊन पुढे निघाला. सीतेचा विषय शत्रुघ्नानं काढला नाही. वाल्मीकीही बोलले नाहीत; पण शत्रुघ्न अतिशय आनंदात आहे हे त्यांच्या दृष्टीतून सुटलं नाही.

*

नारदाचं स्वागत करून वाल्मीकींनी त्यांना आसनावर बसवलं. मग त्यांनी विचारलं, "नारदा, तुम्ही सर्वत्र संचार करत असता. लोकवार्ता आणत असता; तर सांप्रत या जगात सर्वोत्तम, सर्वगुणसंपन्न धर्मज्ञ राजा कोण आहे?"

"सर्वोत्तम आणि सर्वगुणसंपन्न राजा एकच- इक्ष्वाकु कुलोत्पन्न राजा राम... त्यानं धर्मनिष्ठेनं आपल्याला सर्वांना जिंकलंय, पराक्रमानं शत्रूंना जिंकलंय. तो राजा नीतिमान, बुद्धिमान, सत्यप्रतिज्ञ आणि धर्मज्ञ आहे. सज्जनांचा आश्रयदाता, सर्वत्र समदृष्टी असलेला, समुद्रासारखा गंभीर, हिमालयासारखा धैर्यवान, अग्नीसारखा क्रुद्ध, पृथ्वीसारखा क्षमाशील आणि कुबेरासारखा उदार-"

"म्हणजे खरोखरच सर्वगुणसंपन्न आहे." वाल्मीकींनी हसत म्हटलं. "नारदा, हा राम म्हणजे विष्णूचा अंश आहे. म्हणूनच त्याच्या ठिकाणी इतके गुण आहेत. मग त्याचं सारं चरित्र सांगा."

नारद हसले. वाल्मीकींना रामाचं चरित्र माहीत नव्हतं असं थोडंच होतं? रामपत्नी सीता आणि रामाची जुळी मुलं तर त्यांच्याच आश्रमात होती; पण तरी

वाल्मीकींना रामचरित्र ऐकायचंय हे ऐकून त्यांना नवल वाटलं.

वाल्मीकी म्हणाले, "नारदा, तुमच्या मनातली शंका मला माहीत आहे; पण तुमच्यासारख्या त्रयस्थाच्या तोंडून रामचरित्र ऐकण्याची माझी इच्छा आहे."

नारदांनी मग सर्वख्यात रामचरित्र वाल्मीकींना पुन्हा ऐकवलं आणि ते जायला उठले, तेव्हा वाल्मीकी म्हणाले, "आम्हीही स्नानासाठी निघालो आहोत. गंगा-तमसेच्या संगमापर्यंत आम्ही तुम्हाला पोहोचवू..."

संगमापर्यंत आल्यावर वाल्मीकींचा निरोप घेऊन नारद निघून गेले. वाल्मीकी आपल्या शिष्यांसह तमसेकाठी हिंडत राहिले. नेहमी संध्याकाळच्या वेळी स्नानाला बाहेर पडल्यावर शिष्यांशी काही ना काही चर्चा करायची, त्यांना एखाद्या वृक्षाची किंवा पक्ष्याची माहिती द्यायची असा वाल्मीकींचा परिपाठ होता. वाल्मीकींची वृत्ती रसिकाची होती; त्यामुळे त्यांच्या बोलण्यात शिष्य रंगून जायचे; पण आज मात्र वाल्मीकी काही बोलत नव्हते. त्यांची मुद्रा क्रुद्ध नव्हती; पण ते कसल्याशा विचारात गढल्यासारखे दिसत होते. सुहोत्र, भरद्वाज आणि इतर शिष्य मुकाट्यानं त्यांच्या मागून जात होते. स्नान उरकून तमसेकाठच्या गहन अरण्यातून आश्रमाकडे जातानाही वाल्मीकी बोलत नव्हते.

चालताचालता वाल्मीकी थबकले. क्रौंच पक्ष्यांचं एक जोडपं आनंदानं क्रीडा करत होतं. शिष्यांना हातानं उभं राहायला खुणावून वाल्मीकी तिथेच थांबले. त्याच क्षणी दाट वृक्षराजीतून एक बाण वेगानं आला आणि त्या पक्ष्यांपैकी नर घायाळ होऊन खाली पडला. इतका वेळ आनंदात असलेली क्रौंच पक्षीण दुःखानं आक्रोश करू लागली. रक्तानं माखलेल्या त्या नराभोवती फिरू लागली. ते हृदयद्रावक दृश्य पाहून वाल्मीकी कळवळले. इतक्यात त्यांना क्रौंचाचा बळी घेणारा व्याध दिसला. रागाच्या भरात ते बोलून गेले-

"मा निषाद प्रतिष्ठां त्वमगमः शाश्वतीः समाः ।
यत्क्रौंचमिथुनादेकमवधीः काममोहितम् ।।"

ते छंदबद्ध शब्द तोंडून बाहेर पडले आणि वाल्मीकींना आश्चर्य वाटलं. व्याधाला शाप देण्याच्या भरात आपण चार चरणांची सुश्लिष्ट रचना केली, याचा त्यांना आनंद झाला. त्यांचे शिष्यही चकित होऊन पाहात राहिले.

वाल्मीकी म्हणाले, "वीणेच्या स्वरात स्वर मिसळून हे काव्य म्हणता येईल. ही रचना दुःखाच्या भरात झाली असली तरी तिला सुकीर्ती लाभेल."

शिष्यांनी मान डोलवली. मग सर्वजण आश्रमाकडे परतले आणि वाल्मीकींच्या सूचनेनुसार त्यांचे शिष्य ते चार चरणाचं काव्य सुरात म्हणू लागले. वाल्मीकींच्या मनात आलं, 'रामाचं चरित्र या रचनेत गुंफावं... रामचरित आणि ही रचना दोन्ही अमर होतील.'

वाल्मीकी याच विचारात मग्न असताना प्रत्यक्ष ब्रह्मदेवच त्यांना भेटायला आले. स्वागतपूजन यथाविधी झालं आणि ब्रह्मदेवांसमोर वाल्मीकी बसले. त्यांची चिंताक्रान्त मुद्रा पाहून ब्रह्मदेवांनी विचारलं, ''काय रे? काय झालं? तू असा गंभीर का?''

मग वाल्मीकींनी त्या क्रौंच पक्ष्याच्या शिकारीविषयी सांगितलं. आपल्या शापाविषयी सांगितलं आणि चार समचरणांची ती लयबद्ध रचना त्यांनी म्हणून दाखवली. मग अतिशय शोकाकुल स्वरात ते म्हणाले, ''रागाच्या भरात माझ्या मुखातून ही शापवाणी बाहेर पडली.''

तेव्हा ब्रह्मदेव हसत म्हणाले, ''उत्तम झालं! तुझी ही रचना अमर होईल. तू या रचनेत रामाचं चरित्र वर्णन कर. सांप्रत रामाइतका श्रेष्ठ, सर्वगुणसंपन्न राजा कुणीच नाही. नारदानं तुला त्याचं पूर्वचरित्र सांगितलंय. शत्रुघ्नानं लवणासुराचा वध केला इथपर्यंतचं चरित्र तुला माहीत आहे. पुढचं चरित्र लोकवार्ता आणणाऱ्या मुनींकडून तू जाणून घे. तू ग्रथित केलेलं श्लोकबद्ध रामचरित्र या जगात सतत गायलं जाईल... रामाचं संपूर्ण चरित्र तुला अवगत होईल. अगदी तळहातावर ठेवलेल्या आमलकाप्रमाणे तू चहूबाजूंनी हे चरित्र प्रत्यक्ष पाहाशील.''

वाल्मीकींना आनंद झाला. त्यांनी हात जोडून त्या स्वयंसिद्ध ब्रह्मदेवाला वंदन केलं. ब्रह्मदेव आले तसेच अचानक निघून गेले. नंतर वाल्मीकींनी आपल्या शिष्यांना पुन्हा तो श्लोक म्हणायला लावला आणि मग ते एकटेच चिंतनमग्न होऊन बसले.

मध्यरात्र उलटली तरी ते तसेच बसलेले होते. त्यांच्या तोंडून समरचरणयुक्त रचना बाहेर पडू लागली-

सर्वा पूर्वमियं येषामासीत्कृत्स्ना वसुंधरा ।
प्रजापतिमुपादाय नृपाणां जयशालिनाम् ।।
येषां स सगरो नाम सागरो येन खानितः ।
षष्टिः पुत्रसहस्राणि यं यान्तं पर्यवारयन् ।।
इक्ष्वाकूणामिदं तेषां राज्ञां वंशे महात्मनाम् ।
महदुत्पन्नमाख्यानं रामायणमिति श्रुतम् ।।

एकामागोमाग एक श्लोक प्रगट होत होते. सर्गामागून सर्ग सिद्ध होत होते. रामायण साकारत होतं... वाल्मीकींना त्या कथेवाचून दुसरं काही सुचत नव्हतं.

सिद्ध झालेली ती श्लोकबद्ध रचना ते आपल्या शिष्यांना सांगत होते. शिष्य पुनःपुन्हा त्या रचनेची आवर्तनं करून ते श्लोक मुखोद्‌गत करत होते. सूर्योदयापर्यंत वाल्मीकींनी कितीतरी श्लोक रचले आणि शिष्यांनी ते मुखोद्‌गत केले.

सूर्योदयानंतर स्नानसंध्या आणि नित्याची आन्हिकं उरकून वाल्मीकी पर्णशालेकडे परत आले आणि द्वाराशीच थबकले. मध्यरात्री त्यांनीच रचलेल्या श्लोकाचं गायन

पर्णशालेत चाललं होतं. वाल्मीकी चकित झाले. कोमल बालस्वरात किंचित अस्पष्ट उच्चारात आपले श्लोक कोण म्हणतंय ते त्यांच्या लक्षात येईना. त्यांनी द्वारातून डोकावून पाहिलं.

दर्भासनावर दोन बालमूर्ती रामचरित्र आळवत होत्या. सुस्वर, तालबद्ध असं ते चरित्रगायन ऐकताना वाल्मीकींच्या मनात एक कल्पना चमकली. आतून येणारा आवाज थांबताच ते आत आले. लव-कुशांनी उठून त्यांना वंदन केलं, तेव्हा संतुष्ट होऊन ते म्हणाले, "बाळांनो, यापुढे मी जे श्लोक रचणार आहे. त्याचं गायन तुम्हीच करायचं... आता पुन्हा ते श्लोक म्हणा बरं."

पुन्हा ती सहा वर्षांची बालकं दर्भासनावर बसली आणि त्यांनी रामायणगायन सुरू केलं. आपण गातोय त्याचा अर्थ काय आहे हे कळायचं त्यांचं वय नव्हतं. रात्रभर वाल्मीकींच्या शिष्यांनी मुखोद्‌गत केलेलं ते काव्य मुलांच्या मुखात सहज बसलं होतं. राम, सीता, लक्ष्मण, दशरथ, अयोध्या ही नावंही त्यांना माहीत नव्हती... पण त्या बालकांच्या मुखातून बाहेर पडणाऱ्या पितृचरित्राच्या लयबद्ध ओळी ऐकताना वाल्मीकींना अतीव समाधान वाटत होतं. त्या समाधानातच त्यांनी डाव्या हातावर उजव्या हातानं आघात करत ताल धरला होता. वृद्ध महर्षी आणि ती बालकं यांची नादसमाधीच लागली होती.

*

वाल्मीकींच्या आश्रमात शत्रुघ्न परत आला तेव्हा आश्रमाचं स्वरूप विशेष बदललं नव्हतं. आश्रमाभोवतीच्या वृक्षवल्ली आणि पशुपक्षी पूर्ववत होते. फळा-फुलांनी बहरलेली ती वृक्षवल्ली पाहून शत्रुघ्नाचं मन प्रसन्न झालं. लवणाचा वध केल्यावर मधुरेत त्यानं वास्तव्य केलं होतं. इंद्र, अग्नी, वरुण यांच्या आशीर्वादानं त्याच्या प्रदेशात योग्य वेळी विपुल पर्जन्यवृष्टी झाली होती; त्यामुळे वर्षभरातच त्यानं आपल्या नव्या राज्याची सुव्यवस्था लावली होती. धनधान्यांनी समृद्ध झालेल्या त्याच्या राज्यात त्याची शूर सेना सुखानं वास्तव्य करून राहिली; त्यामुळे त्या प्रदेशाला शूरसेन असंच नाव पडलं. मधुदैत्याच्या मधुरानगरीत राहून शत्रुघ्नानं आपल्या राज्यात सुखसमृद्धी निर्माण केली होती; तरीही त्याला स्वतःला मात्र तिथे अस्वस्थ वाटायचं. वारंवार अयोध्येची आणि भावांची आठवण यायची. म्हणूनच तो आता अयोध्येकडे निघाला होता. जसजशी अयोध्या जवळ येत होती तसतशी त्याच्या मनात प्रसन्नता वाढत होती. वाल्मीकींच्या आश्रमात पोहोचल्यावर तर त्याला वेगळाच आनंद झाला.

शत्रुघ्नाला पाहाताच वाल्मीकींनाही अतिशय आनंद झाला. नमस्कारासाठी वाकलेल्या शत्रुघ्नाला त्यांनी अत्यंत प्रेमानं उठवलं. त्याच्या मस्तकाचं अवघ्राण

करून त्यांनी स्वतः त्याला पाद्य, अर्घ्य दिलं. त्या बहुमानानं शत्रुघ्न संकोचला. ते पाहून वाल्मीकी म्हणाले, ''शत्रुघ्ना, तू लवणाचा वध करून एक महत्कार्य केलंस; म्हणून मी तुझा सत्कार करतोय. तू लवणाचा वध कसा केलास ते मी इंद्रसभेत बसून प्रत्यक्ष पाहिलंय; तेव्हापासून माझ्या मनात तुझ्याविषयी प्रेमभाव निर्माण झालाय. रावणाचा वध करायला रामाला पुष्कळ प्रयास पडले; पण लवणासुराचा वध मात्र तू सहज केलास.''

शत्रुघ्नानं विनयानं मान खाली घातली. वाल्मीकींना त्याच्या विनम्रतेमुळे अधिकच संतोष झाला. त्यांनी विचारलं, ''किती वर्षं झाली तुला तिकडे जाऊन?''

''बारा वर्षं पूर्ण झाली. म्हणूनच आता रामाला भेटायला चाललोय. मुनिवर्य, थोरले भाऊ असताना रामाच्या आज्ञेमुळे मला लवणाचं राज्य स्वीकारावं लागलं. पण शिक्षा म्हणून मी ते पत्करलं... आपल्याला ती कथा माहीतच आहे... परंतु ही शिक्षा पत्करताना तिची तीव्रता जाणवली नव्हती- ती आता जाणवतेय. सतत रामाची आणि भरताची आठवण येते. मुनिवर्य, आमचा लक्ष्मण भाग्यवान! वनवासातही त्याला रामाचा सहवास लाभला. रामाची सेवा करायचं भाग्य मिळालं. मी मात्र दुर्दैवी! लक्ष्मणाचं जसं रामावर प्रेम तसंच माझं भरतावर... पण बालपणातली काही वर्षं सोडली तर त्याच्या सहवासाचं, सेवेचं सुख मला मिळालं नाही. रामानं आणि लक्ष्मणानं चौदा वर्षं वनवास भोगला आणि भरतानंही चौदा वर्षं व्रतस्थ राहून राज्यकारभार केला. राज्यसुख दोघांच्याही भाग्यात नव्हतंच. मी एकटाच नगरीत राहून...''

वाल्मीकी म्हणाले, ''अरे, हा ज्याच्या त्याच्या दैवाचा भाग असतो. इक्ष्वाकूंच्या थोर वंशात जन्मलेला राम म्हणजे तर विष्णूचा अंश आहे; पण त्याच्याही दैवात दुःखं आहेतच... बरं तुझ्या राज्यातला वृत्तान्त सांग ना.''

''लवणाचा वध करून त्याचं राज्य मी हातात घेतलं तेव्हा तिथे सगळाच गोंधळ माजलेला होता. मग मी देवांकडे वर मागितला- मधुदैत्याच्या मधुरानगरीचं स्वरूप पूर्ववत रमणीय व्हावं आणि तिथे सेनेला वास्तव्य करता यावं. भीतीनं तो सर्वच प्रदेश ओस पडला होता. तो निवासयोग्य करून तिथे नगर वसवण्यासाठी बारा वर्षं कष्ट घ्यावे लागले. मी तिथे जाण्यापूर्वी बारा वर्षं त्या भागात वसती नव्हती. आता मात्र चोवीस वर्षांनी तो भाग पूर्ववत रमणीय झालाय.''

वाल्मीकी म्हणाले, ''होय, ते माझ्या कानावर आलंय. सर्वत्र धनधान्याची समृद्धी आहे... तुझ्यामुळे लोक सुरक्षित आहेत. मोठमोठे प्रासाद, मार्ग, व्यापारपेठा, उद्यानं-उपवनं... अयोध्येसारखंच सर्व काही तिथे आहे.''

शत्रुघ्न उद्गारला, ''अयोध्येचा आदर्श दृष्टीसमोर होता; त्यामुळे मधुरानगरीत आणि अयोध्येत साम्य आहे; पण मुनिवर्य, अयोध्या ती अयोध्याच... तिथे राम

आहे... इथे मात्र-''

"अरे राम सगळीकडे कसा असेल? पण रामासारखं आदर्श राज्य तिथे आहे. रामासारखाच कुशल राज्यकर्ताही तिथे आहे.''

"मुनिवर्य, रामाची आणि माझी तुलनाच होऊ शकत नाही. सुखात किंवा दुःखात, आनंदात किंवा संकटातही राम मनानं स्थिर असतो... त्याची स्थितप्रज्ञ, समदृष्टी इतरांजवळ कशी असणार? आत्ताच बघा ना, मला त्याची आठवण झाली म्हणून मी त्याला भेटायला चाललोय. त्याला माझी आठवण होत नसेल असं नाही; पण तो तसं बोलूनही दाखवत नसेल, मग भेटायला जाणं तर दूरच...''

शत्रुघ्नाच्या बोलण्यात तथ्य होतं हे वाल्मीकींना पटलं. तरी ते म्हणाले, "अरे, तू तिकडे सुखात आहेस, हे रामाला कळतं. माणूस दुःखात किंवा संकटात असला तर त्याच्या साह्याला जावं. सुखाच्या क्षणी कुणाच्या उपस्थितीची आवश्यकता नसते.''

शत्रुघ्न काहीच बोलला नाही. वाल्मीकीही उठून सायंस्नान, संध्या आणि इतर नित्यकर्म करायला निघून गेले. जाताना त्यांनी शत्रुघ्नाच्या सेनेची व्यवस्था लावली. शत्रुघ्न एकटाच विचारमग्न होऊन बसला होता. या आश्रमात आल्यापासून त्याला सीतेची अन् तिच्या मुलांची आठवण होत होती; पण काही विचारणं योग्य दिसलं नसतं म्हणून तो गप्प होता.

*

रात्रीचं भोजन म्हणजे फलाहार नि गोरसपानच होतं. तो साधा वन्य आहार शत्रुघ्नाला आणि त्याच्या सैनिकांना अतिशय आवडला. वाल्मीकींच्या आतिथ्यानं सगळेच भारावून गेले होते. शत्रुघ्नानं आपल्या समवेत थोडे सैनिक आणि थोडेच सेवक घेतले होते. आपल्या मुख्यमंत्र्याला आणि सेनाधिपतींना त्यानं मधुरानगरीतच ठेवलं होतं.

त्या रात्री कितीतरी वेळ शत्रुघ्न आणि वाल्मीकी बोलत बसले होते. नंतर एकदम वीणेचा आवाज ऐकू येऊ लागला, तेव्हा वाल्मीकी म्हणाले, "शत्रुघ्ना, आता माझ्या शिष्यांचं गायन होणार आहे; पण तू झोप. ते गायन तुला इथे ऐकू येईल... तुला सकाळी जायचंय ना?''

"होय... शक्य तितक्या लवकर अयोध्येत पोहोचायचंय...''

वाल्मीकी निघून गेले. वीणेच्या आवाजात आता मुनिकुमारांचे सुस्वर मिसळले. त्या नादमाधुर्यानं चकित होऊन शत्रुघ्न लक्षपूर्वक ऐकू लागला. अशी काव्यरचना त्यानं पूर्वी कधीच ऐकली नव्हती. समचरणमात्रांनी युक्त असं ते काव्य कानाला गोड लागत होतं. मंद्र, मध्य आणि तार स्वरात त्या काव्यांचे उच्चार होत होते.

जोडीला वीणेचा नाद होता. सर्व उत्कृष्ट लक्षणं असलेलं ते काव्य, अत्यंत सुस्वर नाद, स्पष्ट उच्चार एकून शत्रुघ्न प्रथम भारावून गेला. त्यामुळे प्रारंभी त्या काव्याच्या अर्थापेक्षा रचनेकडेच त्याचं लक्ष वेधलं गेलं. एक क्षणभर तो गायनाचा आवाज थांबला, मग पुन्हा सुरू झाला. शत्रुघ्न लक्षपूर्वक ऐकू लागला-

अग्रतः प्रययी रामः सीता मध्ये सुमध्यमा ।
पृष्ठस्तु धनुष्पाणिर्लक्ष्मणोऽनुजगाम ह ।।
सारसांश्चक्रवाकांश्च नदीपुलिनचारिणः ।
संरासि च सपद्मानि युक्तानि जलजैः खगैः ।।...

राम, सीता, लक्ष्मण ही नावं कानी पडताच शत्रुघ्न चमकला... आणि क्षणात सारा प्रकार त्याच्या ध्यानात आला. हे काव्य वाल्मीकी मुनींनीच रचलेलं आहे हे त्यानं ओळखलं. रामचरित्र काव्यात गुंफणाऱ्या त्या कविश्रेष्ठांविषयी त्याला अधिकच आदर वाटू लागला... तो उठून बाहेर आला. त्याचे सैनिक बाहेर बसले होते. कुणालाच झोप लागली नव्हती. सर्वजण त्या दिव्यकाव्यानुभवानं चकित झाले होते. शत्रुघ्न बाहेर येताच ते उठले; पण शत्रुघ्नानं त्यांना खुणेनं बसायला सांगितलं. तोही तिथेच एका आम्रवृक्षाखाली बसला आणि काव्यगायन ऐकू लागला-

परिवृत्य च धर्मज्ञो राघवः सह सीतया ।
सुतीक्ष्णस्याश्रमं श्रीमान्पुनरेवाजगाम ह ।।
स तमाश्रममासाद्य मुनिभिः प्रतिपूजितः ।
तत्रापि न्यवसद्रामः किंचित्कालमरिंदमः ।।

राम वनवासात असताना घडलेल्या घटनेचं ते वर्णन शत्रुघ्नानं पूर्वी ऐकलं नव्हतं तरी ते ऐकताना सुतीक्ष्णांचा आश्रम त्याला मनोमन दिसू लागला. तिथे रामाचं स्वागत कसं झालं ते त्या काव्यामुळेच त्याला कळलं. रामचरित्रातल्या कित्येक घटना वाल्मीकींनी आत्मबलानं जाणून घेतल्या असणार हे त्यानं ओळखलं. या घटनांद्वारे काव्यरूपानं ग्रथित केलेलं चरित्र अशा प्रकारे या आश्रमात गायलं जातं या कल्पनेनंच शत्रुघ्नाच्या नेत्रांत आनंदाश्रू उभे राहिले. सुतीक्ष्णाच्या आश्रमातून राम-लक्ष्मण-सीता अगस्तींच्या आश्रमात कसे गेले, तिथे प्रथम लक्ष्मणानं पुढे जाऊन मुनींना आपलं नाव-कुल कसं सांगितलं आणि राम आल्याचं कसं सांगितलं याचं वर्णन ऐकताना तर शत्रुघ्नाच्या नेत्रांतून अश्रू वाहू लागले. काव्य चालूच होतं. अगस्ती ऋषींनी रामाचं स्वागत कसं केलं, मग त्याला पंचवटीकडे जायला कसं सांगितलं आणि रामाला मार्गात जटायू कसा भेटला ते ऐकताना तर शत्रुघ्नाला भावनावेग आवरेना. त्याच्या सैनिकांचीही तीच अवस्था होती.

मध्यरात्रीनंतर ते काव्यगायन थांबलं. तरीही शत्रुघ्न भानावर आला नव्हता. तो वृक्षाखालून उठून आत आला, तेव्हा त्याचा अमात्य म्हणाला, "राजा, कोण म्हणत

होतं हे काव्य? आवाज किती गोड आहे?''

''मुनिवर्यांचे शिष्य म्हणत असावेत; पण सुमित्रा, तुला काव्याचा अर्थ कळला ना? रामाचं चरित्र मुनिवर्यांनीच रचलेलं दिसतंय. काय सांगू तुला, मला ते ते प्रसंग आत्ता घडल्यासारखे दिसायला लागले...''

सुमित्र म्हणाला, ''मला तर वाटलं, की हे सारं स्वप्नच असावं; पण राजा, तू मुनिवर्यांना विचार ना...''

''छे, छे! असं विचारणं योग्य नव्हे. मुनींच्या आश्रमात असे प्रकार नित्य घडत असतात; पण त्याविषयी विचारणा करणं शिष्टसंमत नव्हे. आपली उत्कंठा दाबली पाहिजे... आता झोपू या. उद्या निघायचंय.''

रात्रभर शत्रुघ्नाला झोप लागली नाही. त्या काव्यानंदातच तो डुंबत होता. त्या दिव्य अनुभवात रात्र केव्हा सरली ते त्याला कळलंच नाही. सूर्योदयापूर्वीच त्यानं निघायची सिद्धता केली. वाल्मीकींनी त्याला प्रेमानं निरोप दिला. त्यानं निघताना त्यांच्या चरणांवर मस्तक टेकवलं, तेव्हा त्यांनी त्याला प्रेमानं आलिंगन दिलं. रात्रीच्या रामचरित्रगायनाची शत्रुघ्नाला आठवण झाली. त्यानं हेतुतः विचारलं, ''आचार्य, रामाला काय सांगू?''

''आमचं कुशल सांग. त्याचं कुशल विचारलंय म्हणून सांग.''

शत्रुघ्न क्षणभर थबकला; पण वाल्मीकी पुढे काहीच बोलले नाहीत. शत्रुघ्नालाही काही विचारायचं धाडस होईना. तो जड पावलांनी जायला वळला.

पण अयोध्येत पोहोचल्यावर मात्र त्याची मनोवृत्ती पालटली. वाल्मीकींच्या आश्रमातल्या त्या घटनेच्या स्मरणाची तीव्रता किंचित कमी झाली. रामाच्या आणि इतरांच्या भेटीनं त्याला अतिशय आनंद झाला. रामालाही आनंद झाला. शत्रुघ्नानं आपला सगळा वृत्तान्त कथन केला; पण वाल्मीकींच्या आश्रमातल्या गायनाचा प्रसंग मात्र सांगितला नाही. शत्रुघ्न म्हणाला, ''रामा, आता मी मधुरानगरीला जाणार नाही. इथेच राहाणार, तुम्हाला सोडून राहाणं अशक्य आहे.''

''असं बोलू नकोस शत्रुघ्ना, क्षत्रियानं असं बोलायचं नसतं. प्रजेचं पालन क्षात्रधर्मानं केलंच पाहिजे. तू तिकडेच राहा. वारंवार इकडे येऊन भेटून जा; पण राजानं राज्याबाहेर राहाणं योग्य नव्हे. आता सात दिवस राहा. मग परत जा.''

शत्रुघ्न सात दिवसांनी परत गेला; पण जाताना मात्र वाल्मीकींच्या आश्रमात तो थांबला नाही.

*

शत्रुघ्न गेल्यावर राम, लक्ष्मण आणि भरत हेही अतिशय अस्वस्थ झाले. राज्यकारभारात राम अधिकाधिक वेळ घालवू लागला. तरीही कधीकधी त्याला

प्रियजनांचा वियोग असह्य व्हायचा. त्याची ती अवस्था सर्वांच्या लक्षात आली. लक्ष्मणानं धीर करून विचारलं, "रामा, तुझी प्रकृती-"

"प्रकृती उत्तम आहे लक्ष्मणा..."

"मग तू पूर्वीप्रमाणे बोलत का नाहीस?" भरतानं विचारलं. "राज्यकारभारात नव्यानव्या योजना का काढत नाहीस? तुझी मुद्रा अस्वस्थ का?"

राम किंचित हसला, "अस्वस्थपणा वाटतोय हे खरं! आणि राज्यकारभारात नव्या योजना तरी काय करणार? प्रजानन सुखात, समृद्धीत आहेत. सर्वत्र आनंद आणि सुख आहे."

लक्ष्मणाच्या मनात आलं, *'प्रजा आनंदात आहे, पण राजा मात्र आनंदात नाही...'* पण तो बोलला नाही.

रामच म्हणाला, "प्रजेचं कार्य मी व्यवस्थित केलंय. आता काही धर्मकार्य करावंसं वाटतंय. कारण धर्मकार्य म्हणजे सेतूच... हा सेतू कधीही नष्ट होत नाही आणि त्या धर्मरूपी सेतूचं संकीर्तनही पुण्यकारक ठरतं. पूर्वी आपण सागरावर सेतू बांधला... आता हा *धर्मसेतू* करू."

लक्ष्मणानं विचारलं, "म्हणजे काय करायचं? एखादा यज्ञ करू या का?"

"होय, माझ्या मनात राजसूय यज्ञ करावा असं आहे. राजसूय यज्ञ अतिशय पुण्यकारक असतो."

लक्ष्मण म्हणाला, "पूर्वी शत्रुनाशक मित्रानं राजसूय यज्ञ केला; त्यामुळे त्याला वरुणत्व प्राप्त झालं."

राम म्हणाला, "आणि धर्मवेत्त्या सोमानंही राजसूय यज्ञ केला म्हणूनच त्याला अक्षय्यस्थान लाभलं. त्याची उज्ज्वल कीर्ती सर्व लोकांत पसरली. म्हणूनच मला वाटतं की, राजसूय यज्ञ करावा. तुमचं मत काय आहे? भरता, तू लहान आहेस, तेव्हा तू आधी सांग..."

भरत हात जोडून म्हणाला, "राजसूय क्रतू करू नये असं मला वाटतं."

राम आणि लक्ष्मण दोघेही चकित झाले. कोणतंही धर्मकार्य करताना भरत कधी मोडता घालायचा नाही. राजसूय क्रतू करताना तर त्याच्या साह्याला विशेष महत्त्व होतं; पण तोच राजसूयाला विरोध करतोय हे खरंच नवलच होतं.

त्यांच्या आश्चर्यचकित मुद्रा पाहून भरत म्हणाला, "मी लहान असून हे बोलतोय म्हणून क्षमा करा; पण राजसूयासारखा महाक्रतू केल्यानं पृथ्वीवरच्या राजवंशाचा नाश होतो. अशा क्रतूंमुळे क्रोध, संताप निर्माण होतो. त्यातून वैराचं स्फुल्लिंग पडतं. मग युद्ध आणि युद्धामुळे पराक्रमी पुरुषांचा नाश हे तर ओघानंच आलं. अशा प्रकारे पृथ्वी निर्वीर करणं आपल्यासारख्या पृथ्वीपतीला शोभत नाही... आपण धर्मात्मा आहात..."

भरताचं ते बोलणं ऐकून राम संतुष्ट झाला. राजसूयासारख्या महाक्रतूमुळे युद्ध होईल, पृथ्वी निर्वीर होईल आणि मग धर्मकार्याऐवजी अधर्मच केल्यासारखं होईल, हा भरताचा दृष्टिकोन त्याला मान्य होता. भरतानं इतका दूरवरचा विचार केला हे पाहून त्याला आनंद झाला.

राम गप्प राहून विचारात गढलाय हे पाहून भरताला वाटलं की, आपलं बोलणं रामाला आवडलं नाही. तो हात जोडून पुन्हा म्हणाला, "रामा, सगळे देव ब्रह्मदेवाला लोकनाथ समजतात. त्याप्रमाणे सर्व राजे तुम्हाला लोकनाथ मानतात. सगळे प्रजानन तुम्हाला पिता मानतात. मग प्रजेचं पुत्राप्रमाणे पालन करणं हे तुमचं प्रथम कर्तव्य आहे. पृथ्वीवरचे सगळेच प्राणी तुमच्या धर्मनिष्ठेमुळे तुमचे आश्रित आहेत... लोकनाथ, प्रजापती या नात्यानं तुम्ही धर्मनिष्ठेनं वागलं पाहिजे. धर्मठिकाण तुमच्याच हातात आहे तर असा विनाशक क्रतू कशासाठी करता? त्यातून मी लहान म्हणून तुम्हाला माझे विचार मान्य नसतील तर-"

"अरे योग्य विचार मान्य नाहीत, असं कसं होईल?" राम चटकन उत्तरला. "तू म्हणतोस ते अगदी खरं आहे. राजसूय क्रतू हा धर्मसेतू अरातो असं म्हणतात; पण तू म्हणतोस ती संकटंही गृहीत धरायला हवीतच... आणि तू लहान असलास तरी धर्मवेत्ता आहेस. उत्तम अध्ययन केलेला आहेस, तेव्हा तुझं योग्य म्हणणं मान्य केलं पाहिजे. बालांचं शुभ भाषण ऐकावं असं म्हणतात ना? तेव्हा राजसूय यज्ञाचा विचार मी सोडून देतो."

भरत म्हणाला, "लक्ष्मणाचाही विचार घ्या."

रामानं लक्ष्मणाकडे पाहिलं. तो म्हणाला, "भरताचं बोलणं मलाही मान्य आहे; पण एकदा मनाशी यज्ञ करायचा संकल्प केल्यावर त्यापासून निवृत्त होता येत नाही. म्हणून मी म्हणतो की अश्वमेध यज्ञ करावा..."

भरत म्हणाला, "अश्वमेध करायला प्रत्यवाय नाही. पूर्वी आपल्या तातांनी केला होता."

लक्ष्मणानं सांगितलं, "आपल्या तातांनी केला होताच; पण त्यापूर्वी इंद्रानंही केला होता."

राम म्हणाला, "मला ती कथा पुन्हा ऐकायची आहे. लक्ष्मणा, सांग बरं..."

"पूर्वी देव-दैत्यांचं सख्य होतं, तेव्हा वृत्तासुर नावाचा राजा होता. असुर असूनही तो धर्मनिष्ठ, कृतज्ञ आणि बुद्धिमान होता; प्रजाहितदक्ष होता. त्याच्या काळात पृथ्वीवर सुखसमृद्धी होती. एकदा वृत्तासुराला वाटलं की, आपण उग्र तपश्चर्या करावी. तपाशिवाय आपलं कल्याण होणार नाही... म्हणून मग त्यानं आपल्या पुत्राला राज्यावर बसवलं आणि तो स्वतः तपश्चर्या करू लागला; पण त्याच्या उग्र तपश्चर्येमुळे सगळ्या देव-देवतांना ताप होऊ लागला. इंद्राला तर

विशेषच त्रास झाला, तेव्हा तो विष्णूकडे गेला आणि वृत्ताच्या तपश्चर्येचा वृत्तान्त सांगून वृत्तापासून सर्वांचं रक्षण करायची विनंती विष्णूला केली... रामा, हे सारं तुला माहीतच आहे की...''

''माहीत आहे रे! पण पुन्हा ऐकावंसं वाटतं. अशा कथा पुनःपुन्हा ऐकण्यानं बरं वाटतं... मग पुढे काय झालं?''

''इंद्राचं ते बोलणं ऐकल्यावर विष्णू म्हणाला, 'माझा आणि वृत्ताचा स्नेहसंबंध आहे. तुमचं प्रिय करण्यासाठी त्या महादैत्याचा वध करणं मला शोभणार नाही; पण तुमच्या सुखासाठी काहीतरी केलं पाहिजे. इंद्रानं वृत्ताचा वध करून माझा अश्वमेध याग करावा...' त्याप्रमाणे इंद्रानं केलं. मग त्याला वृत्तहत्येनं लागलेलं पातक नष्ट झालं. इंद्र पापरहित झाला. तेव्हा असं महाफल मिळणारा अश्वमेध रामा तू कर.''

राम म्हणाला, ''लक्ष्मणा, कर्दम प्रजापतीच्या पुत्रासाठी अश्वमेध केला होता. त्याचा पुत्र इल याला महिनाभर पुरुषत्व आणि महिनाभर स्त्रीत्व प्राप्त होईल असा शाप होता. म्हणून त्यांनी अश्वमेध यज्ञ केला. त्याचं फल मिळून इलाला पुन्हा पुरुषत्व प्राप्त झालं.''

भरत म्हणाला, ''मग इतकी फलं प्राप्त करून देणारा अश्वमेध केलाच पाहिजे.''

रामानं सांगितलं, ''लक्ष्मणा, वसिष्ठांना आणि इतरांना बोलावून आण... वसिष्ठ, वामदेव, जाबाली, कश्यप हे सगळेच सर्व विद्यांमध्ये निपुण आहेत. अश्वमेधात ते अग्रगण्य आहेत. त्यांना विचारून अश्वमेधासाठी एक सुलक्षणी अश्व सोडून देऊ.''

लक्ष्मणानं स्वतःच जाऊन द्विजश्रेष्ठांना बोलावून आणलं. वसिष्ठ, वामदेव आणि इतर द्विज येताच रामानं त्यांना वंदन करून आसन दिलं. मग अश्वमेध यज्ञ करायचा आपला विचार त्यांना सांगितला.

वसिष्ठ म्हणाले, ''उत्तम, उत्तम! रामा, अश्वमेध कर तू! अश्वमेधासाठी भूमी सिद्ध करायला सांग. अश्व घेऊन लक्ष्मणाला किंवा भरताला पाठव. अश्वमेधासारखा याग तुझ्यासारख्या पृथ्वीपालानं करणं योग्यच आहे.''

वामदेव म्हणाले, ''अश्व सोडल्यावर मग अन्य सिद्धता करता येईल.''

राम म्हणाला, ''लक्ष्मणा, अश्वासह तू जा. देशोदेशीच्या राजांना आमंत्रण दे. प्रथम सुग्रीवाला आमंत्रण दे. म्हणावं, वानरसमुदायासह यज्ञ-महोत्सव बघायला ये. बिभीषणालाही यायला सांग. आपल्या इतर मित्रराजांनाही बोलाव. इतर देशांतल्या ऋषींना, द्विजांना सपत्निक बोलावून घे. नट, नर्तक आणि इतर कलावंतही यायला हवेत. त्यांना तू आमंत्रण दे.''

भरतानं विचारलं, ''यज्ञभूमी कुठे सिद्ध करायची?''

“नैमिषारण्यात गोमती नदीच्या तीरावर यज्ञासाठी भूमी सिद्ध करून मंडप घालावा... आचार्य आपलं काय मत आहे?”

वसिष्ठ उत्तरले, “तू सुचवलेलं स्थान उत्तम आहे.”

राम म्हणाला, “ते स्थान पवित्र आहे. तिथे विस्तीर्ण आणि सपाट भूमी आहे, तेव्हा लक्ष्मणा, आपल्या काही सैनिकांना तिकडे पाठव आणि ती भूमी सिद्ध करायला सांग. तिथे विस्तीर्ण यज्ञमंडप उभारायला सांग. निवासासाठी प्रासाद बांधायला लाव. तिथे सर्व सुखसोयी करायला सांग. आमंत्रितांसाठी स्वतंत्र आणि इतर अतिथींसाठी स्वतंत्र निवासस्थानं हवीत... कुणीही उपाशी, असंतुष्ट किंवा असमाधानी राहाता कामा नये.”

वामदेव म्हणाले, “म्हणजे दुसरी अयोध्याच उभारायची. रामा, भरताला आधी यज्ञभूमीकडे पाठव. म्हणजे ती सर्व व्यवस्था तो पाहील. आपण नंतर जाऊ. तुझ्या मातांना आणि इतर राजस्त्रियांना भरताबरोबर पाठव. वसिष्ठ, तुमच्या पुत्रालाही आधी तिकडे पाठवा. म्हणजे यज्ञभूमी शास्त्रोक्त पद्धतीनं उभारली जाईल. मुख्य यज्ञशाला आणि यज्ञसाहित्य व्यवस्थित आहे की नाही, ते तुमच्या सुयज्ञावाचून कुणालाच कळायचं नाही.”

सुयज्ञ आणि भरत यांनी लगेच नैमिषारण्यात जावं असं ठरलं. मग उत्तम दिवस पाहून रामानं सुलक्षणी अश्व सोडला. लक्ष्मणाला सैन्य घेऊन त्या अश्वाबरोबर पाठवलं. ज्या ज्या देशात अश्व जाईल, त्या त्या देशाच्या राजानं सार्वभौमत्व मानून खंडणी द्यावी आणि त्याच्या यज्ञाला उपस्थित राहावं अशी अपेक्षा होती. अश्वाला विरोध होईल तिथे युद्ध करायचा प्रसंग लक्ष्मणावर येणार होता; पण बहुतेक राजांनी रामाचं सार्वभौमत्व आधीच मान्य केलेलं असल्यामुळे युद्धाचा प्रसंग येणार नाही असा सर्वांना विश्वास होता. यज्ञ शांतपणे आणि आनंदात पार पडेल याविषयी कुणालाच शंका नव्हती. म्हणूनच रामाच्या अश्वमेध यज्ञाची वार्ता कळताच सगळे प्रजानन आणि मित्रराजे आनंदात सिद्धतेला लागले.

अश्वमेधाची सर्व सामग्री सिद्ध झाली. यज्ञासाठी सुवर्णाची सामग्री म्हणजे खड्ग नि कूर्च म्हणजे सुवर्णाचा दर्भभारा सिद्ध केला. इतर साहित्य रुप्याचं केलं. कोट्यवधी सुवर्णमोहरा आणि रौप्यमुद्रा बांधून घेतल्या. तांदूळ, तीळ, मूग, हरभरे, उडीद, हुलगे असं धान्य सिद्ध केलं. त्याच प्रमाणात मीठ, तेल, तूप, चंदनकाष्ठं हेही साहित्य बांधून घेतलं. हे सगळं साहित्य, धनधान्य बरोबर घेऊन भरत यज्ञभूमीकडे जायला निघाला. त्याच्याबरोबर पुष्कळ सैन्य गेलं. व्यापारी, स्त्रिया, मुलं आणि वृद्धमंडळीही भरताबरोबर गेली. रामाच्या तिन्ही माता आणि इतर राजस्त्रिया भरताबरोबर गेल्या.

सगळं साहित्य आणि इतर मंडळी गेल्यावर काही दिवसांनी वसिष्ठ रामाला

म्हणाले, ''रामा, एक राहिलं... तू यज्ञदीक्षा घेणार तेव्हा तुझ्याबरोबर...''

वसिष्ठ किंचित घुटमळले, तेव्हा त्यांना काय म्हणायचंय ते रामाच्या लक्षात आलं. यज्ञदीक्षा घेणाऱ्या राजासमवेत राणीही हवी; पण रामाची पत्नी तर वनात होती. मग तिला कशी आणणार? सीतेला वनात नेऊन सोडल्यापासून तिचा विषय रामासमोर आणि रामाच्या अपरोक्षही कुणी कधी काढला नव्हता. सीतेचा त्याग केल्यानंतर आपल्या जीवनातला पत्नीसुखाचा भागच रामानं जणू मिटवून टाकला होता. त्याला अवघडल्यासारखं वाटू नये म्हणून इतरही कुणी सीतेचा विषय काढत नसत. प्रजेसाठी रामानं प्रिय पत्नीचा त्याग केलाय हे वसिष्ठ-वामदेवांना आणि इतरांनाही कळलं होतं; पण रामानं एकदा निर्णय केला की, त्यापासून त्याला परावृत्त करणं प्रत्यक्ष ब्रह्मदेवालाही अशक्य होतं याचाही सर्वांना अनुभव होता. धर्मनिष्ठ, कर्तव्यपरायणाच्या राज्यकारभारात उणीव काढणं वसिष्ठांसारख्या तज्ज्ञांनाही शक्य नव्हतं. रामानं लोकापवादाच्या भीतीनं सीतेचा त्याग केलेला असला तरी राजा या नात्यानं त्यानं योग्य तोच निर्णय केला होता, हे सर्वांना पटत होतं; त्यामुळेच रामासमोर किंवा त्याच्या पश्चात कुणी सीतेचा विषय काढत नव्हतं; पण आताचा प्रसंग वेगळा होता. यज्ञाच्या वेळी सम्राज्ञी असणं आवश्यकच होतं, तेव्हा वसिष्ठांनी किंचित संकोचानंच तिचा विषय काढला होता.

त्यांचा आशय जाणून राम म्हणाला, ''आचार्य, तुम्हाला काय म्हणायचं ते माझ्या ध्यानात आलं आहे. त्याची व्यवस्था मी आधीच केलीय...''

''म्हणजे सीतेला बोलावलंय का?''

''नाही, पण तिची सुवर्णमय प्रतिकृती मी सिद्ध करवली आहे. सुवर्णकारांनी अगदी यथातथ्य प्रतिकृती केलीय... आपल्याबरोबरच ही सुवर्णाची सीता यज्ञभूमीत येईल... आपण केव्हा निघायचं?''

रामानं सीतेचा विषय सहजपणे बाजूला सारला; पण यज्ञासाठी त्यानं सुवर्णाची का होईना सीतेची प्रतिकृती आठवणीनं सिद्ध केली हे पाहून वसिष्ठांना बरं वाटलं. ते म्हणाले, ''परवा उत्तम दिवस आहे. स्वस्तिवाचन करू. मंगल करू आणि प्रयाण करू... पण तिकडे सगळी सिद्धता आहे ना?''

''होय, भरताचा संदेश घेऊन दूत आलाय. सगळं सिद्ध आहे. सुगंधी द्रव्यं आणलीत, सुवर्ण-रौप्य मुद्रा आहेत. विपुल धान्य आहे. पुष्प-पत्रांची व्यवस्था आहेच. विपुल पाणी आहे... यज्ञमंडप उभारलाय. निवासस्थानं सज्ज आहेत...''

वामदेवांनी विचारलं, ''यज्ञस्तंभ आहेत ना? आणि स्थंडिलं?''

''होय, बेलाचे सहा, पळसाचे सहा आणि खैराचे सहा स्तंभ रोवलेत. शिवाय दोन देवदारांचे आणि एक श्लेष्मातकाचा! आणखी सोन्याचे स्तंभ वेगळेच... भरतानं स्वतःच त्यावर रेशमी वस्त्रं घातलीत. यज्ञाची स्थंडिलंही सिद्ध आहेत.

भरतानं तिकडे गेल्यावर सोन्याच्या पुष्कळ विटा करवून घेतल्यात. त्यांची स्थंडिलं..."

वसिष्ठ म्हणाले, "विटा असल्यावर दर दिवशी लागतील तशी स्थंडिलं रचना करता येतात. ऋत्विज कुशल असतात त्यात! चौकोनी, त्रिकोनी आणि विविध आकारांची स्थंडिलं ते रचतात... रामा, यूपांना बांधायला पशू लागतील. जितके यूप तितके पशू... शिवाय अग्निचयासाठी जलचर प्राणी, पक्षी आणि पशू लागतील ते वेगळेच! पहिल्या दिवशी अहीन याग करायचा. त्यात सोमाच्या आहुती द्यायच्या. या यज्ञात पुष्कळ सोनं द्यायचं असतं म्हणून त्याला कांचनयाग म्हणतात..."

रामानं विचारलं, "पुष्कळ सोनं म्हणजे किती?"

"जितकं द्यावं तितकं थोडंच... तू मनाशी जितकं योजलं आहेस त्याच्या दुप्पट-तिप्पट दे. म्हणजे तीन याग केल्याचं पुण्य लाभेल."

"संपूर्ण यज्ञसामग्री पाठवल्यावर आता परवा आपण निघू. तोपर्यंत लक्ष्मण अश्वासह येईल... इतर मंडळीही येऊ लागतील."

दोन दिवसांनी सर्वजण नैमिषारण्याकडे गेले. अयोध्येच्या रक्षणासाठी सेनाधिपतींना तिथेच ठेवलं होतं. थोडं सैन्यही ठेवलं होतं.

*

नैमिषारण्यात उभारलेला यज्ञमंडप अत्यंत अद्‌भुत होता. तो भव्य मंडप पाहून रामाला अतिशय आनंद झाला. देशोदेशींचे राजे आणि ऋषी-द्विज सपत्निक येऊ लागले होते. त्यांच्यासाठी उत्तमोत्तम प्रासाद सिद्ध होते. लांब-रुंद मार्ग होते. रामानं आल्याबरोबर सर्वांना कामं वाटून दिली.

भरताला आणि शत्रुघ्नाला राजांच्या सत्काराचं काम दिलं. सुग्रीव आणि इतर वानरगणांना ब्राह्मणांना वाढायचं काम सांगितलं. त्यासाठी त्यांना शुद्ध पवित्र राहायला सांगितलं. बिभीषण आणि इतर राक्षसांकडे ऋषिपूजनाचं कार्य सोपवलं. श्रेष्ठ विप्रांनी अन्न वाढण्याचं काम आपल्याकडे घेतलं. राम स्वतः सर्वत्र हिंडून सगळी व्यवस्था नीट आहे की नाही ते पाहात होता. प्रत्येकाच्या सुखसोयींची काळजी घेत होता. राजांनी आणि इतरांनी आणलेल्या मूल्यवान उपायानांचा आनंदानं स्वीकार करत होता. भरत-शत्रुघ्नांना सांगून त्यांच्या प्रतिउपायानांची व्यवस्था करत होता. त्या यज्ञमंडपात कुणीही दुःखी, आजारी, उपाशी किंवा त्रस्त न राहील याकडे तो स्वतः लक्ष पुरवीत होता. कोणताही निषेधात्मक शब्द तिथे ऐकू येत नव्हता. प्रत्येकजण संतुष्ट होईपर्यंत त्याला हवी ती वस्तू देण्याचे आदेश रामानं दिले होते. शर्करायुक्त पक्वान्नांचे तर ढीग केले होते.

राम आल्यानंतर काही दिवसांतच अश्वसंचार संपला आणि लक्ष्मण अश्वासह परत आला. त्यानंतर मुख्य याग सुरू झाला.

वसिष्ठ म्हणाले, ''रामा, तुझ्या पित्यानं हा याग केला होता. आता तो तू करतो आहेस... एकाच वंशात इतक्या थोड्या अवधीत हा महायाग व्हावा हे विशेष... त्या वेळचा याग अयोध्येजवळच झाला होता... पण असाच भव्य यज्ञमंडप होता. असेच उत्तम प्रासाद होते. असंच अन्नदान, धनदान चाललं होतं. असेच पुष्कळ लोक जमले होते आणि ते असेच संतुष्ट होऊन परत गेले होते.''

पित्याच्या आठवणीनं राम एक क्षणभर अस्वस्थ झाला; पण लगेच सावरून म्हणाला, ''शरयू नदीच्या उत्तर तीरावर घातलेला तो मंडप कसा दिसत असेल याची मला आता कल्पना आली. तिथेही असेच सुवर्णालंकृत यूप असतील. त्यांना अशीच रेशमी वस्त्रं घातली असतील. कल्पसूत्रात सांगितल्याप्रमाणे अशाच सुवर्ण-इष्टिका स्थंडिलासाठी रचल्या असतील.''

वसिष्ठ म्हणाले, ''होय सारी रचना अशीच होती...''

दशरथाचा यज्ञ चालू असताना त्याच्या तिन्ही राण्या तिथे होत्या. अश्वमेधानंतर दशरथानं पुत्रकामेष्टी यज्ञ केला होता. त्यानंतर त्याला पुण्यलाभ आणि पुत्रलाभही झाला होता; पण रामाला केवळ पुण्यलाभच व्हायचा होता. त्यानं सीतेचा त्याग केला तेव्हा ती गर्भवती होती, हे सर्वांना माहीत होतं; पण तिचा आणि तिच्या अपत्यांचा वृत्तान्त कुणालाच माहीत नव्हता. सीतेला जुळी मुलं झाल्याचं केवळ शत्रुघ्नालाच कळलं होतं; पण शिष्टाचार म्हणून त्यानं त्याविषयी कधी अवाक्षरही काढलं नव्हतं. पत्नी, अपत्य सारं असून राम एकाकीच होता. दशरथानं अश्वमेध केला तेव्हा पुत्र नाही म्हणून तो दुःखी होता; पण आपण पुत्रकामेष्टी करू, त्यानंतर आपल्याला पुत्रप्राप्ती होईल अशी त्याला आशा होती. मात्र, रामाचं अपत्य त्याला केव्हा भेटेल की नाही कुणालाच माहीत नव्हतं. रामाच्या यज्ञामध्ये शास्त्राच्या अनुरोधानं योग्य ती सर्व कर्मं चालू होती. सर्व आनंदात आणि सुखात होते. तरीही दशरथाचा यज्ञ आणि रामाचा यज्ञ यातला सूक्ष्म भेद वसिष्ठ, वामदेव, जाबाली यांना जाणवत होता. विशेषतः शामित्र कर्माच्या वेळी अश्वाला फाडण्याची क्रिया आणि त्या अश्वासमवेत एक रात्र घालवण्याचा जो विधी असतो, त्या वेळी राणीची उपस्थिती आवश्यक होती; तेव्हा वसिष्ठांना आणि इतर अमात्यमंत्र्यांना सीतेची आठवण झाली.

बाकीचे लोक मात्र अतिशय आनंदात होते. वृद्ध मुनी तर पुनःपुन्हा म्हणत होते, ''असा यज्ञ पूर्वी कधी पाहिला नव्हता. इंद्र, चंद्र, यम आणि वरुण यांनीही असा अद्‌भुत यज्ञ कधी केला नव्हता. इतका प्रचंड दानधर्म पूर्वी आम्ही पाहिला नव्हता. या यज्ञात ज्याला जे हवं ते मिळत आहे. धनधान्याचे आणि वस्त्रांचे ढीग पडलेत. खरंच हा यज्ञ अद्‌भुत आहे.''

रामाच्या त्या अद्‌भुत यज्ञाची कीर्ती ऐकून देशोदेशींचे लोक तिथे येत होते व

तृप्त होऊन जात होते. सतत मुनींचे समुदाय येत होते. काहीजण यज्ञकर्म करायला थांबत होते. काही नुसतेच पाहायला थांबत होते तर काही पाहून परत जात होते.

यज्ञाची वार्ता ऐकून त्या दिवशी वाल्मीकीही असेच अचानक येऊन उभे राहिले. त्यांच्याबरोबर त्यांचा मोठा शिष्यपरिवार होता. रामानं त्यांचं आदरानं स्वागत केलं. यज्ञ पाहिल्यावर राम त्यांना म्हणाला, "मुनिवर्य, आपण इथेच राहाणार ना? आपल्या निवासाची व्यवस्था करायला सांगतो."

वाल्मीकी म्हणाले, "माझ्या शिष्यांनी या यज्ञापासून थोड्या अंतरावर एकान्तात पर्णकुटी उभारल्या आहेत. आम्ही सगळे तिथे राहाणार. माझ्या शिष्यांचा अभ्यास सतत चालू असतो तो इथे गडबडीत होणार नाही."

राम म्हणाला, "मग तुमच्या पर्णकुटींजवळ अन्नपाणी आणि इतर पदार्थ पाठवायची व्यवस्था करतो. आपण सर्वजण आनंदात राहा... आपल्यासाठी सेवक देतो. जे काही हवं असेल ते मागून घ्या."

वाल्मीकी उत्तरले, "आम्हाला दुसरं काही नको. केवळ एकान्त हवा... आणि हो, माझ्या काही शिष्यांना उत्तम, निर्मल आणि रसपूर्ण फळं-मुळं लागतात... ती आम्ही पर्वतशिखावरून आणवून घेऊ."

रामानं आपल्या सेवकांना आवश्यक त्या सर्व सूचना देऊन वाल्मीकींबरोबर पाठवलं आणि तो आपल्या कर्तव्यकर्मात मग्न झाला.

*

वीणेच्या आवाजानं रामाला पहाटे जाग आली. काही क्षण शय्येवर पडूनच तो आवाज ऐकत राहिला. पुष्कळ दूरवरून तो आवाज ऐकू येत होता. वीणेच्या आधारानं कुणीतरी गात होतं, हे त्याच्या लक्षात आलं. तो नीट ऐकू लागला; पण गीताचे शब्द स्पष्ट ऐकू येत नव्हते. केवळ वीणेच्या मधुर स्वरात गायकाचा आवाज पूर्णपणे मिसळत होता, हे जाणवत होतं. वाद्यांचा आणि गीताचा मेळही उत्कृष्ट जमत होता. गाणारा आवाज अत्यंत कोमल आहे हे जाणवत होतं. ते गीतगायन दुरून ऐकूनही रामाचं मन अतिशय आनंदित झालं. शब्द स्पष्ट ऐकू येत नव्हते तरीही गीतमाधुर्य, स्वरमेळ आणि कोमल सुस्वर ऐकून राम उल्हसित झाला. गायनाचा तो आवाज जवळजवळ येतोय हे त्याच्या लक्षात आलं. तो शय्येवरून उठून गवाक्षाजवळ गेला. सूर्योदयाला अद्याप पुष्कळ अवधी होता; पण यमकर्माला लवकर प्रारंभ करायचा असल्यानं पुष्कळ लोक उठले होते. प्रातःकर्म उरकून यज्ञमंडपाकडे निघाले होते. मार्गावरून काही थोडे लोक जात-येत होते. तेही रामाप्रमाणेच त्या अद्भुत गीतगायनानं भारावून गेले होते. आपल्याइतकीच उत्सुकता इतरांनाही आहे हे लक्षात आल्यावर रामानं मनाशी ठरवलं की, या गायकाला

बोलावून घ्यायचं आणि यज्ञमंडपात गायन करायचं. त्यानं लगेच आपल्या सेवकांना त्या गीतस्वराच्या दिशेनं पाठवलं.

प्रातःकालची आन्हिकं उरकून राम यज्ञमंडपात आला, तेव्हा तिथेही त्या अद्‌भुत गीतगायनाचीच चर्चा चालू होती. यज्ञासाठी उभारलेल्या त्या उपनगरीत सर्व मार्गांवर आणि उपमार्गांवर ते अद्‌भुत गायन पहाटे ऐकू आलं होतं.

सर्वांना आपल्याइतकीच उत्सुकता आहे हे पाहून रामाला आनंद झाला. तो म्हणाला, ''मीही त्या मधुर गायनामुळे आज जागा झालो... आणि ते गायन नीट ऐकावं असं वाटलं म्हणून सेवकांना मी त्या स्वरांच्या अनुरोधानं पाठवलं... थोड्या वेळातच सेवक परत आले आणि दोन जुळे कुमार गीत गाताहेत असं त्यांनी सांगितलं.

''त्या कुमारांना इथे आणायची व्यवस्था करा. अनुष्ठानाच्या मध्ये वेळ मिळाला की, त्यांचं गायन ऐकू... दुरून ऐकून ज्या गायनानं आपल्याला इतकं मोहित केलंय ते दिव्य गायन आज जवळून ऐकू. गीताचे शब्द आणि अर्थ स्पष्ट कळला की, त्याचं माधुर्य आणखी वाढेल.''

वसिष्ठ म्हणाले, ''स्वर, मात्रा, सूर आणि ताल या सर्वांचाच उत्कृष्ट मेळ त्या गाण्यात आहे. अशा प्रकारची रचना आम्ही कुणीच पूर्वी ऐकली नव्हती. समचरणयुक्त अशी रचना दिसते. प्रमाणबद्ध वाटते.''

वसिष्ठांनीही प्रशंसा केल्यामुळे त्या गीतासंबंधी आणि गायक कुमारासंबंधी सर्वांची उत्सुकता अधिकच दाटली. पण त्यांना विशेष प्रतीक्षा करावी लागली नाही. सेवकांबरोबर ते दोघे वल्कलधारी कुमार आले. तेरा-चौदा वर्षांचे ते कुमार धीट आणि बुद्धिमान दिसत होते. आल्याबरोबर त्यांनी सर्व वडिलधाऱ्यांना नमस्कार केला.

रामानं त्यांना विचारलं, ''कुणाची मुलं रे तुम्ही?''

दोघेही एकदमच उत्तरले, ''आम्ही वाल्मीकींचे शिष्य!''

''सकाळी म्हणत होता ते काव्य म्हणाल का?''

त्या दोघांनी आनंदानं संमती दिली. त्यांनी संमतिदर्शक मान डोलवली तेव्हा त्यांच्या मस्तकावरचा दाट जटाभार हालला. राम म्हणाला, ''मग करा प्रारंभ... बसा खाली.''

ते दोघेही कुमार अत्यंत नम्रपणे अजिनावर बसले. एकानं वीणेच्या तारा छेडल्या. दुसऱ्यानं वाद्य दोन्ही हातात सिद्ध ठेवलं. क्षणभर दोघांनी डोळे मिटले. मग मस्तक लववून सर्वांना मूक वंदन केलं आणि वीणेच्या सुरात आपले सूर मिळवून गायला प्रारंभ केला-

तपःस्वाध्यायनिरतं तपस्वी वाग्विदां वरम् ।

नारदं परिपप्रच्छ वाल्मीकिर्मुनिपुणवम् ॥
कोन्वस्मिन्सांप्रतं लोके गुणवान्कश्च वीर्यवान् ।
धर्मज्ञश्च कृतज्ञश्च सत्यवाक्यो दृढव्रतः ॥...

गीताची गेयता, गायकांचे अतीव मधुर आवाज, शब्दांचे अर्थ समजून योग्य ठिकाणी आघात देण्याची पद्धत आणि तालस्वरांचा मेळ या साऱ्यामुळे सर्वजण उत्सुकतेनं ऐकू लागले. वाल्मीकींनी नारदाला सर्वश्रेष्ठ, सर्वगुणसंपन्न राजा कोण आहे असं विचारल्यावर नारदांनी कोणत्या राजाचं नाव सांगितलं ते ऐकायला सगळे उत्सुक झाले. गीत चालूच होतं... नारद म्हणत होते-

बहवो दुर्लभाश्चैव ये त्वया कीर्तिता गुणाः ।
मुने...वक्षाम्यहं बुद्धा तैर्युक्तः श्रूयतां नरः ॥
इक्ष्वाकुवंशप्रंभवो रामो नाम जनैः श्रुतः ।

काव्यात नारदांनी रामाचं जे वर्णन केलं ते ऐकून सर्वांच्याच अंगावर सुखाचे रोमांच उठले. राम मात्र शांतपणे बसून राहिला होता. त्याचं मन किंचित संकोचलं; पण बाह्यतः काहीच न दर्शविता तो शांतपणे ऐकत राहिला. यज्ञमंडपात जमलेले महर्षी, राजे, वेदवेत्ते पंडित, शब्दवेत्ते, संगीतज्ञ हे सगळे चकित झाले होते. ते दोघे कुमार अतिशय सुरेल आवाजात, तालस्वरांचा मेळ घालून रामायण गात होते.

वीस सर्ग म्हणून झाल्यावर ते दोघे थांबले आणि त्यांनी रामाला आणि इतरांना वंदन केलं. मग ते उठून नम्रपणे बाजूला जाऊन उभे राहिले. राजासमोर आरंभापासून गीत गायला त्यांना वाल्मीकींनी सांगितलं होतं; पण त्याहीपेक्षा राजासमोर अत्यंत नम्रपणे वागायलाही सांगितलं होतं. त्यांच्या गायनानं भारावलेले सगळे श्रोते हळूहळू भानावर आले आणि कौतुकानं त्या मुलांकडे पाहू लागले.

बिभीषण चटकन सुग्रीवाला म्हणाला, "या मुलांत आणि रामात साम्य आहे नाही?"

निरखून पाहून सुग्रीव म्हणाला, "होय की! या कुमारांनी जटावल्कलं धारण केलीत म्हणून... नाहीतर रामात आणि त्यांच्यात काही भेद नाहीच..."

जमलेले महर्षी आणि राजेही या विलक्षण साम्याविषयी चर्चा करत होते.

रामानं विचारलं, "बाळांनो, तुमची नावं काय?"

"याचं कुश आणि माझं लव..."

रामानं लक्ष्मणाला सांगितलं, "या मुलांना अठरा हजार सुवर्णमोहोरा दे. त्यांना आणखीही काय हवं ते दे."

लक्ष्मणानं तातडीनं द्रव्य आणलं आणि त्या कुमारांना तो ते देऊ लागला, तेव्हा कुश-लव चकित झाले. ते म्हणाले, "याचा आम्हाला काय उपयोग? आम्ही वनात राहातो आणि तिथल्या फलमूलांवर जगतो. हे द्रव्य आम्हाला काय करायचंय?

याचा वनात काय उपयोग?''

त्यांचं बोलणं ऐकून सगळेच चकित झाले. इतक्या बालवयात इतकी निःस्पृह वृत्ती पाहून रामानं विचारलं, ''अरे, तुम्ही आहात तरी कोण?''

''आम्ही वाल्मीकींचे शिष्य...''

रामानं विचारलं, ''तुम्ही जे काव्य म्हटलंत ते आणखी किती आहे? ते कुणी रचलंय? ते महाकवी कुठे असतात? सध्या ते कुठे आहेत?''

लव म्हणाला, ''राजा, तुझं चरित्र गुंफलंय ते रामायणकाव्य वाल्मीकींनीच रचलं आहे. ते यज्ञभूमीत आलेत. त्यांनी एकंदर चोवीस हजार श्लोकांमध्ये तुझं चरित्र रचलंय. सात कांडं आणि पाचशे सर्ग आहेत. त्यात तुझ्या आयुष्यातल्या सर्व घटना आहेत.''

कुश त्याला काहीतरी खुणावत होता; पण लवाला ते काही कळत नव्हतं. शेवटी कुश हलकेच त्याला म्हणाला, ''लवा, काय हे तुझं औद्धत्य? यांना महाराज म्हणायचं असं मुनिवर्यांनी सांगितलं होतं... विसरलास?''

लव एकदम चमकला. मग म्हणाला, ''महाराज, क्षमा करा... माझ्या तोंडून तुम्हाला एकेरी-''

''असू दे रे!'' राम हसला, ''मुलांना क्षम्य असतं सगळं... बरं आता आम्हाला वाल्मीकींकडे नेता का?''

वसिष्ठ म्हणाले, ''रामा, यज्ञकर्म चालू असताना तुला कसं जाता येईल? त्यापेक्षा वाल्मीकींनाच इकडे बोलावून घेऊ.''

रामानं मान्यता दिली. यज्ञकर्माची वेळ झाल्यावर ऋत्विजांनी रामाला हाक मारली. राम उठताच कुश-लवही उठले आणि म्हणाले, ''आता आम्हाला अनुज्ञा द्या.''

''अरे, इथेच थांबा ना. इथेच भोजन करा.''

''छे, छे! आम्ही अन्नग्रहण करत नाही- केवळ फलमूलांवर जगतो. स्वादिष्ट, निर्मल फळं खाल्ल्यामुळे श्रम जाणवत नाहीत आणि स्वरालाही कमीपणा येत नाही, असं आचार्य म्हणतात.''

त्यांचं बोलणं ऐकून सगळे लोक चकित झाले. ही इतकी लहान मुलं केवळ फलाहारावर उपजीविका करतात हे आश्चर्यजनकच होतं. त्या मुलांकडे पाहिल्यावर ते ऋषिकुमार नाहीत हे स्पष्ट जाणवत होतं. त्यांनी तापसवेष धारण केला होता तरी मुखावरचं क्षात्रतेज लपत नव्हतं. रामासह सगळ्यांनाच हे जाणवलं होतं.

राम म्हणाला, ''फलाहार इथेही करता येईल.''

''पण मुनिवर्यांनी आम्हाला परत बोलावलंय.''

''मग उर्वरित काव्य केव्हा म्हणाल?''

"उदयिक येतो. यज्ञकर्म चालू असताना मधल्या वेळात म्हणू... आपल्याला..."

संकोचून लव गप्प बसला, तेव्हा राम हसून म्हणाला, "अरे विचार ना? काव्य आवडलं का असंच विचारायचंय ना? अतिशय आवडलं... आता नित्यनेमानं तुमचं गायन ऐकणार... यज्ञकर्माच्या मधल्या वेळात तुम्ही काव्य म्हणत जा... पण उद्यापासून इथेच फलाहार करा. आचार्यांना सांगायला हा शत्रुघ्न येईल."

सर्वांना वंदन करून ते कुमार निघून गेले, तेव्हा रामाचं अंतःकरण जड झालं. कुठले कोण दोन मुलगे आपल्याला असा लळा लावून का गेले ते त्याला कळेना. त्या मुलांच्या गायनानं, बोलण्यानं, वागण्यानं तो भारावून गेला होता; पण असं का व्हावं ते त्याला कळत नव्हतं.

भरत म्हणाला, "महाराज, ती मुलं अगदी तुमच्यासारखी वाटली मला! वल्कलं नेसून, जटा वाढवून तुम्ही वनात असताना दिसत होता ना, अगदी तशीच दिसली ती!"

सुग्रीव म्हणाला, "मलाही साम्य जाणवलं, मोठ्या बिंबापासून काढलेली लहान बिंबंच वाटली ती..."

या विषयावर सर्वांचंच एकमत झालं. ते विलक्षण साम्य आणि त्या मुलांविषयी वाटणारी आपुलकी यामुळे सर्वांच्याच मनात गोंधळ निर्माण झाला. राम शत्रुघ्नाला म्हणाला, "तू वाल्मीकींकडे जा. त्यांना आदरानं इथे घेऊन ये. आपण या मुलांविषयी त्यांनाच विचारू."

शत्रुघ्न लगेच वाल्मीकींच्या आश्रमाकडे गेला; पण थोड्या वेळात एकटाच परत आला. सर्वजण त्याची प्रतीक्षा करतच होते.

शत्रुघ्न म्हणाला, "मुनिवर्य आत्ता त्यांच्या आश्रमाकडे परत चाललेत. त्यांना तिकडे काही काम आहे."

"त्या मुलांविषयी विचारलंस का?"

"होय... ती... सीतादेवींची मुलं... म्हणजेच तुमची मुलं! म्हणूनच ते विलक्षण साम्य आपल्याला जाणवलं... आता ते दोघे इकडेच येताहेत. वाल्मीकी म्हणाले की, मुलांना क्षात्रधर्माचं शिक्षण द्या."

शत्रुघ्न बोलत असतानाच कुश-लव आले. रामाशी असलेलं आपलं नातं त्यांनाही कळलं होतं. त्यांनी 'तात' म्हणून हाक मारतच रामाच्या पायांना मिठी मारली. रामानं दोन्ही हातांनी दोघांना उठवून आलिंगन दिलं आणि त्यांच्या मस्तकांचं अवघ्राण केलं. त्या दोघा कुमारांना कुरवाळताना, त्यांच्या मस्तकावर रामाच्या आनंदाश्रूंचा अभिषेक होत होता. इतक्या वर्षांचा संयम आणि मनाचा घट्टपणा कुश-लवांच्या भेटीनं वितळून जात होता. पिता-पुत्रांच्या भेटीचा तो अपूर्व सोहळा पाहून यज्ञभूमीत जमलेल्या सगळ्यांचीच अंतःकरणं हेलावली होती. स्थितप्रज्ञ ऋषिमुनी

आणि ऋत्विजही भारावून गेले होते. यज्ञाच्या संकल्पित कार्यक्रमात खंड पडला, इकडेही कुणाचं लक्ष नव्हतं.

*

रामाची आणि कुश-लवांची भेट झाल्या दिवसापासून यज्ञकार्यात वेळ मिळाला की, रामायण-गायन चालायचं. सगळे लोक हातातली कामं सोडून गायन ऐकायला येऊन बसायचे. महर्षी, राजे, वेदवेत्ते पंडित, पुराणवेत्ते द्विज, स्वरलक्षणं जाणणारे तज्ज्ञ, संगीतज्ज्ञ, छंदःशास्त्रनिपुण असे सर्व कुशल आणि बहुश्रुत येऊन ते गायन ऐकत बसायचे. सर्व दृष्टींनी अत्यंत निर्दोष असं ते गायन ऐकताना सर्वांना पराकोटीचा आनंद व्हायचा. यज्ञभूमीतल्या अनेक कार्यक्रमांत रामायण-गायनाच्या कार्यक्रमालाच विशेष महत्त्व प्राप्त झालं होतं. रामाचं चरित्र यथातथ्य वर्णन केलेलं ते अद्वितीय काव्य ऐकताना सगळेजण विस्मयचकित व्हायचे. रामानं विश्वामित्रांबरोबर जाऊन ऋषींच्या यज्ञाचं कसं रक्षण केलं, खर-दूषणांचा आणि ताटकेचा कसा नाश केला, अहल्येचा कसा उद्धार केला आणि मग मिथिलेत जाऊन शिवधनुष्याचा भंग कसा केला, त्यानंतर राम-सीतेचा तसेच इतर बंधूंचा विवाह कसा झाला, हे त्या काव्यातूनच ऐकायला मिळे. अयोध्येत घडलेली कथा सर्वश्रुत होती; पण राम वनवासात असतानाचा वृत्तान्त कुणालाच माहीत नव्हता. वनवासात असताना राम-सीता लक्ष्मण कसे वागत, त्यांची आणि जटायूची कशी भेट झाली, मग रावणानं सीतेला कसं पळवून नेलं, हे सारं वर्णन ऐकताना सगळेजण रोमांचित झाले होते. एकटा रामच तेवढा मनात व्याकुळ झाला होता. पूर्वजीवनातल्या त्या वृत्तान्तामुळे त्याला सीतेची स्मृती अनावर झाली. इतके दिवस मन मारून तो सीतेची आठवण होऊ द्यायचा नाही. आपल्या जीवनातला तो भागच त्यानं कापून टाकला होता; पण आता कुश-लव अचानक उपस्थित झाले होते. रामायण-गायनातून त्यांनी रामाला सीतेची आठवण दिली होती. त्या दोघा कुमारांच्या सान्निध्यात सीतेची आठवण येणं अपरिहार्यच होतं. लोकापवादाच्या भीतीनं सीतेचा त्याग केल्यापासून बद्ध करून ठेवलेलं रामाचं मन आता या मुलांनी मुक्त केलं होतं. पूर्वी सीता लंकेत असताना तिला तिथून मुक्त करून आणण्यासाठी वानरांनी सेतू बांधला होता; आता रामाच्या सुप्त असलेल्या सीतेच्या स्मृतींचा सेतू या मुलांनी बांधला होता. अदृश्य पण दृढ सेतूच्या त्या शिल्पकारांकडे पाहाताना रामाच्या मनात एक विचार आला.

त्यानं लगेच दूतांना बोलावलं आणि आज्ञा दिली, "तुम्ही वाल्मीकींकडे जा आणि त्यांना सांगा की, सीता आचरणानं शुद्ध असेल तर तिनं महर्षींच्या अनुज्ञेनं इथे येऊन शुद्धतेविषयी शपथ घ्यावी. तुम्ही वाल्मीकी मुनींना याविषयी सांगा. सीतेचा विचार काय आहे ते पाहा आणि मला कळवा. शपथ घ्यायला सीता सिद्ध

असली तर उदयिक सकाळी तिनं इथे सभेमध्ये यावं नि माझ्यावरचा लोकापवाद दूर करावा.''

दूत शीघ्रगतीनं लगेच वाल्मीकींकडे गेले आणि काही वेळातच परत आले. त्यांनी सांगितलं, ''महाराज, तुमचा निरोप आम्ही मुनिवर्यांना दिला, तेव्हा ते म्हणाले, 'पती हेच स्त्रीचं दैवत... तेव्हा राम म्हणतो तसं सीतेला करावंच लागेल... मी सीतेला घेऊन येतो.'''

वाल्मीकींचा तो निरोप ऐकून राम अतिशय आनंदित झाला. यज्ञमंडपात जमलेल्या ऋषींना आणि राजांना उद्देशून तो म्हणाला, ''आपण सर्वांनी उद्या सकाळी प्रत्यक्षच सीतेची शपथ पाहावी. सर्व ऋषीमुनींच्या, राजांच्या आणि इतर प्रेक्षकांच्या समक्ष सीता शपथ घेईल. आणखीही कुणी येणार असेल तर येऊ द्या. उद्या इथे कुणालाच अडवायचं नाही.''

वसिष्ठ म्हणाले, ''उत्तम! अशा प्रकारचं कृत्य मी आजवर पाहिलेलं नाही.''

काश्यपांनी दुजोरा दिला, ''असं कृत्य करायला रामावाचून कुणीच सिद्ध असणार नाही. रामाचं सारंच अलौकिक! पित्याच्या आज्ञेवरून राज्य सोडून वनवास पत्करणं, राक्षसांचा वध करणं, सागरावर सेतू बांधणं, रावणाचा वध करणं आणि लोकापवादाच्या भीतीनं प्रिय पत्नीचा त्याग करणं- सामान्य पुरुषाला यांपैकी एक गोष्ट तरी करता येईल का?''

त्या स्तुतीनं राम संकोचून गेला होता; पण जमलेल्या ऋषी मुनींचं आणि राजांचं त्याच्या अवस्थेकडे लक्षच नव्हतं. ते रामाचं गुणगायनच करत होते. रामाला मात्र आता सीतेची स्मृती त्रस्त करत होती. सीता खरंच निष्पाप आहे हे आपल्याला माहीत असूनही आपण लोकांच्या भीतीनं तिचा त्याग केला, याची त्याला जाणीव होतीच; पण ज्या लोकांच्या भीतीनं त्यानं तिचा त्याग केला त्या लोकांना तिचा निष्पापपणा समक्षच पटवायला हवा होता. अर्थात आपण शुद्ध आहोत हे सीता कसं पटवून देणार? पुन्हा तिची अग्निशुद्धी होणार का? हेच विचार रामाच्या मनात त्या दिवशी आणि रात्रीही घोळत होते. नित्याप्रमाणे यज्ञकर्मं चालू होती. राम सारी कृत्यं करत होता; पण मनात मात्र सीतेच्या स्मृतीनं तो व्याकुळ झाला होता.

दुसऱ्या दिवशी सूर्योदयापूर्वीच यज्ञमंडपात सर्वजण जमले. वसिष्ठ, वामदेव, जाबाली हे रामाचे मंत्री, काश्यप, विश्वामित्र, दीर्घतमा, दुर्वास, पुलत्स्य, भार्गव, मार्कंडेय, मौद्‌गल्य, गर्ग, च्यवन, भरद्वाज, सुप्रभ, नारद, पर्वत, गौतम आणि इतर कित्येकजण अगदी पुढेच आसनावर बसले होते. बिभीषण आणि इतर राक्षस तसंच सुग्रीव, हनुमान आणि इतर वानर आपापल्या आसनावर बसले होते. इतरही राजे उत्सुकतेनं आले होते. इतके लोक जमले होते; पण यज्ञमंडपात संपूर्ण शांतता होती. प्रत्येकाला पुढे काय होणार याची उत्सुकता होतीच; पण काहीतरी अभूतपूर्व प्रकार

घडणार असल्यानं वातावरणात ताणही होता.

इतक्यात वाल्मीकी घाईघाईनं आले. त्यांच्या मागोमाग अधोवदना सीता येत होती. तिनं मान खाली घातली होता तरी नेत्रांतून अश्रुप्रवाह वाहात होता, हे स्पष्ट दिसत होतं. अतिशय कृश झालेली, काषाय वस्त्रधारिणी सीता वाल्मीकींच्या मागून हळूहळू पुढे जाऊ लागली, तेव्हा ब्रह्मदेवाच्या मागून जाणाऱ्या श्रुतीप्रमाणे ती भासली. कितीतरी वर्षांनी सीता दिसल्यामुळे सर्वांना आनंद वाटत होता; पण या तेजस्वी, पतिनिष्ठ सुंदरीचा जन्म दुःखातच गेला आणि आताही तिला पुन्हा आत्मशुद्धीच्या शपथेचा त्रास सहन करावा लागणार या कल्पनेनं सगळ्यांना दुःखही वाटत होतं. यज्ञमंडपात मृदू आवाजात कुजबूज सुरू झाली. कुणी रामाची प्रशंसा करू लागला तर कुणी सीतेची!

रामाच्या समोर गेल्यावर वाल्मीकी थांबले. त्याबरोबर यज्ञमंडपात शांतता पसरली. राम उठून वाल्मीकींजवळ गेला. त्यांना वंदन करून त्यानं आसन दिलं; पण त्या आसनावर न बसता वाल्मीकी उभ्यानंच रामाला म्हणाले, ''लोकापवादाच्या भीतीनं तू सीतेचा माझ्या आश्रमाजवळ त्याग केलास, तेव्हापासून ही माझ्या आश्रमात राहिली. हे दोन जुळे मुलगे तुझ्यापासून तिला झाले. सीता धर्मानं वागणारी आणि महापतिव्रता आहे, तरी तुला लोकापवादाची भीती वाटते; म्हणून वाटेल ते दिव्य करायला ती सिद्ध आहे.''

राम काहीही न बोलता खाली मान घालून उभा होता. वाल्मीकींच्या मागे अधोवदन आणि हात जोडून उभी असलेली सीता त्याच्या अगदी समीप होती; पण त्या प्रियदर्शी प्रियंवदेकडे बघायचं धाडस त्याला होत नव्हतं. राम काहीच बोलत नाही तेव्हा आपल्या सांगण्यावर त्याचा विश्वास नाही असं वाटून वाल्मीकी म्हणाले, ''रामा, तू सीतेविषयी कसलीही शंका मनात बाळगू नकोस. मी प्रचेतसाचा दहावा पुत्र तुला सांगतोय की, ही शुद्ध आहे. मी कधीही असत्य बोलत नाही. ही सीता जर दोषयुक्त असेल तर मी इतकी वर्षं केलेली तपश्चर्या निष्फल ठरेल. ही शुद्ध आहे हे दिव्यज्ञानानं जाणूनच मी हिला आश्रमात नेलं. ही शुद्ध आहे; पण तुझं अंतःकरण कलुषित झालंय.''

रामानं सीतेकडे एक दृष्टिक्षेप टाकला. तिच्या भृंगनीलवर्णी केशकलापाव्यतिरिक्त त्याला तिचं दर्शन घडलं नाही. पूर्वी रावणाच्या अशोकवनात असताना शोकमग्न झाल्यामुळे तिनं आपला केशपाश मोकळा ठेवला होता. आताही तो मोकळाच होता. त्या केशपट्टीखालचा रुंद कपाळाचा भाग आणि उत्तरीयाच्या आडून दिसणारी कोमल लांबसडक बोटं याव्यतिरिक्त सीतेच्या शरीराचा कोणताही भाग दिसत नव्हता. क्षणार्ध रामाची दृष्टी तिच्यावर खिळली; पण तेवढ्यातही तिनं आपलं अंग अधिक संकोचून घेतलं.

रामानं हात जोडून लगेच वाल्मीकींकडे पाहिलं आणि तो म्हणाला, ''सीता निष्कलंक आहे हे मला माहीत आहे. पूर्वी देवांसमक्ष तिच्या शुद्धतेची साक्ष पटल्यावरच मी तिला अयोध्येला आणलं. आता आपणही तिच्या शुद्धतेबद्दल सांगताहात; पण मी केवळ लोकापवादाच्या भीतीनं तिचा त्याग केला. माझ्या या अपराधासाठी आपण मला क्षमा करा. हे दोन्ही पुत्र माझे आहेत हेही मला माहीत आहे. सीता मला प्रिय आहे.''

त्याच वेळी यज्ञमंडपाच्या प्रवेशद्वारातून ब्रह्मदेव, आदित्य, वसू, रुद्र, विश्वदेव आणि मरुद्‌गण आले; त्यामुळे राम बोलायचा थांबला. त्या सर्व लोकपालांचं यथोचित स्वागत केल्यावर राम म्हणाला, ''ऋषी मुनींनी आणि लोकपालांनी शुद्ध ठरवलेली सीता मला प्रिय व्हावी...''

अचानक मंद वायूची झुळूक आली. कसलातरी दिव्य सुगंध आसमंतात दाटला. त्या गंधामुळे वातावरण पवित्र झालं. यज्ञमंडपात आनंद दाटला. काहीतरी भव्यदिव्य घडणार असं वाटू लागलं.

वाल्मीकी म्हणाले, ''रामा, आता सीता सर्वांसमक्ष शपथ घेईल; आपण सर्वजण आपापल्या आसनावर बसू, म्हणजे सर्वांना सीता नीट दिसेल.''

सर्वजण आपापल्या आसनांवर बसले. काषायवस्त्रधारिणी सीता एकटीच उभी होती. क्षणभर तिनं रामाकडे पाहिलं. मग हात जोडून तिनं जमलेल्या लोकांवर दृष्टिक्षेप टाकला आणि खाली मान घालून ती संथ, स्पष्ट पण खणखणीत आवाजात बोलू लागली, ''मी आयुष्यात कधीही रामांशिवाय इतर कुणाचं चिंतन केलं नाही, कुणाचा विचारही केला नाही. रामांशिवाय इतर पुरुषांशी माझा परिचय नाही. काया, वाचा आणि मनानं मी रामांचीच आराधना करते... मी सांगते हे सत्य असेल तर या विष्णुपत्नी भूमीनं मला प्रवेश करायला मार्ग द्यावा... माझं सांगणं सत्य असेल तर या भूदेवीनं मला उदरात जागा...''

सीतेचं हे बोलणं चालू असतानाच वायूचा वेग वाढला. यज्ञमंडपात अचानक एक धुळीचा लोट आला. क्षणभर कुणालाच काही दिसेनासं झालं. मग धुळीचा लोट विरल्यावर सगळे पुन्हा सीतेकडे पाहू लागले; पण सीता जागेवर नव्हतीच. ती जिथे उभी होती तिथे एक प्रचंड विवर होतं. त्या विवरात सिंहासनासारखं काहीतरी आसन वेगानं खाली खाली जात असलेलं दिसलं. पुढे बसलेल्या ऋषी मुनींनी आणि लोकपालांनी हा प्रकार स्पष्ट पाहिला. मागे बसलेल्या इतर मंडळींनाही काहीतरी दिसलं आणि सीतेनं केलेल्या विनंतीप्रमाणे भूदेवीनं तिला विवर करून दिलं, एवढं सगळ्यांच्याच लक्षात आलं.

ब्रह्मदेव म्हणाला, ''उत्तम, उत्तम! धन्य सीता!''

आदित्यानं दुजोरा दिला, ''सीतेनं आपल्या शुद्धतेची साक्षच दिली...''

वाल्मीकी म्हणाले, "भूमीतून जन्मली आणि शेवटी भूमीतच विलीन झाली. तिचं भूमिकन्या हे नाव सार्थ झालं."

आसनाच्या काष्ठदंडाचा आधार घेऊन राम खाली मान घालून बसला होता. डोळ्यांदेखत सीता नाहीशी झाली याचं त्याला दुःख झालं होतं. त्याचे नेत्र अश्रूंनी भरले होते. त्यानं ऋषी मुनींना विचारलं, "सीता कुठे गेली? अशी कशी गेली?"

विश्वामित्र उत्तरले, "तिनं तुझ्या सांगण्याप्रमाणे शपथ घेतली... रामाशिवाय अन्य पुरुषाचा विचारही आपण केला नाही हे तिचं म्हणणं सत्य असल्यामुळे भूमातेनं आपल्या कन्येला उचलून नेलं..."

रामाजवळ आलेल्या सुग्रीवानं विचारलं, "भूदेवीनं उचलून नेलं? मुनिवर्य, सगळं सांगा ना... मागे बसलेल्यांना काहीच दिसलं नाही."

विश्वामित्र सांगू लागले, "सीतेनं भूमीला प्रवेशासाठी विनंती करताच त्या तिथे, म्हणजे सीता उभी होती तिथे भूमीतून एक सिंहासन वर आलं. त्या दिव्य सिंहासनावर दिव्य देहधारिणी भूदेवी होती. तिच्या दिव्य अलंकारांनी डोळे दिपत होते. तिनं सीतेला दोन्ही हातांनी उचलून सिंहासनावर बसवलं आणि सीतेसह ती रसातळात गेली... मला हे दृश्य स्पष्ट दिसलं. इतरांना काय दिसलं कुणास ठाऊक!"

वाल्मीकी, वसिष्ठ, च्यवन, भार्गव, मार्कंडेय, गर्ग... यांनी आणि इतरांनीही हेच दृश्य पाहिल्याचं सांगितलं. सगळे ऋषिमुनी आणि श्रेष्ठ राजे या घटनेविषयी चर्चा करून आश्चर्य व्यक्त करू लागले. सीतेच्या पातिव्रत्याची आणि तिच्या शुद्ध आचरणाची प्रशंसा यज्ञमंडपात होऊ लागली. कुणी आनंद व्यक्त करत होतं, तर कुणी आश्चर्य! त्या भव्यदिव्य अनुभवानं सारेच मोहित झाले होते. सुग्रीव, बिभीषण, हनुमान आणि रामाचे तिघे बंधू मात्र रामाजवळ जमून त्याचं सांत्वन करू लागले. यज्ञमंडपात चाललेली चर्चा आणि प्रशंसा रामाला ऐकू येत नव्हती. त्याचं शरीर आणि मन बधिर झालं होतं. आपल्याभोवती जमलेले लोक काय बोलताहेत, काय करताहेत हे त्याला कळत नव्हतं. डोळ्यांदेखत सीता नाहीशी झाली, ती आता कधीही परत येणार नाही हे लक्षात आल्यापासून त्याच्या दुःखाला पारावार उरला नव्हता. कितीतरी वेळ तो अश्रू ढाळत बसला होता. आपल्या समक्ष सीता नाहीशी झाली याचं त्याला अतिशय दुःख झालं. मनात संताप मावेनासा झाला.

तो म्हणाला, "पूर्वी रावणानं सीतेला सागरापलीकडे नेऊन ठेवलं होतं, तेव्हाही मी तिला परत आणलं होतं. आता भूमीपासून सीतेला परत मिळवणं मला अशक्य आहे का? या भूदेवतेनं माझी सीता मला परत दिली नाही तर माझ्या क्रोधाचं दर्शन घडवून मी भूदेवीपासून सीतेला मिळवून घेईन... भूमाते, तू सीतेची माता आहेस; मी तुझा जामात... तेव्हा तू माझी सीता परत दे किंवा मलाही

सीतेजवळ प्रवेश दे... सीता पाताळात असो की स्वर्गात असो, मी तिच्यासहच राहीन... भूदेवी, तू माझी सीता परत दे, नाहीतर मी तुला नष्ट करीन. तुझ्या पर्वतांना आणि वनांना नष्ट करीन... तुझ्या ठिकाणी सर्वत्र जलमय प्रदेश निर्माण करीन.''

रामाचं हे संतापयुक्त बोलणं ऐकून सगळ्यांचा थरकाप झाला. राम बोलल्याप्रमाणे करून दाखवील यात कुणालाच शंका उरली नाही. भूमी नष्ट करायचं रामानं खरंच मनात आणलं तर महाप्रलय होईल हे सर्वांच्या ध्यानात आलं; पण रामाला आवरणं, त्याची समजूत घालणं ब्रह्मदेवावाचून कुणालाच शक्य नव्हतं. विश्वामित्र, वाल्मीकी, वसिष्ठ आणि इतर ऋषिमुनी ब्रह्मदेवाकडे पाहू लागले. त्यांचा आशय जाणून ब्रह्मदेव रामाजवळ गेला. त्याच्या हातावर प्रेमानं थोपटत म्हणाला, ''रामा, तुझ्यासारख्याला असा क्रोध शोभत नाही. तू सांगितल्याप्रमाणे सीतेनं शपथ घेतली. तुझी पत्नी म्हणून तिनं जे तप केलं, त्याच्या योगानं तिला दिव्य गती प्राप्त झाली; तेव्हा आता दुःख करून आणि क्रोध व्यक्त करून काय उपयोग? आता ती तुला स्वर्गात भेटेल. धर्माकडे लक्ष देऊन तू शांत हो.''

राम किंचित शांत झाला. ब्रह्मदेवाचा उपदेश मान्य करून त्यानं आपला क्रोध गिळून टाकला; पण दुःख गिळणं अशक्य होतं. त्यानं ब्रह्मदेवाला विचारलं, ''मला प्रियजनांच्या वियोगाचा शापच आहे की काय? यापुढे असेच वियोग माझ्या दैवात असतील तर मी जगू तरी कशाला? किंवा वानप्रस्थाश्रम स्वीकारून...''

ब्रह्मदेव म्हणाला, ''तुझ्यासारख्या राजानं आपलं कर्तव्य बाजूला ठेवून स्वतःच्या सुख-दुःखाचा विचार करावा हे आश्चर्यच आहे. धर्मावर दृष्टी ठेवून इतके दिवस तू जगलास. मग आयुष्य संपवायचे आणि वानप्रस्थाश्रमात जायचे विचार तुझ्या मनात कसे येतात? जन्मापासून तुला सुख-दुःखं भोगावी लागली, प्रियजनांचा वियोग सहन करावा लागला हे खरं! पण देवादिकांनाही हे चुकत नाही... तेव्हा तू आपल्या कर्तव्यावर लक्ष ठेव... यापुढे तुझ्या आयुष्यात जे घडणार आहे ते तुला वाल्मीकींच्या काव्यातून कळेल. ते तू ऐक... वाल्मीकींनी रचलेल्या काव्याचा उत्तरभाग तू एकट्यानंच ऋषींसमवेत ऐकला पाहिजे.''

ब्रह्मदेवाच्या आज्ञेनुसार रामानं आपलं दुःख मनात दडपलं. तो हात जोडून म्हणाला, ''आज यज्ञाची समाप्ती आहे; मग उद्यापासून माझ्या चरित्रकाव्याचा उत्तरभाग आपल्या सूचनेनुसार ऐकतो. ऋषिमुनींसह मी तो भाग एकान्तात ऐकेन... सीतेनं जिथे वास्तव्य केलं होतं त्या पर्णकुटीत राहावं, अशी माझी इच्छा आहे.''

ब्रह्मदेव म्हणाला, ''तू आज रात्री वाल्मीकींच्या आश्रमात राहा... आता आम्ही जातो. यज्ञसमाप्तीनंतर इतर मंडळी जाऊ देत. तू वाल्मीकींबरोबर जा आणि तुझ्या मुलांचा स्वीकार कर.''

राम म्हणाला, ''कुश-लवाचा स्वीकार मी आधीच केला आहे; पण सीता

दृष्टिआड झाल्यापासून कशातच काही अर्थ उरलाय असं मला वाटत नाही...''

पण रामानं असं म्हटलं तरी त्याला सारी कर्तव्यं पार पाडावी लागणारच होती. अश्वमेध यज्ञाची समाप्ती करावी लागणार होती. जमलेल्या मंडळींना निरोप द्यावा लागणार होता. त्यांना योग्य पद्धतीनं प्रतिउपायानं दिली की नाही हे पाहावं लागणार होतं... हा एकच यज्ञ पार पाडून भागणार नव्हतं. उरलेल्या आयुष्यात आणखीही कित्येक कर्तव्यं पार पाडायची होती.

वाल्मीकींच्या काव्यातून उर्वरित चारित्र्याची कल्पना मिळाल्यावर ही कर्तव्यं अधिक अलिप्तपणे पार पाडता येणार होती. इतके दिवस कुठेतरी सीता जिवंत आहे या जाणिवेनं जीवन किंचित सुसह्य होत होतं; पण आता सीता पुन्हा दिसणार नव्हती. उर्वरित आयुष्य तिच्यावाचून एकट्यानंच घालवायचं होतं. अश्वमेध यज्ञासाठी करवलेल्या सीतेच्या सुवर्णपुतळ्याचं विसर्जन यापुढे करता येणार नव्हतं... जड अंतःकरणानं राम उठला आणि यज्ञकार्याला लागला. यज्ञहोमात आहुती देताना त्यानं व्यक्तिगत सुख-दुःखांचीही आहुती दिली. मग निर्विकार, निर्विकल्प आणि निर्मम वृत्तीनं तो पुढची कामं उरकत राहिला.

*

सिंधू नदीच्या दोन्ही बाजूंना पसरलेला गंधर्वप्रदेश जिंकून भरत परत आला, तेव्हा रामानं त्याचं स्वागत केलं. पाच वर्षांनी राम भेटत असल्यामुळे भरताला अतिशय आनंद झाला होता. अश्वपती युधाजिताच्या इच्छेनुसार रामानं भरताला पाठवलं होतं; पण भरताचं मन मात्र रामापाशीच गुंतून राहिलं होतं.

रामाला वंदन केल्यावर तो म्हणाला, ''रामा, आता तुला सोडून मी कुठेही जाणार नाही. कुठे जायची आज्ञा तू मला देऊ नकोस. आज्ञाभंगाचं पाप लागेल मला...''

राम केवळ हसला. सर्व भावांचं आपल्यावर किती प्रेम आहे ते त्याला माहीतच होतं. पाच वर्षांपूर्वी अयोध्येतून जातानाची भरताची मुद्रा आणि त्यापूर्वी अश्वमेध यज्ञ उरकून मधुरेला जातानाची शत्रुघ्नाची मुद्रा विसरणं त्याला शक्य नव्हतं; पण कर्तव्य करायलाच हवं होतं. प्रेमापेक्षा कर्तव्य श्रेष्ठ असतं हे भरत-शत्रुघ्नालाही मान्यच होतं.

भरत म्हणाला, ''मला लक्ष्मणाचा मत्सर वाटतो. सदैव सावलीसारखा रामाबरोबर असतो.''

लक्ष्मणानं म्हटलं, ''जीवनाच्या अखेरपर्यंत रामासमीप राहावं, अशी माझी इच्छा आहे. रामासाठी मृत्यू आला तरी तो मी आनंदानं पत्करीन.''

राम चमकला; पण वरून शांतपणा धारण करून म्हणाला, ''लक्ष्मणा, मृत्यू

यायचा तेव्हा येईलच; पण आता त्याची चर्चा कशाला? भरत पाच वर्षांनी आलाय, तेव्हा गंधर्व देशात काय घडलं ते ऐकू या... गार्ग्य मुनींबरोबर भरत आणि त्याचे पुत्र गेल्यापासून सविस्तर माहिती कळलीच नव्हती...''

भरताचा मातुल युधाजित याच्या विनंतीवरून गार्ग्य मुनी पाच वर्षांपूर्वी रामाकडे आले होते. सिंधू नदीच्या दोन्ही बाजूंचा प्रदेश रामानं जिंकून घ्यावा अशी विनंती युधाजितानं केली होती. या प्रदेशात गंधर्वराज शेलूष राज्य करत होता. अत्यंत सुशोभित आणि फलमूलांनी भरलेल्या त्या सुपीक प्रदेशाचं रक्षण तीन कोटी गंधर्व करत होते. तो प्रदेश रामानं जिंकावा, सिंधू नदीच्या दोन बाजूंना दोन नगरं वसवावीत आणि आपला प्रतिनिधी तिथे राजा म्हणून पाठवावा असा युधाजिताचा निरोप होता.

त्या निरोपाचा आशय रामाच्या लक्षात आला होता. त्यानं गार्ग्य मुनींना सांगितलं होतं, ''अश्वपती युधाजितांच्या इच्छेप्रमाणे होईल. भरताचे पुत्र तक्ष आणि पुष्कल यांना आत्ताच राज्याभिषेक करतो. मग भरत त्याच्या पुत्रांबरोबर गंधर्व प्रदेशात जाईल. गंधर्वांना जिंकल्यावर तिथे दोन नगरं वसवून तक्ष आणि पुष्कलाच्या हाती राज्यसूत्रं देऊन भरत परत येईल. आपण निश्चिंत राहा.''

रामानं लगेच तक्ष आणि पुष्कल या भरतपुत्रांना राज्याभिषेक केला होता. मग सौम्य नक्षत्रावर गार्ग्य मुनींसह भरत आणि त्याचे पुत्र अयोध्येतून निघाले होते. त्यांच्या मागोमाग इक्ष्वाकूंची प्रचंड सेनाही गेली होती.

भरत सांगू लागला, ''दीड महिन्यानंतर आम्ही कैकय देशात पोहोचलो. तिथून मातुल, त्याचं सैन्य आणि आम्ही सैन्यासह गंधर्व देशात गेलो. गंधर्वांशी तुमुल युद्ध झालं. सात दिवसपर्यंत ते युद्ध चाललं होतं तरी कुणाचाच जय झाला नाही. रक्ताच्या नद्या वाहू लागल्या. दोन्ही बाजूंचे पुष्कळ वीर गतप्राण झाले. कितीतरी खड्‌गं, शक्ती आणि धनुष्य-बाण नष्ट झाले. शेवटी मी अत्यंत संतापलो आणि संवर्तास्त्र सोडलं.''

राम म्हणाला, ''उत्तम! ते महास्त्र म्हणजे प्रत्यक्ष काळच... मग सगळे गंधर्व नष्ट झाले असतील?''

''होय, गंधर्वांचा पराभव झाला आणि त्यांचा सर्व प्रदेश आमच्या हाती आला; मग तुझ्या आज्ञेप्रमाणे मी त्या प्रदेशात दोन नगरी वसवल्या. गंधर्व देशातल्या नगरीत तक्षाची योजना केली आणि गांधार देशातल्या नगरीत पुष्कलाची नियुक्ती केली. तक्षाच्या नगरीचं नाव तक्षशिला आणि पुष्कलाच्या नगरीचं नाव पुष्कलावत ठेवलं! या देशावर निसर्गाचा वरदहस्त आहे. सर्वत्र विपुल धनधान्य आहे. पुष्कळ वनंही आहेत.''

रामानं विचारलं, ''दोन्ही नगरांचे व्यवहार उत्तम चाललेत ना?''

''होय, उत्तम आहेत. नगरीतून लांब-रुंद मार्ग आहेत. ते सदैव माणसांनी आणि

वाहनांनी गजबजलेले असतात. योग्य अंतरावर दुकानं आहेत. भव्य आणि उत्कृष्ट प्रासाद आहेत. प्रचंड देवालयं आहेत. उपवनं आणि उद्यानं आहेत... अयोध्येसारख्याच त्या दोन नगरी आहेत... सर्वत्र ताल, तमाल आणि बकुलवृक्ष आहेत. सर्व चांगल्या गोष्टींविषयी दोन्ही नगरींमध्ये स्पर्धाच आहे; त्यामुळे दोन्ही नगरींचा विकास होतोय. तक्ष आणि पुष्कल व्यवहारकुशल झाले आहेत. सर्व व्यवस्था नीट लावून दिल्यावरच मी परत आलो.''

भरतानं सांगितलेला वृत्तान्त ऐकून राम प्रसन्न झाला. भरताची प्रशंसा करून तो स्वस्थ बसला. त्याच्या मनात काहीतरी विचार चालू होते. इतक्यात वसिष्ठ म्हणाले, ''रामा, भरताच्या पुत्रांसाठी तू योग्य प्रदेश दिलास. शत्रुघ्नचा प्रदेश त्याच्या पुत्रांना मिळेल; पण लक्ष्मणाचं काय? त्याला तू कोणता प्रदेश देणार?''

लक्ष्मण चटकन उठून रामाच्या पायापाशी बसला आणि म्हणाला, ''या एवढ्याच प्रदेशावर माझं अधिपत्य सदैव चालावं. माझं स्थान रामाच्या पायाशी...''

राम म्हणाला, ''पायाशी नव्हे लक्ष्मणा, तुझं स्थान माझ्या हृदयात आहे. आचार्य, आपण म्हणता तो विचार माझ्या मनातही आहे; पण लक्ष्मण मला सोडून क्षणभरही कुठे जाणार नाही हे मला माहीत आहे; तेव्हा त्याच्या पुत्रांना मी स्वतंत्र प्रदेशाचं अधिपत्य देतो. लक्ष्मणाचे पुत्र अंगद आणि चंद्रकेतू दोघेही धर्मशास्त्रनिपुण आहेत. महापराक्रमी आहेत. राज्यकारभार बघायला योग्य आहेत. लक्ष्मणा, तुझ्या पुत्रांसाठी योग्य असा प्रदेश तू निवड...''

लक्ष्मण म्हणाला, ''असा प्रदेश असावा की, त्यात कुणाचीही पीडा नसावी. म्हणजे मुलांना तिथे सुखानं राज्य करता येईल. सभोवतालच्या राजांना आणि आश्रमांना उपसर्ग न पोहोचेल असा प्रदेश असावा.''

भरत म्हणाला, ''मी सांगतो. अंगदाला कारूपथ देशात पाठवावं. पश्चिमेकडचा हा देश अत्यंत रमणीय आहे. तिथे अंगदासाठी अंगदीया नगरी वसवावी आणि चंद्रकेतूसाठी उत्तरेकडे मल्ल प्रदेशात चंद्रकांता नगरी वसवावी.''

भरताची ही सूचना रामाला मान्य झाली. कारूपथ हा प्रदेश व्याधीरहित आणि निसर्गतःच सुंदर होता. तिथे लक्ष्मणानं अंगदासह जावं आणि तो प्रदेश जिंकून अंगदीया नगरी वसवावी असं ठरलं. नैसर्गिकरीत्या सुरक्षित अशा जागी नगरी वसवून अंगदाची तिथे नियुक्ती करावी आणि लक्ष्मणानं परत यावं, असंही ठरलं. भरतानं चंद्रकेतूबरोबर मल्ल देशात जावं असं ठरलं. रामानं मग लगेच अंगदाला आणि चंद्रकेतूला राज्याभिषेक केला आणि लगेच अंगदाला पश्चिमेकडे आणि चंद्रकेतूला उत्तरेकडे पाठवलं. दोघांच्याही बरोबर मोठी सेना दिली. भरत आणि लक्ष्मणही आपापल्या नियोजित कार्यासाठी जायची सिद्धता करू लागले.

सगळे गेल्यावर वसिष्ठ रामाला म्हणाले, ''रामा, तू भावांच्या मुलांची व्यवस्था

केलीस; पण कुश-लवांना काय देणार?''

''कुश-लव अजून लहान आहेत. त्यांचं शिक्षण पूर्ण व्हायचंय. ते झालं की, त्यांनाही स्वतंत्र प्रदेश देता येईल; पण भावांच्या पुत्रांची व्यवस्था आधी लावणं योग्य होतं.''

भावांच्या पुत्रांच्या आधी आपल्या पुत्रांना राज्य दिली असा लोकापवाद येईल ही भीती रामाच्या मनात आहे, हे वसिष्ठांच्या ध्यानात आलं. त्याचप्रमाणे राम आता विरक्तपणे राज्यकारभार करतो, तटस्थपणे सारी कर्तव्यं पार पाडतोय हेही त्यांच्या ध्यानात आलं होतं. अश्वमेध यज्ञानंतर रामानं अनेक महाक्रतू केले; पण तेही निर्मम वृत्तीनं! रामानं अलीकडे आपल्या भावांच्या पुत्रांना स्वतंत्र प्रदेश दिले हे मात्र थोडं अकल्पित होतं.

वसिष्ठांनी त्याविषयी विचारलं तेव्हा राम म्हणाला, ''आचार्य, काल केव्हाही येऊन उभा राहिला तरी त्याच्यासमवेत जायची सिद्धता आहे ही! शिवाय इक्ष्वाकु कुलातल्या राजपुत्रांचं राज्य सर्वत्र चालावं म्हणून एकेकाला एकेका दिशेचा प्रदेश दिलाय. ही मुलं आपल्या पराक्रमावर राज्याचा विस्तार करतील. इक्ष्वाकूंची कीर्ती वाढवतील. पितृपरंपरेनं चालत आलेलं हे राज्य मी एकट्यानंच कशाला उपभोगायचं? सर्वांना समान अधिकार असावेत. राज्याचं स्वामित्व मुलांकडे दिलेलं असल्यामुळे वाद, मतभेद होणार नाहीत... पण मला आता या सर्व कार्याविषयी आत्मीयता वाटत नाही, हे खरं! मी वाल्मीकींनी रचलेलं माझं उत्तरचरित ऐकल्यापासून माझी अशी अवस्था झालीय.''

वसिष्ठ काही बोलले नाहीत. वाल्मीकींनी रचलेलं उत्तर रामायण वसिष्ठांनी ऐकलं होतं. आपल्या आयुष्यात पुढे काय काय घडणार आहे याची रामाला कल्पना असल्यानं त्यानं राज्याची आवराआवर करणं योग्यच आहे, असं त्यांना वाटलं. व्रताचरणी धर्मनिष्ठ रामानं अश्वमेधापूर्वीपासूनच आपल्या मनाची आणि शरीराची आवराआवर केली होती; पण त्याच्या कृश शरीराकडे पाहिल्यावर वसिष्ठांना त्याची अधिकच जाणीव झाली. विष्णूचा अंश असलेला राम मानवधर्माचा त्याग करू शकत नव्हता; या विचारानं ते अस्वस्थ झाले.

*

राजद्वाराशी एक तपस्वी उभा होता. तपश्चर्येमुळे त्याची काया कृश झाली होती; पण मुख मात्र सूर्यासारखं तेजस्वी होतं. त्याच्या मस्तकावर प्रचंड जटाभार होता. त्याची मुद्रा उग्र होती. नेत्र तेजःपुंज होते. राजद्वाराशी तो थांबला असतानाच लक्ष्मण आपल्या मंदिरातून रामाकडे आला. त्यानं त्या तपस्व्याला वंदन केलं, तेव्हा कल्याणसूचक आशीर्वाद देऊन तो तपस्वी स्वस्थ उभा राहिला.

लक्ष्मणानं विचारलं, "आपण कोण? कुठून आलात?"

"मी एका महातेजस्वी आणि बलाढ्य महर्षींचा दूत आहे. रामाला महर्षींचा निरोप सांगायला आलोय."

लक्ष्मण रामाकडे गेला आणि रामाची अनुज्ञा घेऊन तापसाला बोलवायला आला. त्या तेजःपुंज तापसाचं रामानं आदरानं स्वागत केलं. त्याला बसायला आसन दिलं. त्याचं अर्घ्यपूर्वक पूजन केलं आणि त्याला कुशल प्रश्न विचारला.

त्या तापसानं रामाला आशीर्वाद दिला आणि त्याचं कुशल विचारलं.

राम म्हणाला, "आपण महाबलाढ्य महर्षींचे दूत म्हणून आलात असं लक्ष्मण म्हणाला, तेव्हा ज्यांचे दूत म्हणून आपण आला आहात, त्यांचा माझ्यासाठी निरोप आहे तरी काय?"

"तो निरोप मी केवळ तुलाच सांगणार आहे. तुझ्या हितासाठी तुला मी तो एकान्तातच सांगावा अशी मला आज्ञा आहे."

"लक्ष्मणा, तू जरा बाहेर जा आणि इकडे कुणी येऊ नका म्हणून सगळ्यांना सांग."

लक्ष्मण जायला निघाला. इतक्यात तो तापस म्हणाला, "रामा, मी तुझ्याशी एकान्तात बोलत असताना आपलं भाषण कुणी ऐकलं किंवा आपल्याकडे केवळ कुणी पाहिलं तरी-"

"तरी काय मुनिवर्य?" रामानं विचारलं.

"मी पुन्हा सांगतो... आपलं भाषण कुणी ऐकलं किंवा आपल्याकडे कुणी पाहिलं तरी तू त्याचा वध केला पाहिजेस... मान्य आहे?"

राम गोंधळून गेला... तो काहीच बोलत नाही हे पाहून तापस पुढे म्हणाला, "ही अट मान्य असेल तरच त्या श्रेष्ठ मुनींचं म्हणणं तुला ऐकता येईल."

राम उत्तरला, "होय, मान्य आहे."

लक्ष्मणाकडे वळून राम म्हणाला, "तू स्वतः द्वाराजवळ उभा राहा. द्वारपालांना दूर जायला सांग... या मुनिवर्यांचं आणि माझं बोलणं चालू असताना ते कुणी ऐकलं किंवा आमच्याकडे पाहिलं तर मी खरोखरच त्याचा वध करीन."

लक्ष्मणानं रामाच्या सांगण्याप्रमाणे द्वारपालांना दूर घालवलं. मग तो स्वतः द्वाराशी उभा राहिला. पूर्ण एकान्त निर्माण झाल्यावर रामानं त्या तापसाला सांगितलं, "आता आपण निःशंकपणे बोला. आपण कुणाचा निरोप आणलाय? मला तो निरोप ऐकायचा आहे."

"पितामह ब्रह्मदेवानं मला पाठवलंय. तुझ्या पूर्वावस्थेतला मी तुझा पुत्र आहे. सर्वांचा संहार करणारा असा मी कालच आहे असं तू समज. मायेच्या योगानं मी निर्माण झालोय."

राम हसला आणि म्हणाला, ''सर्वसंहारक काल केव्हातरी माझ्याकडे येणार हे मला माहीत होतंच. तुझ्या आगमनाची अपेक्षा मला होती; पण ब्रह्मदेवाचा निरोप सविस्तर सांग.''

तापसाचं रूप घेतलेला तो काल सांगू लागला आणि पूर्वावस्थेतल्या आपल्या पुत्राचं बोलणं राम लक्षपूर्वक ऐकू लागला. काल म्हणाला, ''ब्रह्मदेवानं तुला सांगितलंय की, भूलोकावर वास्तव्य करण्यासाठी तू जी कालमर्यादा घेतली होतीस ती संपत आली आहे. पूर्वी सागरात निद्रिस्त असताना तू मायेच्या योगानं लोकांचा संहार केलास आणि मला उत्पन्न केलंस. तू आधी तो अनंत नाग निर्माण केलास, मग मधू आणि कैटभ हे दोन महाबलाढ्य प्राणी निर्माण केलेस. त्यांच्या अस्थिराशींनी ही भूमी व्यापून गेली. त्या पर्वतांसारख्या राशींमुळे पृथ्वीला मेदिनी हे नाव पडलं. नंतर नाभीपासून उत्पन्न केलेल्या सूर्यतुल्य दिव्य कमलातून माझा जन्म झाला आणि ही सृष्टी निर्माण करायचं कार्य माझ्यावर सोपवलं गेलं...''

एक क्षणभर तापस थांबला. राम लक्षपूर्वक ऐकत होता. सृष्टीची ती सनातन कथा त्याला माहीत नव्हती असं नाही तरी त्यानं कुतूहलानं विचारलं, ''मग काय काय झालं?''

तापस सांगू लागला, ''मग ब्रह्मदेव तुझ्याकडे आला नि म्हणाला, 'सृष्टीच्या निर्मितीची शक्ती तुम्ही मला दिलीत. आता रक्षणाचं कार्य तुम्ही करा; तेव्हा मग त्या सनातन असह्य रूपाचा त्याग करून तू विष्णुत्व स्वीकारलंस. अदितीच्या ठिकाणी वीर्यवान पुरुषाच्या रूपानं जन्माला आलास. नंतर तू सर्वांचा साह्यकर्ता झालास. या पृथ्वीवर रावणानं उन्मत्तपणानं संहार आणि उच्छेद सुरू केला, तेव्हा तू मानवरूपानं इक्ष्वाकु कुलात जन्मलास. मानवरूपात किती वर्षं राहायचं, हे तूच पूर्वी ठरवलं होतंस. ही तुझी संकल्पित कालमर्यादा आता पूर्ण झालीय. आता तू परत येण्याचा समय झालाय... तुझं इथलं कार्य संपलंय... तरीही...''

''तरीही काय? सांग ना!''

''इथेच राहून प्रजेचं आणखी रक्षण करायची तुझी इच्छा असेल तर तसं कर. तुझं कल्याण होईल. तुला हवं तर तू इथे राहा; पण तू देवलोकी आलास तर देवांना सनाथ झाल्यासारखं वाटेल... ते निश्चिंत होतील. एवढाच निरोप ब्रह्मदेवानं सांगितला आहे.''

कालानं सांगितलेला ब्रह्मदेवाचा हा निरोप रामानं लक्षपूर्वक ऐकला. मग त्या सर्वनाशक कालाकडे पाहून तो हसला आणि म्हणाला, ''मी जिथून आलो तिथे जायला मी सिद्ध आहे. कारण सर्व देव माझ्या अधीन आहेत, तेव्हा त्यांच्या सर्व कार्यांत मी सहभागी असणं योग्य आहे. तिन्ही लोकांच्या कार्यासाठी माझा अवतार आहे म्हणूनच मला देवलोकी यायलाच हवं. तू केव्हा ना केव्हा येणार हे मला

माहीत होतं. तुझं आगमन अपेक्षित असल्यामुळे तू आल्याचा मला आनंद झालाय आणि त्याहीपेक्षा ब्रह्मदेवाचा निरोप ऐकून आनंद झालाय.''

रामाचं आणि तापसरूपी कालाचं बोलणं चालू असताना राजद्वाराजवळ एक नवंच संकट उपस्थित झालं होतं. राजद्वाराशी उभ्या असलेल्या लक्ष्मणासमोर वेगळाच पेच निर्माण झाला होता. रामाला आणि त्या तापसाला एकान्त मिळावा म्हणून लक्ष्मण एकटाच द्वाराशी उभा होता. द्वारपालांना, सेवकांना आणि इतर मंडळींना त्यानं दूर पाठवलं होतं. मंत्र्यांना आणि अमात्यांनाही त्यानं राजप्रासादात प्रवेश दिला नव्हता. रामाचं आणि तापसाचं बोलणं तर कुणाला ऐकू येणं शक्यच नव्हतं; पण त्यांचं दुरून दर्शनही होत नव्हतं; त्यामुळे लक्ष्मण निश्चिंतपणे उभा होता.

इतक्यात दुर्वास ऋषी तिथे आले. लक्ष्मणानं त्यांना वंदन केलं, तेव्हा त्यांनी विचारलं, ''राम कुठे आहे? मला त्याला भेटायचंय.''

''मुनिवर्य, राम कार्यात व्यग्र आहेत. एक मुहूर्तभर आपण थांबावं... माझ्या मंदिरात...''

दुर्वास संतापले, ''तुझ्या मंदिरात येऊन काय करू? माझं रामाशी काम आहे!''

लक्ष्मण पुन्हा नम्रपणे म्हणाला, ''आपलं काय कार्य आहे ते मला सांगावं... आपण आज्ञा करावी... राम काही कार्यात गुंतला आहे.''

दुर्वासांची मुद्रा क्रोधानं उग्र दिसू लागली. त्यांचे रक्तवर्णी नेत्र अग्नीसारखे दिसू लागले. तेजःपुंज मुख क्रोधामुळे आणखी तेजस्वी दिसू लागलं. लक्ष्मणाकडे त्यांनी नेत्र वटारून पाहिलं. त्यांच्या दृष्टीनंच आपण जळून जाणार असं लक्ष्मणाला वाटलं. रागानं दुर्वास मुनी म्हणाले, ''मी आलोय म्हणून तू रामाला सांग... रामाशीच माझं काम आहे. एकदा सांगितलं ते कळत नाही वाटतं?''

लक्ष्मण घुटमळला. तो जात नाही हे पाहून दुर्वास म्हणाले, ''माझ्या कार्याचं अतिक्रमण होऊ नये यासाठी मला रामाची भेट हवीय. मी आलोय म्हणून तू त्याला सांग... नाहीतर मी तुला शाप देईन. माझा क्रोध तुला माहीत नाही का? एका क्षणात या अयोध्येचं भस्म करीन... या देशाचंच भस्म करीन. रामालाही शाप देईन... भरताला, तुला आणि तुमच्या संततीलाही शाप देईन... क्रोध दाबून ठेवणं मला शक्य नाही...''

दुर्वासांचं बोलणं चालू असतानाच लक्ष्मणाचं विचारचक्र सुरू झालं होतं. दुर्वास आल्याचं रामाला कळवावं तर आपला वध होणार आणि न कळवावं तर सर्वनाश होणार. आपल्या एकट्याच्या वधानं काम होणार असेल तर इतरांचा नाश टाळायचा तरी प्रयत्न करावा... लक्ष्मणानं चुटकीसरशी पेच सोडवला; दुर्वासांना तो म्हणाला, ''मुनिवर्य, आपण क्षणभर थांबा. मी आत जाऊन रामाला सांगतो.''

दुर्वासांना तिथेच थांबवून लक्ष्मण धावतच रामाजवळ गेला. तिथे रामाचं आणि तापसाचं बोलणं चालूच होतं; पण लक्ष्मण येताच राम गप्प झाला. लक्ष्मणाची मुद्रा भीतीनं व्यापलेली दिसली, तेव्हा कालरूपी तापसाला आधी दिलेला शब्द रामाच्या स्मरणात नव्हता. त्यानं लक्ष्मणाला विचारलं, ''काय रे? काय झालं? तुझी मुद्रा अशी का?''

लक्ष्मण म्हणाला, ''दुर्वास मुनी आलेत. त्यांचं तुझ्याकडं काही काम आहे. मी त्यांना सांगायचा प्रयत्न केला; पण ते ऐकत नाहीत...''

राम उत्तरला, ''अरे मग त्यांना आत आण ना! त्यांचं कार्य केलंच पाहिजे...''

तापसरूपी काल उठला आणि म्हणाला, ''रामा, आता मी जातो; पण माझ्याशी झालेलं बोलणं विसरू नकोस आणि मला तू शब्द दिला आहेस तोही विसरू नकोस... येतो मी... मोहात गुंतू नकोस.''

लक्ष्मणाकडे एक दृष्टिक्षेप टाकून तो तापस किंचित हसला. या तापसाच्या रूपानं आपला कालच आला होता हे त्याच्या ध्यानात आलं.

*

राम घाईनं मंदिराबाहेर आला. तेजःपुंज दुर्वास मुनींची त्यानं अर्घ्यपूर्वक पूजा केली आणि त्यांना सुवर्णासनावर बसवून, हात जोडून तो उभा राहिला. अग्निपुत्र दुर्वास मुनींचा क्रोध किती महाभयंकर असतो हे रामाला माहीत होतं. दुर्वास स्वतःच आपल्याकडे आलेत, तेव्हा त्यांच्या कार्यात उणीव राहून चालणार नाही हेही त्याला समजत होतं. त्यानं नम्रपणे विचारलं, ''मुनिवर्य, आपलं काही कार्य आहे असं लक्ष्मणानं सांगितलं. मी आपल्यासाठी काय करू?''

''मी कित्येक वर्षं अनशनव्रत केलं. वर्षानुवर्षं काहीही न खाता राहून मी हे उग्र तप केलंय. त्या व्रताची आज समाप्ती आहे, तेव्हा मी इथे भोजनासाठी आलोय...''

दुर्वासांची मागणी अतिशय साधी होती. अयोध्येतल्या राजप्रासादात केव्हाही अतिथी येत असल्यामुळे तिथे सदैव अन्नाची सिद्धता असे. इक्ष्वाकूंच्या निवासातून कुणी उपाशी आणि अतृप्त कधी जायचं नाही. रामानं लगेच दुर्वासांच्या भोजनाची सिद्धता केली. ते अमृततुल्य उत्कृष्ट अन्न खाल्ल्यावर दुर्वास तृप्त झाले. म्हणाले, ''रामा, तुझी धन्य आहे.''

लोभात किंवा मोहपाशात गुंतून पडणाऱ्यांपैकी राम नव्हताच. धर्मावर दृष्टी ठेवून त्यानं पित्याच्या आज्ञेचं पालन केलं होतं. राज्याचा त्याग करून वनवास स्वीकारला होता. लोकापवादाच्या भीतीनं सीतेचा त्याग केला होता आणि अखेरीस सीतेला तो निरंतर मुकला होता... राम कुणाच्या लोभात अडकणारा नव्हता तरी

कालानं त्याला ती सूचना दिली होती, याचंच त्याला नवल वाटत होतं... काल म्हणाला होता, 'वचन दिलंस ते विसरू नकोस.'... वचन... वचन आठवल्यावर मात्र राम चमकला. त्या वचनाचा अर्थ लक्षात येताच तो खिन्न झाला. कालाचं आणि त्याचं बोलणं चालू असताना कुणी तिथे आलं तर आपण स्वतः त्याचा वध करू असं वचन त्यानं दिलं होतं. बोलणं चालू असताना लक्ष्मण तिथे आला होता... आता लक्ष्मणाला शिक्षा द्यायलाच हवी होती. म्हणजे रामानंच त्याचा वध करायला हवा होता. आयुष्यभर छायेप्रमाणे बरोबर वावरलेल्या लक्ष्मणाचा वध? सुखात, दुःखात, संकटात ज्यानं कधीही आपली साथ सोडली नाही, काहीही कारण नसताना केवळ आपल्यासाठी जो वनात आला, चौदा वर्षं आपल्या बरोबरीनं ज्यानं संकटांना तोंड दिलं त्या लक्ष्मणाचा वध? आपल्याच हातानं लक्ष्मणाचा वध करण्यापेक्षा स्वतःची हत्या करणंही सहजसाध्य होतं... पण कालाला दिलेलं वचन मोडून आत्मघात करणं तरी कसं शक्य होतं? जन्मभर ज्या धर्माची जपणूक केली तो आता अखेरच्या दिवसांत सोडायचा?... रामाच्या मनात विचारांचं आवर्त उठलं. लक्ष्मणाचा वध करण्यावाचून गत्यंतर नाही हे लक्षात येताच तो खिन्न झाला. दुःखानं त्याची मुद्रा काळवंडली. कितीतरी वेळ तो तिथेच खाली मान घालून उभा होता.

लक्ष्मणाच्याच हाकेनं तो भानावर आला. रामाचं खिन्न अधोवदन पाहून लक्ष्मण त्याच्याजवळ गेला आणि मधुर स्वरात म्हणाला, "रामा, कसली चिंता पडलीय तुला? तू आपल्या प्रतिज्ञेचं परिपालन कर- तू माझा निःशंकपणे वध कर."

रामानं दीन मुद्रेनं त्याच्याकडे पाहिलं. त्याच्या दुःखभरल्या नेत्रांनी त्याची व्यथा लक्ष्मणाला सांगितली; पण लक्ष्मण मात्र हसत होता. तो म्हणाला, "रामा, दिलेलं वचन पाळलं नाही तर नरकात जावं लागतं हे मी तुला सांगायची आवश्यकता आहे का? रामा, तुझं माझ्यावर प्रेम आहे असं मी समजत होतो..."

राम म्हणाला, "प्रेम आहे म्हणूनच तर वचन पार पाडणं अवघड आहे. लक्ष्मणा, माझ्या प्रेमाविषयी शंका घेतोस? तुझ्यासाठी राज्याचा, सीतेचा किंवा स्वतःचाही त्याग करायला मी सिद्ध होतो..."

लक्ष्मण उत्तरला, "राज्याचा, सीतेचा त्याग करणं किंवा स्वतःचा नाश करणं वेगळं आणि धर्माचा त्याग करणं वेगळं... रामा, काकुत्स्थांच्या कुलात धर्माचा त्याग कुणी केलेला नाही. तो त्याग तू प्रतिज्ञा न पाळून करणार? म्हणजे धर्मभ्रष्टतेचं पाप तुला आणि मलाही लागेल... तुझं माझ्यावर प्रेम आहे ना? मग तू धर्माचं रक्षण करावंस अशी माझी इच्छा आहे."

लक्ष्मणाचं बोलणं ऐकून रामाचं मन अधिकच त्रस्त झालं. त्यानं वसिष्ठ-वामदेव-जाबाली या मंत्र्यांना आणि सुमंत्र, विजय आदी अमात्यांना बोलावून घेतलं. लक्ष्मणाकडे दृष्टिक्षेप टाकणंही त्याला शक्य होईना. लक्ष्मण मात्र आनंदित झाला

होता. रामाच्या कार्यासाठी, रामाच्या हातून मृत्यू येणं हे त्याच्या दृष्टीनं महत्‌भाग्य होतं. माणसाला केव्हा ना केव्हा तरी मृत्यू येणारच असतो; मग तो रामाच्या हातून आलेलाच उत्तम!

लक्ष्मण म्हणाला, "रामा, तूच पूर्वी म्हणाला होतास की, प्रत्येक माणसाला मृत्यू येतोच. मरण हाच प्रत्येक जीवनाचा अंत आहे. सर्व संयोगांचा शेवट वियोगातच होत असतो. भरताला तू पूर्वी सांगितलं होतंस की, दुसऱ्याकरता शोक करू नये... स्वतःकरता करावा... मग आता तू माझ्यासाठी असा दुःखी का होतोस? प्रत्येक प्राण्याबरोबर मृत्यू वावरत असतो."

हे सारं रामानं पूर्वी भरताला उद्देशून म्हटलं होतं; पण प्राणांपेक्षा प्रिय असलेल्या लक्ष्मणाचा स्वतःच्या हातांनी वध करणं किती कठीण होतं! रामानं ते बोलून दाखवलं नाही तरी लक्ष्मणानं जाणलं. तो म्हणाला, "मृत्यूचं आणि वृद्धत्वाचं भय बाळगू नये असं तूच शिकवलंस आम्हाला..."

राम खिन्नपणे म्हणाला, "होय, पण निसर्गतः येणारा मृत्यू आणि हेतूतः केलेला वध यामध्ये अंतर आहे. मला दुःख होतंय ते तुझ्या मृत्यूचं नव्हे, तर माझ्या हातून तुझा वध..."

रामाला पुढे बोलवेना; पण लक्ष्मण म्हणाला, "असं होणार हे कालगतीनुसार ठरलेलं आहे. पूर्वसंचिताप्रमाणे हे सारं घडतंय, तेव्हा तू चिंता किंवा दुःख करू नकोस."

वसिष्ठ, इतर मंत्री आणि अमात्य येताच रामाला थोडा आधार वाटला. वसिष्ठ-वामदेव या पेचातून काहीतरी मार्ग काढतील अशी आशा त्याला वाटली. रामानं त्या सर्व मंत्र्यांना सारा वृत्तान्त सांगितला. तपस्वीला आपण दिलेलं वचन, दुर्वास ऋषींचं आगमन नि आपली आताची अडचण कथन केली.

मग त्यानं विचारलं, "यातून कसं पार पडायचं ते तुम्हीच सांगा. धर्माची हानी होणार नाही आणि भ्रातृहत्येचा कलंकही लागणार नाही असा काही उपाय असेल तर तो सांगा..."

रामानं सांगितलेला वृत्तान्त ऐकून सर्वजण काही क्षण स्वस्थ बसले. वसिष्ठ म्हणाले, "रामा, असं घडणार हे मला माहीतच होतं. शरीरावर रोमांच उठवणारा भयावह क्षण येणार, तुझा लक्ष्मणाशी वियोग होणार... हे सारं मला माहीत होतं, तेव्हा लक्ष्मणाच्या वियोगाचं दुःख मानू नकोस. प्रतिज्ञा व्यर्थ ठरेल असं वागू नकोस. नाहीतर धर्माचा नाश होईल... धर्माचा नाश झाल्यावर सगळ्या त्रैलोक्याचा नाश होईल... कालाची गती कुणाला रोखता येत नाही."

"मुनिवर्य, हे सारं मला मान्य आहे. लक्ष्मणाच्या वियोगाचं मला दुःख नाही; पण मी त्याचा वध कसा करू?"

''वध करू नकोस, त्याग कर... त्याग केला काय आणि वध केला काय-सारखंच.''

रामानं सुटकेचा निःश्वास टाकला. तो म्हणाला, ''हे योग्य आहे. वध आणि त्याग या दोन्ही गोष्टी साधूंनी सारख्याच मानल्या आहेत... तेव्हा मी लक्ष्मणाचा त्याग केला आहे... लक्ष्मणा, तू आता कुठेही जा... काहीही कर; पण इथे थांबू नकोस...''

रामाचे ते शब्द ऐकल्यावर लक्ष्मणाला अतिशय दुःख झालं. रामाच्या हातून वध होणं त्याला केव्हाही इष्ट वाटत होतं; पण रामापासून दूर झाल्यावर जगायचं कशासाठी? त्याचे नेत्र अश्रूंनी भरले; पण रामाची आज्ञा मान्य करायलाच हवी होती. त्यानं रामाला, वसिष्ठांना आणि इतर वडीलधाऱ्यांना नमस्कार केला; पण रामानं त्याच्याकडे दृष्टिक्षेपही टाकला नाही. नेहमी लक्ष्मणानं वंदन केल्यावर त्याचं कल्याण चिंतणारा, त्याला दीर्घायुष्य चिंतणारा राम आता मात्र काहीच बोलला नाही... वसिष्ठ-वामदेवही काही बोलले नाहीत. लक्ष्मण चटकन राजमंदिरातून बाहेर पडला. तिथून स्वगृहाकडे दृष्टिक्षेपही न टाकता तो उजवीकडे वळला आणि झपाझप पावलं टाकत अयोध्येबाहेर जायला निघाला. मार्गात भेटणाऱ्या प्रजाजनांच्या आश्चर्ययुक्त मुखाकडे, त्यांनी केलेल्या अभिवादनाकडे त्याचं लक्ष नव्हतं. नगरीच्या दक्षिणद्वारातून बाहेर पडून लक्ष्मण वेगानं शरयू नदीकडे निघाला.

शरयूच्या तीरावर पोहोचेपर्यंत लक्ष्मणानं मनाशी पुढची योजना निश्चित केली होती. शरयूमध्ये त्यानं स्नान केलं. ओल्या वस्त्रानिशीच बाहेर येऊन त्यानं हात जोडले. मनोमनी रामाला वंदन करून तो भूमीवर बसला आणि हात जोडूनच त्यानं इंद्रियाचं संयमन करायला प्रारंभ केला. हळूहळू त्याचा श्वासोच्छ्वासही कमीकमी होऊ लागला. शरयू नदीच्या तीरावर तळपत्या सूर्याच्या साक्षीनं तो सूर्यवंशीय सौमित्र समाधिस्थ झाला. सूर्यवंशीयाचं तेज सूर्यात सामावलं. त्याच क्षणी आकाशातून पुष्पवृष्टी झाली; पण एकान्त वेळी घडलेल्या त्या घटनेचं वृत्त अयोध्यावासीयांना कळलंच नाही.

*

लक्ष्मणाचा त्याग केल्यापासून रामाचं कशातच लक्ष लागेना. तापसरूपी कालाचं बोलणं आठवल्यानंतर तर तो आणखी निरिच्छ झाला. आपलं जीवितकार्य संपलंय, तेव्हा आपण आता या लोकांमध्ये राहाणं निरर्थक आहे असं त्याला वाटत होतं; पण राज्याची व्यवस्था लावल्याशिवाय आणि सर्वांचा निरोप घेतल्याशिवाय जाता येत नव्हतं. इतकी वर्षं धर्मानं सांभाळलेलं इक्ष्वाकूंचं राज्य सुयोग्य हातात सोपवल्यावरच जीवनाची सारी कर्तव्यं संपणार होती.

लक्ष्मण निघून गेल्यानंतर रामानं त्याची विचारपूसही केली नाही. एकदा त्याचा त्याग केल्यानंतर त्याच्या ठिकाणी मन गुंतवणं योग्य नव्हतं; पण विचारपूस केली नाही तरी लक्ष्मणाचं वृत्त त्याच्या कानावर आलं होतं. त्या वृत्तानं त्याचं मन दुःखी झालं नव्हतं. कारण आपण त्याग केल्यानंतर लक्ष्मण जिवंत राहाणार नाही, हे त्याला माहीतच होतं; पण मन मात्र अस्वस्थ होत होतं. लक्ष्मण ज्या महाप्रवासाला गेला होता त्याच मार्गानं जायची ओढ रामाच्या मनाला लागली होती.

त्यानं पुरोहित, मंत्री आणि पौरजन यांची सभा बोलावली आणि कोणतीही प्रस्तावना न करता आपला मनोदय स्पष्ट केला.

तो म्हणाला, ''भरताला मी आजच राज्याभिषेक करणार आहे. नंतर मी वनात जाईन. सुमंत्रा, राज्याभिषेकाची सिद्धता करा. लक्ष्मण ज्या मार्गानं गेला त्याच मार्गानं मी आज जाणार...''

रामाचं भाषण ऐकून सारे पौरजन दुःखानं व्याकुळ झाले. कित्येकजण तर मूर्च्छा आल्याप्रमाणे निश्चेष्ट पडले. मंत्री आणि पुरोहितही गोंधळून गेले. भरताची अवस्था तर अवर्णनीय होती. त्याला काही सुचेना; तरी तो म्हणाला, ''मला राज्याची अपेक्षा मुळीच नाही. जिथे राम नसेल त्या राज्यातच नव्हे तर स्वर्गातही मला सुख लागणार नाही. मला हे राज्य नको. ज्याचा मला लोभ नाही ते घेऊन मी काय करू? मी तुझ्यासह येणार.''

राम काहीच बोलला नाही, तेव्हा आपलं बोलणं त्याला मान्य आहे असं समजून भरत म्हणाला, ''कोसल देशात कुशाला आणि उत्तर कोसलामध्ये लवाला राज्याभिषेक करावा. मग शत्रुघ्नाकडे शीघ्रगामी दूत पाठवून त्याला आपल्या गमनाविषयी कळवावं.''

भरताचं बोलणं ऐकल्यावर तर प्रजानन आणखी दुःखी झाले. रामाला वनात जायला प्रतिबंध करण्याऐवजी भरत त्याच्याबरोबरच जायला निघाला हे पाहून प्रजाजनांना निराधार झाल्यासारखं वाटू लागलं. इक्ष्वाकु वंशातले हे राजपुत्र बोलल्याप्रमाणे वागणार हे निश्चितच होतं. म्हणजे लक्ष्मणाच्या पाठोपाठ राम, भरत आणि शत्रुघ्नही जाणार होते... प्रजाजन दुःखदग्ध होऊन आणखी अधोमुख झाले.

ते पाहून वसिष्ठ म्हणाले, ''रामा, आधी या प्रजाजनांकडे लक्ष दे. त्यांची इच्छा जाणून घे. प्रजेची इच्छा मोडू नकोस. राजा या नात्यानं प्रजेचं ऐकणं हे तुझं प्रथम कर्तव्य आहे.''

रामानं प्रजाजनांना उठवलं आणि विचारलं, ''मी काय करावं अशी तुमची अपेक्षा आहे? आता माझं इथलं कर्तव्य संपलंय. इथे राहावंसं वाटत नाही...''

अनेकजण म्हणाले, ''आम्हीही तुझ्या मागोमाग येऊ. प्रजाजनांची तुझ्यावर भक्ती आहे. तुझंही आमच्यावर प्रेम असेल. आम्ही तुझ्याबरोबरच येऊ.''

प्रजाजनांना बरोबर नेणं कठीण होतं. हा अखेरचा प्रवास होता. या प्रवासाहून परत येता येणार नव्हतं. प्रवास अपुरा टाकता येणार नव्हता. इतक्या सगळ्या प्रजाजनांना घेऊन जाणं कठीण होतं. न नेणं तर त्याहून कठीण होतं.

राम गप्प बसला, तेव्हा प्रजाजनांचा प्रतिनिधी म्हणाला, ''तू जिकडे जाशील तिकडे आम्ही येऊ. तपोवनात, अरण्यात, नदीत, सागरात, पर्वतावर किंवा स्वर्गात... जिथे तू जाशील तिथे आम्ही तुझ्या मागोमाग येणार. तुझ्याबरोबर येण्यातच आम्हाला आनंद वाटणार आहे. तुझा सहवास हेच वरप्रदान आहे.''

प्रजाजनांचा तो निर्धार पाहून राम गोंधळला. प्रजेचं प्रेम आणि आपल्या जाण्यामुळे होणारे परिणाम लक्षात घेऊन त्यानं पुढची योजना आखली. त्याच दिवशी त्यानं कुश-लवांना राज्याभिषेक केला. कुशाला कोशल देशात पाठवायचं ठरलं. विंध्य पर्वताजवळची कुशावतीनगरी कुशाची राजधानी म्हणून त्यानं निश्चित केली. त्या रम्य नगरीकडे कुशाला नि उत्तर कोसलातल्या श्रावस्तीनगरीकडे लवाला पाठवायचं ठरलं.

रामाच्या आज्ञेनुसार राज्याभिषेक पार पडले. रथ, सैन्य, अश्व आणि धन देऊन रामानं दोन्ही पुत्रांना जायची अनुज्ञा दिली. पित्याच्या आज्ञेप्रमाणे लव-कुश जायला निघाले, तेव्हा सर्वांची मनं गलबलून गेली; पण राम मात्र शांत होता. जीवनातला अखेरचा प्रेमपाश तोडून टाकताना त्याचं मन यत्किंचितही विचलित झालं नव्हतं. कुश-लव निघून गेल्यावर रामानं दूतांना शत्रुघ्नाकडे पाठवलं. काही दूतांना सुग्रीवाकडे आणि बिभीषणाकडेही पाठवलं.

प्रजाजनांपैकी ज्यांना लव-कुशांकडे किंवा इतरत्र जायची इच्छा होती त्यांना रामानं अनुज्ञा दिली आणि तो स्वतः व्रतस्थ होऊन राहिला.

*

शीघ्रगामी दूतांबरोबर शत्रुघ्न अतिवेगवान रथातून एकटाच आला. राम त्या वेळी वसिष्ठांबरोबर आणि इतर मुनींबरोबर बोलत बसला होता. लक्ष्मणाच्या आणि भरताच्या पुत्रांना रामानं केलेल्या राज्याभिषेकाचं वृत्त शत्रुघ्नाला आधीच कळलं होतं. त्यानंतर लक्ष्मणाचा केलेला परित्याग आणि रामानं केलेली प्रतिज्ञा ही वृत्तं मात्र दूतांकडून त्याला कळली होती. तो आपल्या राज्याची व्यवस्था लावून रामाबरोबर जायचा निर्धार करूनच आला होता.

आल्याबरोबर रामाला वंदन करून तो म्हणाला, ''रामा, मीही तुमच्याबरोबर येणार, तेव्हा बरोबर येण्याव्यतिरिक्त कोणतीही आज्ञा मला करू नका. आज्ञाभंगाचं पाप...''

राम म्हणाला, ''पण तुझ्या राज्याची व्यवस्था-''

"मी करूनच आलोय ती व्यवस्था! सुबाहूला मधुरानगरीत राज्याभिषेक केला आणि तक्षाला राज्याभिषेक करून वैदिशनगरीत पाठवलंय. राज्याची, सेनेची आणि संपत्तींची दोघांना विभागणी करून दिलीय. मी केवळ एक रथ घेऊन आलोय. तो रथही आता परत जाईल... अखेरच्या प्रवासात काही न्यायचं नसतं ना?"

शत्रुघ्नाचा निर्धार पाहून रामानं त्याला बरोबर यायला अनुज्ञा दिली. इतक्यात सुग्रीव, जाम्बवान, हनुमान, मैंद, द्विविद आले. त्यांच्या पाठोपाठ वानरगण, ऋक्षगणही आले. थोड्याच वेळात बिभीषणही राक्षस गणासह आला. स्वर्गलोकी जाणाऱ्या रामाचं दर्शन घेण्यासाठी देवपुत्र, ऋषिकुमार आणि गंधर्वपुत्रही आले.

देवपुत्र, ऋषिकुमार आणि गंधर्वपुत्र रामाबरोबर जायच्या उद्देशानंच आले होते. त्यांनी सांगितलं, "रामा, तू आम्हाला सोडून गेलास तर यमदंड उगारून तू आमचा वध केल्यासारखंच होईल."

सुग्रीव म्हणाला, "मीही येणार. मी येताना अंगदाला राज्याभिषेक करूनच आलोय. रामाबरोबर जायचा माझा निश्चयच आहे."

रामानं किंचित हसून त्या सर्वांना बरोबर न्यायला मान्यता दिली; पण तो बिभीषणाकडे वळून म्हणाला, "तुला मात्र येता येणार नाही. जोपर्यंत या भूतलावर प्रजा आहे, तोपर्यंत तू लंकेमध्ये राहा. सूर्य, चंद्र, पृथ्वी आणि माझी कथा जोपर्यंत अस्तित्वात राहील, तोपर्यंत तू जिवंत राहून राज्य कर... मी मित्रत्वानं तुला ही आज्ञा करतो आहे; ती तू मोडू नकोस. धर्मानं प्रजेचं रक्षण कर..."

बिभीषण काहीतरी बोलण्याचा प्रयत्न करत होता; पण रामानं त्याला सांगितलं, "मी सांगतोय यावर तू काहीही उत्तर देऊ नकोस... धर्मानं राज्य कर. आणखी इक्ष्वाकूंचं कुलदैवत असलेल्या जगन्नाथाची तू आराधना कर, एवढंच तुला सांगायची माझी इच्छा होती."

बिभीषणानं ही आज्ञा मान्य केली. मग राम हनुमानाला म्हणाला, "तू चिरंजीव राहाण्याची प्रतिज्ञा केली आहेस, ती व्यर्थ होऊ देऊ नकोस. जोपर्यंत पृथ्वीवर माझी कथा प्रचलित राहील तोपर्यंत तू जिवंत राहशील. तू सुप्रसन्न मनानं राहा अशी तुला आज्ञा आहे."

हनुमान हात जोडून म्हणाला, "तुमची आज्ञा मला मान्य आहे; पण जोपर्यंत तुमची कथा चालेल तोपर्यंतच..."

राम म्हणाला, "कलियुग असेपर्यंत तुम्ही जिवंत राहा... तू, बिभीषण, जाम्बवान, मैंद आणि द्विविद..."

मग इतरांकडे बघत राम म्हणाला, "माझ्याबरोबर यायची इच्छा असेल त्यांनी यावं... ज्यांना यायचं नसेल त्यांनी स्वेच्छेनं कुठेही जावं..."

त्या रात्री राम व्रतस्थ राहिला. कुणाशी काहीही न बोलता तो दर्भासनावर पडून

राहिला. आपल्याजवळचं सारं धन त्यानं वाटून टाकलं. अंगावर एकही अलंकार न ठेवता केवळ एक रेशमी वस्त्र परिधान करून तो निजला.

सकाळी उठल्यावर त्यानं स्नान उरकलं. नंतर वसिष्ठ मुनींनी त्याच्याकडून परलोकगमनविषयक धर्मकृत्यं करवून घेतली. राम म्हणाला, "अग्निहोत्रातला प्रदीप्त अग्नी आणि वाजपेय छत्र घेऊन द्विजांना पुढे जाऊ द्या. मी त्यांच्या मागोमाग निघतोय."

द्विज पुढे गेले. रामानं सूक्ष्म रेशमी वस्त्र परिधान केलं. वसिष्ठांना आणि इतर ज्येष्ठांना वंदन केलं. कुलदैवताचं स्मरण केलं. मग परब्रह्माचं चिंतन करत हातात दर्भ घेऊन तो राजप्रासादाबाहेर पडला. पायात पादत्राणं न घालताच तो राजमार्गावर आला. अखेरच्या प्रवासाला निघताना इंद्रियविषयक सुखांची अभिलाषा बाळगायची नसते!

पीतवस्त्रधारी राम अयोध्येच्या मार्गावरून निघाला तेव्हा सूर्योदय व्हायचा होता; पण रामाचं तेज सूर्यासारखं झळाळत असल्यामुळे सूर्याची उणीव भासतच नव्हती. पुरोहित आणि द्विज यांच्या मागोमाग राम जाऊ लागला, तेव्हा अयोध्येची राज्यलक्ष्मीच निघून जातेय की काय असं वाटत होतं. रामाच्या मागे भरत आणि शत्रुघ्न होते. त्यांना पाहून भूदेवी आणि संहारशक्तीच चाललीय असं वाटत होतं. सुग्रीव आणि इतर वानरगण आपापली आयुधं घेऊन जात होते, तेव्हा ती आयुधं मनुष्यरूप धारण करूनच रामाच्या मागोमाग चालली आहेत असं भासत होतं. नगरीतल्या द्विजांच्या रूपानं वेद, गायत्री, प्रणव आणि वषट्कार नगरी सोडून निघाले होते. ऋषिमुनींच्या रूपानं शक्ती, प्रज्ञा आणि तपश्चर्याचं निघाल्या होत्या तर आबालवृद्ध आणि स्त्रिया यांच्या रूपानं नगरीची प्रतिष्ठा रामाच्या मागोमाग चालली होती. दासदासी, षंढ आणि सेवकही राम नसलेल्या नगरीत नव्हते. पुरोहित मंत्री, नागरिक, स्त्रिया, मुलं, सेवक, पशू आणि पक्षीही रामाच्या मागोमाग निघाले होते; पण कुणाच्याही मुद्रेवर दुःख किंवा दैन्य नव्हतं. सर्वांच्या मुद्रेवर रामाबरोबर जाण्याचा आनंद ओसंडत होता. मार्गात भेटतील ते सर्व आनंदानं त्या महायात्रेत सहभागी होत होते.

त्या सर्वांचा नेता राम शरयू नदीच्या दिशेनं चालला होता. अयोध्येत कुणीही राहिलं नव्हतं. त्या रम्यनगरीतले भव्य आणि गजबजलेले प्रासाद ओस पडले होते. वाहनांनी आणि माणसांनी सदैव भरलेले तिथले रस्ते मोकळे झाले होते. नगरीतलं चैतन्यच निघून गेलं होतं.

सूर्योदयाच्या वेळी राम अयोध्येच्या बाहेर दीड योजनं अंतरावर शरयू नदीजवळ पोहोचला. त्या पश्चिमवाहिनी नदीजवळ पोहोचताच स्वर्गमुखाशी पोहोचल्याचा भास सर्वांना झाला. रामाच्या मागोमाग भरत-शत्रुघ्नही होते.

रामानं शरयू नदीला आदरानं वंदन केलं. इक्ष्वाकू वंशाची सारी सुखं-दुःखं सामावून घेणारी ती नदी रामाच्या अखेरच्या दर्शनासाठी किंचित थबकली. हात

जोडून समोर उभ्या राहिलेल्या रामाला आलिंगन द्यायला ती उत्सुक झाली. त्या मंगलसमयी वायूही सुखद वाहत होता. रामाचं स्वर्गारोहण बघण्यासाठी सूर्य किंचित त्वरेनं क्षितिजावरून वर सरकला. त्याच्या किरणांतून जणू स्वर्गदूतच आले होते.

रामानं डोळे मिटून शरयूची आणि इष्टदेवतांची प्रार्थना केली. इतरांनीही डोळे मिटून प्रार्थनेला प्रारंभ केला. केवळ वसिष्ठ, वामदेव, जाबाली आणि इतर ऋषींचे नेत्र उघडे होते; त्यामुळे आकाशात जमलेली देवांची दिव्य विमानं त्यांना दिसत होती. हनुमान, बिभीषण, मैंद, जाम्बवान, आणि द्विविद हे दूर उभे राहून बघत होते. त्यांनाही ती विमानं दिसली. त्या विमानांमुळे संपूर्ण आकाश दिव्य तेजानं व्याप्त झालं होतं.

खाली वाकून शरयूला वंदन करून राम क्षणार्ध उभा राहिला आणि मग त्या पवित्र उदकात प्रवेश करण्यासाठी त्यानं आपलं उजवं पाऊल उचललं. त्याच क्षणी अंतरिक्षातून देवगंधर्वांनी रामावर पुष्पवृष्टी केली. त्या दिव्य स्वर्गीय पुष्पांचा सुगंध सर्वत्र पसरला. रामानं शरयूमध्ये उजवं पाऊल ठेवलं; इतक्यात अंतरिक्षातून ब्रह्मदेवाचं विमान त्याच्या अगदी जवळ आलं. ब्रह्मदेवाचं दर्शन केवळ रामाला आणि वसिष्ठादी ऋषींनाच होत होतं. इतरांना दिव्य विमानं, दिव्य पुष्पवृष्टी यांची जाणीवच नव्हती. त्यांचं लक्ष केवळ रामावर केंद्रित झालं होतं.

ब्रह्मदेव रामाला म्हणाला, "रामा, तुझं कल्याण असो. आता तू इच्छेस येईल त्या तनूत प्रवेश कर. हवं तर वैष्णवी तनूत जा किंवा आकाशरूप सनातन तनूत जा."

रामानं क्षणभर विचार केला... पंचमहाभूतांपासून निर्माण झालेला मानवदेव पंचमहाभूतात विलीन करावा की विष्णूपासून मिळालेला देह विष्णूतेजात विलीन करावा...?

मग त्यानं निश्चय केला. वैष्णवतेजात स्वतः विलीन व्हायचं ठरवलं. आपल्या बंधूंमधेही विष्णूचा अंश असल्यानं त्यांनीही मूलतेजात समाविष्ट व्हावं असं त्यानं ठरवलं. ब्रह्मदेवानं रामाचा आशय जाणला आणि त्याला अनुमती दिली.

रामाचे ओठ किंचित हलले. तो कुणाशीतरी बोलत असावा असं वाटलं. मग त्यानं मान हलवून आपल्यासमवेत आलेल्यांकडे अंगुलीनिर्देश केला. लगेच त्याची मुद्रा तृप्त, समाधानी दिसली.

रामाचं आणि ब्रह्मदेवाचं काहीतरी बोलणं झालं हे वसिष्ठादिकांनी जाणलं. अर्थात इतरांना यातलं काहीच कळलं नाही. ब्रह्मदेवानं सर्व रामानुयायांच्या स्वर्गप्रवेशाला अनुमती दिली हेही वसिष्ठांव्यतिरिक्त कुणाला कळलं नाही. ते सर्वजण रामाच्या पावलांवर पाऊल टाकून नदीत प्रवेश करायला सिद्ध झाले होते.

दोन्ही पावलं शरयूत ठेवत राम उभा होता. पाठोपाठ भरत-शत्रुघ्न होते. अन्य

मंडळी मात्र अजून नदीच्या काठावरच होती.

अचानक रामाभोवती एक दिव्य तेजोवलय निर्माण झालं. सूर्यापेक्षा तेजस्वी पण चंद्रापेक्षा सुखद असं ते तेजोवलय होतं. रामाच्या देहावरही त्या तेजाचा परिणाम झाला. रामाचा तेजःपुंज देह अधिक तेजस्वी दिसू लागला. ते तेज बाहेरचं नसून रामाच्या देहातलंच आहे असं वाटू लागलं. आतलं आणि बाहेरचं तेज एकमेकांत सामावतंय असं दिसलं. मग ते तेज रामाच्या मागे उभ्या असलेल्या भरत-शत्रुघ्नांपर्यंत पसरलं. तिघेही बंधू त्या तेजानं व्याप्त झाले. इतर मंडळी डोळे मिटून मागे नदीच्या काठावर उभी होती; पण वसिष्ठादी ऋषींना मात्र त्या दिव्य तेजाचा साक्षात्कार जाणवला होता.

राम-भरत-शत्रुघ्न हे तिघेही त्या दिव्य तेजानं पुरते व्यापले गेले. तीन तेजःपुंज देह एकमेकांजवळ आले. मग ते एकत्रित झालेलं तेज शरयूच्या पात्रातून किंचित वर उचललं गेलं आणि पुढे पुढे सरकू लागलं. ते तेज अंतरिक्षाकडे झेपावलं. राम-भरत-शत्रुघ्न वैष्णवतेजात विलीन झाले. त्यांच्या पाठोपाठ आलेली मंडळी मात्र नदीत शिरून चालत राहिली. सर्वजण त्या दिव्य तेजावर नेत्र लावून पुढचा मार्ग आक्रमू लागले. त्या तेजाच्या मागोमाग गेल्यास आपल्याला सदेह स्वर्गप्राप्ती होईल असा त्यांचा विश्वास होता. ते दिव्य तेज अंतरिक्षात झेपावून दिसेनासं झालं तरी रामानुयायी शरयूच्या जलात चालतच राहिले.